റോബിൻസൺ ക്രൂസോ

Robinson Crusoe
Novel

Original Title
The life and strange surprising adventures of
Robinson Crusoe of York, mariner

Daniel Defoe

Translation
Bittar C Mukkolakkal

CHINTHA PUBLISHERS
Thiruvananthapuram

First Edition
October 2013

Second Impression
August 2020

Second Edition
July 2021

Published & Typesetting
Chintha Publishers, Thiruvananthapuram

Printed at
Repro India Ltd, Mumbai

Cover Design
Vinod Mangoes

ISBN : 978-93-83432-14-1

CR - 2320 / 5509

Email: chinthapublishers@gmail.com
Website: www.chinthapublishers.com

Distribution
DESHABHIMANI BOOKHOUSE
H O Thiruvananthapuram 695035

Branch
Head Office Kunnukuzhi • Statue Thiruvananthapuram •
KSRTC Bus Station Thiruvananthapuram
KSRTC Bus Station Alappuzha • KSRTC Bus Station Ernakulam •
Machingal Lane Thrissur • IG Road Kozhikode •
Mavoor Road Kozhikode • NGO Union Building Kannur •
Central Bus Terminal Complex Thavakkara Kannur

റോബിൻസൺ ക്രൂസോ

(നോവൽ)

ഡാനിയേൽ ഡിഫോ

പരിഭാഷ

ബിറ്റർ സി മുക്കോലയ്ക്കൽ

ചിന്ത പബ്ലിഷേഴ്സ്
തിരുവനന്തപുരം-695 035

ഡാനിയേൽ ഡിഫോ (1660-1731)

ലണ്ടനിൽ ജനനം. നോവലിസ്റ്റ്, പത്രപ്രവർത്തകൻ എന്നീ നില കളിൽ പ്രശസ്തൻ. ധാരാളം രാഷ്ട്രീയ ലേഖനങ്ങൾ എഴുതി. പരിഹാസനിർഭരമായ ലഘുലേഖ പ്രസിദ്ധപ്പെടുത്തിയതിന്റെ പേരിൽ ജയിൽവാസംവരെ അനുഭവിച്ചു. മാത്രമല്ല, മരച്ചട്ടത്തിൽ (പില്ലറി) കൈകാലുകൾ മാത്രം പുറത്ത് കാണത്തക്കരീതിയിൽ ബന്ധിച്ച് ലണ്ടനിലെ നഗരത്തിന്റെ വിവിധ ഭാഗങ്ങളിൽ അദ്ദേ ഹത്തെ പൊതുദർശനവും നടത്തി. പക്ഷേ, ജനങ്ങൾ അദ്ദേ ഹത്തെ ആദരിച്ചു.

റോബിൻസൺ ക്രൂസോ കൂടാതെ അദ്ദേഹം എഴുതിയ മറ്റു വിഖ്യാത കൃതികളിൽ *മോൾ ഫ്ളാന്റേഴ്സ്, ജേണൽ ഓഫ് ദി പ്ലേഗ് ഇയർ, കേണൽ ജെക്ക്* തുടങ്ങിയവ ഉൾപ്പെടുന്നു.

ബിറ്റർ സി മുക്കോലയ്ക്കൽ

അധ്യാപകൻ, ഗവേഷകൻ, സാഹിത്യകാരൻ, പരിഭാഷകൻ തുട ങ്ങിയ നിലയിൽ പ്രശസ്തൻ. കുട്ടികൾക്കായി പഠനസംബന്ധമായ ധാരാളം കാര്യങ്ങൾ ആനുകാലികങ്ങളിലും മറ്റും എഴുതുന്നു. ധാരാളം പുസ്തകങ്ങൾ രചിച്ചിട്ടുണ്ട്. റേഡിയോയിലും ടെലിവി ഷനിലും വിദ്യാഭ്യാസ പരിപാടികൾ വല്ലപ്പോഴും അവതരിപ്പി ക്കുന്നു.

വിലാസം : ബ്രീസ്, കുളവിക്കോണം,
വാഴവിളലൈൻ, നെടുമങ്ങാട് - 41
തിരുവനന്തപുരം
മൊബൈൽ 9446449039
ഇ-മെയിൽ bittercmukkolakkal@gmail.com

ഉള്ളടക്കം

ഒരു വാക്ക്

ഇംഗ്ലീഷ് നോവൽ സാഹിത്യത്തിലെ ഒരു അനശ്വര കൃതിയാണ് ഡാനിയേൽ ഡിഫോയുടെ *റോബിൻസൺ ക്രൂസോ*. 1719 ൽ അറുപതി നോടടുത്ത പ്രായത്തിൽ അദ്ദേഹം എഴുതിയ ഈ കൃതിയുടെ യഥാർഥ പേര് *യോർക്കിലെ സമുദ്രസഞ്ചാരിയായ റോബിൻസൺ ക്രൂസോയുടെ ജീവിതവും അസാധാരണവും വിസ്മയാവഹവുമായ സാഹസികതകളും* എന്നാണ്. ലോകത്തിലെ ഏതൊരു സാഹിത്യപ്രേമിയും പ്രായഭേദമെന്യേ വായിച്ചിരിക്കേണ്ട ഒരു കൃതിയാണിത്. സ്വാശ്രയത്വമാണ് ഇതിന്റെ ഇതി വൃത്തം. ഏകാന്ത ദ്വീപിൽ അകപ്പെടുന്ന റോബിൻസൺ തന്റെ പ്രയ ത്നവും ബുദ്ധിയുമുപയോഗിച്ച് സസുഖം അവിടെ ജീവിക്കുന്നു; ഒപ്പം പലരേയും അപകടങ്ങളിൽനിന്നും രക്ഷിക്കുന്നു. ഈ നോവലിന്റെ രണ്ടാംഭാഗമായ *റോബിൻസൺ ക്രൂസോയുടെ പിൽക്കാല സാഹസകൃ ത്യങ്ങൾ* എന്ന പുസ്തകത്തിൽ ഇതിലെ മുഖ്യകഥാപാത്രത്തിന്റെ അന്ത്യം ഉൾപ്പെടെയുള്ള കാര്യം പറയുന്നു. ഈ പുസ്തകം ഒന്നാംഭാഗം മാത്രമാണ്. ഭാഷാവൈവിധ്യംകൊണ്ടും വാക്യഘടനയുടെ പ്രത്യേകത കൾകൊണ്ടും വായനക്കാർക്ക് ആയാസമായ മൂലകൃതിയുടെ, ഓരോ വരിയും കഥാംശം ചോർന്നുപോകാതെ ലളിതമായി പുനരാഖ്യാനം നട ത്തിയതിനു പിന്നിൽ ഒരു ഭാരിച്ച ജോലി തന്നെയുണ്ടായിരുന്നു. രചനാ വേളയിൽ പ്രോത്സാഹനം തന്ന എല്ലാവർക്കും നന്ദി.

സസ്നേഹം

ബിറ്റർ സി മുക്കോലയ്ക്കൽ

1

മാതാപിതാക്കളിൽനിന്ന് ഒരൊളിച്ചോട്ടം

ആയിരത്തി അറുന്നൂറ്റി മുപ്പത്തിരണ്ടിൽ യോർക്കു നഗരത്തിലെ ഒരു ഉന്നത കുടുംബത്തിലാണ് ഞാൻ ജനിച്ചത്. ഒരു ബ്രെമൻ വിദേശീയ നായിരുന്നു എന്റെ അച്ഛൻ. വ്യാപാരത്തിനായാണ് ഹെൽ പട്ടണത്തിൽ അദ്ദേഹമെത്തിയത്. കച്ചവടത്തിലൂടെ വൻ സ്വത്താർജ്ജിച്ച അദ്ദേഹം, കച്ച വടം ഉപേക്ഷിച്ചശേഷം യോർക്കിൽ താമസം തുടങ്ങി. അവിടെ വച്ചായി രുന്നു അച്ഛൻ എന്റെ അമ്മയെ വിവാഹം കഴിച്ചതും. ഞങ്ങളുടെ പേരു കേട്ട കുടുംബം 'റോബിൻസൺ' എന്നാണ് അറിയപ്പെട്ടിരുന്നത്. ആ കുടും ബപ്പേരിൽ നിന്നാണ് എനിക്ക് റോബിൻസൺ ക്രൂറ്റ്സ്നർ എന്ന പേരു കിട്ടിയത്. പക്ഷേ, ഇംഗ്ലണ്ടിൽ ആളുകൾ വാക്കുകൾ ഉച്ചരിച്ച് ലോപിപ്പി ക്കാറുള്ളത് നിങ്ങൾക്കറിയാമല്ലോ; എന്റെ പേരിലും അതു സംഭവിച്ചു. കാലക്രമേണ എല്ലാവരും എന്നെ റോബിൻസൺ ക്രൂസോ എന്നു വിളിച്ചു തുടങ്ങി. ഇപ്പോൾ സ്വയം പറയുന്നതും എഴുതുന്നതും ക്രൂസോയെന്നു തന്നെ. കൂട്ടുകാരും അങ്ങനെതന്നെയാണ് വിളിക്കുന്നതും.

എനിക്കു രണ്ടു മൂത്ത ജ്യേഷ്ഠന്മാരുണ്ടായിരുന്നു. അതിൽ ഒരാൾ ഇംഗ്ലീഷ് കാലാൾപ്പടയിൽ ലഫ്റ്റനന്റ് കേണലായിരുന്നു. പക്ഷേ, സ്പെ യിൻകാരുമായി ഡൺകർക്കിൽ വച്ചുണ്ടായ യുദ്ധത്തിൽ അയാൾ കൊല്ല പ്പെട്ടു. രണ്ടാമത്തെ ജ്യേഷ്ഠനെക്കുറിച്ചുള്ള ഒരു വിവരവും എനിക്കറി യില്ല. എന്റെ അച്ഛനോ അമ്മയോ അയാളെക്കുറിച്ച് ഒരു വിവരവും എന്നോടു പറഞ്ഞിട്ടുമുണ്ടായിരുന്നില്ല.

ഇളയ കുട്ടിയായിരുന്നതിനാൽ ഒരു കച്ചവടത്തൊഴിലും അവർ എന്നെ പഠിപ്പിച്ചില്ല. വക്കീലാക്കാനായിരുന്നു അവരുടെ ആഗ്രഹം. പക്ഷേ, എന്റെ തലയ്ക്കകത്താകട്ടെ പലവിധ വിചിത്രചിന്തകളാണ് കടന്നുകൂടി യിരുന്നത്. നാട്ടിലെ ഒരു സ്കൂളിൽനിന്നും അർഹമായ പ്രാഥമികവിദ്യാ ഭ്യാസം നേടിക്കൊണ്ടിരുന്നപ്പോഴും പഴയ ഒരാളായിരുന്ന എന്റെ അച്ഛൻ

എന്നെ ഒരു അഭിഭാഷകനാക്കാനായി കൂടുതൽ കാര്യങ്ങൾ പഠിപ്പിക്കുമായിരുന്നു. പക്ഷേ, കടൽസഞ്ചാരം ചെയ്ത് ചുറ്റി നടക്കുന്ന ജോലിചെയ്യണമെന്ന ഒരൊറ്റ ആഗ്രഹമേ എനിക്കുണ്ടായുള്ളൂ. എന്റെ ഈ ഇഷ്ടം അച്ഛനെതിരെ ശക്തമായി തിരിയാൻ എന്നെ പ്രേരിപ്പിച്ചു. അമ്മയും എന്റെ സുഹൃത്തുക്കളും കെഞ്ചിപ്പറഞ്ഞിട്ടും ഞാൻ എന്റെ തീരുമാനത്തിൽ നിന്നും പിന്മാറിയില്ല. എന്റെ മോഹം കൂടിക്കൊണ്ടേയിരുന്നു. ഇതെല്ലാം കൊണ്ട് പ്രകൃതി സ്വാഭാവികമായൊരുക്കിയ വിധിയായിരിക്കാം എനിക്കു പിന്നീടു കിട്ടിയ നരകജീവിതമെന്ന് എനിക്കു തോന്നുന്നു.

വിവേകിയും ഗൗരവക്കാരനുമായിരുന്നു എന്റെ അച്ഛൻ. ഞാൻ ഭാവിയിൽ ആരായിത്തീരണമെന്ന് അദ്ദേഹം മുൻകൂട്ടിക്കണ്ടിരുന്ന സ്ഥിതിക്ക് ഒരുദിവസം അദ്ദേഹം എന്നെ സ്വന്തം മുറിയിലേക്കു വിളിച്ചു; ഗുണദോഷിക്കാനായിരുന്നു. സന്ധിവാതം പിടിച്ച് മുറിയിൽ നിന്നിറങ്ങാൻ വയ്യാതെ അദ്ദേഹം കിടക്കുകയായിരുന്നു. പ്രയത്നംകൊണ്ട് എന്തു നേടാനും ഭാവി ഭാസുരമാക്കാനും പറ്റുന്ന ജന്മനാടുപേക്ഷിച്ചുകൊണ്ട് കടൽചുറ്റി നടക്കണമെന്ന് ആഗ്രഹിക്കുന്നതിന്റെ കാരണം അദ്ദേഹം എന്നോടു അന്വേഷിച്ചു. നിരാശരും നിർധനരും ധനമോഹികളുമാണ് സാഹസികയാത്രകൾക്കു തയാറാകുന്നതെന്നും അദ്ദേഹം പറഞ്ഞു. ഇത്തരക്കാർ ഒന്നുകിൽ എനിക്കു താഴെയാണെന്നും അല്ലെങ്കിൽ മുകളിലെന്നും അദ്ദേഹം പറഞ്ഞു. ഞാൻ ഒരു ഇടത്തരക്കാരനാണ്. തന്റെ നീണ്ട ലോകപരിചയം പഠിപ്പിക്കുന്നത് ഇടത്തരക്കാരാകുന്നതാണ് നല്ലതെന്നാണ്, അച്ഛൻ ഓർമപ്പെടുത്തി. ദുരന്തങ്ങളോ കഷ്ടപ്പാടുകളോ ഇല്ലാത്തതും, അഹങ്കാരമോ ദുർമോഹമോ അസൂയയോ ഇല്ലാത്തതുമായ ഒരു ജീവിതമാണ് അവിടെ നടക്കുന്നത്. ആരും അസൂയപ്പെടുന്ന ഒരു ജീവിതാവസ്ഥയാണത്. രാജാക്കന്മാരുപോലും എല്ലാം നേടി ജനിച്ചതുകൊണ്ടുള്ള കഷ്ടതനിറഞ്ഞ പരിണതഫലങ്ങളിൽ പരിദേവനം ചെയ്തിട്ടുണ്ട്. ദരിദ്രാവസ്ഥയും എല്ലാം നേടിയ മഹനീയാവസ്ഥയുമാണ് രണ്ടുതരം ജീവിതാവസ്ഥകൾ. ഇവയ്ക്കിടയിലായിരിക്കാനാണ് എല്ലാവരും ആഗ്രഹിച്ചിട്ടുള്ളത്. ഈ സാഹചര്യത്തിൽ ലഭിച്ച ജീവിതാന്തസ്സ് കളഞ്ഞുകുളിക്കരുതെന്ന് അച്ഛൻ എന്നോടു പറഞ്ഞു.

ജീവിതത്തിന്റെ കൊടുംദുരിതങ്ങൾ മനുഷ്യരിലെ ഉന്നതർക്കും താണവർക്കുമായാണ് വിഭജിച്ചുനൽകിയിരിക്കുന്നതെന്ന് അച്ഛൻ വീണ്ടും പറഞ്ഞു. ഇടത്തരക്കാർക്ക് നിർഭാഗ്യങ്ങൾ കുറവായിരിക്കും. ഭാഗ്യവിപര്യയം, ശാരീരികമാനസികവ്യാധികൾ, ഉൽക്കണ്ഠ, വിഷമജീവിതം, ആഡംബരം, ധൂർത്ത്, കഠിനവ്യയം, ആവശ്യങ്ങൾ തികയാത്ത അവസ്ഥ, ദാരിദ്ര്യാവസ്ഥ ഒക്കെ ഉന്നതർക്കും താണവർക്കുമുള്ളതാണ്. എന്നാൽ ഇടത്തരക്കാർക്കാകട്ടെ എല്ലാവിധ ആനന്ദവും സമൃദ്ധിയും ആത്മനിയന്ത്രണവും ശാന്തതയും ആരോഗ്യവും ഒക്കെ എപ്പോഴും ലഭിച്ചുകൊണ്ടിരിക്കും.

അച്ഛന്റെ തത്വശാസ്ത്രങ്ങളെയൊക്കെ ഞാൻ എതിർത്തു. തന്റെ വികാരം മകനു മനസിലാക്കാൻ കഴിയുന്നില്ലെന്നറിഞ്ഞ അച്ഛൻ എന്നെ

ചേർത്തുനിർത്തി സ്നേഹവായ്പോടെ പറഞ്ഞു: "മോനേ, റോബിൻസൺ, ഞങ്ങളെ നീ ദുരന്തത്തിലാഴ്ത്തരുതേ.. നിനക്ക് ആവശ്യമുള്ളതെല്ലാം ഇവിടുണ്ടല്ലോ. നീ പോകരുത്. രണ്ടു മക്കളെ നഷ്ടപ്പെട്ടതിലുള്ള ദു:ഖം ഇതുവരെ ഈ അച്ഛന് തീർന്നിട്ടില്ലെന്നത് നിനക്കറിയാവുന്നതാണല്ലോ. ഇനി നീ കൂടി ഞങ്ങളെ വിട്ടുപോയാൽ... അതുകൂടി താങ്ങാനുള്ള കെൽപ്പ് ഞങ്ങൾക്കില്ല. പക്ഷേ, ഒരു കാര്യം തീർച്ചയാണ്. ഒരാൾ ചെയ്യുന്ന തെറ്റുകളുടെ ശിക്ഷ അയാൾതന്നെ അനുഭവിക്കേണ്ടി വരും. പിന്നെ വിധിയെ പഴിചാരിയിട്ടു കാര്യമില്ല. നിനക്ക് അതിനു തെളിവു വല്ലതും വേണോ. എങ്കിലീയച്ഛൻ പറയാം. നിന്റെ മൂത്ത ജ്യേഷ്ഠനു സംഭവിച്ചതെന്താണെന്ന് നിനക്കറിയാമല്ലോ. സൈന്യത്തിൽ ചേരരുതെന്ന് ഞാൻ പലതവണ ഗുണദോഷിച്ചിട്ടും തന്നിഷ്ടത്തോടെ അവൻ അതിൽ ചേർന്നു. അവസാനം അവന് യുദ്ധഭൂമിയിൽ ജീവൻ പൊലിയേണ്ടി വന്നു. അച്ഛനെ വകവയ്ക്കാതെ നീയെടുക്കുന്ന തീരുമാനത്തിലും ദൈവത്തിന്റെ അനുഗ്രഹമുണ്ടാകില്ലതന്നെ. ഞാൻ നിനക്കുവേണ്ടി പ്രാർഥിച്ചുകൊണ്ടൊക്കെയിരിക്കാം. പക്ഷേ, മാതാപിതാക്കളെ അനുസരിക്കാത്തത് ദൈവഹിതത്തിനെതിരാണെന്നുള്ള കാര്യവും നിനക്കറിയാമല്ലോ..."

അച്ഛന് തന്റെ വികാരത്തെ അടക്കാൻ കഴിഞ്ഞില്ല; അദ്ദേഹം അതിനായി പാടുപെടുന്നത് ഞാൻ ശ്രദ്ധിച്ചു. അച്ഛന്റെ വാക്കുകൾ മിക്കപ്പോഴും ഒരു പ്രവചനം തന്നെയായിരുന്നു. രണഭൂവിൽ മരണമടഞ്ഞ മൂത്തമകന്റെ കാര്യം പറഞ്ഞപ്പോൾ അദ്ദേഹം നിയന്ത്രണം വിട്ട് നിലവിളിച്ചു. കണ്ണിൽ നിന്നും കണ്ണീർ ധാരധാരയായി ഒഴുകി കവിളിലൂടെ നീങ്ങുന്നത് ഞാൻ കണ്ടു.

അച്ഛന്റെ വാക്കുകൾ തികച്ചും എന്നെ വേദനിപ്പിച്ചു. ആരും വേദനിച്ചു പോകും. അച്ഛന്റെ ആഗ്രഹമനുസരിച്ച് അച്ഛനോടൊപ്പം തന്നെ നിൽക്കാൻ ഞാനപ്പോൾ തീരുമാനിച്ചു. പക്ഷേ കഷ്ടം! സംഭവിച്ചതെന്തെന്നോ? കുറച്ചു ദിവസങ്ങൾ കഴിഞ്ഞപ്പോൾ പഴയ ആഗ്രഹങ്ങൾ തന്നെ എന്നിൽ തലപൊക്കി.

അച്ഛന്റെ അഭിപ്രായങ്ങളും നിർദേശങ്ങളും കേൾക്കാതിരിക്കാനായി ഞാൻ അദ്ദേഹത്തിൽനിന്നും ഒഴിഞ്ഞുമാറി നടന്നു. അമ്മ സാധാരണത്തേക്കാൾ ശാന്തമായിക്കണ്ട ഒരുദിവസം ഞാനങ്ങോട്ടു ചെന്നു. അമ്മയുടെ കൈപിടിച്ചുകൊണ്ട് ഞാൻ അക്കാര്യങ്ങൾ പറഞ്ഞു.

"അമ്മേ, ലോകം ചുറ്റിക്കാണാനുള്ള എന്റെ മോഹം എത്രമാത്രമാണെന്ന് അമ്മയ്ക്കറിയാമല്ലോ. എനിക്ക് ആ ആഗ്രഹം മാറ്റാൻ പറ്റുന്നില്ലമ്മേ. അച്ഛൻ അതിനു സമ്മതം തരുന്നതാണ് നല്ലത്. എനിക്കിപ്പോൾ പതിനെട്ടു വയസായി. പല ജോലികൾ കിട്ടുന്നതിനും അവയിൽ പ്രാവീണ്യം നേടുന്നതിനുമുള്ള പ്രായം ഇപ്പോൾത്തന്നെ അതിക്രമിച്ചിരിക്കുകയാണ്. അച്ഛനെക്കൊണ്ട് അമ്മതന്നെ സമ്മതിപ്പിക്കണം. ഒരുതവണ ലോകം ചുറ്റിക്കണ്ട് മടങ്ങിവരുമ്പോൾ അച്ഛനിഷ്ടമില്ലെങ്കിൽ പിന്നെ ഞാൻ പോകില്ല... സത്യം."

എന്റെ ആവലാതികൾ കേട്ട അമ്മ ധർമസങ്കടത്തിലായി. അച്ഛനോടു

സംസാരിച്ചിട്ട് യാതൊരു അർഥവുമില്ലെന്ന് അമ്മയ്ക്കറിയാം. ഒരിക്കലും സമ്മതിക്കാൻ പറ്റാത്തവയാണ് എന്റെ ആഗ്രഹങ്ങളെന്നാണ് അച്ഛൻ കരുതുന്നത്. അച്ഛന്റെ മനോവ്യഥ നേരിട്ടറിഞ്ഞശേഷം ഞാനെങ്ങനെ ആ പഴയ തീരുമാനത്തിലേക്ക് വീണ്ടുമെത്തിയെന്നതിനെക്കുറിച്ച് അമ്മയ്ക്കു അതിശയമുണ്ടായി.

ഞാൻ പറഞ്ഞതെല്ലാം അച്ഛനോടു പറയാൻ അമ്മ വൈമനസ്യമാണ് കാണിച്ചത്. പക്ഷേ, പിന്നീട് എല്ലാക്കാര്യവും അച്ഛനോടു അമ്മ തുറന്നു പറഞ്ഞു. അപ്പോഴും എനിക്കു ലോകം ചുറ്റാനുള്ള സമ്മതം അച്ഛൻ നൽകിയില്ല. അത്യധികം ഉൽക്കണ്ഠ പ്രകടിപ്പിച്ചുകൊണ്ട് അച്ഛൻ ഇത്രമാത്രം അമ്മയോടു പറഞ്ഞു:

"ഈ ചെക്കൻ ഇവിടെ വീട്ടിൽ താമസിച്ചാൽ അവനു സുഖമായി ജീവിക്കാം. ഇനി അവൻ ലോകം ചുറ്റാനാണ് പോകുന്നതെങ്കിൽ ഇത്രയുംകാലം ആരും സഹിച്ചിട്ടില്ലാത്തവിധത്തിലുള്ള കഷ്ടപ്പാടു നിറഞ്ഞ ദുരന്തജീവിതമായിരിക്കും അവനു വിധി. ഞാനെന്തായാലും അതിനുള്ള സമ്മതമൊന്നും കൊടുക്കാൻ പോകുന്നില്ല."

ഈ സംഭവത്തിനുശേഷം ഒരുവർഷത്തോളം ഒരു കാര്യത്തിലും ശ്രദ്ധിക്കാതെയും, അച്ഛനോടും അമ്മയോടും മിണ്ടാട്ടമില്ലാതെയും അവരോടു തർക്കുത്തരം പറഞ്ഞും ഞാൻ കഴിഞ്ഞു. അങ്ങനെയിരിക്കെ ഒരു ദിവസം അകാരണമായി ഞാൻ ഹെല്ല് പട്ടണത്തിൽ നിന്നപ്പോഴാണ് എന്റെ സുഹൃത്തുക്കളിൽ ഒരാൾ അയാളുടെ അച്ഛന്റെ കപ്പലിൽ ലണ്ടനിലേക്കു പോകാനൊരുങ്ങുന്നത് എന്റെ ശ്രദ്ധയിൽപ്പെട്ടത്. യാത്രയ്ക്ക് അവൻ എന്നെ ക്ഷണിച്ചപ്പോൾ ഞാൻ ഒഴികഴിവുകൾ ഒന്നും പറഞ്ഞില്ല. അവൻ യഥാർഥത്തിൽ യാത്രയ്ക്ക് എന്നെ കാര്യമായി പ്രലോഭിപ്പിക്കുകയാണുണ്ടായത്; യാതൊരുവിധ ചെലവുമില്ലാത്ത ഒരു ഉല്ലാസയാത്രയ്ക്ക്. അച്ഛനോടോ അമ്മയോടോ ചെന്ന് ഒരു വാക്കുപോലും പറയാതെ, വിവരമറിയിക്കാൻ ആരോടും പറയാതെ നാടുവിടാൻ തന്നെ ആ നിമിഷം ഞാൻ തീരുമാനിച്ചു. ദൈവത്തിന്റെയോ അച്ഛന്റെയോ അനുഗ്രഹം യാചിക്കാതെ സാഹചര്യങ്ങളും പരിണതഫലങ്ങളും ഒന്നുമാലോചിക്കാതെ എല്ലാം തീരുമാനിച്ച ഒരുനിമിഷം! അന്നു സംഭവിച്ചതെല്ലാം ദൈവത്തിനു മാത്രമേ അറിയൂ.

2

കടലിലെ ആദ്യ സാഹസികത

അന്ന് 1651 സെപ്തംബർ മാസം ഒന്നാം തീയതിയായിരുന്നു. ലണ്ട നിലേക്കു പോകാൻ കിടന്ന ആ കപ്പലിൽ ഞാൻ കയറി. കപ്പൽ ഹംബർ തുറമുഖത്തെത്തുംവരെ കടൽ ശാന്തമായിരുന്നു. തുറമുഖം വിട്ടപ്പോൾ ഭയാനകമായ രീതിയിൽ കാറ്റു വീശാൻ തുടങ്ങി. ക്ഷുഭിതയായ അത്തരം ഒരു കടലിനെ ഞാൻ ജീവിതത്തിൽ അതുവരെ കണ്ടിട്ടേയുണ്ടായിരു ന്നില്ല. എന്റെ ശരീരം ആകെ തളർന്നു; മനസ്സ് ഭയചകിതമായി. ഞാന പ്പോൾ എന്റെ അച്ഛനെയും അമ്മയെയും അറിയാതെ ഓർത്തുപോയി. അവരുടെ വാക്കു പാലിക്കാതെ അവരെ കണ്ണീരിലാഴ്ത്തിക്കൊണ്ട് ധിക്കാ രപരമായി ഞാൻ ചെയ്ത പ്രവൃത്തികളുടെ ശിക്ഷയാണോയിതെന്ന് എനിക്കു കരുതേണ്ടി വന്നു.

അപ്പോഴേക്കും കാറ്റ് വർധിച്ചിരുന്നു. തിരകൾ വീണ്ടുമുയർന്നു. കാറ്റി നെയും കടലിനെയും കുറിച്ച് ഒന്നുമറിയാത്ത വെറും കുട്ടിയായ കപ്പൽ യാത്രക്കാരനായ എന്നെ തളർത്താൻ ഇതു ധാരാളമായിരുന്നു. ഓരോ തിരയും തങ്ങളെ വിഴുങ്ങുമെന്ന് എനിക്കു തോന്നി. ഓരോ തവണയും കപ്പൽ താഴുമ്പോൾ അത് വീണ്ടുമുയരില്ലെന്നും എനിക്കു തോന്നി. മനോ വ്യഥയിൽ ദൈവശരണത്തിനായി ഞാൻ എടുത്ത ശപഥങ്ങളുടെ എണ്ണ ത്തിന് ഒരു കണക്കുമില്ല. ദൈവമേ, എന്നെ ഈയൊരു യാത്രയിൽ നിന്നും രക്ഷിക്കണേ... കരയിലെത്തിക്കഴിഞ്ഞാലുടൻ ഞാൻ നേരെ അച്ഛന്റെ വീട്ടിലേക്കു പോകാമേ... ഇനി ഞാൻ ജീവിച്ചിരിക്കുമെങ്കിൽ ഒരു കപ്പൽയാ ത്രയ്ക്കും ഇറങ്ങിപ്പുറപ്പെടുകയില്ലേ... ഞാൻ ഇനി അച്ഛന്റെ ഉപദേശം എക്കാലവും അനുസരിക്കാമേ.. അച്ഛന്റെ അഭിപ്രായങ്ങളിൽ നന്മയുള്ള തിനാൽ അച്ഛന്റെ അടുക്കലേക്കു തിരിച്ചു പോകുന്ന യഥാർഥ പശ്ചാ ത്താപിയായ ധൂർത്തപുത്രനെപ്പോലെ തിരിച്ചുപോകാമേ...

പ്രായശ്ചിത്തത്തിലുഴറി നടന്നപ്പോഴും നേരത്തേതിനുമധികമായി

കാറ്റു കൂടുകയും തിരമാല ഉയരുകയും ചെയ്തുകൊണ്ടിരുന്നു. പിറ്റേ ന്നായപ്പോഴാണ് കാറ്റ് അടങ്ങുകയും കടൽ ശാന്തമാകുകയും ചെയ്തത്. എനിക്ക് അൽപ്പം ആശ്വാസം തോന്നി. എങ്കിലും അന്നു പകൽ മുഴു വനും ഞാൻ ഭയന്നിരുന്നു. രാത്രിയായപ്പോൾ കാലാവസ്ഥ അനുകൂല മായി. കാറ്റ് പൂർണമായും കെട്ടടങ്ങി. മനോഹരമായ സായാഹ്നം ദൃശ്യ മായിത്തുടങ്ങുകയും ചെയ്തു. വ്യക്തമായി അസ്തമിച്ച സൂര്യൻ, പിറ്റേന്ന് അതുപോലെ തന്നെ കിഴക്കുണരുകയും ചെയ്തു. അന്നു കാറ്റു വീശി യില്ല. ശാന്തമായ കടലും തിളങ്ങുന്ന സൂര്യനും എനിക്ക് പുതുമയുള്ള ഒരു കാഴ്ചയായി മാറി.

രാത്രിയിൽ ഞാൻ സുഖമായുറങ്ങി. 'കടൽച്ചൊരു'ക്കുണ്ടായതേ യില്ല. തലേദിവസം ക്രൂരവും ഭയാനകവുമായി നിന്ന കടൽ ഇന്ന് ശാന്തവും സൗമ്യവുമായിക്കിടക്കുന്നതു കണ്ടപ്പോൾ എനിക്ക് അതിശ യമുണ്ടായി. എല്ലാം കഴിഞ്ഞപ്പോഴാണ് കപ്പലിലുണ്ടായിരുന്ന എന്നെ യാത്രയ്ക്കു ക്ഷണിച്ച എന്റെ സുഹൃത്ത് കുശലാന്വേഷണങ്ങളുമായി എന്റെ അടുത്തു വന്നത്. സുഹൃത്ത് എന്റെ തോളിൽത്തട്ടിക്കൊണ്ടു പറഞ്ഞു:

"റോബിൻ, എങ്ങനെയുണ്ടിപ്പോൾ? ഇന്നലെ തൊപ്പിക്കുള്ളിൽ വയ് ക്കാവുന്ന അൽപ്പം കാറ്റു വീശിയപ്പോൾ നീ ഭയന്നു അല്ലേ?"

"എന്ത്? തൊപ്പിക്കുള്ളിൽ വയ്ക്കാവുന്നത്ര അൽപ്പം കാറ്റോ? അതു ഭയാനകമായ ഒരു കൊടുങ്കാറ്റ് ആയിരുന്നില്ലേ?" ഞാൻ ചോദിച്ചു.

"കൊടുങ്കാറ്റെന്നോ? അഥവാ ഒരു കൊടുങ്കാറ്റാണെങ്കിൽത്തന്നെ നീ പേടിക്കേണ്ട റോബിൻ. എന്തിനേയും ചെറുത്തു തോൽപ്പിക്കാൻ പറ്റിയ തരത്തിലുള്ള അടിവിസ്താരവും പുതിയതുമായ ഒരു കപ്പലാണിത്... അതിരിക്കട്ടെ റോബിൻ. നമുക്കൽപ്പം മദ്യം കഴിക്കാം. അതോടെ നമു ക്കെല്ലാം മറക്കാം. നോക്കൂ എന്തു മനോഹരമായ കാലാവസ്ഥയാണി പ്പോൾ."

ഞാൻ അൽപ്പം മദ്യം കഴിച്ചു. ഒറ്റ രാത്രിയിലെ മദ്യത്തിന്റെ ലഹരി യിൽ എല്ലാവിധ ഭയവും ഗൃഹാതുരത്വവും ഞാൻ മറന്നു. തുടർന്നുള്ള ദിവസങ്ങളിലും ഞാൻ സുഹൃത്ത് തന്ന മദ്യം കഴിച്ചു. എല്ലാംകൊണ്ടും സുഖകരമായ യാത്ര തന്നെയായിരുന്നു ആ ദിവസങ്ങളിൽ.

ആറാം ദിവസമായപ്പോൾ ഞങ്ങളുടെ കപ്പൽ യാർമൗത്ത് ഉൾക്കട ലിലെത്തിത്തുടങ്ങി. കാറ്റ് അടങ്ങിയിരുന്നു. കാലാവസ്ഥ സുഖകരവും. എങ്കിലും, ആ കൊടുങ്കാറ്റിനുശേഷം ഞങ്ങൾ കുറച്ചുദൂരമേ യാത്രചെ യ്തിരുന്നുള്ളൂ. വീണ്ടും കാറ്റ് ശക്തമായപ്പോൾ ഞങ്ങൾക്ക് കപ്പൽ നങ്കൂ രമിട്ട് കിടക്കേണ്ടതുണ്ടായിരുന്നു; ഏഴോ എട്ടോ ദിവസങ്ങളോളം ഞങ്ങ ളവിടെക്കിടന്നു. അത് ഒരു പൊതുതുറമുഖ ഉൾക്കടലായിരുന്നതിനാൽ ന്യൂകാസിലിൽ നിന്നും ധാരാളം കപ്പലുകളും അവിടെയെത്തിയിരുന്നു.

നാലഞ്ചു ദിവസം കഴിഞ്ഞപ്പോഴാണ് പെട്ടെന്ന് കാറ്റ് വീശിത്തുട ങ്ങിയത്. യാർമൗത്ത് ഉൾക്കടൽ പേരുകേട്ട ഒരു തുറമുഖമായിരുന്നു. നന്നായി നങ്കൂരമിട്ടിരുന്നതുകൊണ്ടും അടിത്തട്ട് ശക്തമായിരുന്നതിനാലും

കപ്പൽയാത്രയ്ക്ക് ഞങ്ങൾക്ക് യാതൊരു ഉൽക്കണ്ഠയുമുണ്ടായിരുന്നില്ല. വിശ്രമിച്ചും ഉല്ലസിച്ചും ഞങ്ങളിരുന്നു. എട്ടാം ദിവസം രാവിലെയായപ്പോൾ കാറ്റിന്റെ വേഗത കൂടിത്തുടങ്ങി. കപ്പൽ ഉലഞ്ഞാടിത്തുടങ്ങി. കപ്പലിന്റെ ഉലച്ചിൽ നിർത്താൻ കപ്പിത്താൻ മറ്റൊരു നങ്കൂരംകൂടി കടലിൽത്താഴ്ത്തി. പക്ഷേ, പ്രയോജനമുണ്ടായില്ല. പെട്ടെന്ന് ഭയാനകമാംവിധം കാറ്റു വീശി. എല്ലാ കപ്പൽസവാരിക്കാരുടെ മുഖത്തും ഭീതിയും വിസ്മയവും നിഴലിച്ചതു ഞാൻ കണ്ടു. കപ്പലിനെ നിയന്ത്രിക്കാൻ കപ്പിത്താൻ ജാഗ്രതയിലായിരുന്നു. ഒപ്പം അയാൾ സൗമ്യമായി ചില പ്രാർഥനകൾ ഉരുവിട്ടുകൊണ്ടിരുന്നത് എന്റെയരികിലൂടെ അയാൾ പോകുമ്പോൾ ഞാൻ കേട്ടിരുന്നു.

"എന്റെ ദൈവമേ, ഞങ്ങളോടു കരുണ കാണിക്കണമേ; ഞങ്ങളെല്ലാവരും ഇപ്പോൾ മുങ്ങിത്താഴുമേ.. ഞങ്ങളെല്ലാവരും നശിക്കാൻ പോകുകയാണേ... ഞങ്ങളെ രക്ഷിക്കണേ..."

ഈ ബഹളങ്ങൾക്കിടയിലും ഞാൻ എന്റെ മുറിയിൽ കിടക്കുകയായിരുന്നു. എന്റെ മാനസികാവസ്ഥ എനിക്കു വിവരിക്കാൻ കഴിയുന്നതായിരുന്നില്ല. ആദ്യം സംഭവിച്ചമാതിരിയുള്ള കടൽക്ഷോഭമല്ലെന്നും, മരണഭയം വേണ്ടെന്നുമൊക്കെ ഞാൻ കരുതിയിരുന്നു. പക്ഷേ, കപ്പിത്താൻതന്നെ എന്റെയരികിൽ വന്ന് "നാമെല്ലാവരും മുങ്ങിച്ചാകാൻ പോകുന്നു"യെന്നു പറഞ്ഞപ്പോൾ ഞാൻ വളരെയധികം ഞെട്ടിപ്പോയി. ഞാനെന്റെ മുറിയിൽനിന്നും ചാടിയെഴുന്നേറ്റു; പുറത്തേക്കു നോക്കി; ഭയാനകമായ കാഴ്ച! കടൽ പർവതത്തോളമുയർന്ന് മിനിറ്റുകൾക്കകം ഞങ്ങളുടെമേൽ പതിച്ചു. പിന്നൊന്നും എനിക്കു കാണാൻ പറ്റിയില്ല. എല്ലാവരിലും ഉൽക്കടവ്യഥ മാത്രമായി. ഞങ്ങളുടെ സമീപം ഒരുമൈൽ അകലെ കിടന്നിരുന്ന രണ്ടു കപ്പലുകളുടെ പായ്മരം തകർന്നു വെള്ളത്തിൽ വീണു. അവ വെള്ളം കയറി ഭാരം താങ്ങാനാകാതെ മുങ്ങിപ്പോകുന്നതായി കൂടെയുള്ള കപ്പൽയാത്രക്കാർ വിളിച്ചുപറയുന്നതും അപ്പോൾ ഞാൻ കേട്ടു. പായ്മരമില്ലാതിരുന്ന രണ്ടു കപ്പലുകൾ നങ്കൂരത്തോടെ തുറമുഖത്തുനിന്നും കടലിലേക്കു ഒഴുകി നീങ്ങി. ചെറിയ കപ്പലുകൾ കുഴപ്പമില്ലാതെ നീങ്ങി. അവയ്ക്ക് കടലിൽ ക്ലേശിക്കേണ്ടി വന്നില്ല. രണ്ടോ മൂന്നോ ചെറുകപ്പലുകൾ ഞങ്ങളുടെ അടുത്തുവരെ വന്നശേഷം കാറ്റിനു മുമ്പിൽ തുഴയുടെ സഹായത്താൽ രക്ഷപ്പെട്ടോടുന്നത് ഞാൻ കണ്ടു.

സായാഹ്നമായപ്പോൾ കപ്പിത്താന്റെ ആജ്ഞകൾ നടത്തുന്ന ഭൃത്യൻ, മുഖപ്പ് പായ്മരം വെട്ടിമുറിച്ചു നീക്കാൻ കപ്പിത്താനോട് ആവശ്യപ്പെട്ടു. പക്ഷേ, അയാളതിനു സമ്മതിച്ചില്ല. അതു ചെയ്തില്ലെങ്കിൽ കപ്പൽ മുങ്ങിത്താഴുമെന്ന് ഭൃത്യൻ വീണ്ടും പറഞ്ഞു. പക്ഷേ, അവർ മുഖപ്പ് പായ്മരം വെട്ടി നീക്കിയപ്പോൾ പ്രധാന പായ്മരം വളരെയധികം അയഞ്ഞു തുടങ്ങുകയും കപ്പൽ വളരെയധികം ഇളകുകയും ചെയ്തു തുടങ്ങി.

എന്റെ അവസ്ഥ ആർക്കും ഊഹിക്കാവുന്നതേയുള്ളൂ. ഇത്തരത്തിലുള്ള യാതൊരു അനുഭവവുമില്ലാത്ത ഒരു യുവനാവികനല്ലേ ഞാൻ.

കടൽ വീണ്ടും ക്ഷുഭിതയായിക്കൊണ്ടിരുന്നു. ഇതു വലിയൊരു അപ

കടം തന്നെയെന്ന് കപ്പൽയാത്രക്കാരെല്ലാവരും സമ്മതിച്ചു. കപ്പൽ പുതിയതായിരുന്നെങ്കിലും വളരെയധികം ഭാരം കയറ്റിയിരുന്നതിനാൽ വെള്ളത്തിൽ കിടന്ന് അത് പുളയ്ക്കുകയായിരുന്നു. അതിപ്രയത്നം മൂലം കപ്പൽ ഞരങ്ങുന്നെന്ന് പറഞ്ഞുകൊണ്ട് എല്ലാവരും ഉറക്കെ വിളിച്ചു കരയാൻ തുടങ്ങി. 'ഞരങ്ങുന്ന'തിന്റെ അർഥം (കപ്പൽ മുങ്ങിത്താഴുക) ആദ്യമെനിക്കറിയാതിരുന്നത് ഒരു തരത്തിൽ നല്ലതായിരുന്നു. കൊടുങ്കാറ്റ് വീണ്ടും വർധിച്ചു. കപ്പിത്താനും ഭൃത്യനും മറ്റു ചിലരും കപ്പൽ മുങ്ങുമെന്ന് ഭയന്ന് സമചിത്തതയോടെ വിവിധ മുൻകരുതലുകളിൽ ജാഗരൂകരായി. അർധരാത്രിയായപ്പോൾ, കപ്പലിന്റെ അടിത്തട്ടിൽ ചോർച്ചയുണ്ടായതായി ആരോ വിളിച്ചു പറഞ്ഞു. കടൽവെള്ളം നാലടിയോളം ഉയരത്തിൽ ഉള്ളിൽക്കയറിയതായി മറ്റൊരാളും വിളിച്ചുപറഞ്ഞു. എല്ലാവരും വന്ന് വെള്ളം പമ്പുചെയ്ത് കളയാൻ തുടങ്ങി. എന്റെയുള്ള് ആ സമയത്ത് മരിച്ചുപോയെന്നുതന്നെ പറയാം. ഞാൻ മുറിക്കുള്ളിൽ ഇരുന്ന സ്ഥലത്തുനിന്ന് പുറകിലേക്കു മറിഞ്ഞുവീണു. ആളുകൾ എന്നെ പിടിച്ചെഴുന്നേൽപ്പിച്ചു പമ്പു ചെയ്യാൻ കൊണ്ടുപോയി. ആ സമയത്ത് കപ്പിത്താൻ അകലങ്ങളിലെ ചെറിയ കപ്പലുകളിലുള്ളവരിൽനിന്നും സഹായം ലഭിക്കാനായിട്ട് അപായസൂചനാവെടികൾ പൊട്ടിച്ചു തുടങ്ങി. യഥാർഥത്തിൽ എനിക്കൊന്നും മനസിലായില്ല. കപ്പൽ തകർന്നെന്നും എന്തോ ഭയാനകത സംഭവിച്ചെന്നുമാണ് എനിക്കു തോന്നിയത്. ഒന്നുമാത്രം എനിക്കറിയാം; ഞാനങ്ങു ബോധംകെട്ടു വീണു. സ്വന്തം പ്രാണനെക്കുറിച്ചു മാത്രം ചിന്തിക്കുന്ന സമയത്ത് ആർക്കാണ് എന്റെ കാര്യം ശ്രദ്ധിക്കാനാവുക. ഞാൻ മരിച്ചുപോയെന്ന് കരുതി ആരോ ഒരാൾ എന്നെ കാലുകൊണ്ട് തട്ടി ഒരറ്റത്തേക്കു നീക്കിയിട്ടു. യഥാർഥത്തിൽ വളരെ നേരം കഴിഞ്ഞാണ് എനിക്ക് സുബോധം തിരിച്ചു കിട്ടിയത്.

ഞങ്ങൾ വെള്ളം കോരിയൊഴിച്ചു കളഞ്ഞുകൊണ്ടിരുന്നെങ്കിലും, കപ്പലിനുള്ളിലെ ജലം ഉയർന്നുകൊണ്ടേയിരുന്നു. കപ്പൽ മുങ്ങുമെന്ന് ഉറപ്പായി. കാറ്റ് അൽപ്പം ശമിച്ചെങ്കിലും കപ്പലിനു സ്വയം നിയന്ത്രണം നേടാനായില്ല. കപ്പിത്താൻ സഹായത്തിനായി വെടിപൊട്ടിക്കൽ തുടർന്നുകൊണ്ടേയിരുന്നു. മുമ്പിലുണ്ടായിരുന്ന ചെറിയൊരു കപ്പലിൽനിന്നും യാത്രക്കാർ ഞങ്ങളെ രക്ഷിക്കാൻവേണ്ടി ഒരു ബോട്ട് അയച്ചുതന്നു. ആ ബോട്ട് ഞങ്ങളുടെ അടുത്തെത്തുന്നതു തന്നെ അപകടം പിടിച്ച പണിയായിരുന്നു. പക്ഷേ, അതിൽ കയറിപ്പറ്റാൻ ഞങ്ങൾക്കായില്ല. കപ്പലിന്റെ അരികുചേർന്നു നിൽക്കാൻ ബോട്ടിനു കഴിയാതിരുന്നതാണ് അതിനു കാരണം. അവസാനം സ്വന്തം ജീവനെത്തന്നെ പണയപ്പെടുത്തിക്കൊണ്ട് ബോട്ടിലെ ആളുകൾ ഞങ്ങൾക്ക് കയർ എറിഞ്ഞു തന്നു. ഒരുവിധത്തിൽ ഞങ്ങൾ ആ കയർ പിടിച്ചു. അങ്ങനെ ബോട്ട് കപ്പലിനോടടുത്തപ്പോൾ ഞങ്ങളെല്ലാവരും ബോട്ടിൽ കയറി. കപ്പിത്താന്റെ അപേക്ഷയനുസരിച്ച് ബോട്ട് വല്ലവിധേന ഉത്തരദിക്കിലുള്ള വിന്റർട്ടൺനെസിലേക്കു നീങ്ങി.

ഞങ്ങൾ കപ്പൽ വിട്ട് പതിനഞ്ചുമിനിറ്റായിക്കാണില്ല; അതിനുമുമ്പ് ഞങ്ങളുടെ കപ്പൽ മുങ്ങിത്താഴുന്നത് ഞങ്ങൾ കണ്ടു. കപ്പൽ കടൽവെ

ള്ളത്തിൽ ഞെരങ്ങി മുങ്ങിത്താഴുന്നതിന്റെ അർഥം ആദ്യമായി ഞാനപ്പോൾ അറിഞ്ഞു. എനിക്ക് എന്റെ കണ്ണുകളെ വിശ്വസിക്കാനായില്ല.

ബോട്ടിലെ രക്ഷാപ്രവർത്തകർ കഠിനമായി തുഴഞ്ഞു; തിരകളെ ഭേദിച്ചുകൊണ്ട്. കുറേക്കഴിഞ്ഞപ്പോൾ കടൽത്തീരം കണ്ടുതുടങ്ങി. ഞങ്ങളെ സഹായിക്കാനായി ധാരാളംപേർ അവിടെ നിൽക്കുന്നു. എന്നാൽ ബോട്ട് സാവധാനമേ കരയിലേക്കു നീങ്ങിയുള്ളൂ. വിന്റർട്ടൺനെസിലെ ലൈറ്റുഹൗസും കടന്ന് ഞങ്ങൾ പൂർവദിക്കിലെ ക്രോമറിലേക്കു നീങ്ങി. എല്ലാവരും കരയിൽ സുരക്ഷിതമായിറങ്ങി. അവിടെ നിന്നും യാർമൗത്തിലേക്കു നടന്നു. അവിടത്തെ ആളുകളും മജിസ്ട്രേറ്റും നിർഭാഗ്യവാന്മാരായ ഞങ്ങളോടു കരുണയോടെയാണ് പെരുമാറിയത്. പ്രത്യേക വ്യാപാരികളും കപ്പലുടമകളുമെന്ന നിലയിൽ താമസസൗകര്യവും, ഞങ്ങളുടെ ഔചിത്യമനുസരിച്ച് ലണ്ടനിലേക്കോ ഹള്ളിലേക്കോ പോകാനാവശ്യമായ പണവും അവർ നൽകി.

ഹള്ളിലേക്കു തിരിച്ചുപോയി വീട്ടിലേക്കു പോകാനുള്ള ആഗ്രഹം എനിക്കുണ്ടായിരുന്നെങ്കിൽ, എന്റെ അച്ഛനും *ബൈബിളി*ലെ ഉപമയിലേതുപോലെ ധൂർത്ത പുത്രന്റെ പശ്ചാത്താപത്തോടെയുള്ള തിരിച്ചുവരവാഘോഷിക്കാനായി മുഴുത്ത കാളക്കുട്ടിയെ കൊന്നു സദ്യനടത്തുമായിരുന്നു.

പക്ഷേ, എന്റെ ദുർവിധി ഒന്നിനും തടയാൻ പറ്റാത്ത എന്റെ മർക്കടമുഷ്ടിയിലേക്കു തന്നെ എന്നെ തള്ളിനീക്കിക്കൊണ്ടിരുന്നു. വീട്ടിലേക്കു മടങ്ങിപ്പോകാൻ എന്റെ യുക്തിയുടെ ആഹ്വാനവും എന്റെ വിധിന്യായത്തിന്റെ വികാരവുമുണ്ടായിട്ടും, അതു ചെയ്യാനുള്ള ത്രാണി എനിക്കുണ്ടായില്ല. സ്വന്തം നാശത്തിനു കാരണമാക്കുന്നതിനായി മേലധികാരം നടത്തുന്ന ജീവിതയോഗത്തിന് എന്തു പേരുവിളിക്കണമെന്ന് എനിക്കറിയില്ല. എന്തായാലും എനിക്ക് ആ വിധി ഒഴിവാക്കാനാകുന്നതായിരുന്നില്ല.

കപ്പിത്താന്റെ മകനായിരുന്ന എന്റെ സുഹൃത്ത് എനിക്കു ധൈര്യം തരാൻ നേരത്തെ സഹായിച്ചിരുന്നുയെങ്കിലും ഇപ്പോൾ എന്തോ വ്യത്യാസമുള്ളതുപോലെ. അല്ലെങ്കിൽത്തന്നെ യാർമൗത്തിലെത്തി രണ്ടുമൂന്നു ദിവസം കഴിഞ്ഞശേഷമാണ് അവൻ എന്നോടു സംസാരിച്ചത്. വെവ്വേറെ രണ്ടു സ്ഥലങ്ങളിൽ താമസിച്ചതിനാലാണിതു സംഭവിച്ചതെന്ന് അവൻ പറഞ്ഞു. എന്നെ കണ്ടപ്പോൾത്തന്നെ അവന്റെ ശബ്ദം മാറിയിരുന്നു. തലകുലുക്കി കുണ്ഠിതഭാവത്തിൽ കുശലാന്വേഷണം നടത്തിയശേഷം എന്നെ അവൻ അച്ഛനു പരിചയപ്പെടുത്തിക്കൊടുത്തു. വിദേശത്തു പോകാനായി ഒരു പരീക്ഷണത്തിനാണ് ഞാൻ കപ്പൽയാത്ര നടത്തിയതെന്നും അവൻ അച്ഛനോടു പറഞ്ഞു. അവന്റെ അച്ഛൻ ഗൗരവത്തോടെ എന്റെ നേരെ തിരിഞ്ഞശേഷം പറഞ്ഞു:

"യുവാവേ, നീയിനിയൊരിക്കലും കടലിൽ പോകരുത്. സമുദ്രസഞ്ചാരത്തിനു പറ്റിയ ഒരാളല്ല നീ എന്നതിനു വ്യക്തമായ തെളിവാണിത്."

"അതെന്താ സർ അങ്ങനെ പറഞ്ഞത്. നിങ്ങൾ ഇനി കടലിൽ പോകില്ലേ?"

"അതെന്റെ കാര്യം" അയാൾ തുടർന്നു പറഞ്ഞു: "അത് ഈശ്വരൻ എനിക്കു തന്ന തൊഴിലാണ്. അതിനാൽ അതെന്റെ കർത്തവ്യവും. പക്ഷേ, നീയാണെങ്കിലോ ഒരു പരീക്ഷണാർഥം ചെയ്ത യാത്ര. അതിന്റെ ഫലവും ഈശ്വരൻ തന്നല്ലോ. ഒരുപക്ഷേ, ഞങ്ങൾക്കിതെല്ലാം സംഭവിച്ചതിനു കാരണം നീയായിരിക്കും. നീയൊരു കാര്യം ചെയ്യ്, താർഷിഷിന്റെ കപ്പലിലെ ജോനയ്ക്കും സംഭവിച്ചതിതാണ്. നീ പ്രാർഥിക്ക്. നീയാരാണ്? നീയെന്തിന് കപ്പൽയാത്ര ചെയ്യണം.."

എന്റെ കഥയിൽ ചിലതുമാത്രം ഞാൻ പറഞ്ഞു. കേട്ടുതീർന്നപ്പോൾ അയാൾ അറിയാതെ ഏതോതരം മനഃക്ഷോഭം പൂണ്ടു. ഇത്രയും നികൃഷ്ടനായ എന്നെ കപ്പലിൽ കയറ്റിയതിന് അയാൾ സ്വയം വേപഥു പൂണ്ടു. ഞാൻ ഇനി എന്തുതന്നെ നൽകാമെന്നു പറഞ്ഞാലും, എന്നോടൊപ്പമുള്ള ഒരു കപ്പലിൽ കാലുകുത്തില്ലെന്നും പറഞ്ഞു. തമ്പുരാനെക്കൊണ്ട് തന്നെ നശിപ്പിക്കാനിടകൊടുക്കാതെ അച്ഛന്റെയടുക്കലേക്കു മടങ്ങിപ്പോകാനും എന്നെ ഗുണദോഷിച്ചു. മാത്രമല്ല, ദൈവത്തിന്റെ വ്യക്തമായ ഒരു കരം എപ്പോഴും എനിക്കെതിരായിരിക്കുമെന്നും അയാൾ പറഞ്ഞു. അയാൾ തുടർന്നു പറഞ്ഞു:

"യുവാവേ, നീ മടങ്ങിപ്പോയില്ലെങ്കിൽ നീയെവിടെപ്പോയാലും ആപത്തും നിരാശയും നിന്നെയെപ്പോഴും നേരിട്ടുകൊണ്ടേയിരിക്കും..."

ഞാൻ മറുപടിയൊന്നും പറയാതെ നിന്നു. മാത്രമല്ല ഉടനെ ഞങ്ങൾ വേർപിരിയുകയും ചെയ്തു. അയാളെ പിന്നെ ഞാൻ കണ്ടിട്ടേയില്ല; ഏതു വഴിക്കു പോയതെന്നും എനിക്കറിയില്ല. കൈയിൽ കുറച്ചു പണമുണ്ടായിരുന്നതിനാൽ ഞാൻ കരമാർഗം ലണ്ടനിൽ പോയി. ആ യാത്രയിലും ഞാൻ വല്ലാതെ ആശയക്കുഴപ്പത്തിലായിരുന്നു. എന്തു ജീവിതമാർഗമാണ് ഞാനെടുക്കേണ്ടത്? വീട്ടിലേക്കാണോ കടലിലേക്കാണോ പോകേണ്ടത്.

നാണക്കേട് എന്നെ വീട്ടിലേക്കു പോകാനനുവദിച്ചില്ല. അയൽക്കാർ എന്നെ നോക്കി കളിയാക്കുന്നത് പെട്ടെന്നു ഞാൻ ചിന്തിച്ചുപോയി. അവരെയും അച്ഛനെയും അമ്മയെയും മറ്റുള്ളവരെയും അഭിമുഖീകരിക്കാൻ എനിക്കു നാണക്കേടു തോന്നി. പാപം ചെയ്യുന്നതിൽ ആളുകൾക്കിന്ന് നാണമില്ല; പ്രത്യേകിച്ച് യുവാക്കൾക്ക്. എന്നാൽ പ്രായശ്ചിത്തം ചെയ്യുമ്പോൾ നാണിക്കുന്നു. ഇക്കാര്യങ്ങൾ എനിക്കറിയാവുന്നതാണ്. വിഡ്ഢിത്തം നിറഞ്ഞ പ്രവൃത്തികൾ ചെയ്യുന്നതിൽ നാണക്കേടില്ല; തെറ്റുതിരുത്തി വിവേകിയായി മടങ്ങിപ്പോകുന്നതിലാണ് അവർക്ക് നാണക്കേട്! കുറച്ചുനാൾ എന്തുചെയ്യണമെന്നറിയാതെ ഈ ചിന്തകളിൽ ഞാൻ കഴിഞ്ഞു. ഏതു രീതിയിൽ ജീവിതം മുന്നോട്ടുകൊണ്ടു പോകണമെന്നറിയില്ല. വീട്ടിൽ പോകാനുള്ള മടി ചെറുക്കാൻ ഒന്നിനുമായില്ല. അവസാനം കടൽയാത്രയ്ക്കു പോകാൻ തന്നെ തീരുമാനിച്ചു.

എന്റെ അച്ഛന്റെ വീട്ടിൽനിന്നും ഇറങ്ങിവരാൻ എന്നെ പ്രേരിപ്പിച്ച ആ ചെകുത്താൻ ചിന്ത, ഇപ്പോൾ എന്നെ സമ്പത്താർജിക്കുന്നതിനുള്ള ചിന്തയിൽ വേഗമെത്തിച്ചു. ആഫ്രിക്കൻ തീരത്തേക്കു പോകാൻ കിടന്ന

കപ്പലിൽ ഞാൻ കയറാൻ തീരുമാനിച്ചു. ഗിനിയയിലേക്കുള്ള സമുദ്രയാത്രയെന്നാണ് നാവികർ അതിനെ തരംതാഴ്ത്തിപ്പറയുന്നത്.

യഥാർഥത്തിൽ ലണ്ടനിൽ എനിക്ക് നല്ലൊരു സൗഹൃദവലയമുണ്ടായിരുന്നു. എന്നെപ്പോലെ അലഞ്ഞുതിരിഞ്ഞു നടക്കുന്ന ഒരാളിന് സാധാരണഗതിയിൽ അതു ലഭിക്കാറില്ല. ഗിനിയതീരത്ത് വ്യാപാരം നടത്തി തിരിച്ചെത്തിയ ഒരു കപ്പലിലെ കപ്പിത്താനുമായി എനിക്കു പരിചയപ്പെടാൻ കഴിഞ്ഞിരുന്നു. വൻലാഭം നേടി മടങ്ങിയെത്തിയ ആളായിരുന്നു അയാൾ. വീണ്ടും യാത്ര തുടങ്ങാൻ പോകുകയായിരുന്നു അയാൾ. ഞാൻ ലോകം കാണാൻ ആഗ്രഹിക്കുന്നെന്നു പറഞ്ഞപ്പോൾ, യാതൊരു ചെലവുമില്ലാതെ എന്നെക്കൊണ്ടുപോകാമെന്ന് അയാൾ സമ്മതിച്ചു. ഒരു സുഹൃത്തിനെപ്പോലെ ഒരുമിച്ചുണ്ണാമെന്നും അയാൾ എന്നോടു പറഞ്ഞു. ഞാനെന്തെങ്കിലും കച്ചവടത്തിനായിക്കൊണ്ടുപോയാൽ അതിന്റെ ലാഭമെടുക്കാമെന്നും അയാൾ കൂട്ടിച്ചേർത്തു. എല്ലാം കേട്ടപ്പോൾ എനിക്ക് ഉത്സാഹമായി.

അയാളുടെ വാക്കുകളെ ഞാൻ ആശ്ലേഷിച്ചു. വളരെ സത്യസന്ധവും ശുദ്ധഗതിക്കാരനുമായ ആ കപ്പിത്താനുമായി ഞാൻ നല്ല അടുപ്പത്തിലായി. ഞാൻ അയാളോടൊപ്പം കപ്പൽയാത്ര ആരംഭിച്ചു. അയാൾ പറഞ്ഞതനുസരിച്ച് നാൽപ്പത് പവന്റെ കുറച്ചു കളിപ്പാട്ടങ്ങളും, വില കുറഞ്ഞ കുറച്ചു കൗതുകവസ്തുക്കളും ഞാൻ വാങ്ങിവച്ചു. ഈ പണം ഞാൻ ബന്ധുക്കളിൽനിന്നും ഒത്തുകൂട്ടിവച്ചവയായിരുന്നു. എന്റെ ആദ്യ സാഹസത്തിനായി അവർ എന്റെ അച്ഛന്റെയോ അമ്മയുടെയോ പക്കൽ നിന്നും വാങ്ങിത്തന്നതാകാനാണ് സാധ്യത.

എന്റെ എല്ലാ സാഹസികയാത്രകളിലും വച്ച് എനിക്ക് വിജയപ്രദമായ ഒന്നായിരുന്നു ഇത്. അതിന് ഞാനെന്റെ സത്യസന്ധവും ആത്മാർഥതയുമുള്ള കപ്പിത്താനോടു കടപ്പെട്ടിരിക്കുന്നു. അയാളിൽനിന്നാണ് ഞാൻ ഗണിതവും നാവികനിയമങ്ങളും പഠിച്ചത്. കപ്പലിന്റെ സഞ്ചാരം നിർണയിക്കുന്നതിനും നിരീക്ഷിക്കുന്നതിനും ചുരുക്കിപ്പറഞ്ഞാൽ ഒരു നാവികൻ സ്വായത്തമാക്കേണ്ടതായ എല്ലാ കാര്യങ്ങളും മനസിലാക്കി. അറിയാനുള്ള ആഗ്രഹം എനിക്കും എല്ലാം പറഞ്ഞുതരാനുള്ള ആഗ്രഹം അയാൾക്കുമുണ്ടായിരുന്നു. വളരെ വേഗം ആ യാത്ര എന്നെ ഒരു വ്യാപാരിയും ഒപ്പം ഒരു നാവികനുമാക്കി. തിരിച്ചു വന്നപ്പോൾ അഞ്ചു റാത്തൽ ഒൻപത് ഔൺസ് സ്വർണപ്പൊടിയാണ് ഞാൻ കൊണ്ടുവന്നിരുന്നത്. അതെന്നിൽ പണമുണ്ടാക്കാനുള്ള മോഹം കൂടുതൽ നിറച്ചു; അതു തന്നെയായിരുന്നു എന്നെ നാശത്തിൽ എത്തിച്ചതും.

ഈ സമുദ്രയാത്രയിൽപ്പോലും എനിക്കുള്ള നിർഭാഗ്യങ്ങൾ എനിക്കു സംഭവിച്ചിരുന്നു. കാലാവസ്ഥയിൽ മാറിവന്ന അധികമായ ചൂട് മൂലം രോഗത്താൽ തുടർച്ചയായി ഞാൻ അവശനായിരുന്നു. ഞങ്ങളുടെ മുഖ്യ കച്ചവടകേന്ദ്രം തന്നെ ഭൂമധ്യരേഖയോടടുത്ത് 15 ഡിഗ്രി അക്ഷാംശരേഖക്കടുത്തുള്ള തീരത്തുമായിരുന്നു.

3

അടിമത്തത്തിൽ നിന്നു രക്ഷപ്പെട്ട് ബ്രസിൽസിൽ

ഞാൻ ഒരു ഗിനിയ വ്യാപാരിയാകാൻ തന്നെ തീരുമാനിച്ചു. നിർഭാഗ്യമെന്നു പറയട്ടെ എന്റെ സുഹൃത്തായ ആ കപ്പിത്താൻ മടങ്ങിയെത്തി കുറച്ചു ദിവസം കഴിഞ്ഞപ്പോൾ മരണമടഞ്ഞു. ആ കപ്പലിൽ തുടർന്ന് ക്യാപ്റ്റനായത് അയാളുടെ തന്നെ ഒരു സുഹൃത്തായിരുന്നു. ഞാനും ആ കപ്പലിൽത്തന്നെ കച്ചവടത്തിനു പോകാൻ തീരുമാനിച്ചു. എന്റെ കടൽജീവിതത്തിലെ ഏറ്റവും ദൗർഭാഗ്യകരമായ യാത്രയായിരുന്നു അത്. ഞാൻ കച്ചവടം നേടിയുണ്ടാക്കിയ ആകെ പവനിൽ ഇരുനൂറുപവൻ ആ പരേതനായ സുഹൃത്തിന്റെ പ്രിയഭാര്യക്കു നൽകി; അവർ എന്നോടു കാട്ടിയിരുന്ന സഹായത്തിനു പകരമായിട്ട്. ബാക്കിയുണ്ടായിരുന്ന നൂറു പവൻ കച്ചവട സാധനങ്ങൾ വാങ്ങാൻ ഞാൻ ഉപയോഗിച്ചു. ആ യാത്രയിൽവെച്ച് കടുത്ത നിർഭാഗ്യമാണെനിക്കുണ്ടായത്. ഞങ്ങളുടെ കപ്പൽ കാനറി ദ്വീപുകളിലേക്കു നീങ്ങി. ആ ദ്വീപുകൾക്കും ആഫ്രിക്കൻ തീരത്തിനുമിടയിലേക്കു നീങ്ങിയെന്നുതന്നെ പറയാം. പ്രഭാതത്തിന്റെ അരണ്ട വെട്ടം വീണിട്ടുണ്ടാകും. അപ്പോഴേക്കും സല്ലിയിലെ തുർക്കി കടൽക്കൊള്ളക്കാർ ഞങ്ങളെ പിൻതുടർന്ന് ആക്രമിക്കാൻ തുടങ്ങി. ഞങ്ങളും നേരിടാൻതന്നെ തീരുമാനിച്ചു. ഞങ്ങളുടെ പക്കൽ പന്ത്രണ്ടു തോക്കുകളേ ഉണ്ടായിരുന്നുള്ളൂ. എന്നാൽ ആ തെമ്മാടികളുടെ കൈയിൽ പതിനെട്ടും. കൊള്ളക്കാരവർ ഇരുന്നൂറോളം പേരുണ്ടായിരുന്നു. പരുക്കുകളേൽക്കാതെ ഉച്ചയ്ക്കുശേഷം മൂന്നു മണിവരെ പിടിച്ചു നിന്നെങ്കിലും, അവരിൽ അറുപതുപേർ ഞങ്ങളുടെ കപ്പലിൽ കയറി. അവർ കപ്പലിന്റെ മേൽക്കൂര തകർത്തു. പാമരം വെട്ടിമുറിച്ചു തുണ്ടുതുണ്ടാക്കി. കപ്പൽപ്പായകൾ വലിച്ചുകീറി. ഒപ്പം അവർ ഞങ്ങളിൽ മൂന്നുപേരെ കൊലപ്പെടുത്തുകയും എട്ടുപേരെ മാരകമായി മുറിവേൽപ്പിക്കുകയും ചെയ്തു. ഒടുവിൽ ഞങ്ങൾക്ക് നിസ്സഹായരായി അവരുടെ മുന്നിൽ കീഴടങ്ങേണ്ടി

വന്നു. ഞങ്ങളെ മുഴുവനും അവർ തടവുകാരാക്കി മൂറുകളുടെ അധീനതയിലുള്ള സല്ലിയിലേക്കു കൊണ്ടുപോയി.

ഞാൻ ആദ്യം കരുതിയതുപോലെ ഭീകരമായിരുന്നില്ല അവരുടെ പിന്നീടുള്ള പെരുമാറ്റം. മറ്റുള്ളവരെ ചക്രവർത്തിയുടെ അരമനയിലേക്കു കൊണ്ടുപോയെങ്കിലും എന്നെക്കൊണ്ടുപോയില്ല. കൊള്ളത്തലവൻ എന്നെ അയാളുടെ സ്വന്തം അടിമയാക്കി; അയാൾക്കു ലഭിച്ച ഒരു സമ്മാനംപോലെ. യുവാവും ചുറുചുറുക്കുള്ളതുമായ ഞാൻ അയാളുടെ തൊഴിലിന് അനുയോജ്യനാണെന്ന് അയാൾക്കു തോന്നിയിരുന്നു. ഒരു വ്യാപാരിയിൽനിന്ന് അടിമയിലേക്കുള്ള അത്ഭുതകരമായ ആ മാറ്റം എന്നെ വല്ലാതെ വേദനിപ്പിച്ചു. എന്റെ അച്ഛന്റെ പ്രവചനമാണ് ഞാനപ്പോൾ അറിയാതെ ഒർത്തുപോയത് - "അച്ഛനെ വകവയ്ക്കാതെ നീയെടുക്കുന്ന തീരുമാനത്തിന് ദൈവത്തിന്റെ അനുഗ്രഹമുണ്ടാകില്ല" - കാര്യങ്ങൾ വളരെയധികം മോശമാകല്ലേയെന്ന് ഞാൻ പ്രാർഥിച്ചു. പക്ഷേ, മോചനമില്ലാത്തവിധം എല്ലാം കഴിഞ്ഞിരുന്നു. കഷ്ടം! ഇതു വരാനിരിക്കുന്ന ദുരന്തങ്ങളുടെ തുടക്കം മാത്രമായിരുന്നു; കഥ നീളുമ്പോഴേ മനസിലാകൂ.

കൊള്ളത്തലവൻ എന്നെ അയാളുടെ വീട്ടിൽ കൊണ്ടുപോയി. അയാൾ കടലിലേക്കു പോകുമ്പോൾ എന്നേയും ഒന്നിച്ചുകൊണ്ടുപോകുമെന്ന് ഞാൻ കരുതി. എന്നെങ്കിലും കടലിൽ സ്പെയിൻകാരുടെയോ വെളുത്ത വർഗക്കാരുടെയോ കപ്പലുമായി ഒരു ഏറ്റുമുട്ടലുണ്ടാകുമ്പോൾ അവരുടെ വർഗത്തിൽപ്പെട്ട ഒരാളായി ഞാൻ തിരിച്ചറിയപ്പെടുകയും രക്ഷപ്പെടാനുള്ള പഴുതുണ്ടാവുകയും ചെയ്തേക്കാമെന്ന് ഞാൻ കരുതി. പക്ഷേ, പ്രതീക്ഷിച്ചതൊന്നും സംഭവിച്ചില്ല. അയാളുടെ തോട്ടം സംരക്ഷിക്കാനും അടുക്കളജോലികളും മറ്റും ചെയ്യാനും എന്നെയാക്കിയിട്ട് അയാൾ കടലിൽ പോയി. മടങ്ങിവരുമ്പോൾ അയാളുടെ കപ്പലും മറ്റും സംരക്ഷിക്കാനായിട്ട് കപ്പലിൽ താമസിക്കാൻ കൽപ്പിക്കുകയും ചെയ്തു.

രക്ഷപ്പെടുന്നതിനെക്കുറിച്ചു മാത്രമേ ഞാൻ ആ ദിവസങ്ങളിൽ ചിന്തിച്ചുള്ളൂ. അതിനായി എന്താണ് ചെയ്യേണ്ടത്? ഒറ്റയാനായിരുന്ന എനിക്ക് ഒരു വഴിയും കണ്ടെത്താനായില്ല. അങ്ങനെ നീണ്ട രണ്ടുവർഷങ്ങൾ കടന്നുപോയി.

രണ്ടുവർഷങ്ങൾക്കുശേഷം അസാധാരണമായ ഒരു പരിതഃസ്ഥിതി എന്റെ മുന്നിൽ സ്വയമുണ്ടായി. രക്ഷപ്പെടാനുള്ള മോഹം എന്റെ മനസിൽ അതു വീണ്ടുമുണ്ടാക്കി. കൊള്ളയ്ക്കു പോകാതിരുന്ന ദിവസങ്ങളിൽ കൊള്ളത്തലവൻ വല്ലപ്പോഴും മീൻപിടിക്കാൻ പോകുമായിരുന്നു. അപ്പോൾ അയാൾ എന്നെയും കൂട്ടിയിരുന്നു. മീൻ പിടിക്കുന്നതിൽ ഞാൻ അതിസമർഥനായതിനാലായിരുന്നു അത്. ചിലപ്പോൾ വിശ്വസ്തരും ബന്ധുക്കളുമായ ചില കാപ്പിരികളോടൊപ്പം മീൻപിടിക്കാനും അയാൾ എന്നെ അയക്കുമായിരുന്നു. ധാരാളം മത്സ്യവുമായിട്ടായിരിക്കും ഞങ്ങൾ തിരിച്ചുവരുന്നത്.

ഒരുദിവസം അത്തരത്തിൽ മത്സ്യബന്ധനത്തിനു ഞങ്ങൾ പുലർച്ചെ

പോയി. കനത്തമൂടൽ മഞ്ഞിലും കാറ്റിലും ഞങ്ങളുടെ വള്ളത്തിന്റെ ദിശ നഷ്ടപ്പെട്ടു. രാത്രി മുഴുവൻ ഞങ്ങൾ കഷ്ടപ്പെട്ടു. പിറ്റേന്നു രാവിലെയാണ് ഞങ്ങൾക്ക് കരകാണാനായതും രക്ഷപ്പെടാനായതും.

പക്ഷേ, യജമാനന് ആ സംഭവം അപകടങ്ങളെക്കുറിച്ചുള്ള ഒരു താക്കീതായിരുന്നു. ഭാവിയിൽ കപ്പൽയാത്രകളിൽ കൂടുതൽ ശ്രദ്ധവേണമെന്ന് തീരുമാനിക്കാൻ അയാളെ അതു പ്രേരിപ്പിച്ചു.

അയാൾ സൂക്ഷിച്ചിരുന്ന ഞങ്ങളുടെ കപ്പലിലെ നീണ്ട ബോട്ടിൽ ഒരു മുറിയുണ്ടാക്കി ഒരു അലങ്കാരബോട്ടാക്കാൻ അയാൾ ആളിനെ വരുത്തി. വടക്കുനോക്കിയന്ത്രവും ഭക്ഷണസാധനങ്ങളും വയ്ക്കാനും കടലിൽ കുടുങ്ങിപ്പോയാൽ മറ്റാവശ്യങ്ങൾ നിർവഹിക്കാനും സഹായകരമാകാനാണ് അയാളതു ചെയ്തത്. അതിനുള്ളിൽനിന്ന് ബോട്ടോടിക്കാനുള്ള സൗകര്യവും അയാളുണ്ടാക്കി. ഒപ്പം ഭക്ഷണം കഴിക്കാനും മദ്യക്കുപ്പികൾ വയ്ക്കാനും അതിനുള്ളിൽ സൗകര്യമുണ്ടായിരുന്നു - എല്ലാംകൊണ്ടും തിന്നും കുടിച്ചും അടിച്ചുപൊളിക്കാമെന്നുതന്നെ.

വല്ലപ്പോഴും ആ ബോട്ടുമായി ഞങ്ങൾ മീൻപിടിക്കാൻ പോകുമായിരുന്നു. മീൻപിടിത്തത്തിൽ എനിക്കു സാമർഥ്യമുണ്ടായിരുന്നതിനാൽ എന്നെ എപ്പോഴും അയാൾ കൊണ്ടുപോകുമായിരുന്നു. അങ്ങനെയിരിക്കെ ഒരുദിവസം അന്നാട്ടിലെ രണ്ടുമൂന്നു കാപ്പിരികൾക്കൊപ്പം മീൻ പിടിക്കാനോ ഉല്ലാസത്തിനോ മറ്റോ ആയിട്ട് പുറപ്പെടാൻ അയാൾ തീരുമാനിച്ചു. അവർക്കായി പതിവില്ലാത്തവിധം ധാരാളം ആഹാരസാധനങ്ങൾ ഒരാഴ്ചത്തേക്കു വേണ്ടി അയാൾ നിറച്ചു. കടൽപ്പക്ഷികളെ വേട്ടയാടലും മീൻപിടിത്തവുമൊക്കെ ആ ഉല്ലാസയാത്രയിൽ ഉൾപ്പെടുത്തിയിരുന്നതിനാൽ, എന്നോടു മൂന്നു തോക്കും കുറേ വെടിയുണ്ടകളും കരിമരുന്നും തയാറാക്കി വയ്ക്കാനും കൽപ്പിച്ചു.

നിർദേശപ്രകാരം എല്ലാ കാര്യങ്ങളും ഞാൻ ഒരുക്കി. കഴുകി വെടിപ്പാക്കിയ ബോട്ടുമായി അതിഥികളെ സ്വീകരിക്കാൻ ഞാൻ കാത്തുനിന്നു. അപ്പോഴാണ് യജമാനൻ വന്നത്; അതിഥികൾക്ക് മറ്റെന്തോ വ്യാപാരകാര്യങ്ങൾ ഉള്ളതുകൊണ്ട് ഉല്ലാസയാത്ര റദ്ദാക്കിയ കാര്യം അദ്ദേഹം അറിയിച്ചു. ഒരു കാപ്പിരിയെയും ഒരു അടിമയെയും കൂട്ടി ബോട്ടിൽപ്പോയി കുറച്ചു മീൻ പിടിച്ചുകൊണ്ടുവരാൻ അയാൾ തുടർന്ന് എന്നോടു കൽപ്പിച്ചു. മീൻ കിട്ടിയാലുടനെ വീട്ടിൽ മടങ്ങിയെത്തി അതിഥികൾക്കായി പാചകം ചെയ്തു നൽകണമെന്നും അയാൾ കൽപ്പിച്ചു.

രക്ഷപ്പെടാനുള്ള ചിന്ത എന്റെ മനസിലേക്കു പാഞ്ഞെത്തി. ഇപ്പോൾ ഒരു കൊച്ചു കപ്പൽ എന്റെ വരുതിയിൽ ലഭിച്ചിരിക്കുകയാണ്. യജമാനൻ പോയപ്പോൾ ഞാൻ തയാറെടുപ്പുകൾ തുടങ്ങി. മീൻപിടിക്കാനല്ല; ഒരു കപ്പൽയാത്രക്ക്. പക്ഷേ, എങ്ങോട്ടു പോകണമെന്ന് എനിക്കറിയില്ലായിരുന്നു, രക്ഷപ്പെടുകമാത്രമായിരുന്നു എന്റെ ലക്ഷ്യം.

സൂത്രത്തിൽ കുറേ ആഹാരസാധനങ്ങൾ ബോട്ടിൽ കൊണ്ടുവയ്ക്കാൻ കാപ്പിരിയെ പ്രേരിപ്പിക്കുന്നതായിരുന്നു എന്റെ ആദ്യശ്രമം. യജമാനന്റെ ആഹാരസാധനങ്ങൾ നാം കഴിക്കുന്നത് ശരിയല്ലെന്ന് ഞാൻ

പറഞ്ഞപ്പോൾ അയാളതു സമ്മതിച്ചു. അക്കാരണത്താൽ ഒരു വലിയ പെട്ടി നിറയെ റസ്കും ബിസ്കറ്റും മൂന്നു ജാർ കുടിവെള്ളവും അയാൾ ബോട്ടിൽ കൊണ്ടുവന്നു വച്ചു. യജമാനന്റെ മദ്യക്കുപ്പികൾ സൂക്ഷിച്ചുവച്ചിട്ടുള്ളതെവിടെയാണെന്ന് എനിക്കറിയാമായിരുന്നു. കാപ്പിരി തീരത്തു നിന്നപ്പോൾ ഞാനവയെ ബോട്ടിൽ കൊണ്ടുവച്ചു. യജമാനനു കുടിക്കാൻ വേണ്ടി നേരത്തെതന്നെ കൊണ്ടുവച്ചതായേ അതുകണ്ടാൽ തോന്നുകയുള്ളൂ. പിന്നെ വലിയ ഒരു മെഴുകുകട്ടയും ബോട്ടിൽ കയറ്റിവച്ചു. ഒരു പാക്കറ്റ്, ചരട്, കോടാലി, വാൾ, ചുറ്റിക തുടങ്ങിയ ഉപയോഗപ്രദമായ പലതും ബോട്ടിൽ തുടർന്നു കയറ്റി. മെഴുകുതിരിയുണ്ടാക്കാൻ മെഴുകുകട്ടി വളരെ പ്രയോജനപ്രദമാണ്. ഞാൻ മറ്റൊരു തന്ത്രം അവനിൽ പ്രയോഗിച്ചു. നിഷ്കളങ്കതയോടെ അവനതു ചെയ്യുകയും ചെയ്തു. അവന്റെ പേര് ഇസ്മായെൽ എന്നായിരുന്നു. ആളുകൾ മൂളിയെന്നും മൊയ്‌ലിയെന്നും വിളിച്ചിരുന്നു. ഞാനവനെ വിളിച്ചു:

"മൂളീ, നമ്മുടെ യജമാനന്റെ തോക്കുകൾ ആ ബോട്ടിലുണ്ട്. നീ കുറച്ചു കരിമരുന്നും വെടിമരുന്നും കൊണ്ടുവരുമോ? നമുക്ക് അതുകൊണ്ട് കടൽപ്പക്ഷികളെ പിടിക്കാം. കപ്പലിലെ സ്റ്റോറിലതുണ്ടെന്ന് എനിക്കറിയാം."

"ശരി, ഞാനവ കൊണ്ടുവരാം." സമ്മതിച്ചുകൊണ്ട് അയാൾ ഒരു തുകൽസഞ്ചി നിറയെ വെടിമരുന്നും കുറേ ബുള്ളറ്റുകളും കൊണ്ടുവന്നു ബോട്ടിൽ കയറ്റി വച്ചു. അപ്പോഴേക്കും യജമാനന്റെ മുറിയിലുണ്ടായിരുന്ന കുറച്ചു വെടിമരുന്നുകൾ കണ്ടപ്പോൾ അവയേയും ഞാൻ ഒരു ഒഴിഞ്ഞ കുപ്പിയിൽ നിറച്ചെടുത്തു. അങ്ങനെ വേണ്ടതെല്ലാം ശേഖരിച്ചുകൊണ്ട് ഞങ്ങൾ മീൻ പിടിക്കാനായി യാത്ര തുടങ്ങി. പരിചയമുണ്ടായിരുന്നതിനാൽ തുറമുഖജോലിക്കാർ ഒന്നും ശ്രദ്ധിച്ചതേയില്ല. തുറമുഖത്തു നിന്നും ഒരുമൈൽ ദൂരത്തെത്തിയശേഷം ഞാൻ മീൻപിടിക്കാൻ തുടങ്ങി. എന്റെ ആഗ്രഹങ്ങളെ തകിടംമറിച്ചുകൊണ്ട് കാറ്റ് വടക്കു കിഴക്കോട്ടു വീശാൻ തുടങ്ങി. കാറ്റു തെക്കോട്ടു വീശിയിരുന്നെങ്കിൽ എനിക്കു സ്പെയിൻതീരത്തെത്താമായിരുന്നു, കുറഞ്ഞപക്ഷം കാഡിസ് ഉൾക്കടലിലെങ്കിലും. കാറ്റ് എങ്ങനെ വീശിയാലും ശരി ആ ഘോരമായ സ്ഥലത്തുനിന്നും രക്ഷപ്പെടുന്നതുതന്നെ നല്ലത്.

കുറച്ചുദൂരം ചൂണ്ടയിട്ടിട്ടും മീനൊന്നും കിട്ടിയില്ല. ചൂണ്ടയിൽ മീൻ കുടുങ്ങിയിട്ടും ഞാൻ വലിച്ചെടുക്കാതിരിക്കുകയായിരുന്നു. അതു കാപ്പിരിയറിഞ്ഞില്ല.

"ഇവിടെ മീൻ പിടിച്ചാൽ ശരിയാകില്ല; യജമാനന് മീൻ ലഭിക്കണമെങ്കിൽ ഇനിയും കുറേ ദൂരെ പോകണം" ഞാൻ കാപ്പിരിയോടു പറഞ്ഞു.

കുഴപ്പമൊന്നുമില്ലെന്ന് കരുതി കാപ്പിരി അതിനു സമ്മതിച്ചു. ഒരു കാതം പിന്നിട്ടശേഷം ഞാൻ ചൂണ്ടയിടുന്ന പോലെയിരുന്നു. തുടർന്ന് ബോട്ടിലിരിക്കുകയായിരുന്ന കാപ്പിരിയുടെ അടുത്തു ചെന്ന് എന്തോ എടുക്കാനെന്നവണ്ണം അവന്റെ പിന്നിൽ കുനിഞ്ഞുനിന്നശേഷം, പെട്ടെന്നവനെ

പൊക്കിയെടുത്തു. ഇതെന്തിനാണെന്ന് ആലോചിക്കുന്നതിനു മുമ്പ്, ഞാനവനെ കടലിലേക്കെറിഞ്ഞു. വീണതും അവൻ തലയുയർത്തി. വെള്ളത്തിലൊഴുകുന്ന ഒരു കോർക്കുപോലെ തലയുയർത്തി, അയാൾ ബോട്ടിനു പുറകേ നീന്തി, രക്ഷപ്പെടാൻ നിലവിളിച്ചു. രക്ഷിക്കുമെങ്കിൽ എന്നോടൊപ്പം വന്നുകൊള്ളാമെന്നും, ഒരിക്കലും എന്നെ വിട്ടുപോകില്ലെന്നും അയാൾ വിളിച്ചു പറഞ്ഞു.

"ഞാൻ നിന്നെ ഉപദ്രവിക്കില്ല. നീ തിരിച്ചു പോയാൽ ഞാൻ നിന്നെ ഉപദ്രവിക്കില്ല. നിനക്കു നീന്തിയെത്താനുള്ള ദൂരമേ ഇനി കരയ്ക്കുള്ളൂ. കടലിപ്പോൾ ശാന്തവുമാണ്. അതല്ല നീ ഇനിയും ബോട്ടിൽ കയറാനാണ് തുനിയുന്നതെങ്കിൽ ഞാൻ നിന്റെ തലയിലേക്കു വെടിവയ്ക്കും. ഞാൻ എന്തായാലും രക്ഷപ്പെടാൻ തീരുമാനിച്ചു കഴിഞ്ഞു." ഞാൻ അവനെ നോക്കിപ്പറഞ്ഞു.

അതു പറഞ്ഞപ്പോൾ മൂളി തിരിഞ്ഞു കരയിലേക്കു നീന്തി. അവൻ നിഷ്പ്രയാസം കരയിലെത്തിക്കാണുമെന്ന കാര്യത്തിൽ എനിക്കു സംശയമേയില്ല. അത്രയ്ക്കു അതിസമർഥനായ ഒരു നീന്തൽ വിദഗ്ധനായിരുന്നു അയാൾ.

പിന്നീടു ഞാൻ അടിമപ്പയ്യന്റെ നേരെ തിരിഞ്ഞു. സൂരി എന്നായിരുന്നു അവന്റെ പേര്. "സൂരി, നീ എന്നോടു വിശ്വസ്തത കാണിക്കുമെങ്കിൽ നിന്നെ ഞാനൊരു വലിയ മനുഷ്യനാക്കാം. എന്നോടു വിശ്വാസവഞ്ചന കാണിക്കുകയില്ലെന്ന് നീ ദൈവത്തിന്റെ നാമത്തിൽ ശപഥം ചെയ്യണം. അല്ലെങ്കിൽ നിന്നെയും എനിക്കു കടലിലെടുത്ത് എറിയേണ്ടി വരും."

അവൻ പുഞ്ചിരിച്ചു. എന്നോട് ഒരിക്കലും അവിശ്വസ്തത കാണിക്കുകയില്ലെന്നും എന്നോടൊപ്പം ലോകത്തിന്റെ ഏതു കോണിലും വന്നോളാമെന്നും അവൻ നിഷ്കളങ്കത പ്രകടിപ്പിച്ചുകൊണ്ട് പറഞ്ഞു.

ഞാൻ ബോട്ട് കടലിനുള്ളിലേക്കു പായിച്ചു. കടലിടുക്കിലേക്കു യാത്ര ചെയ്യുന്നതായിട്ടേ ആർക്കും തോന്നൂ. യഥാർഥത്തിൽ തെക്കുഭാഗത്തുള്ള പ്രാകൃതവാസികളുടെ തീരത്തേക്കായിരുന്നു അതു നീങ്ങിയത്. അവിടെ ച്ചെന്നാൽ അവിടത്തെ കാപ്പിരികൾ മുഴുവൻ തങ്ങളെ വളയുമെന്നും തങ്ങളെ നശിപ്പിക്കുമെന്നുമുള്ള കാര്യത്തിൽ സംശയമേ വേണ്ട. കരയ്ക്കിറങ്ങിയാൽ ക്രൂരമൃഗങ്ങളും പ്രാകൃതമനുഷ്യരും തങ്ങളെ പിടിച്ചു തിന്നെന്നും വരാം.

സന്ധ്യയായിത്തുടങ്ങിയപ്പോൾ ഞാൻ കപ്പലിന്റെ ദിശ മാറ്റി. കാറ്റിന്റെ സഹായത്താൽ കപ്പൽ തെക്കുകിഴക്കോട്ടു നീങ്ങി; കടൽ ശാന്തമായിരുന്നു. കപ്പൽ കരയോടടുപ്പിച്ചാണ് നീങ്ങിയത്. പിറ്റേന്ന് ഉച്ചയ്ക്കു ശേഷം മൂന്നുമണിയാകുമ്പോഴേക്കും സല്ലിയിൽ നിന്നും നൂറ്റമ്പത് മൈലെങ്കിലും അകലെ, മൊറോക്കൊ ചക്രവർത്തിയുടെ അതിർത്തിക്കപ്പുറത്ത്, ദക്ഷിണഭാഗത്ത് എത്തുമെന്ന് എനിക്കുറപ്പായിരുന്നു.

എനിക്കു കാപ്പിരികളോടു ഭയമായിരുന്നതിനാൽ, ബോട്ട് കരയ്ക്കടുപ്പിക്കാതെയും, ഒരിടത്തും നിർത്താതെയും നങ്കൂരമിടാതെയും അഞ്ചു

ദിവസം കഴിച്ചുകൂട്ടി. പക്ഷേ, വീണ്ടും കാറ്റു വീശാൻ തുടങ്ങിയപ്പോൾ ബോട്ടു കരയ്ക്കടുപ്പിക്കാൻ തന്നെ ഞാൻ തീരുമാനിച്ചു. ഒരു ചെറിയ നദീമുഖത്താണ് ഞാൻ ബോട്ടടുപ്പിച്ചത്. ആ സ്ഥലം ഏതെന്നും എവിടെയെന്നും അതിന്റെ അക്ഷാംശമേതെന്നുമൊന്നും എനിക്കറിയില്ലായിരുന്നു. ഒരാളിനെപ്പോലും ഞാനവിടെ കണ്ടില്ല; അല്ലെങ്കിൽത്തന്നെ അതാഗ്രഹിച്ചതുമില്ല. ആഗ്രഹിച്ചതു കുടിവെള്ളം മാത്രമായിരുന്നു. കരയിലേക്കു ഞങ്ങൾ നീന്തിച്ചെന്നു. രാത്രിയായിരുന്നതിനാൽ ഏതോ വന്യമൃഗങ്ങളുടെ ഭീതി ജനിപ്പിക്കുന്ന കുരയും ഗർജ്ജനവും ഓരിയിടലും ഞങ്ങൾ കേട്ടുതുടങ്ങി. പാവം സൂരി. അവൻ ശരിക്കും ഭയന്നു. നേരം പുലർന്ന ശേഷം കരയ്ക്കുകയറിയാൽ മതിയെന്ന് അവൻ യാചിച്ചു.

“അതു കൊള്ളാം. പക്ഷേ, നേരം പുലർന്നാൽ ഇവയേക്കാൾ ക്രൂരമായ മനുഷ്യരെക്കണ്ടെന്നു വരാം” ഞാൻ പറഞ്ഞു.

“എങ്കിൽ വെടിത്തോക്കു നൽകി നമുക്കവരെ ഓടിക്കാമല്ലോ” സൂരി ചിരിച്ചുകൊണ്ട് അവന്റെ ഇംഗ്ലീഷിൽ പറഞ്ഞു. അവന്റെ ഭയമകറ്റാൻ യജമാനന്റെ കുപ്പിയിൽനിന്നും അവന് ഞാനൊരു പെഗ് മദ്യം കൊടുത്തു. അവനു സന്തോഷമായി. അവസാനം സൂരിയുടെ ഉപദേശം തന്നെ ഞാൻ സ്വീകരിച്ചു. രാത്രി ഉറങ്ങാതെ വള്ളത്തിൽത്തന്നെ ഞങ്ങൾ കഴിച്ചുകൂട്ടാൻ തീരുമാനിച്ചു. ഒന്നു രണ്ടു മണിക്കൂർ കഴിഞ്ഞപ്പോൾ ഭീമാകാരമായ ചില ജീവികൾ കടൽത്തീരത്തുവന്ന്, വെള്ളത്തിലേക്ക് ചാടിയിറങ്ങി നീന്തിത്തുടിച്ച് അപശബ്ദങ്ങൾ പുറപ്പെടുവിക്കുന്നത് ഞങ്ങൾ കണ്ടു. ഭയചകിതനായ സൂരി തിരിച്ചുപോകാൻവേണ്ടി നിലവിളിച്ചപ്പോൾ ഞാൻ തോക്കെടുത്ത് ആ ജീവികളുടെ നേരെ നിറയൊഴിച്ചു. അവ തിരിഞ്ഞു നീന്തി കരയിലേക്കു കയറുകയും ചെയ്തു.

തീരത്തു നിന്നും കേൾക്കുന്ന ആ അലർച്ചയും ശബ്ദവും കൂവലും എന്തുമാത്രം ഭയാനകമാണെന്ന് വിവരിക്കാൻ വയ്യ. എന്തായാലും രാത്രിയിൽ കരയ്ക്കു കയറുന്ന പ്രശ്നമേയില്ലെന്ന് വീണ്ടും തീരുമാനിച്ചു. പക്ഷേ, പകലായാലും പ്രശ്നം തന്നെ. പ്രാകൃതമനുഷ്യരുടെയോ, സിംഹങ്ങളുടെയോ മറ്റോ കൈയിലകപ്പെട്ടാൽ? എന്തായാലും ദുർവിധി തന്നെ.

എന്തൊക്കെയായാലും കുടിവെള്ളം ഞങ്ങൾക്ക് അത്യാവശ്യമായിരുന്നു. ബോട്ടിൽ ഇനി ഒരു തുള്ളി വെള്ളമില്ല. കരയ്ക്കു കയറി വെള്ളം അന്വേഷിച്ചു കണ്ടെത്തി വരാമെന്ന് സൂരി സമ്മതിച്ചു. ജാറുകളിലൊന്നുമെടുത്ത് സൂരി അതിനൊരുങ്ങിയപ്പോൾ ഞാനതു തടഞ്ഞുകൊണ്ടു പറഞ്ഞു.

“സൂരി ഇവിടെയിരിക്ക്. ഞാൻ പോയിവരാം.”

അപ്പോൾ സൂരി പറഞ്ഞ സ്നേഹപൂർവമായ മറുപടി, ജീവിതകാലം മുഴുവൻ അവനെ സ്നേഹിക്കുന്നതിന് എനിക്ക് ഇടയാക്കുന്നതായിരുന്നു. അവൻ പറഞ്ഞു.

“കാട്ടുമൃഗങ്ങൾ വന്ന് എന്നെത്തിന്നാൽ, അങ്ങ് രക്ഷപ്പെട്ടോണം.”

“അതു വേണ്ട” ഞാൻ പറഞ്ഞു. നമുക്കൊരുമിച്ചു പോകാം. കാട്ടുമൃഗങ്ങൾ വന്നാൽ നമുക്കവയെ നേരിടാം. അവർ നമ്മളിലൊരാളെയും തിന്നില്ല.”

ബോട്ടിനെ കഴിയുന്നത്രയും കരയിലേക്കടുപ്പിച്ച ശേഷം വെള്ളം ശേഖരിക്കാനുള്ള രണ്ടു ജാറുകളും പിന്നെ തോക്കുകളുമായി ഞങ്ങൾ കരയ്ക്കുകയറി. കാട്ടുമനുഷ്യർ വന്ന് ബോട്ടു പിടിച്ചെടുത്താലോയെന്ന ഭയമുള്ളതിനാൽ ഞാൻ ബോട്ടു കാണത്തക്കവിധത്തിൽ ദൂരത്തു തന്നെ നിന്നു. ഒരുമൈൽ ദൂരെ ഒരു സമതലപ്രദേശം കണ്ടപ്പോൾ സൂരി അങ്ങോട്ടു പോയി. പെട്ടെന്നാണ് അവൻ തിരിച്ചെന്റെയടുക്കലേക്കു പാഞ്ഞെത്തിയത്. ഏതെങ്കിലും കാട്ടുമൃഗങ്ങളെയോ കാട്ടുമനുഷ്യരെയോ അവൻ കണ്ടിട്ടുണ്ടാകും; ഞാൻ കരുതി. പക്ഷേ, അവൻ എന്റെ അടുക്കലെത്തിയപ്പോഴാണ് അവന്റെ തോളിൽ മുയലിനെപ്പോലുള്ള ഒരു ജീവി ഞാണുകിടക്കുന്നതു കണ്ടത്. നീണ്ടകാലും നിറവും കണ്ടാൽ മുയലെന്നു തോന്നില്ല. അതു സൂരി വെടിവെച്ചിട്ടതായിരുന്നു. നല്ല സ്വാദുള്ള ഇറച്ചി കിട്ടിയതിൽ ഞങ്ങൾക്കു സന്തോഷമായി. കുടിവെള്ളമുള്ള സ്ഥലം കണ്ടെന്നും, അവിടെ കാട്ടുമനുഷ്യരില്ലെന്നും സൂരി പറഞ്ഞതായിരുന്നു അതിനേക്കാൾ സന്തോഷമുണ്ടാക്കിയ കാര്യം.

അങ്ങനെ കുടിവെള്ളത്തിന് ഞങ്ങൾക്ക് ബുദ്ധിമുട്ടായില്ല. മുമ്പൊരിക്കൽ ആ വഴി കടൽയാത്ര നടത്തിയിരുന്നതിനാൽ കാനറി ദ്വീപുകളും വെർഡ് മുനമ്പു ദ്വീപുകളും അടുത്തെവിടെയോ ആണെന്ന് എനിക്കു മനസിലായി. ഉപകരണങ്ങളൊന്നുമില്ലാതിരുന്നതിനാൽ കൃത്യമായ അക്ഷാംശമേതാണെന്ന് അളക്കാൻ എനിക്കായില്ല. പരമാവധി തീരത്തിനരികിൽക്കൂടി യാത്ര ചെയ്താൽ ഇംഗ്ലീഷ് ചരക്കുകപ്പലുകൾ അതുവഴി വരുമ്പോൾ തങ്ങളെ സഹായിക്കുമെന്നും രക്ഷിക്കുമെന്നും ഞാൻ പ്രതീക്ഷിച്ചു.

മൊറോക്കൊ ചക്രവർത്തിയുടെ രാജ്യാതിർത്തിക്കും കാപ്പിരികൾക്കിടയിലുള്ള മനുഷ്യവാസമില്ലാത്ത ഒരു ദ്വീപാണതെന്ന് എനിക്കു വ്യക്തമായിത്തോന്നി. വന്യമൃഗങ്ങൾ മാത്രമേ ഇവിടെയുള്ളൂ. മനുഷ്യാധിവാസത്തിന് ഉതകാത്തതിനാൽ കാപ്പിരികൾ ഉപേക്ഷിച്ചുപോയ വനപ്രദേശങ്ങളും മരുഭൂമികളും ചതുപ്പുനിലങ്ങളുമൊക്കെ അകലെ കാണാം. അവിടെ കടുവകളും സിംഹങ്ങളും പുള്ളിപ്പുലികളും മറ്റു ഹിംസമൃഗങ്ങളും യഥേഷ്ടം വിഹരിക്കുന്നുണ്ടാകുമെന്ന് ഞാൻ കരുതി. എന്തായാലും അവിടം വിട്ട് കടൽയാത്ര തുടരാൻ തന്നെ ഞങ്ങൾ തീരുമാനിച്ചു.

ഒന്നോ രണ്ടോ തവണ കാനറിദ്വീപിലെ കുന്നുകളുടെ മുകളറ്റം കണ്ടതുപോലെ എനിക്കു തോന്നി. അവിടെയെത്താൻ ഞാൻ അറിയാതെ കൊതിച്ചുപോയി. കൂറ്റൻ ടെനറിഫി മലമേടുകളാണവ. എന്നാൽ കാറ്റ് നേരെ എതിർദിശയിലേക്കായിരുന്നു വീശിയത്. കടൽ ശാന്തമല്ലാതിരുന്നുതാനും. അതിനാൽ ഓരം ചേർന്നുതന്നെ ഞങ്ങൾ യാത്ര തുടർന്നു.

കുടിവെള്ളത്തിനായി പലയിടത്തും ഞങ്ങൾ കരയ്ക്കിറങ്ങി. ഒരു ദിവസം പുലർച്ചെ ഒരിടത്തു ഞങ്ങൾ നങ്കൂരമിട്ടു. ഈ സന്ദർഭത്തിലാണ് ഒന്നും കാണാതിരിക്കാത്ത സൂരി ഒരു കാഴ്ച കണ്ടത്. ഒരു മലയിടുക്കിന്റെ അടിവാരത്തിൽ ഒരു ഭീകരസത്വം പോലെ ഒരു വലിയ സിംഹം!

അതു സുഖനിദ്രയിലാണെന്നു തോന്നുന്നു. സൂരി ആ മൃഗത്തെ എനിക്കു കാണിച്ചുതന്നു.

"ഈ തോക്കുമായി ചെന്ന് നീ അതിന്റെ കഥ കഴിച്ചുവരുമോ" ഞാൻ അവനോടു ചോദിച്ചു.

ആ ചോദ്യം കേട്ടപ്പോൾത്തന്നെ സൂരി പേടിച്ചുപോയി. "അയ്യോ! ഒറ്റക്കടിക്ക് അവൻ എന്നെ വിഴുങ്ങിയാലോ?"

ഞാൻ പിന്നൊന്നും സൂരിയോടു പറഞ്ഞില്ല. കൈവശമുണ്ടായിരുന്നതിൽ ഏറ്റവും വലിയൊരു തോക്കെടുത്തു ഞാൻ വെടിയുണ്ട നിറച്ചു. സിംഹത്തിന്റെ തല നോക്കി ഉന്നം പിടിച്ചു. പക്ഷേ, ആദ്യം ഉന്നം തെറ്റി സിംഹത്തിന്റെ ഒരു കാലിലാണ് വെടിയുണ്ട തറച്ചത്. അതിന്റെ എല്ലൊടിഞ്ഞു. വീണുകിടന്നുകൊണ്ട് അതു വെപ്രാളം കാണിക്കുകയും അലറുകയും ചെയ്തു. തുടർന്ന് തലയിലേയ്ക്കുതിർത്ത വെടിയിൽ ആ സിംഹം വീണുപിടഞ്ഞു ചത്തു.

അതീവ സന്തോഷത്തോടെ ഒരു കൈമഴുവുമായി സൂരി വെള്ളത്തിലേക്കെടുത്തു ചാടി. അവൻ നീന്തി കരയിൽക്കയറി ചത്തുകിടക്കുന്ന സിംഹത്തിന്റെ അടുത്തു ചെന്നു. പക്ഷേ, സിംഹമാംസം ഭക്ഷ്യയോഗ്യമല്ലായെന്നു തോന്നിയതിനാൽ സൂരിയതിനെ വെട്ടിയെടുത്തില്ല. പക്ഷേ, അവൻ അതിന്റെ ഒരു കാൽപ്പാദം വെട്ടിയെടുത്തു കൊണ്ടുവന്നു. അപ്പോഴാണ് അതിന്റെ തോൽകൊണ്ട് എന്തെങ്കിലും പ്രയോജനമുണ്ടാകുമെന്ന് എനിക്കു തോന്നിയത്. ഞാൻ അങ്ങോട്ടു ചെന്നു. ഞങ്ങൾ അതിന്റെ തോൽ ഊരിയെടുത്തു. ക്യാബിന്റെ മുകൾഭാഗത്ത് പരത്തി ഉണക്കാനിട്ടു. രണ്ടു ദിവസത്തെ വെയിലിൽ അതു നന്നായി ഉണങ്ങിയപ്പോൾ, അത് ഞങ്ങൾക്ക് നല്ലൊരു ഉറക്കപ്പായയായി മാറി.

പിന്നീട് പത്തോ പന്ത്രണ്ടോ ദിവസം ഞങ്ങൾ തെക്കോട്ടു യാത്ര ചെയ്തു. ഭക്ഷണസാധനങ്ങൾ ആ നീണ്ടയാത്രയിൽ തീർന്നുതുടങ്ങി. വെള്ളം ശേഖരിക്കാൻ മാത്രം കരകളിലിറങ്ങി. കേപ്പ് ഡി വെർഡിൽ ഏതെങ്കിലും യൂറോപ്യൻ കപ്പൽ കണ്ടെത്താമെന്ന് ഞാൻ കരുതി. പക്ഷേ, എങ്ങോട്ടു നീങ്ങണമെന്ന് എനിക്കറിയില്ലായിരുന്നു. ദ്വീപുകൾ അന്വേഷിച്ചു തിരിയണമോ അതോ കാപ്പിരികൾക്കിടയിൽപ്പെട്ട് നശിക്കണമോ? യൂറോപ്പിൽനിന്നും വരുന്ന എല്ലാ കപ്പലുകളും ഈ മുനമ്പിൽ വന്നശേഷമാണ് ഗിനിയയിലേക്കോ ബ്രസീലിലേക്കോ ഈസ്റ്റ് ഇൻഡീസിലേക്കോ പോകുന്നതെന്ന് എനിക്കറിയാം. ചുരുക്കത്തിൽപ്പറഞ്ഞാൽ, ഒന്നുകിൽ ഞാൻ ഒരു കപ്പൽ കണ്ടെത്തും, അല്ലെങ്കിൽ നശിക്കും.

ഈ ചിന്തയിൽ പത്തുദിവസം വീണ്ടും യാത്ര തുടർന്നു. അപ്പോഴാണ് അങ്ങകലെ ഒരു ദ്വീപുകൂടി കാണാറായത്. മനുഷ്യവാസമുള്ള ഭൂമിയാണെന്ന് എനിക്കു തോന്നി. ഞാൻ ബോട്ട് അങ്ങോട്ടു തിരിച്ചു വിട്ടു. യഥാർഥത്തിൽ അത് കാട്ടുജാതിക്കാരുടെ അധിവാസപ്രദേശമായിരുന്നു. അവർ കറുത്ത നിറക്കാരും പൂർണനഗ്നരുമായിരുന്നു. അങ്ങോട്ടു പോകരുതെന്ന് സൂരി പറഞ്ഞിട്ടും ഞാൻ ബോട്ടു കരയിലേക്കു അടുപ്പിച്ചുകൊണ്ടിരുന്നു. അവരുടെ കൈയിൽ ആയുധങ്ങളൊന്നുമില്ലെന്ന് ഞാൻ കണ്ടു.

പക്ഷേ, ഒരാളിന്റെ കൈയിൽ കുന്തംപോലെ മുനയുള്ള ഒരു ദണ്ഡുള്ളതും ഞാൻ കണ്ടു. അതു കണ്ടപ്പോൾ അൽപ്പം അകലെയായി ബോട്ടുനിർത്താൻ ഞാൻ തീരുമാനിച്ചു. വിശക്കുന്നെന്നും കഴിക്കാനായി എന്തെങ്കിലും വേണമെന്നും ആംഗ്യത്തിലൂടെ ഞാൻ അവരോടു പറഞ്ഞു. അവർ തിരിച്ചും ആംഗ്യത്തിലൂടെ ബോട്ടവിടെ നിർത്താനും കരയോടടുപ്പിക്കരുതെന്നും പറഞ്ഞു. ബോട്ടിന് ഞാൻ നങ്കൂരമിട്ടു. പെട്ടെന്ന് അവരിൽ രണ്ടുപേർ അവിടെ നിന്നും ഓടി മറഞ്ഞു. അൽപ്പസമയം കഴിഞ്ഞപ്പോൾ അവിടത്തെ കുറേ ധാന്യവും ഉണക്കമാംസവുമായി അവരെത്തി. തീരത്ത് അവ വച്ചശേഷം അവർ ദൂരെ മാറി നിന്നു. രണ്ടും കൽപ്പിച്ച് ഞങ്ങൾ ബോട്ടിൽ നിന്നുമിറങ്ങി നീന്തിച്ചെന്ന് ഭക്ഷണവുമെടുത്തു തിരിച്ചു വീണ്ടും ബോട്ടിൽക്കയറിയശേഷമാണ് അവർ പഴയസ്ഥലത്തു വന്നു നിന്നത്.

നന്ദി സൂചകമായി ആംഗ്യം കാണിക്കാനേ ഞങ്ങൾക്കായുള്ളൂ. അപ്പോഴാണ് അവരുടെ ജീവനെടുക്കാനായി, ഇണകളെന്നു തോന്നുന്ന രണ്ടു കരിമ്പുലികൾ അലഞ്ഞുതിരിഞ്ഞ് അവിടെയെത്തിയത്. അതിലൊരു പുലി ഞങ്ങളെ തിന്നാനായി വഞ്ചിക്കടുത്തേക്ക് നീന്തിത്തുടങ്ങിയപ്പോൾ, ഞാൻ തോക്കെടുത്തു അതിനെ പെട്ടെന്നുതന്നെ വെടിവെച്ചു. തലയ്ക്ക് വെടിയേറ്റ മൃഗം അപ്പോൾത്തന്നെ കടലിലേക്ക് മുങ്ങിത്താണെങ്കിലും, മരണവെപ്രാളത്തോടെ വെള്ളത്തിനുമുകളിൽ പിടഞ്ഞെത്തുകയും കരയിലേക്കു തിരിച്ചു നീന്തുകയും ചെയ്തു. പക്ഷേ കരയിൽ കയറുന്നതിനു മുമ്പു തന്നെ അതു ചത്തു പോകുകയും ചെയ്തു. വെടിയൊച്ച കേട്ടു പേടിച്ച അതിന്റെ ഇണ എങ്ങോട്ടോ ഇതിനകം ഓടി മറഞ്ഞിരുന്നു.

ഇതെല്ലാം കണ്ട് അത്ഭുതസ്തബ്ധരായി നിന്ന കാപ്പിരികൾ തുടർന്ന് മുന്നോട്ടുവന്നു. എന്റെ സമ്മാനമെന്ന നിലയിൽ പുലിമാംസം ഞാൻ അവർക്കു കൊടുത്തു. അതിന്റെ തുകൽ ഊരി ഞാൻ തന്നെയെടുത്തു. ജീവൻ രക്ഷിച്ചതിന്റെ സന്തോഷത്താൽ അതിലെ സ്ത്രീകൾ കുറേ ധാന്യങ്ങളും കാട്ടുകിഴങ്ങുകളും ശേഖരിച്ചുകൊണ്ട് പാരിതോഷികമായി ഞങ്ങൾക്കു തന്നു. വലിയ മൺകലത്തിൽ വെള്ളവും അവർ കൊണ്ടു തന്നു. തുടർന്ന് അവരോടു യാത്രപറഞ്ഞ് വീണ്ടും ഞങ്ങൾ യാത്രതുടർന്നു. പത്തുദിവസങ്ങൾ കൂടി കഴിഞ്ഞു. പതിനൊന്നാം ദിവസം ചിന്താമഗ്നനായി ക്യാബിനിലിരുന്ന എന്നെ ഉണർത്തിയത് സൂരിയുടെ ഭീതി നിറഞ്ഞ ശബ്ദമാണ്.

“ക്യാപ്റ്റൻ ക്യാപ്റ്റൻ, അതാ ഒരു കപ്പൽ!” അവൻ ഭയന്നു വിളിച്ചു തങ്ങളെ തെരഞ്ഞുപിടിക്കാൻ നടക്കുന്ന യജമാനന്റെ ആളുകളുടെ കപ്പലാണെന്നു കരുതിയാണ് മണ്ടൻ സൂരി നിലവിളിച്ചത്. യജമാനന്റെ അതിർത്തിയിൽനിന്നും ബഹുദൂരം പിന്നിട്ടുകഴിഞ്ഞെന്ന് ഉറപ്പുണ്ടായിരുന്ന ഞാൻ ചാടിയെഴുന്നേറ്റു. ഗിനിയയിലേക്കോ ബ്രസിൽസിലേക്കോ പോകുന്ന ഒരു പോർച്ചുഗീസ് കപ്പലാണെന്ന് എനിക്ക് മനസിലായി. പക്ഷേ, അവർ തങ്ങളുടെ ദിശയിൽ വരാത്തവിധം മറ്റൊരു ദിശയിൽ

പോകുകയാണെന്ന് എനിക്കു മനസിലായി. എത്ര വേഗത്തിൽ ബോട്ടോടിച്ചാലും ആ കപ്പലിനടുത്തെത്താനുമാകില്ല. എങ്ങനെ അവരുടെ ശ്രദ്ധയാകർഷിക്കാമെന്നാലോചിക്കേണ്ട താമസം അവർ ഞങ്ങളെ അവരുടെ ദൂരദർശിനി വഴി കണ്ടെന്നു തോന്നുന്നു. ബോട്ട് അടുത്തെത്താനായി അവർ കപ്പലിന്റെ വേഗത കുറച്ചു. ഏകദേശം മൂന്നു മണിക്കൂറെങ്കിലും എടുത്തു കാണും ബോട്ടിന് കപ്പലിന്റെ അരികിലെത്താനായിട്ട്.

കപ്പലിലുള്ളവർ എന്തൊക്കെയോ ചോദിച്ചു. പോർച്ചുഗീസ്, ഫ്രഞ്ച്, സ്പാനിഷ് തുടങ്ങിയ ഭാഷകളിലായിരുന്നതിനാൽ എനിക്ക് ഒന്നും മനസിലായില്ല. അവസാനം കപ്പലിലുണ്ടായിരുന്ന ഒരു സ്കോട്ട്നാവികൻ ഇംഗ്ലീഷിൽ എന്നോടു കാര്യങ്ങൾ അന്വേഷിച്ചു. ഞാനൊരു ഇംഗ്ലീഷുകാരനാണെന്നും സല്ലിയിലെ കാപ്പിരികളുടെ കൈയിൽനിന്നും രക്ഷപ്പെട്ടുവരികയാണെന്നും ഞാൻ അവരോടു പറഞ്ഞു. എല്ലാ വിവരങ്ങളുമറിഞ്ഞ് ദയതോന്നിയ അവർ എന്നെ കപ്പലിലേക്കു ക്ഷണിച്ചു. ഞാൻ ബോട്ടിലിരുന്ന എന്റെ സാധനങ്ങളെല്ലാമെടുത്തുകൊണ്ട് കപ്പലിൽ കയറി.

എല്ലാവിധ ആപത്തിൽ നിന്നു രക്ഷിച്ച കപ്പലിലെ കപ്പിത്താന് നന്ദിസൂചകമായി എനിക്കുള്ളതെല്ലാം കൊടുക്കാൻ ഞാൻ തയാറായി. പക്ഷേ അയാൾ ഒന്നും സ്വീകരിച്ചില്ല. അയാൾ പറഞ്ഞു:

"പ്രതിഫലം നോക്കിയല്ല നിങ്ങളുടെ ജീവൻ ഞാൻ രക്ഷിച്ചത്. നാളെ നിങ്ങൾക്കു പറ്റിയതുപോലുള്ള ഒരു ദുരിതം എനിക്കും ഉണ്ടായിക്കൂടെന്നില്ലല്ലോ. എന്നെ രക്ഷിച്ചതുപോലുള്ള ആനന്ദമാണ് നിങ്ങളുടെ ജീവൻ രക്ഷിച്ചപ്പോൾ എനിക്കുണ്ടായതും. മാത്രമല്ല, നിങ്ങളുടെ നാട്ടിൽ നിന്നും എത്രയോ അകലെയുള്ള ബ്രസിൽസിൽ നിങ്ങളെയിറക്കുമ്പോൾ, നിങ്ങളുടെ സമ്പാദ്യമെല്ലാം ഞാനെടുത്താൽ നിങ്ങൾക്കു പട്ടിണികിടക്കേണ്ടി വരില്ലേ. ഞാൻ നിങ്ങൾക്കു തന്ന ജീവൻതന്നെ എടുക്കുന്നതിനു തുല്യമല്ലേ."

4

വീണ്ടും കപ്പൽയാത്ര നടത്തേണ്ടിവരുന്നു

എന്റെ ബോട്ട് വളരെ നല്ല ഒന്നായിരുന്നതിനാൽ കപ്പലിന്റെ ആവശ്യത്തിനുവേണ്ടി വിലയ്ക്കെടുത്തുകൊള്ളാമെന്ന് കപ്പിത്താൻ പറഞ്ഞു. ബോട്ടിന് എന്തുവിലയാണ് വേണ്ടതെന്ന് അദ്ദേഹം എന്നോടു ചോദിച്ചു. പക്ഷേ, ഉദാരമനസ്കനായ അദ്ദേഹത്തിന് അത് വെറുതെ കൊടുക്കാൻ ഞാൻ സന്നദ്ധനായപ്പോൾ, അദ്ദേഹമതിനു വഴങ്ങിയില്ല; ബ്രസിൽസിൽ ചെല്ലുമ്പോൾ എൺപതു ഡോളർ തരാമെന്ന് പറഞ്ഞ് അപ്പോൾത്തന്നെ അദ്ദേഹം ഒരു കരാറെഴുതിത്തരികയും ചെയ്തു. ബ്രസീലിലെത്തുമ്പോൾ ആരെങ്കിലും കൂടുതൽ വിലതരാമെന്നു പറഞ്ഞാൽ വിട്ടുകൊടുക്കാമെന്നും അദ്ദേഹം പറഞ്ഞു. മാത്രമല്ല സൂരിയുടെ വിലയായി വേറെ അറുപതു ഡോളറും അദ്ദേഹം വാഗ്ദാനം ചെയ്തു. പക്ഷേ, ആ പണം വാങ്ങി സൂരിയെ അടിമയായി വിട്ടുകൊടുക്കാൻ എനിക്കു മനസുവന്നില്ല. സൂരിയുടെ സ്വാതന്ത്ര്യം നഷ്ടപ്പെടുത്താൻ എനിക്ക് ആഗ്രഹമില്ലായിരുന്നു. എന്നാൽ എന്റെ ആഗ്രഹത്തെ മാനിച്ചുകൊണ്ട് അദ്ദേഹം സൂരിയെ പത്തു വർഷത്തിനുശേഷം സ്വതന്ത്രമാക്കാമെന്നു പറഞ്ഞു; പക്ഷേ, സൂരി ക്രിസ്ത്യാനിയായി മാറുകയും വേണമെന്നും ക്യാപ്റ്റൻ പറഞ്ഞു. സൂരി എല്ലാത്തിനും സമ്മതമാണെന്നു പറഞ്ഞപ്പോൾ ഞാൻ അവനെ കപ്പിത്താനു കൈമാറി.

ബ്രസിൽസിൽ നിന്നുള്ള യാത്ര വളരെ സുഖകരമായിരുന്നു. റ്റോഡോസ് ലോസ് സാന്റോസ് ഉൾക്കടലിൽ ഇരുപത്തിരണ്ടു ദിവസത്തിനുശേഷം ഞങ്ങളെത്തി. ജീവിതത്തിലെ ഏറ്റവും വിഷമം പിടിച്ച ഒരു പ്രതിസന്ധിയിൽനിന്നും ഒരിക്കൽക്കൂടി ഞാനങ്ങനെ മോചിതനായി. ഇനിയെന്താണ്? ഞാൻ ചിന്തിച്ചു. ക്യാപ്റ്റന്റെ മഹാമനസ്കത എനിക്ക് ഒരിക്കലും മറക്കാനായില്ല. എന്റെ യാത്രയ്ക്ക് യാതൊരു കൂലിയും അദ്ദേഹം വാങ്ങിയില്ല. ബോട്ടിലുണ്ടായിരുന്ന പുലിത്തോലിന് ഇരുപതു

ഡോളറും സിംഹത്തോലിന് നാൽപ്പതു ഡോളറും അദ്ദേഹം തന്നു. എന്റെ കപ്പലിലുണ്ടായിരുന്ന എല്ലാ സാധനങ്ങളും എനിക്കു തിരിച്ചുതരികയും ചെയ്തു. രണ്ടുപെട്ടി മദ്യക്കുപ്പികളും രണ്ടു തോക്കും ആ വലിയ മെഴുകു കട്ടയും ഒക്കെ വിറ്റപ്പോൾ എല്ലാംകൂടി 220 ഡോളർ എനിക്കു കിട്ടി. അതു മായി ഞാൻ ബ്രസിൽസിൽ ഇറങ്ങി.

ഒന്നു രണ്ടു ദിവസത്തിനുള്ളിൽ ക്യാപ്റ്റൻ അയാളെപ്പോലെയുള്ള സത്യസന്ധനായ ഒരു തോട്ടയുടമയെ എനിക്കു പരിചയപ്പെടുത്തി തന്നു. ഒരു കരിമ്പിൻതോട്ടത്തിന്റെ ഉടമയായിരുന്നു അയാൾ. കുറച്ചുനാൾ അയാ ളോടൊപ്പം താമസിച്ച് ഞാൻ കൃഷിയിൽ അറിവു നേടി. കൃഷിയുടമക ളുടെ സുഖജീവിതവും, അവർ വേഗത്തിൽത്തന്നെ പണക്കാരാകുന്നതും മനസിലാക്കിയപ്പോൾ, അവിടെത്തന്നെ ജീവിക്കാനനുവദിച്ചാൽ ഞാനും ഒരു തോട്ടയുടമയാകുമെന്ന് എനിക്കു തോന്നി. ലണ്ടനിൽ ഞാൻ സൂക്ഷി ക്കാനേൽപ്പിച്ചിരുന്ന പണംകൂടി കത്തയച്ചു വരുത്തി. അതുപയോഗിച്ച് പരമാവധി ഭൂമി ഞാൻ വാങ്ങിച്ചു; കൃഷിക്കുള്ള പദ്ധതികളും താമസവും തീരുമാനിക്കുകയും ചെയ്തു.

ഞാൻ വാങ്ങിയ കൃഷിഭൂമിക്കടുത്ത് ഒരു ലിസ്ബൺകാരനാ (പോർ ച്ചുഗീസുകാരൻ)ണ് താമസിച്ചിരുന്നത്. വെൽസ് എന്നയാൾ. അയാളുടെ മാതാപിതാക്കൾ ഇംഗ്ലീഷുകാരായിരുന്നു. അയാളെ ഞാൻ എന്റെ അയൽക്കാരനായി കരുതി. ഞങ്ങൾ വളരെ വേഗം സുഹൃത്തുക്കളായി മാറി. അയാളുടെ കൈയിലും എനിക്കുള്ളതുപോലെ കുറച്ചു പണമേ ഉണ്ടായിരുന്നുള്ളൂ. രണ്ടു വർഷത്തോളം ഭക്ഷണത്തിനുള്ള വക മാത്രമേ കൃഷി ചെയ്തുള്ളൂ. മൂന്നാം വർഷമായപ്പോൾ ഞങ്ങളുടെ കൃഷി വിപു ലമായിത്തുടങ്ങി. തുടർന്നു പുകയില കൃഷിയും ഞങ്ങൾ ആരംഭിച്ചു. കൃഷി കൂടിയപ്പോൾ കൂടുതൽ പണിയാളന്മാരുടെ ആവശ്യം ഞങ്ങൾക്കു ണ്ടായി. സൂരിയെ ആ കപ്പിത്താനു നൽകേണ്ടതില്ലായിരുന്നു എന്ന് ഞാൻ അപ്പോൾ കരുതി. അല്ലെങ്കിൽത്തന്നെ ജീവിതത്തിൽ ഒരു ശരിപോലും ചെയ്യാത്തവനും തെറ്റുമാത്രം ചെയ്തവനുമാണല്ലോ ഞാൻ. അച്ഛനെയും അമ്മയെയും ധിക്കരിച്ച് അവരെ വിട്ട് ഇവിടെ കഷ്ടപ്പെട്ടു ജീവിക്കുന്നു. എന്റെ വിദ്യാഭ്യാസത്തിനും കുടുംബ മഹിമയ്ക്കും ചേരാത്ത വിധത്തി ലാണ് ഞാൻ അലഞ്ഞുതിരിഞ്ഞു ജീവിക്കുന്നത്. പ്രിയർ ആരുമില്ലാതെ അയ്യായിരം മൈലെങ്കിലും അകലെയാണ് ഞാനിന്ന്. അപരിചിതരുടെ കരുണയിലാണ് ജീവിച്ചു പോകുന്നതും.

കുറ്റബോധത്തോടെ ഞാൻ എന്റെ ജീവിതാവസ്ഥയെ വിലയിരുത്തി. ഹൃദയം തുറന്ന് സംസാരിക്കാൻ ഒരു ബന്ധുപോലും അടുത്തില്ല; ഒരു അയൽക്കാരൻ മാത്രം. വിയർപ്പൊഴുക്കി അധ്വാനിച്ച് ലക്ഷ്യമില്ലാതെ ഏകാ ന്തതയിൽ അനിശ്ചിതത്വത്തോടെ ഇവിടെ ജീവിക്കുന്നു. ദൈവംപോലും എന്നെയിന്ന് വെറുത്തിരിക്കുന്നു.

എന്തൊക്കെയായാലും കൃഷിയെ വിപുലപ്പെടുത്താൻതന്നെ ഞാൻ തീരുമാനിച്ചു. എല്ലാത്തിനും പണം വേണമല്ലോ. ലണ്ടനിലെ ആ പരേ തനായ നാവികന്റെ വിധവയുടെ കൈയിലേല്പിച്ച പണം കിട്ടിയെങ്കിൽ നന്നായിരുന്നെന്ന് ഞാൻ ചിന്തിച്ചു. ആ അവസരത്തിൽ ബ്രസിൽസിൽ

എന്നെയെത്തിച്ച ആ മഹാമനസ്കനായ കപ്പിത്താനെ ഞാൻ കണ്ടു. കപ്പലിൽ സാധനങ്ങൾ കയറ്റുന്നതിനും ഇറക്കുന്നതിനുമായി മൂന്നുമാസത്തോളം അദ്ദേഹം അവിടെത്തന്നെയുണ്ടായിരുന്നു. കൃഷി വിപുലപ്പെടുത്താൻ കുറച്ചു പണം വേണ്ടതുണ്ടെന്നും, ലണ്ടനിലെ ആ വിധവയുടെ കൈയിൽ കുറച്ചു പണമുണ്ടെന്നും ഞാൻ കപ്പിത്താനെ അറിയിച്ചു. വിധവയ്ക്ക് കൊടുക്കാൻ ഒരു കുറിപ്പ് എഴുതിത്തരാനും അതിൽ ഇതുവരെയുള്ള എല്ലാ വിവരങ്ങളും സൂചിപ്പിക്കണമെന്നും അദ്ദേഹം എന്നോടു പറഞ്ഞു. എല്ലാം വിശദമായെഴുതിയ കത്ത് ഞാൻ കപ്പിത്താനെ ഏൽപ്പിച്ചു.

തനിക്കു ലണ്ടനിൽ പോകാൻ സാധിച്ചില്ലെങ്കിൽ, വിശ്വസ്തനായ ആരെങ്കിലുംവഴി വിധവയിൽനിന്നും പണം വാങ്ങി എനിക്ക് എത്തിക്കാമെന്ന് കപ്പിത്താൻ പറഞ്ഞു. എന്നാൽ തുകയുടെ പകുതി മാത്രം ആദ്യം വാങ്ങിയാൽ മതിയെന്നും, അതു സുരക്ഷിതമായി എത്തിയശേഷം ബാക്കിയുള്ളതു വാങ്ങാമെന്നും അദ്ദേഹം ഉപദേശിച്ചു. അങ്ങനെ വിധവയിൽനിന്നും നൂറുപവൻ എനിക്കു കിട്ടി. പണമെത്തിച്ചതിനു പ്രത്യുപകാരമായി കുറച്ചു തുക പാരിതോഷികമായി കപ്പിത്താനു നൽകാൻ ഞാൻ ശ്രമിച്ചു. പക്ഷേ, അദ്ദേഹമതു സ്വീകരിച്ചതേയില്ല. അവസാനം എന്റെ നിർബന്ധംമൂലം ഞാൻ തോട്ടത്തിൽ കൃഷിചെയ്തെടുത്ത കുറച്ചു പുകയിലമാത്രം അദ്ദേഹം സ്വീകരിച്ചു.

പണംകൊണ്ടുവന്നപ്പോൾ കപ്പിത്താൻ കുറച്ച് പണിസാധനങ്ങളും കൊണ്ടുവന്നിരുന്നു. ഞാൻ ഒരു നീഗ്രോ അടിമയെക്കൂടിവാങ്ങി; ഒരു യൂറോപ്യൻ ജോലിക്കാരനേയും. കൃഷി വളരെ വേഗം വിപുലപ്പെട്ടു.

പെട്ടെന്നുള്ള അഭിവൃദ്ധി നമ്മെ എല്ലാ പ്രശ്നങ്ങളിലേക്കും നയിക്കുമല്ലോ. എനിക്കും അതുതന്നെ സംഭവിച്ചു. പിറ്റേവർഷവും എന്റെ കൃഷി മെച്ചപ്പെട്ടു. പുകയിലകൃഷി വിപുലമാക്കുകവഴി ഞാൻ ഒരു വൻ വ്യവസായിയായെന്നു തന്നെ പറയാം. പക്ഷേ, പരിധിക്കപ്പുറമുള്ള പല പരിപാടികളും എന്റെ മനസിലുദിച്ചു. ഇവയാണ് എല്ലാവരേയും നാശത്തിലെത്തിക്കുന്നത്. ഇവിടെയിപ്പോൾ എനിക്ക് എല്ലാ സുഖസൗകര്യങ്ങളുമുണ്ട്. അച്ഛന്റെ ആഗ്രഹംപോലുള്ള ശാന്തമായ സുഖജീവിതവും ഇടത്തരക്കാരന്റെ ജീവിതശൈലിയും. എന്നിട്ടും ഞാൻ ജീവിതത്തിലേക്കു സ്വയം ദുരിതങ്ങളെ വലിച്ചുകയറ്റി. നല്ലൊരു കർഷകനായി ജീവിക്കുന്നതിനേക്കാൾ വലിയ ധനാഢ്യനാകാനുള്ള എന്റെ മോഹം എന്നെ ലോകത്താരും അനുഭവിച്ചിട്ടില്ലാത്ത ദുരിതത്തിലേക്ക് കൊണ്ടുചെന്നാഴ്ത്തി.

ഏകദേശം നാലുവർഷത്തോളം ബ്രസിൽസിൽ ഞാൻ ജീവിച്ചു. കൃഷിയിൽ അഭൂതപൂർവമായ അഭിവൃദ്ധിയാണുണ്ടായത്. ഞാൻ അവിടത്തെ ഭാഷയിൽ പ്രാവീണ്യം നേടുകയും പല കർഷകപ്രഭുക്കന്മാരുമായും സെന്റ് സാൽവദോറിലെ വ്യാപാരികളുമായും ചങ്ങാത്തം കൂടുകയും ചെയ്തു. ആ വേളകളിൽ ഗിനിയ തീരത്തുകൂടി നടത്തിയ എന്റെ കപ്പൽ യാത്രയെക്കുറിച്ചും നീഗ്രോകളുമായി നടത്തിയ ലാഭക്കച്ചവടത്തെപ്പറ്റിയും ഞാൻ അവരോടു പറഞ്ഞു. കളിപ്പാട്ടങ്ങളും പളുങ്കുമണികളും കൊടുത്താൽ അവിടെനിന്നും സ്വർണവും ആനക്കൊമ്പും മാത്രമല്ല കാപ്പി

രികളെപ്പോലും വാങ്ങാനാവുമെന്ന് ഞാൻ അവരോടു പറഞ്ഞു. എല്ലാ സംഭാഷണവും അവർ ശ്രദ്ധാപൂർവം കേട്ടിരുന്നു. നീഗ്രോകളെ വാങ്ങുന്ന കാര്യം അവർ കൂടുതൽ ശ്രദ്ധിച്ചു. അടിമവ്യാപാരം വ്യാപകമായിരുന്നില്ലെങ്കിലും, ലാഭകരമായ ഒരു വ്യാപാരമായിരുന്നു. സ്പെയിനിലെയും പോർച്ചുഗലിലെയും രാജാക്കന്മാരുടെ അനുമതിയോടെ നടത്തുന്ന അടിമവ്യാപാരത്തിന് വൻതുകയുണ്ടായിരുന്നു.

എന്റെ സംഭാഷണം കേട്ടുകൊണ്ടിരുന്നവരിൽ മൂന്നു പരിചയക്കാരായ വ്യാപാരികൾ പിറ്റേന്ന് രാവിലെ എന്നെ കാണാനെത്തി. രഹസ്യമായ ഒരു പദ്ധതിയുമായാണ് അവരെത്തിയത്. ആ പദ്ധതി അവർ വിശദീകരിച്ചു. എന്നെപ്പോലെ എസ്റ്റേറ്റ് ഉടമകളായ അവർ പണിക്കാരില്ലാതെ ബുദ്ധിമുട്ടുകയാണ്. ഗിനിയായിലേക്ക് ഒരു യാത്ര പോകണം. ഒരൊറ്റ യാത്ര നടത്തിയാൽ മതി. കുറെ കാപ്പിരി അടിമകളെ വാങ്ങിക്കൊണ്ടുവരണം. അവരെ പരസ്യമായി വിൽക്കാൻ പാടില്ലാത്തതിനാൽ സ്വന്തം ആവശ്യത്തിനായി പങ്കുവയ്ക്കാം. ഞാൻ പണം മുടക്കേണ്ടതില്ല. യാത്ര സംഘടിപ്പിച്ചാൽ മാത്രം മതി. കാപ്പിരികളിൽ കുറച്ചെണ്ണം എനിക്കും തരും.

ഇതൊരു നല്ല നിർദേശമായി എനിക്കു തോന്നി. അതിനാൽ സമ്മതിക്കാൻതന്നെ ഞാൻ തയാറായി. പക്ഷേ, ഇപ്പോൾത്തന്നെ കൃഷി നന്നായി നടക്കുന്നു. ഇംഗ്ലണ്ടിൽനിന്നും ഇനി നൂറു പവൻ കിട്ടാനുമുണ്ട്. എല്ലാം കൂടിയായി കൃഷി വളരുമ്പോൾ മൂന്നുനാലു കൊല്ലംകൊണ്ട് കൃഷിയിൽനിന്നു മാത്രമായി നാലായിരം പവൻ സമ്പാദിക്കാനാകുമെന്ന് തീർച്ച. അതു പിന്നെ വർധിച്ചുകൊണ്ടിരിക്കുകയും ചെയ്യും. ഈ സാഹചര്യങ്ങളിൽ അവരുടെ നിർദേശം സമ്മതിക്കുന്നത് നല്ലതല്ലെന്ന് അറിയാമെങ്കിലും സ്വന്തം നാശത്തിനു തയാറെടുത്ത എനിക്ക് അത് നിരസിക്കാനായില്ല. അന്ന് അച്ഛൻ പറഞ്ഞ വാക്കുകളും ഞാൻ ഒരിക്കൽ നിരാകരിച്ചതല്ലേ. ഞാനിത്രമാത്രം അവരോടു പറഞ്ഞു: “എന്റെ അഭാവത്തിൽ എന്റെ കൃഷിയിടങ്ങളെ സംരക്ഷിക്കാമെങ്കിൽ, യാത്ര സംഘടിപ്പിക്കാൻ ഞാൻ പൂർണമായും സമ്മതിക്കുന്നു. യാത്ര സഫലമായില്ലെങ്കിൽ ഞാൻ നിർദേശിക്കുന്നതനുസരിച്ച് അവ വിൽക്കണം.”

ഞങ്ങൾ കരാറിൽ ഒപ്പുവച്ചു. എല്ലാ ഏർപ്പാടുകളും ചെയ്തശേഷം, 1659 സെപ്തംബർ ഒന്നാം തീയതി, ആ നശിച്ച സമയത്ത് ഞാൻ കപ്പലിൽ കയറി. അച്ഛനെയും അമ്മയെയും ധിക്കരിച്ച ഹള്ളിൽനിന്നും യാത്ര പുറപ്പെട്ടിട്ട് അന്നേ ദിവസം കൃത്യം എട്ടു വർഷം തികഞ്ഞിരുന്നു. നാവികനും അയാളുടെ മകനും ഞാനും പിന്നെ പതിനാലുപേരും കപ്പലിലുണ്ടായിരുന്നു. 6 തോക്കുകളും ഞങ്ങൾ കരുതിയിരുന്നു. 120 ടൺ കേവുഭാരമുള്ള കപ്പലിൽ ഞങ്ങളെക്കൂടാതെ കച്ചവടത്തിനുള്ള പവിഴം, പളുങ്കുമണികൾ, ചിപ്പികൾ, കത്തികൾ, ചെറിയ മുഖക്കണ്ണാടികൾ, കളിപ്പാട്ടങ്ങൾ തുടങ്ങിയവ മാത്രമേ ഉണ്ടായിരുന്നുള്ളൂ. കരയോരത്തുകൂടി വടക്കോട്ട് ആഫ്രിക്കൻ തീരത്തെ ലക്ഷ്യമാക്കിക്കൊണ്ട് കപ്പൽ നീങ്ങി. കനത്ത ചൂടെങ്കിലും സുഖകരമായ കാലാവസ്ഥയായിരുന്നു. ഭൂമധ്യരേഖയുടെ സാന്നിധ്യമായിരുന്നു കാരണം. സെന്റ് അഗസ്റ്റിനോ മുനമ്പ് കടക്കുവോളം ഇതേ കാലാവസ്ഥയായിരുന്നു. ആദ്യത്തെ പന്ത്രണ്ടുദിവസം

ശാന്തമായ കടലായിരുന്നു. എന്നാൽ ഭൂമദ്ധ്യരേഖ കടന്നപ്പോഴേക്കും ഞങ്ങളുടെ കപ്പൽ കൊടുങ്കാറ്റിൽപ്പെട്ടു വലഞ്ഞു. വൻതിരകൾ കടലിനെ വിഴുങ്ങുമെന്ന് ഞങ്ങൾ ഭയന്നു. കരയോരം വിട്ട് കപ്പൽ ആഴക്കടലിലേക്കു കാറ്റിൽ നീങ്ങിത്തുടങ്ങി. കപ്പലിൽനിന്നും ആർക്കും രക്ഷപ്പെടാനാകുമെന്ന പ്രതീക്ഷയില്ലായിരുന്നു.

ഈ ദുരിതത്തിനിടയിൽ ഞങ്ങളിലൊരാൾ പനിപിടിച്ചു മരിച്ചു. മറ്റൊരാളും ആ പയ്യനും കടലിൽ ഒഴുകിപ്പോകുകയും ചെയ്തു. പന്ത്രണ്ടു ദിവസംകൂടി കഴിഞ്ഞപ്പോൾ കടൽ അൽപ്പം ശാന്തമായതുപോലെ. കപ്പിത്താൻ ചുറ്റും നിരീക്ഷിച്ചു. ആമസോൺ നദിക്കപ്പുറം ബ്രസിൽസിന്റെ വടക്കുഭാഗത്തുകൂടി മഹാനദിയെന്നു പറയുന്ന ഒറൊനോകിനദിയിലേക്ക് കപ്പലെത്തിയിരിക്കുന്നതായി കപ്പിത്താൻ കണ്ടു. കപ്പലിലേക്ക് വെള്ളം കയറിക്കൊണ്ടിരിക്കുന്നതിനാലും അപകടമുറപ്പായതിനാലും എങ്ങോട്ടു കപ്പൽ തിരിക്കണമെന്ന് അയാൾ എന്നോടു ചോദിച്ചു. ബ്രസിൽസിലേക്ക് തിരിച്ചു മടങ്ങിയാലോയെന്ന് അയാൾ നിർദേശിച്ചപ്പോൾ ഞാനത് എതിർത്തു. ഞങ്ങൾ അമേരിക്കൻ തീരത്തിന്റെ ചാർട്ടുകൾ പരിശോധിച്ചു. കരീബിയൻ ദ്വീപുകളിലെത്തുന്നതുവരെ മനുഷ്യവാസ പ്രദേശങ്ങളൊന്നുമില്ലെന്ന് ഞങ്ങൾക്കു മനസിലായി. അതിനാൽ ബർബഡോയിലേക്കു നീങ്ങാമെന്ന് ഞങ്ങൾ തീരുമാനിച്ചു. അവിടെയെത്താൻ പതിനഞ്ചു ദിവസം വേണ്ടിവരും. മറ്റ് ആളുകളുടെ സഹായമില്ലാതെ ആഫ്രിക്കൻതീരത്ത് എത്തിച്ചേരാൻ ഞങ്ങൾക്കാവില്ലായിരുന്നു.

അങ്ങനെ ഞങ്ങൾ കപ്പലിന്റെ ദിശമാറ്റി; ഏതെങ്കിലും ഇംഗ്ലീഷ് ദ്വീപുകളിലെത്താനായി. അവിടെ എന്തെങ്കിലും സഹായം ലഭിക്കുമെന്ന് ഞങ്ങൾ പ്രതീക്ഷിച്ചു. പക്ഷേ, വീണ്ടും വീശിയടിച്ച കൊടുങ്കാറ്റ് കപ്പലിനെ പടിഞ്ഞാറോട്ടു നീക്കി; യാതൊരു മനുഷ്യസഞ്ചാരവുമില്ലാത്ത ഇടങ്ങളിലേക്ക്. പുലർച്ചയിൽ കപ്പലിലെ ആരോ വിളിച്ചു കൂവി "അതാ കര!" ഏതു ലോകത്താണ് എത്തിച്ചേർന്നിരിക്കുന്നതെന്നറിയാനായി ഞങ്ങൾ ക്യാബിനിൽനിന്നും പുറത്തേക്കോടി വന്നു. പെട്ടെന്നാണ് കപ്പലിന്റെ അടിഭാഗം മണലിൽ ചെന്നിടിച്ചത്. ഓട്ടം നിന്നുപോയ കപ്പലിനകത്തേക്കു വെള്ളം ഇരച്ചുകയറി. എല്ലാവരും മുങ്ങിച്ചാകുമെന്നു തന്നെ ഞങ്ങൾക്ക് ഉറപ്പായി. തിരകൾ സൃഷ്ടിച്ച നുരയിലും പതയിലുംപെട്ട് ഞങ്ങൾക്കു ശ്വാസംമുട്ടിയെന്നുതന്നെ പറയാം.

ഈ സാഹചര്യത്തിൽ ഞങ്ങൾ അകപ്പെട്ടത് ഏതു ദ്വീപിലെന്നോ വൻകരയിലെന്നോ അവിടെ ജനവാസമുണ്ടോയെന്നോ ഒന്നും മനസിലാക്കാൻ ഞങ്ങൾക്കായില്ല. കാറ്റ് ശക്തമായിക്കൊണ്ടിരുന്നതിനാൽ എത്ര നേരം കപ്പലിൽ പിടിച്ചുനിൽക്കാനാകുമെന്നും ഞങ്ങൾക്കറിയില്ലായിരുന്നു. എന്തെങ്കിലും അത്ഭുതം സംഭവിച്ചാലേ ഞങ്ങൾക്ക് രക്ഷപ്പെടാനാകുമായിരുന്നുള്ളൂ. ഏതു നിമിഷവും എത്താൻ സാധ്യതയുള്ള മരണവും പ്രതീക്ഷിച്ചുകൊണ്ട് ഞങ്ങൾ പരസ്പരം നോക്കിയിരുന്നു; പരലോകത്തിൽ പോകാനായിട്ട്. മറ്റൊന്നും ഞങ്ങൾക്ക് ചെയ്യാനില്ലായിരുന്നു. പക്ഷേ, ഞങ്ങൾ വിചാരിച്ചതുപോലെയൊന്നും സംഭവിച്ചില്ല. കാറ്റിന്റെ ശക്തി കുറഞ്ഞു തുടങ്ങിയതായി കപ്പിത്താൻ അറിയിച്ചു.

പെട്ടെന്നാണ് ഞങ്ങൾക്ക് കപ്പലിനകത്തെ ചെറുബോട്ടിനെ ഓർമ വന്നത്. രണ്ടു ബോട്ടുകളാണ് ഉണ്ടായിരുന്നത്. ഒന്ന് കൊടിമരത്തോടു ചേർത്ത് കെട്ടിത്തൂക്കിയാണിട്ടിരുന്നത്. പക്ഷേ, കാറ്റിന്റെ ശക്തിയിൽ അത് പാമരത്തോട് അടിച്ചു കഷണം കഷണമായി മാറിയിരുന്നു. രണ്ടാമത്തേത് അടിത്തട്ടിൽ പാമരത്തോട് കെട്ടിയാണിട്ടിരുന്നത്. അതിന് പ്രശ്നമൊന്നും ഉണ്ടായിരുന്നില്ല. വല്ലവിധേന ഞങ്ങൾ ആ ബോട്ടിനെ കപ്പലിൽനിന്നും പുറത്ത് കടലിലിറക്കി. തുടർന്ന് ഞങ്ങൾ അതിൽ കയറിയിരുന്നു. ദൈവത്തിന്റെയും കടലിന്റെയും കാരുണ്യത്തിനു വിട്ടുകൊടുത്തുകൊണ്ട് ഞങ്ങൾ കരയെ ലക്ഷ്യമാക്കി തുഴഞ്ഞു. പക്ഷേ, കൂറ്റൻ തിരമാലകളിൽ ബോട്ടിനെ നിയന്ത്രിക്കാൻ ഞങ്ങൾക്കായില്ല. കരയ്ക്കെത്തിയാലും അത് പാറയിലിടിച്ച് ആയിരം കഷണങ്ങളാകുമെന്ന് ഞങ്ങൾ കരുതി.

ബോട്ട് ഒന്നരമൈൽ നീങ്ങിക്കാണും. മലപോലെ ഉയർന്ന് വന്ന ഒരു തിരമാല ബോട്ടിനെ പെട്ടെന്നു മറിച്ചിട്ടു. ഞങ്ങൾ എല്ലാവരും ബോട്ടിൽ നിന്നും തെറിച്ചു കടലിൽ വീണു. "ദൈവമേ ഞങ്ങളിപ്പോൾ മുങ്ങിപ്പോകുമേ." ഞങ്ങൾ വിളിച്ചു കരഞ്ഞു.

അപ്പോഴത്തെ ഞങ്ങളുടെ മാനസികാവസ്ഥ വിവരിക്കാൻ പ്രയാസമാണ്. നീന്തൽ വശമായിരുന്നെങ്കിലും തിരകളിൽ അകപ്പെട്ട് ഉഴലുന്ന എനിക്ക് ശ്വാസം വിടാനായില്ല. തിരമാല എന്നെ കരയിലേക്ക് അടിച്ചിട്ടു. പിന്നീട് അതിനോടൊപ്പം തിരിച്ചു മണലിൽ വീഴ്ത്തി. വെള്ളം കുടിച്ച് ഞാൻ അരപ്രാണനായി. പ്രതീക്ഷിച്ചതിലും വേഗം കരയ്ക്കെത്തിയെന്നു കണ്ടപ്പോൾ സർവശക്തിയുമെടുത്ത് കരയിലേക്കോടുവാൻ ഞാൻ ശ്രമിച്ചു. പക്ഷേ, ഒരു ശത്രുവിന്റെ കോപത്തോടെ പിന്നാലെ വന്ന ഒരു വലിയ കുന്നോളം പൊക്കമുള്ള. ഒരു തിരയെ എനിക്കു താങ്ങാനുള്ള ശക്തിയുണ്ടായിരുന്നില്ല. ശ്വാസംപിടിച്ച് നിശ്ചലനായി കിടക്കാമെന്നു തന്നെ കരുതി. തിരമാല തിരിച്ചുപോകുമ്പോൾ എന്നെക്കൊണ്ടുപോകരുതേയെന്ന് ഞാൻ ആഗ്രഹിച്ചു.

പിന്നീടു വന്ന തിരമാല എന്നെ ഇരുപതോ മുപ്പതോ അടിയോളം വെള്ളത്തിലാഴ്ത്തി. സർവശക്തിയുമുപയോഗിച്ച് ഞാൻ കരയിലേക്കു നീന്തി. ശ്വാസംമുട്ടി ചത്തുപോകുമെന്നു തന്നെ കരുതി. പക്ഷേ, അപ്പോഴേക്കും തിരയ്ക്കുമുകളിൽ രണ്ടു സെക്കന്റുനേരം ഞാനെത്തിയിരുന്നു. തിരമാല തിരിച്ചിറങ്ങിയപ്പോൾ വീണ്ടും നിലത്തു കാൽകുത്തി ഞാൻ കരയിലേക്കോടി. പല പ്രാവശ്യമിതാവർത്തിച്ചു. വീണ്ടും തിരമാല എന്നെ കരയിലേക്കു തള്ളി; ഇത്തവണ അവിടെയുണ്ടായിരുന്ന ഒരു പാറയിലേക്കായിരുന്നു. തിരയിറങ്ങിയപ്പോൾ ഞാനവിടെ പിടിച്ചിരുന്നു. ഒന്നിനു പുറകേ ഒന്നായി തിരകൾ ആഞ്ഞടിച്ചുകൊണ്ടിരുന്നു. അവസാനം തിരകളുടെ ശക്തി കുറഞ്ഞു തുടങ്ങി. ഞാൻ വീണ്ടും എഴുന്നേറ്റ് ദൂരത്തേക്ക് ഓടി. പിന്നെ തിരകൾക്ക് എന്നെ തോൽപ്പിക്കാനായില്ല. ഒരുവിധം ഓടി തിരകൾ എത്താത്തിടത്തുള്ള ഒരു പുൽത്തകിടിയിൽ ഞാൻ തളർന്നു വീണു.

അങ്ങനെ കരയിൽ ഞാൻ സുരക്ഷിതനായി കിടന്നു. ഏതാനും മിനിറ്റുകൾക്കു മുമ്പുവരെ രക്ഷപ്പെടുമെന്നുള്ള യാതൊരു പ്രതീക്ഷയുമില്ലാ

തെയിരുന്ന എന്നെ അപകടത്തിൽനിന്നും രക്ഷിച്ച ദൈവത്തിനു ഞാൻ നന്ദി പറഞ്ഞു. മരണത്തിൽനിന്നും രക്ഷപ്പെട്ട ഒരാളിന്റെ ആനന്ദം പറഞ്ഞറിയിക്കാനാവില്ലല്ലോ. ചിന്തയിൽ മുഴുകി കടൽത്തീരത്തുകൂടി ഉയർത്തിപ്പിടിച്ച കൈകളുമായി ഞാൻ നടന്നു. കൂടെയുണ്ടായിരുന്നവരെല്ലാം മുങ്ങി മരിച്ചിരിക്കുന്നു. ഞാൻ മാത്രമാണ് രക്ഷപ്പെട്ടിരിക്കുന്നത്. മൂന്നു നാലു തൊപ്പികളും രണ്ടു ഷൂസും ഒഴുകിവരുന്നതു കണ്ടതല്ലാതെ മറ്റുള്ളവരെക്കുറിച്ചുള്ള ഒരു അടയാളവും എനിക്കു കിട്ടിയില്ല.

തകർന്നു കിടക്കുന്ന കപ്പലിലേക്കു ഞാനൊന്നു കണ്ണോടിച്ചു. അങ്ങകലെ വളരെ അവ്യക്തമായി മാത്രമേ അതിനെ കാണാനാകുന്നുള്ളൂ. അത്രയും ദൂരത്തുനിന്നും എനിക്കെങ്ങനെയാണ് കരയിലെത്താനായതെന്ന് എനിക്കു വിശ്വസിക്കാനേ പറ്റിയില്ല.

ഞാൻ എന്റെ മനസിന് സ്വയം ആശ്വാസം കണ്ടെത്താൻ ശ്രമിച്ചു. ഏതുതരം സ്ഥലത്താണ് താനകപ്പെട്ടിരിക്കുന്നതെന്നറിയാൻ ഞാൻ ചുറ്റും നോക്കി. ഇനിയെന്താണു ചെയ്യേണ്ടതെന്ന് എനിക്കറിയില്ലായിരുന്നു. ഞാൻ വല്ലാതെ ഭയന്നു. എത്ര ഭയാനകമായ മോചനം? ദേഹമാസകലം നനഞ്ഞു കുതിർന്നിരിക്കുന്നു. മാറ്റി ധരിക്കാനായി മറ്റൊന്നില്ല. മാത്രമല്ല, തിന്നാനും കുടിക്കാനും ഒന്നുമില്ല. അതിനു സാധിക്കുമെന്നും തോന്നുന്നില്ല. ഇവിടെക്കിടന്ന് പട്ടിണികിടന്നു ചാകാനോ വന്യമൃഗങ്ങൾക്കിരയാകാനോ ആകും സാധ്യത. വേട്ടയാടാനോ അല്ലെങ്കിൽ ആക്രമിക്കാൻ വരുന്ന ജീവികളെ കീഴ്പ്പെടുത്താനോ ആയുധങ്ങളും ഒന്നും കൈയിലില്ല. ആകെപ്പാടെ ഉള്ളത് ഒരു കത്തിയും ഒരു പുകയിലപൈപ്പും പിന്നെ ഒരു പുകയിലപ്പെട്ടിയും മാത്രമാണ്. ഈ ചിന്തകളെല്ലാം എന്നെ മനോവിഷമത്തിൽ വീണ്ടുമെത്തിച്ചു. ഭ്രാന്തമായി ഞാൻ തീരത്തിലൂടെ ഓടിയലഞ്ഞു. രാത്രിയിൽ ഭീകരജീവികൾ ആക്രമിക്കുമെന്നുള്ള ഭയം എന്നിൽ കനംവച്ചു തുടങ്ങി. മനസിന് ഒരു തരത്തിലും നിയന്ത്രണം കിട്ടുന്നില്ല.

എന്റെ വേദനയ്ക്കുള്ള പരിഹാരം പെട്ടെന്ന് മനസിലെത്തി. ഫിർ പോലെ തഴച്ചുവളരുന്നതും മുള്ളുകളുമുള്ള സമീപത്തെ ഒരു മരത്തിൽ കയറിയിരിക്കാമെന്ന് ഞാൻ തീരുമാനിച്ചു. രാത്രി മുഴുവനും അതിന്റെ മുകളിലിരിക്കാം. മരണത്തെക്കുറിച്ച് പിറ്റേന്നു ചിന്തിച്ചാൽ മതിയല്ലോ. പക്ഷേ, ജീവിക്കാൻ സാധിക്കുമെന്നുള്ള ലക്ഷണങ്ങളൊന്നും ഞാനവിടെ കണ്ടില്ല. കടൽത്തീരത്തു നിന്നും കുടിവെള്ളമന്വേഷിച്ചുകൊണ്ട് ഞാൻ ഒരു ഫർലോങ് ദൂരം നടന്നു. വെള്ളം കണ്ടെത്തുകയും കുറച്ചു വെള്ളം കുടിച്ചശേഷം വിശപ്പുമാറ്റാനായി കുറച്ചു പുകയിലയും വായിലിട്ടശേഷം മരത്തിനു നേരെ ഞാൻ നടന്നു; മരത്തിൽകയറി; ഉറങ്ങിപ്പോയാലും വീണുപോകാത്ത രീതിയിലുള്ള ഒരു മരച്ചില്ലയിൽ ഇരിപ്പുറപ്പിച്ചു. ആത്മരക്ഷയ്ക്കായി ഒരു കൊമ്പുവെട്ടി മൂർച്ച കൂട്ടി സമീപത്തും വച്ചു. ക്ഷീണിച്ചു തളർന്നുപോയിരുന്ന ഞാൻ അറിയാതെ ഉറങ്ങിപ്പോകുകയും ചെയ്തു.

5

വിജനമായ ഒരു ദ്വീപിലെത്തുന്നു

പിറ്റേന്ന് ഉറക്കമുണർന്നപ്പോൾ നല്ല പ്രകാശമായിരുന്നു. നല്ല തെളിഞ്ഞ കാലാവസ്ഥ. കൊടുങ്കാറ്റ് ശാന്തമായിരുന്നു; അതിനാൽ കടലും ശാന്തമായിരുന്നു. രാത്രിയിൽ വീശിയടിച്ചിട്ടുണ്ടായിരുന്ന കാറ്റും തിരയും ഞങ്ങളുടെ തകർന്ന കപ്പലിനെ കരയിൽ എത്തിച്ചു. തീരത്തുനിന്നും മൈലുകൾ അകലെയുള്ള ആ പാറകൾക്കടുത്ത് കപ്പൽ എത്തപ്പെട്ടതിൽ എനിക്ക് അത്ഭുതം തോന്നി. കപ്പൽ നിവർന്നു തന്നെയിരിപ്പുണ്ട്. ആ കപ്പലിൽ കയറാനും അതിനുള്ളിൽ എനിക്ക് ആവശ്യമുള്ളത് വല്ലതും കിട്ടുമോയെന്നു നോക്കാനും എനിക്ക് ആഗ്രഹമുണ്ടായി.

മരത്തിൽനിന്നും ഞാൻ താഴെയിറങ്ങി. ഞാൻ കപ്പലിന്റെ അടുക്കലേക്കു നടന്നു. പക്ഷേ, കുറേ നടന്നപ്പോഴാണ് അരമൈലെങ്കിലും വീതിയുള്ള ഒരു കടലിടുക്കു കടന്നാലേ അവിടെയെത്താനാകൂയെന്നു മനസിലായത്. തൽക്കാലം ഞാൻ ആ ഉദ്യമം ഉപേക്ഷിച്ചുകൊണ്ടു തിരിച്ചു നടന്നു.

ഉച്ചയായപ്പോൾ കടൽ കൂടുതൽ ശാന്തമായി. പക്ഷേ, വേലിയേറ്റം ആരംഭിച്ചപ്പോൾ കരയ്ക്കും കപ്പലിനുമിടയ്ക്കുള്ള അകലം അരമൈലായിക്കുറഞ്ഞു. അതു കണ്ടപ്പോൾ എന്റെ മനോവേദന കൂടി; ഞങ്ങൾ എല്ലാവരും കപ്പലിൽത്തന്നെ ഇരുന്നിരുന്നെങ്കിൽ ഇങ്ങനെയൊരു ദുരന്തം സംഭവിക്കില്ലായിരുന്നു. എന്റെ കണ്ണുകൾ നിറഞ്ഞു. കരഞ്ഞതുകൊണ്ട് ഫലമില്ലെന്നറിയാം. എങ്ങനെയെങ്കിലും കപ്പലിൽ ചെന്ന് എനിക്ക് ആവശ്യമുള്ള എന്തെങ്കിലും കിട്ടുമോയെന്നു നോക്കാം. കൊടും ചൂടായിരുന്നതിനാൽ ഞാൻ വസ്ത്രം ഊരിയെറിഞ്ഞു. തുടർന്ന് നീന്തിക്കൊണ്ട് കപ്പലിനടുത്തു ചെന്നു. കപ്പലിനകത്തു കയറാനാകാതെ രണ്ടുതവണ ഞാൻ അതിനു ചുറ്റും നീന്തി. അപ്പോഴാണ് ഒരുവശത്തു തൂങ്ങിക്കിടക്കുന്ന ഒരു കയർ കണ്ടത്. അതിൽ പിടിച്ചു തൂങ്ങിക്കൊണ്ട് ഞാൻ കപ്പലിനുള്ളിൽ

വല്ല വിധേനയും കയറി. കപ്പലിന്റെ പിൻഭാഗം തകർന്നിരുന്നു. എന്നാൽ മുൻഭാഗത്തു വെള്ളം കയറിയിട്ടുണ്ടായിരുന്നില്ല. അതിനാൽ ഭക്ഷണസാധനങ്ങളൊന്നും നശിച്ചിരുന്നില്ല. ഞാൻ ബ്രഡ്ഡും ബിസ്കറ്റും എടുത്തു കഴിച്ചുകൊണ്ട് അത്യാവശ്യസാധനങ്ങൾ വീണ്ടു പരതി നടന്നു. എനിക്ക് അൽപ്പംപോലും സമയം പാഴാക്കാനുണ്ടായിരുന്നില്ല. ക്യാബിനിലിരിക്കുന്ന റം കണ്ടപ്പോൾ അൽപ്പമെടുത്തു ഞാൻ കുടിച്ചു. ഇനി വേണ്ടത് ഈ അവശ്യസാധനങ്ങൾ മുഴുവൻ കരയ്ക്കെത്തിക്കാനുള്ള ഒരു ബോട്ടാണ്.

ഇല്ലാത്ത ബോട്ടിനെക്കുറിച്ചാലോചിച്ചിട്ടു കാര്യമില്ലല്ലോ. കപ്പലിൽ ഉണ്ടായിരുന്ന പാമരത്തിന്റെ നാലു കഷണങ്ങൾ കയറുകൊണ്ട് കൂട്ടിക്കെട്ടിയശേഷം, അതിനു മുകളിൽ പലകകൾ കുറുകെ നിരത്തി ഒരു ചങ്ങാടമുണ്ടാക്കി. ഇതുണ്ടാക്കാൻ എനിക്കു വളരെ നേരം വേണ്ടിവന്നിരുന്നു. എന്തായാലും എനിക്കാവശ്യമായ സാധനങ്ങൾ താങ്ങാനുള്ള ശേഷി ആ ചങ്ങാടത്തിനുണ്ടാകുമെന്ന് ഞാൻ ഉറപ്പാക്കി. തുടർന്ന് ഒന്നു രണ്ടു വലിയ പെട്ടികളിൽ റൊട്ടിയും അരിയും മറ്റു ധാന്യങ്ങളും പാൽക്കട്ടിയും ഉണക്കിയ ഇറച്ചിയും ഒക്കെ നിറച്ചു വച്ചു. ധാന്യം മിക്കവയും എലികൾ തിന്നിരുന്നു. റാക്കു നിറച്ച അഞ്ചോ ആറോ വീപ്പകളും ഉണ്ടായിരുന്നു. അവയും ഞാൻ എടുത്തുവച്ചു. ഈ അവസരത്തിൽ ഉണ്ടായ കടലിലെ വേലിയേറ്റം ഞാൻ ഊരിവച്ചിരുന്ന വസ്ത്രങ്ങളെ ഒലിപ്പിച്ചു കൊണ്ടുപോകുന്നത് ഞാൻ കണ്ടു. ഞാൻ വീണ്ടും സാധനങ്ങൾ ശേഖരിച്ചുകൊണ്ടിരുന്നു. പെട്ടെന്നാണ് ആശാരിപ്പെട്ടി കണ്ടത്. ആ പെട്ടിയിലെ പണിസാധനങ്ങൾ എന്നെ സംബന്ധിച്ചിടത്തോളം ഒരു കപ്പൽ നിറയെ ലഭിക്കുന്ന സ്വർണത്തേക്കാൾ വിലയേറിയതായിരുന്നു. തുടർന്ന് ആയുധങ്ങൾ ഞാൻ ശേഖരിച്ചു. വാളും കോടാലിയും ചുറ്റികയും രണ്ടു തോക്കുകളും കുറച്ചു വെടിമരുന്നും ഒക്കെ ഞാൻ എടുത്തുവച്ചു. പിന്നെ കുടിവെള്ളവും എല്ലാം ചങ്ങാടത്തിൽ കയറ്റിവച്ചപ്പോഴാണ് തുഴയുടെ പ്രശ്നം എനിക്കുണ്ടായത്.

കടൽ ശാന്തമായിരുന്നു. വേലിയേറ്റമുണ്ടായിരുന്നതിനാൽ ജലനിരപ്പും ഉയർന്നു. കാറ്റാകട്ടെ കരയിലേക്കു വീശുന്നവിധത്തിലും. എല്ലാംകൊണ്ടും ചങ്ങാടം നീക്കാൻ പറ്റിയ സാഹചര്യം. ഭാഗ്യത്തിന് ഒന്നു രണ്ട് ഒടിഞ്ഞ തുഴകളും കിട്ടി. ചങ്ങാടം ഒരുവിധത്തിൽ സാധനങ്ങളുമായി കരയിലെത്തി.

ഞാൻ എത്തിച്ചേർന്ന ഭൂഭാഗമേതെന്നറിയാനും താമസിക്കാനായി പറ്റിയ ഒരു സ്ഥലം കണ്ടെത്താനുമായി എന്റെ അടുത്ത ഉദ്യമം നീങ്ങി. എങ്കിലേ എന്റെ സാധനസാമഗ്രികളൊക്കെ സൂക്ഷിച്ചുവയ്ക്കാനാകൂ. ഇതൊരു ഭൂഖണ്ഡമാണോ ദ്വീപാണോ മനുഷ്യവാസമുണ്ടോ ഇല്ലയോ, വന്യമൃഗങ്ങളുണ്ടാകുമോ എന്നൊക്കെയറിയണം. ഞാൻ നിന്നിടത്തു നിന്നും ഉദ്ദേശം ഒരുമൈലകലെ ഒരു കുന്ന് ഉയർന്നു നിൽക്കുന്നത് ഞാൻ കണ്ടു. അതിന്റെ നെറുകയിൽ കയറിയാൽ എല്ലാം കാണാനാകും. ആത്മരക്ഷയ്ക്കായി ഒരു തോക്കും കുറച്ചു വെടിമരുന്നും കൈയിൽ കരുതി

ക്കൊണ്ട് ഞാൻ കുന്നു ലക്ഷ്യമാക്കി നടന്നു. വളരെ സാഹസത്തോടെ തന്നെ ആ ചെങ്കുത്തായ മലയുടെ മുകളിൽ ഞാൻ കയറി ചുറ്റും നോക്കി. ഒറ്റപ്പെട്ട ഒരു ദ്വീപിലാണ് ഞാൻ അകപ്പെട്ടിരിക്കുന്നതെന്ന് എനിക്കു മനസിലായി. വളരെ ദൂരെ കടലിൽ കുറച്ചു പാറക്കെട്ടുകളും ഉയർന്നു നിൽക്കുന്നു. വീണ്ടും അങ്ങകലെ രണ്ടു ചെറിയ ദ്വീപുകൾ വേറെയും.

അതൊരു ഊഷര ഭൂമിയാണെന്ന് എനിക്കു മനസിലായി. മനുഷ്യവാസമില്ലെന്ന് ഉറപ്പാണ്. പക്ഷേ, വന്യമൃഗങ്ങളുടെ കാര്യം പറയാൻ വയ്യ. ഏതിനത്തിൽപ്പെട്ടവയെന്നറിയില്ല, കുറേ പക്ഷികളെയും ഞാൻ കണ്ടു. കുറച്ചു കഴിഞ്ഞ് ഞാൻ ആ കുന്നിറങ്ങി വന്നുതുടങ്ങിയപ്പോഴാണ് മരക്കൊമ്പിലിരിക്കുന്ന ഒരു പക്ഷിയെ കണ്ടത്. ഞാനതിനെ വെടിവച്ചിട്ടു. ഭൂമിയുടെ സൃഷ്ടിക്കുശേഷം അവിടെ മുഴങ്ങിയ ആദ്യത്തെ വെടിയൊച്ചയാവുമത്. ഒച്ചകേട്ട് ഒരുപറ്റം പക്ഷികൾ ചിലച്ചുകൊണ്ട് ആകാശത്തേയ്ക്കുയർന്നു പൊങ്ങി. അതിന്റെ നിറവും ചുണ്ടുമൊക്കെ ഒരു കഴുകനെപ്പോലെ സാമ്യമുള്ളതായി എനിക്കു തോന്നിയപ്പോൾ അതിന്റെ മാംസത്തെ ഭക്ഷണമാക്കാൻ എനിക്കു സാധിച്ചില്ല.

ഞാൻ ചങ്ങാടത്തിനടുത്തു മടങ്ങിയെത്തി. അതിലെ സാധനങ്ങളൊക്കെ കരിയിലടുക്കിവച്ചു. ഇനി ഉറങ്ങാനൊരു സ്ഥലം കണ്ടെത്തണം. തറയിലുറങ്ങാൻ എനിക്കു ഭയമായിരുന്നു. പെട്ടികളും പലകകളും കൊണ്ട് വൃത്തത്തിലൊരു വേലിയുണ്ടാക്കിയശേഷം അതിന്റെ മധ്യത്തിൽ ഞാൻ കിടന്നു. എന്നാൽ വന്യജീവികളെക്കുറിച്ചുള്ള എന്റെ ഭയം അസ്ഥാനത്തായിരുന്നുയെന്ന് പിന്നീടാണെനിക്കു മനസിലായത്; കാരണം അവിടെ ഒരൊറ്റ വന്യമൃഗം പോലുമുണ്ടായിരുന്നില്ല. ഞാൻ പക്ഷിയെ വെടിവെച്ചിട്ട സ്ഥലത്ത് മുയലുകളെന്നു തോന്നുന്ന രണ്ടോ മൂന്നോ ജീവികൾ ഓടിമറയുന്നത് ഞാൻ കണ്ടിരുന്നു; വേറൊരു ജീവിയേയും ഞാനവിടെ കണ്ടിരുന്നില്ല.

ഒരുതവണകൂടി കപ്പലിൽ പോയാലോയെന്ന് ഞാൻ കരുതി. ഉപയോഗപ്രദമായ പല സാധനങ്ങളും ഇനിയും കപ്പലിൽ ഉണ്ടാകാം. ഇനിയുമൊരു കാറ്റു വന്ന് കപ്പലിനെ തകർക്കുന്നതിനുമുമ്പ് അവയെല്ലാം കരയിലെത്തിക്കണം. ഞാൻ കപ്പലിൽ വീണ്ടും ചെന്നു.

ഇത്തവണ രണ്ടുമൂന്നു ബാഗു നിറയെ ആണി, മറ്റു മരപ്പണി ആയുധങ്ങൾ, അരകല്ല്, വെടിയുണ്ടകൾ, തൂക്കുതൊട്ടിൽ, ഗൃഹോപകരണങ്ങൾ, വസ്ത്രങ്ങൾ, ഒക്കെ ഞാൻ ചങ്ങാടത്തിൽ നിറയെ കയറ്റി വച്ചു. വളരെ സുരക്ഷിതത്വത്തോടെ അവയെ കരയിലെത്തിക്കുകയും ചെയ്തു. ഞാൻ നേരത്തെ കരയിലെത്തിച്ചിരുന്ന സാധനങ്ങളൊന്നും അപ്പോൾ നഷ്ടപ്പെട്ടിരുന്നില്ല. ദ്വീപിൽ മോഷ്ടാക്കളൊന്നുമില്ലെന്ന കാര്യത്തിൽ വീണ്ടുമെനിക്കു സന്തോഷമുണ്ടായി. അപ്പോഴാണ് സാധനത്തിനരികിൽ കാട്ടുപൂച്ചയെന്നു തോന്നുന്ന ഒരു കൊച്ചു മൃഗം ഇരിക്കുന്നത് കണ്ടത്. ഞാൻ അതിന്റെ അടുത്തു ചെന്നപ്പോൾ അതവിടെ നിന്നും ഓടിപ്പോയി. കുറച്ചു ദൂരം ചെന്നശേഷം അതു നിന്നുകൊണ്ട് എന്നെ തുറിച്ചു നോക്കി. എന്നോടൊപ്പം കൂട്ടുകൂടാനുള്ള ആഗ്രഹം അതിനുള്ളതുപോലെ. തോക്കുചൂണ്ടി

പേടിപ്പിക്കാമെന്ന് എനിക്കു തോന്നി. തോക്കെന്തെന്നറിയാത്ത ആ ജീവി ഒരു കൂസലുമില്ലാതെ നിന്നു. അപ്പോൾ ടിന്നിലുണ്ടായിരുന്ന ഒരു ബിസ്കറ്റു കഷണം അതിനു നേരെ ഞാൻ നീട്ടി എറിഞ്ഞുകൊടുത്തു. അത് ബിസ്കറ്റിനരികിൽ വന്ന് മണം പിടിച്ചശേഷം, കടിച്ചെടുത്തു തിന്നു തീർത്തു. വീണ്ടും കിട്ടാനെന്നോണം അതെന്നെ നോക്കി. പക്ഷേ, അതിനു കൊടുത്തുതീർക്കാനുള്ള ഭക്ഷണമല്ലല്ലോ അത്. വീണ്ടും ഭക്ഷണം കിട്ടാതെവന്നപ്പോൾ ആ ജീവി അവിടം വിട്ടു.

വീണ്ടും പലതവണ ഞാൻ ചങ്ങാടത്തിൽ കയറി കപ്പലിൽ ചെന്നു സാധനങ്ങൾ കൊണ്ടുവന്നു. പതിമൂന്നു ദിവസങ്ങൾ പിന്നിട്ടപ്പോൾ പതിനൊന്നു തവണ സാധനങ്ങൾ ശേഖരിക്കാൻ ഞാൻ കപ്പലിൽ പോയിരുന്നു. എന്നിട്ടും തികയാതെ ഞാൻ പന്ത്രണ്ടാം തവണയും കപ്പലിലേക്കു പോയി. കാലാവസ്ഥ ശാന്തമായി. ഇനിയും ഈ രീതിയിൽ തുടരുകയാണെങ്കിൽ കപ്പൽ തന്നെ തുണ്ടുതുണ്ടായി വെട്ടിയെടുത്തു കരയിലെത്തിക്കണമെന്ന മോഹവും എനിക്കുണ്ടായി. പന്ത്രണ്ടാംതവണ അതു ചെയ്യാൻ ഞാൻ നീന്തിയവിടേക്കു ചെന്നു. അപ്പോഴാണ് കാറ്റിനു ശക്തി കൂടാൻ തുടങ്ങിയത്. കപ്പലിനെ തുണ്ടുതുണ്ടാക്കാൻ തുടങ്ങുന്നതിനു മുമ്പ് വേറെയെന്തെങ്കിലുമുണ്ടോയെന്ന് ഒരു അവസാന തിരച്ചിൽ നടത്തിയപ്പോഴാണ് പൂട്ടോടുകൂടിയ ഒരു മേശ എന്റെ ശ്രദ്ധയിൽപ്പെട്ടത്. ഒരു ഡ്രായർ പൊളിച്ചു തുറന്നു നോക്കിയപ്പോൾ രണ്ടു മൂന്നു ബ്ലേഡുകളും ഒരു കത്രികയും പത്തോ പന്ത്രണ്ടോ കത്തിയും മുള്ളും ഇരിക്കുന്നതു കണ്ടു. മറ്റേ അറയിൽ മുപ്പത്തിയാറു പൗണ്ട് വിലവരുന്ന പണവും യൂറോപ്യൻ പണവും ബ്രസിൽസ് പണവും അതിലുണ്ടായിരുന്നു; വെള്ളിയും സ്വർണവും ഒപ്പമുണ്ടായിരുന്നു.

ആ പണം കണ്ട് ഞാൻ ചിരിച്ചു പോയി. അതുകൊണ്ട് എന്തു പ്രയോജനമാണെനിക്ക്? ഇതിൽ ഒരു കത്തിക്ക് ഈ പണത്തിന്റെ ഒരു കൂനയേക്കാൾ വിലയുണ്ടല്ലോ. ഇതിനെ എനിക്ക് ഉപയോഗിക്കാൻ പറ്റില്ല. ഇത് ഇരുന്നിടത്തുതന്നെ ഇരുന്നോട്ടെ. രക്ഷപ്പെടുത്താൻ മാത്രം വിലയില്ലാത്ത ജീവൻപോലെ ഇതു കടലിൽത്തന്നെപ്പോയ്ക്കോട്ടെ. ഞാനതു വാരിയെടുത്ത് കടലിലേക്കെറിഞ്ഞു. പെട്ടെന്നാണ് എനിക്കു വീണ്ടുവിചാരമുണ്ടായത്. ബാക്കിയുള്ള നാണയങ്ങൾ ഞാൻ ഒരു കീറത്തുണിയിൽ പൊതിഞ്ഞെടുത്തു. മറ്റൊരു ചങ്ങാടംകൂടി ഉണ്ടാക്കാമെന്നു ഞാൻ ചിന്തിച്ചു. പെട്ടെന്ന് ആകാശമിരുണ്ടു. കാറ്റു വീശി - വളരെപ്പെട്ടെന്നു തന്നെ കാറ്റ് ശക്തമായി. പുതിയൊരു ചങ്ങാടമുണ്ടാക്കിക്കൊണ്ടിരുന്നു സമയം കളയാതെ എത്രയും വേഗം നീന്തിത്തന്നെ കരപറ്റുന്നതാണ് നല്ലതെന്ന് എനിക്കു തോന്നി. അല്ലെങ്കിൽ എനിക്കു കരയിലെത്താൻ പറ്റിയില്ലെങ്കിലോ? ഞാൻ കടലിലേക്ക് എടുത്തു ചാടി. കടലിടുക്കു നീന്തി കരയിലെത്തി.

സാധനങ്ങളുടെ ഭാരംകൊണ്ടും കാറ്റിന്റെയും തിരമാലയുടെയും കാഠിന്യംകൊണ്ടും വളരെ പ്രയാസപ്പെട്ടാണ് ഞാൻ കരയിൽക്കയറിയത്.

ഞാനെന്റെ ചെറിയ കൂടാരത്തിലെത്തി. എന്റെ പണം മുഴവൻ സുര

ക്ഷിതമായി ഞാൻ നിരത്തി വച്ചു. തുടർന്ന് ഉറങ്ങാൻ കിടന്നു. രാത്രി മുഴുവൻ കാറ്റ് ശക്തമായി വീശിയടിച്ചു. പിറ്റേന്നു രാവിലെ എഴുന്നേറ്റു നോക്കിയപ്പോൾ കപ്പലിനെ കാണാനില്ലായിരുന്നു. ഞാൻ അത്ഭുതപ്പെട്ടു. എനിക്ക് ഉപയോഗപ്രദമായ എല്ലാ സാധനസാമഗ്രികളും നേരത്തെ അതിൽ നിന്നെടുത്തുകൊണ്ടുപോന്നിരുന്നതിനാൽ എനിക്കു വിഷമമുണ്ടായില്ല. ഇനിയവിടെ കപ്പലുണ്ടായിരുന്നാലും എനിക്കൊന്നും കൊണ്ടുവരാനുണ്ടാകുമായിരുന്നില്ല.

കപ്പലിനെക്കുറിച്ച് കൂടുതലൊന്നും ഞാൻ പിന്നീട് ചിന്തിച്ചില്ല. കപ്പലിന്റെ ചില ഭാഗങ്ങൾ - തകർന്നത് - കരയിൽ കിടപ്പുണ്ടായിരുന്നു. പക്ഷേ, അവയൊന്നും എനിക്ക് ഉപയോഗമുള്ളവയല്ല.

എന്റെ പിന്നീടുള്ള ചിന്ത, അവിടെ പ്രാകൃതമനുഷ്യരോ വന്യജീവികളോ ഉണ്ടെങ്കിൽ അവയിൽനിന്നും എങ്ങനെ രക്ഷപ്പെടണമെന്നതിനെക്കുറിച്ചായിരുന്നു. എങ്ങനെ വേണം ആ മൃഗങ്ങളെ നേരിടേണ്ടത്? ഏതുതരം വീടാണ് ഞാൻ നിർമിക്കേണ്ടത്? ഭൂമിക്കടിയിൽ ഗുഹ നിർമിക്കണമോ? അതോ കൂടാരം വേണോ? എല്ലാം ഞാൻ ഗാഢമായി ചിന്തിച്ചു. അവസാനം ഗുഹയും കൂടാരവും രണ്ടും ഉണ്ടാകുന്നതാണ് ഉചിതമെന്നു എനിക്കു തോന്നി. എന്റെ തീരുമാനം ഇവിടെ വിവരിക്കാതിരിക്കുന്നത് അനുചിതമാണ്.

ഇപ്പോഴത്തെ താവളം കടൽത്തീരത്ത് വെള്ളംകെട്ടി നിൽക്കുന്ന ഭാഗമായിരുന്നു. അതു സ്ഥിരതാമസത്തിനു യോജിച്ചതായിരുന്നില്ല. ശുദ്ധജലം കിട്ടാൻ പ്രയാസം. അതുകൊണ്ട് ആരോഗ്യകരമായ കൂടുതൽ നല്ല സ്ഥലം വേണം. സൂര്യന്റെ കടുത്ത ചൂടിൽനിന്നും രക്ഷ ലഭിക്കുന്ന വീടായിരിക്കണം. നരഭോജികളിൽനിന്നും വന്യമൃഗങ്ങളിൽനിന്നും സംരക്ഷണം ലഭിക്കുകയും വേണം. കടലിൽനിന്നും വളരെ അകലെയാകാനും പാടില്ല; ദൈവഹിതത്താൽ ഏതെങ്കിലും കപ്പലുകൾ ആ വഴിക്കു വന്നാൽ രക്ഷപ്പെടാനുള്ള അവസരം നഷ്ടമാകാനും പാടില്ല; രക്ഷപ്പെടാനുള്ള ആ മോഹം ഞാനപ്പോഴും ഉപേക്ഷിച്ചില്ല.

ഉചിതമായ ഒരു സ്ഥലമന്വേഷിച്ചു ഞാൻ നടന്നു. അവസാനം കുന്നിൻ ചരിവിലെ ഒരു സമതലം ഞാൻ കണ്ടെത്തി. സമതലത്തിലേക്ക് ഒരു മേൽക്കൂരപോലെ ചരിഞ്ഞുനിന്ന ഒരു ചെറിയ കുന്നിൻപുറമായിരുന്നു അത്. അതിനാൽ മുകളിൽ നിന്നൊന്നും എന്റെ പുറത്തേക്കു വന്നു വീഴാനിടയില്ല. പാറയുടെ മറുഭാഗം ഒരു ഗുഹാമുഖമാണ്; പക്ഷേ അതിനുള്ളിലേക്ക് ഗുഹയൊന്നുമില്ല. ഈ ഗുഹാമുഖത്തിനു മുന്നിലുള്ള സമതലത്തിൽ വീടു പണിയാൻ ഞാൻ തീരുമാനിച്ചു. നൂറുവാര വീതിയും ഇരുന്നൂറുവാര നീളവും ഈ സമതലപ്രദേശത്തിന് ഉണ്ടാകും. പച്ചപ്പരവതാനിപോലെ സമുദ്രതീരത്തിലേക്ക് ചരിഞ്ഞ് അതു കിടക്കുന്നു. തീരത്തെത്തുമ്പോൾ കുണ്ടും കുഴിയുമാണ്. ഇവിടെ കുന്നിന്റെ വടക്കു പടിഞ്ഞാറുഭാഗത്തായതിനാൽ സൂര്യാഘാതത്തിൽനിന്നും രക്ഷപ്പെടാം.

കുടിൽ നിർമിക്കാൻ തുടങ്ങുന്നതിനു മുമ്പേ ഞാനൊരു പ്ലാനുണ്ടാക്കി. ഗുഹാമുഖത്തിനു മുമ്പിൽ ഇരുപതടി വ്യാസമുള്ള ഒരു അർധ

വൃത്താകൃതി ഞാൻ വരച്ചു. ഇതിന്റെ അതിരുചേർന്ന് ഉറപ്പുള്ള കുറ്റികൾ രണ്ടുവരികളായി അടിച്ചു താഴ്ത്തി വേലിയുണ്ടാക്കി. അഞ്ചരയടി ഉയരമുള്ള കുറ്റിയുടെ അഗ്രം കൂർത്തിരിക്കുന്നതുകൊണ്ട് മനുഷ്യർക്കോ മറ്റു ജീവികൾക്കോ അതിക്രമിച്ചു കടക്കാനാവില്ല. തുടർന്ന് കപ്പലിൽ നിന്നും കൊണ്ടുവന്ന കമ്പിക്കഷണങ്ങൾ കുറ്റികളിൽ ചുറ്റിക്കെട്ടി ശക്തമായ ഒരു വേലിയാക്കി മാറ്റി. ഇതുണ്ടാക്കിയെടുക്കാൻ ഒരുപാടു സമയവും പ്രയത്നവും എനിക്കു വേണ്ടിവന്നു.

വാതിൽ വഴിയല്ല വേലിക്കുള്ളിൽ കടക്കേണ്ടത്; ഒരു ചെറിയ കോണിലൂടെയായിരുന്നു. അകത്തുകയറിയശേഷം ആ കോണി ഉയർത്തിയെടുക്കാം. അങ്ങനെ ഒരു കോട്ടയ്ക്കകത്തെന്നപോലെ ഞാൻ സുരക്ഷിതനാകും. അങ്ങനെ പുറംലോകത്തെ മാറ്റി നിർത്തി സ്വസ്ഥമായും സുരക്ഷിതമായും ഞാനുറങ്ങി. അല്ലെങ്കിൽ എനിക്കുറങ്ങാനാവില്ലായിരുന്നു. അവിടെ ശത്രുക്കളൊന്നും ഇല്ലാതിരുന്നതിനാൽ ഇവയുടെ ഒരാവശ്യവുമുണ്ടായിരുന്നില്ലെന്ന് പിന്നീടാണെനിക്കു മനസിലായത്.

6

വിരസതയാർന്ന ഒരേകാന്തവാസം

കെട്ടിയുയർത്തിയ വേലിക്കുള്ളിൽ അഥവാ കോട്ടയ്ക്കുള്ളിൽ എന്റെ എല്ലാ സമ്പത്തും ഭക്ഷണസാധനങ്ങളും ആയുധങ്ങളും എല്ലാം വളരെ കഷ്ടപ്പെട്ട് ഞാൻ ചുമന്നുകൊണ്ടുവച്ചു. വർഷത്തിൽ ഒരു കാലം മഴ ശക്തമായി എത്തുമെന്നുള്ളതിനാൽ, സാധനങ്ങൾ നനയാതെ വയ്ക്കാനായി മറ്റൊരു വലിയ കുടിലും നിർമിക്കാൻ ഞാൻ തീരുമാനിച്ചു. പക്ഷേ ഒന്നല്ല രണ്ടെണ്ണം ഞാൻ നിർമിച്ചു; ഒന്നു വലുതും മറ്റേത് ചെറുതും. ഒന്നിനകത്ത് മറ്റൊന്നെന്ന രീതിയിൽ; കപ്പലിൽനിന്നും എടുത്തുകൊണ്ടുവച്ചിരുന്ന ടാർപോളിൻ കൊണ്ടതു ഞാൻ നന്നായി അതിനെ മൂടി; ഇനി ഒരു സാധനവും നനയില്ല തന്നെ.

പുതിയ കുടിലിനുള്ളിൽ കപ്പലിൽ നിന്നെടുത്ത സഹയാത്രികന്റെ തൊട്ടിലും കെട്ടിത്തൂക്കി; അതിലാണ് ഞാൻ പിന്നീടുറങ്ങിയത്. തുടർന്ന് കുടിലുണ്ടാക്കിയപ്പോൾ വെട്ടിയിളക്കി മാറ്റിയിരുന്ന മണ്ണ് വേലിക്കുള്ളിൽ നന്നായി നിരത്തിയിട്ടു. ഒന്നരയടിയോളം കനത്തിൽ മണ്ണു നിരത്തിയപ്പോൾ അവിടം ഒരു ടെറസുപോലെ ഉയർന്നുനിന്നു. അങ്ങനെ കുടിലിനു പിന്നിലുള്ള ഗുഹയെ ഞാൻ കലവറയാക്കി മാറ്റുകയും ചെയ്തു.

ഇതൊക്കെ ചെയ്യുവാൻ എനിക്കു കഠിനാധ്വാനവും വളരെ നാളും വേണ്ടിവന്നു. അങ്ങനെയിരിക്കെ ഒരുദിവസം കൂടാരത്തിനുള്ളിലിരുന്ന വെടിമരുന്ന് രൂക്ഷമായ മഴയിലുണ്ടായ മിന്നലേറ്റ് തീ പിടിച്ചു തുടങ്ങിയതു പോലെ എനിക്കുതോന്നി, ഞാൻ ഭയന്നു പോയി. എന്നാൽ മഴയടങ്ങിയപ്പോൾ തന്നെ കുന്നിൻചുവടു തുരന്ന് ഒരറയുണ്ടാക്കുകയും അതിനുള്ളിൽ ചെറിയ ചെറിയ പൊതികളായി വെടിമരുന്ന് വയ്ക്കുകയും ചെയ്തു; അങ്ങനെ വച്ചാൽ ഒറ്റയടിക്ക് എല്ലാ വെടിമരുന്നും കത്തി നശിക്കില്ലല്ലോ. അതായിരുന്നു എന്റെ സമാധാനം.

ഈ ദിവസങ്ങളിൽ പകൽ ഒരു പ്രാവശ്യമെങ്കിലും ഞാൻ തോക്കു

മായി പുറത്തു പോകുമായിരുന്നു. ഭക്ഷണത്തിനായി ഏതെങ്കിലും മൃഗങ്ങളെക്കാണുമെങ്കിൽ അവയെ വേട്ടയാടാനും, ദ്വീപിലെ വിഭവങ്ങൾ എന്തൊക്കെയാണെന്ന് അറിയാനും വേണ്ടിയായിരുന്നു അത്. ആദ്യതവണ പോയപ്പോൾത്തന്നെ അവിടെ ആടുകൾ ഉള്ളതായി ഞാൻ കണ്ടു. അതെനിക്കു വലിയ സംതൃപ്തി നൽകി. പക്ഷേ, നിർഭാഗ്യവശാൽ അവ എളുപ്പത്തിൽ ഇണങ്ങുന്നവയായിരുന്നില്ല. എന്നെക്കണ്ടപാടെ അവ ഓടിക്കളയുകയാണുണ്ടായത്. പക്ഷേ, ഞാൻ അതിൽ നിരാശനായില്ല. മേഞ്ഞുനടക്കുന്ന അവയുടെ കാൽപ്പാടുകൾ നോക്കി വെടിവെച്ചിടാനായി ഞാൻ നടന്നു തുടങ്ങി. രക്ഷയുണ്ടായില്ല. അങ്ങനെയിരിക്കെ ഒരു കാര്യം എനിക്കു ബോധ്യമായി. അവറ്റകൾ പാറയുടെ മുകളിലായിരിക്കുമ്പോഴാണ് എന്നെക്കാണുമ്പോൾ ഭയന്നോടുന്നത്. എന്നാൽ ഞാൻ പാറയുടെ മുകളിലും അവറ്റകൾ താഴ്‌വാരത്തിലുമായിരിക്കുമ്പോൾ അവ ഓടിപ്പോകുന്നില്ല. അതിൽനിന്നും എനിക്കൊരുകാര്യംകൂടി മനസിലായി; അവയുടെ ദൃഷ്ടി എപ്പോഴും താഴേക്കാണെന്നും, മുകളിലുള്ളവയെ അവറ്റകൾക്ക് കാണാൻ പ്രയാസമാണെന്നും.

അങ്ങനെ ഞാൻ ആടുകൾ കാണാതെ ഒരു പാറയുടെ മുകളിൽ കയറി നിന്നു. ആടുകളുടെ ഇടയിലേക്ക് ഞാൻ ആദ്യമായി ഒരു വെടിയുണ്ട പായിച്ചു. പക്ഷേ, വെടിയേറ്റത് മുലകുടിപ്പിച്ചു നിന്ന ഒരു പെണ്ണാടിന്റെ ശരീരത്തിലാണ്. അതു തികച്ചും എന്നെ വേദനിപ്പിച്ചു. പെണ്ണാട് പിടഞ്ഞു വീണു ചത്തപ്പോൾ കുഞ്ഞാട് അവിടെത്തന്നെ നിന്നു. കൂട്ടത്തിലുണ്ടായിരുന്ന മറ്റാടുകൾ എങ്ങോട്ടോ ചിതറിയോടി. വെടിയേറ്റയാടിനെ ചുമലിലേറ്റിക്കൊണ്ട് ഞാൻ നടന്നു. കുഞ്ഞും കൂടെ നടന്നു വന്നു. കുടിലിലെത്തിയപ്പോൾ അതിനു വെള്ളവും ഭക്ഷണവും നൽകി; പക്ഷേ അതൊന്നും കഴിച്ചില്ല. ഭക്ഷണമൊന്നും കഴിക്കാത്ത അതിനെ ഇണക്കിയെടുക്കാൻ സാധിക്കില്ലെന്നു വന്നപ്പോൾ എനിക്കതിനെ കൊല്ലേണ്ടി വന്നു.

അമ്മയാടിന്റെയും കുഞ്ഞാടിന്റെയും ആഹാരം കുറച്ചു ദിവസത്തേക്കുണ്ടായിരുന്നതിനാൽ കപ്പിലിലുണ്ടായിരുന്ന ബ്രഡും മറ്റും ലാഭിക്കാനായി. തുടർന്നുള്ള ദിവസങ്ങളിൽ തീ കൂട്ടാനുള്ള സ്ഥലവും അതിനുള്ള വിറകുകളും ഞാൻ ഒരുക്കി. ഇനി മുതൽ ഞാനെന്റെ ശരീരത്തെയും കൂടി നോക്കേണ്ടതുണ്ടല്ലോ.

പക്ഷേ, എന്റെ അവസ്ഥ പരിതാപകരമാണെന്ന് എനിക്ക് മനസിലായി. ശക്തമായ കൊടുങ്കാറ്റുണ്ടായതുമൂലമാണല്ലോ ഞാൻ ഇവിടെ എറിയപ്പെട്ടത്. യാത്രാലക്ഷ്യവും തെറ്റിയിരുന്നു. നൂറുകണക്കിനു മൈലുകൾക്കപ്പുറമുള്ള മനുഷ്യവാസമില്ലാത്ത ഈ ദ്വീപിൽ ഞാൻ എത്തേണ്ടത് ദൈവനിശ്ചയമായിരിക്കും. ഒറ്റയ്ക്ക് നിസ്സഹായനായി ശിഷ്ടജീവിതം കഴിച്ചുകൂട്ടിയേ മതിയാകൂ. ഒക്കെ ആലോചിച്ചപ്പോൾ കണ്ണീർ ധാരധാരയായൊഴുകി. ചിലപ്പോൾ ശബ്ദം പുറപ്പെടുവിച്ചു വിതുമ്പുകയും ചെയ്തു. ദൈവമെന്തിനാണ് സ്വന്തം സൃഷ്ടികളെ ഇങ്ങനെ നശിപ്പിക്കുന്നത്; എന്തിനാണ് ഇത്തരത്തിൽ കഷ്ടപ്പാടും ദുരിതവും കൊടുക്കുന്നത്? എന്തി

നാണീ ദ്രോഹം?

വീണ്ടും ചോദ്യങ്ങൾ എന്നിൽ തലപൊക്കിക്കൊണ്ടിരുന്നു. എന്തു നന്നായിട്ടാണ് എനിക്ക് ഭക്ഷണം കഴിച്ചിവിടെ ജീവിക്കാനാകുന്നത്. ആദ്യം തകർന്നു കിടന്ന സ്ഥലത്തു നിന്നും ആ കപ്പൽ കരയ്ക്കടുത്തെത്തിയതും, അതിൽനിന്നും എനിക്കെല്ലാം എടുക്കാനായതുമെങ്ങനെയാണ്? കരയിൽ കയറിയ എനിക്ക് ഒന്നും ലഭിക്കാതിരുന്നെങ്കിലോ? തോക്കും ആയുധങ്ങളും ഉപകരണങ്ങളും വസ്ത്രങ്ങളും കിടക്കയും കൂടാരവും മറ്റ് അവശ്യ വസ്തുക്കളും എനിക്കു കിട്ടാതിരുന്നെങ്കിലോ? ഒക്കെ ചിന്തിക്കുമ്പോൾ വിധി എന്നോടു കരുണതന്നെയാണ് കാണിച്ചതെന്ന് എന്റെ യുക്തി സമ്മതിച്ചു. അല്ലെങ്കിൽത്തന്നെ അന്നത്തെ മഴയിലെ മിന്നലിൽ ഒറ്റ സ്ഫോടനത്തിൽത്തന്നെ ആ വെടിമരുന്നുകൾ മുഴുവൻ കത്തിയമർന്നിരുന്നെങ്കിലോ?

എന്തൊക്കെയായാലും ഈ ഊഷരഭൂമിയിൽ നിശ്ശബ്ദജീവിതത്തിനായി ഞാൻ പ്രവേശിച്ചു കഴിഞ്ഞു. ഈ ഭീകരദ്വീപിൽ കാൽകുത്തിയത് സെപ്തംബർ 30 നായിരുന്നു. ഒരു ശരത്‌വിഷുവദിനത്തിൽ സൂര്യൻ എന്റെ തലയ്ക്കു മുകളിലെത്തിയ നേരം! ഇനിയെല്ലാത്തിനും ഒരു കണക്കു വേണം; തുടക്കം മുതലുള്ളത്; എന്നിട്ട് ക്രമമായി ആ കണക്കും തീയതിയും സൂക്ഷിക്കുകയും വേണം. ഞാൻ തീരുമാനിച്ചുറച്ചു.

7

ദിവസമറിയുന്നതിന് ഒരു പുതിയരീതി

ആ ഭീകരദ്വീപിൽ വന്നിട്ട് പത്തുപന്ത്രണ്ടു ദിവസങ്ങൾ കഴിഞ്ഞു. ആവശ്യത്തിനു പേനയും ബുക്കും മഷിയുമൊന്നുമില്ലാത്തതിനാൽ ദിവസങ്ങളുടെ കണക്കു കുറിച്ചുവയ്ക്കാതെ ഒക്കെ മറന്നുപോകുമെന്ന് തോന്നി. സാബത്തു ദിവസങ്ങളും പ്രവൃത്തി ദിവസങ്ങളും ഞാൻ മറന്നു പോയി. എന്നാൽ മറവി ഒഴിവാക്കാനായി ഞാനൊരു കാര്യം ചെയ്തു. ഒരു തൂണിൽ കുരിശുപോലുള്ള ഒരു തടിക്കഷണം ഉറപ്പിച്ചു. തുടർന്ന് ഞാൻ തീരത്ത് ആദ്യമിറങ്ങിയ സ്ഥലത്ത് അതു കുത്തിനാട്ടിയശേഷം അതിനു മുകളിൽ വലിയ അക്ഷരത്തിൽ ഇമ്മാതിരി കൊത്തിവെച്ചു. 1956 സെപ്തംബർ മൂന്നാം തീയതി ഞാൻ ഇവിടെ വന്നുചേർന്നു. ഓരോ ദിവസവും ആ ചതുരത്തിലുള്ള തൂണിന്റെ വശങ്ങളിൽ കത്തികൊണ്ട് ഓരോ അടയാളമിട്ടു. ഓരോ ഏഴാമത്തെ അടയാളവും, മാസത്തിന്റെ ആദ്യത്തെ ദിവസത്തെ അടയാളവും കുറച്ചു ദീർഘിപ്പിച്ചാണ് കൊത്തി വച്ചത്. അങ്ങനെ ആഴ്ചകളും മാസങ്ങളും വർഷങ്ങളുമൊക്കെ തിരിച്ചറിയുന്നതിന് ഞാൻ എന്റേതായ ഒരു കലണ്ടർ സൂക്ഷിച്ചു.

കപ്പലിൽനിന്നും കിട്ടിയതൊക്കെ ശേഖരിക്കുന്നതിനിടയിൽ ആവശ്യത്തിനുതകുമെന്നു തോന്നിയ നിസ്സാരവസ്തുക്കൾപോലും ഞാൻ ഒഴിവാക്കിയില്ല. പേന, മഷി, പേപ്പർ, കപ്പിത്താന്റെയും സുഹൃത്തിന്റെയും തോക്കുധാരിയുടെയും മരപ്പണിക്കാരന്റെയും സാധനങ്ങൾ, മൂന്നോ നാലോ വടക്കുനോക്കിയന്ത്രം, ഗണിതസംബന്ധമായ ചില ഉപകരണങ്ങൾ, യാത്രാ ചാർട്ടുകൾ, യാത്രാമാർഗം കാണിക്കുന്ന ബുക്കുകൾ, മൂന്നു *ബൈബിൾ*, പ്രാർഥനാ പുസ്തകങ്ങൾ ഒക്കെ. പക്ഷേ, ഞങ്ങളുടെ കപ്പലിൽ ഒരു നായയും രണ്ടു പൂച്ചയും ഉണ്ടായിരുന്ന കാര്യം പറഞ്ഞില്ലല്ലോ. രണ്ടു പൂച്ചകളെയും ഞാൻ കരയിലേക്ക് എടുത്തു കൊണ്ടു വന്നിരുന്നു. നായ വെള്ളത്തിൽ ചാടി നീന്തി എന്നോടൊപ്പം കരയിലെത്തിയിരുന്നു.

വർഷങ്ങളോളം നായ എന്റെ വിശ്വസ്ത ഭൃത്യനായി ജീവിച്ചു. അതിനെക്കൊണ്ട് ഞാനൊന്നും ആഗ്രഹിച്ചിരുന്നില്ല; പക്ഷേ, അത് എന്നോടൊപ്പം സംസാരിക്കാൻ കഴിവുള്ള ഒന്നായിരുന്നെങ്കിൽ എന്നുമാത്രം ഞാൻ ആഗ്രഹിച്ചു. പക്ഷേ, ഒരു മൃഗത്തിനു മനുഷ്യനെപ്പോലെ സംസാരിക്കാനാവില്ലല്ലോ. പേനയുണ്ടായിരുന്ന കാര്യം നേരത്തെ പറഞ്ഞിരുന്നല്ലോ. അതിനെ ഞാൻ പരമാവധി പ്രയോജനപ്പെടുത്തി; പക്ഷേ സൗകര്യപൂർവം ഇരുന്നെഴുതാനുള്ള മറ്റുപകരണങ്ങളൊന്നും ഇല്ലാതിരുന്നത് എനിക്കു വിഷമമുണ്ടാക്കി.

ഞാൻ കപ്പലിൽനിന്നും ധാരാളമായി ശേഖരിച്ചെടുത്ത സാധനങ്ങൾക്കു പുറമെ വേറെയും സാധനങ്ങൾ എനിക്കു വേണ്ടതുണ്ടായിരുന്നു. മൺവെട്ടിയും പിക്കാസും അതുപോലുള്ള മണ്ണുജോലിക്കുള്ള ഉപകരണങ്ങളും വസ്ത്രം തയ്ക്കാനാവശ്യമായ സൂചിയും പിന്നും നൂലും അതുപോലുള്ള മറ്റു സാധനങ്ങളുമില്ലാത്ത അവസ്ഥ എന്നെ വളരെയധികം ബുദ്ധിമുട്ടിച്ചു. ഉപകരണങ്ങളില്ലാതെ ജോലി ചെയ്തപ്പോൾ, എന്റെ അധ്വാനം വളരെയധികം വർധിപ്പിക്കേണ്ടി വന്നു. വീട് ഒരുവിധം ക്രമീകരിക്കാൻ ഒരുവർഷമെങ്കിലും എനിക്കു വേണ്ടിവന്നു. മരം വെട്ടി വീഴ്ത്താനും, കഷണം കഷണമാക്കാനും താമസസ്ഥലത്ത് അവയെ എത്തിക്കാനും, കുഴികുത്തി, അവ നാട്ടാനുമൊക്കെ ദിവസങ്ങൾ ധാരാളമെടുക്കേണ്ടി വന്നു. കപ്പലിൽനിന്നും കിട്ടിയ ഒരു ഇരുമ്പുദണ്ഡുകൊണ്ട് കുത്തിയുരുട്ടിയാണ് മരത്തടികളെത്തിച്ചത്. എല്ലാം മടുപ്പിക്കുന്ന പണികളായിരുന്നു. അങ്ങനെയാണെങ്കിലെന്ത്, സമയം ധാരാളമെനിക്കുണ്ടായിരുന്നല്ലോ; എനിക്കു വേറെ പണിയൊന്നുമില്ലല്ലോ. ആഹാരം തേടൽ മാത്രമേ പിന്നീടുള്ളൂ. എല്ലാ ദിവസവും ഞാൻ ഭക്ഷണം തേടി നടന്നു.

തുടർന്ന് എന്റെ അവസ്ഥയെ ഞാൻ ഗൗരവമായി കാണാൻ തുടങ്ങി; വന്നുപെട്ട സാഹചര്യത്തെക്കുറിച്ചും, ഒക്കെ ഒരു ഡയറിക്കുറിപ്പാക്കാൻ ഞാനാഗ്രഹിച്ചു. എന്റെ പിൻഗാമികൾക്ക് നൽകാനുള്ളതായി കരുതരുത്. എനിക്കൊരു അവകാശികളുമില്ലല്ലോ. യുക്തിസഹജമായ വാഗ്വാദങ്ങൾ ഉയർന്നുവന്ന് എന്റെ വിഷാദത്തെ വർധിപ്പിച്ചുകൊണ്ടിരുന്നു. ഞാൻ സ്വയം ആശ്വസിക്കാൻ ശ്രമിച്ചു. നന്മതിന്മകളെ കൂട്ടിമുട്ടിക്കാനും നോക്കി. ഒരുതരത്തിൽ ഞാൻ കടംകൊള്ളേണ്ടവനെങ്കിൽ - കടം കിട്ടേണ്ടവൻ കൂടിയാണ്; ദുരിതങ്ങൾ ധാരാളം അനുഭവിക്കുന്നെങ്കിൽ അതുപോലെ ധാരാളം സുഖങ്ങളും അനുഭവിക്കുന്നുണ്ടല്ലോ.

ഭയാനകമായ ഒരു ദ്വീപിൽ ഞാൻ എറിയപ്പെട്ടതു ശരിതന്നെ. പക്ഷേ ജീവിച്ചിരുന്നല്ലോ; കപ്പലിലെ മറ്റു സഹപ്രവർത്തകർക്കു പറ്റിയതുപോലെ മുങ്ങിച്ചത്തില്ല. പക്ഷേ, പുറംലോകവുമായുള്ള എല്ലാവിധ ബന്ധങ്ങളും വിച്ഛേദിക്കപ്പെട്ടു. എന്നാൽ ഒരു കാര്യം എനിക്കുറപ്പാണ്. അത്ഭുതകരമാംവിധം മരണത്തിൽനിന്നും രക്ഷിച്ച ദൈവത്തിന് എന്റെ ഈ അവസ്ഥയിൽനിന്നും രക്ഷിക്കാനാവും.

എന്നെ ഏകാന്തവാസിയാക്കിയെങ്കിലും, ഈ ഊഷരഭൂവിൽ ദൈവം പട്ടിണിക്കിട്ടില്ലല്ലോ. എനിക്കുടുക്കാൻ വസ്ത്രങ്ങളില്ലെന്നതു ശരി തന്നെ.

പക്ഷേ, ഇത്രയും ചൂടുള്ള കാലാവസ്ഥയിൽ വസ്ത്രത്തിന്റെ ആവശ്യകത കുറവാണല്ലോ. വന്യമൃഗങ്ങളുടെയോ മറ്റേതെങ്കിലും മനുഷ്യരുടെയോ ആക്രമണമുണ്ടായാൽ അവയെ ചെറുക്കാനുള്ള ആയുധങ്ങളൊന്നും എനിക്കില്ല തന്നെ; പക്ഷേ, ആഫ്രിക്കൻ തീരത്തു ഞാൻ കണ്ട മാതിരിയുള്ള ക്രൂരമായ വന്യമൃഗങ്ങളൊന്നും ഇവിടില്ലല്ലോ. ആഫ്രിക്കൻ തീരത്തെങ്ങാനും വച്ചാണ് കപ്പൽ തകർന്നിരുന്നതെങ്കിലോ? എനിക്ക് സംസാരിക്കാനോ എന്നെ ആശ്വസിപ്പിക്കാനോ ആരുമില്ല. പക്ഷേ, എനിക്കാവശ്യമുള്ളവയൊക്കെ ജീവിതാവസാനംവരെ ലഭിക്കുന്ന രീതിയിൽ ആ കപ്പലിനെ ദൈവം കരയ്ക്കടുപ്പിച്ചു തന്നില്ലേ!

മൊത്തത്തിൽ പരിശോധിച്ചാൽ ഇത്രയും കഷ്ടതരമായ ഒരവസ്ഥ ലോകത്തിലൊരിടത്തുമില്ല. പക്ഷേ, അതിനുള്ളിൽ നല്ലതും ചീത്തയുമായ ചിന്തകളുമുണ്ടാകും. പക്ഷേ ഏതൊരു കഷ്ടപ്പാടിനിടയിലും സുഖം കണ്ടെത്താനാവണം. ഇത്തരത്തിലെ വിവിധ ചിന്തകൾ മനസിലൊരൽപ്പം ആശ്വാസം തന്നു. എങ്കിലും ഏതെങ്കിലും ഒരു കപ്പലെങ്ങാനും അതുവഴി പോകുന്നുണ്ടോയെന്നറിയാൻ ഞാൻ നോക്കിയിരുന്നു. എന്റെ ജീവിതസമാധാനം ഞാൻ തന്നെയല്ലേ കണ്ടെത്തേണ്ടത്.

എന്റെ താവളത്തെക്കുറിച്ച് പറഞ്ഞിരുന്നല്ലോ. ഒരു പാറയുടെ താഴെ ഒരുവശത്തായികെട്ടിയ ഒരു കൂടാരം. ചുറ്റും തൂണുകൾകൊണ്ടു നിർമിച്ച വേലിപ്പന്തൽ. പുൽത്തറയ്ക്കപ്പുറം പുറത്ത് രണ്ടടി കനത്തിൽ നിർമിച്ച വേലിയാണത്. ഒന്നരവർഷം കഴിഞ്ഞപ്പോൾ ആ വേലിയും പാറയുമായി ബന്ധിപ്പിച്ചുകൊണ്ട് കഴുക്കോലുകൾ ഞാൻ നിരത്തി. അതിനു മുകളിൽ മരച്ചില്ലകളും മറ്റുംകൊണ്ട് മേഞ്ഞു മഴ ചോരാത്ത വിധത്തിൽ കൂരയുമുണ്ടാക്കി. കാരണം ചിലപ്പോഴൊക്കെ അവിടെ ശക്തമായ മഴയായിരുന്നു.

വേലിപ്പത്തലിലേക്കും ഗുഹയ്ക്കുള്ളിലേക്കും ഞാൻ സാധനങ്ങൾ എത്തിച്ചതെങ്ങനെയാണെന്നാലോചിച്ചു. ആദ്യം അവ വലിച്ചുവാരിയൊരു കൂനയായിട്ടാണിട്ടത്. പിന്നീടവയെല്ലാം അടുക്കി വച്ചപ്പോഴും നിന്നു തിരിയാനുള്ള സ്ഥലംപോലും എനിക്കു ശരിക്കും കിട്ടിയില്ല തന്നെ. അങ്ങനെ ഞാൻ ആ ഗുഹ വലുതാക്കി; തറ കിളച്ചിളക്കിയാണ് അതു ചെയ്തത്. ഉറപ്പുകുറഞ്ഞ മണൽപ്പാറയായതിനാൽ അത് കൂടുതൽ എളുപ്പമായി. അവസാനമൊരു വാതിലുമുറപ്പിച്ചു. ഇനിയും അത്യാവശ്യമായ സാധനങ്ങൾ വേറെയുമുണ്ട്. പ്രത്യേകിച്ച് ഒരു മേശയും കസേരയും. അതില്ലെങ്കിൽ ഒരു ബുദ്ധിമുട്ടുതന്നെ. എഴുതാനും ഭക്ഷണം വിളമ്പിവെച്ച് കഴിക്കാനും മറ്റു പല പണികൾ ചെയ്യുന്നതിനും മേശ അത്യാവശ്യമാണല്ലോ.

ഞാനിങ്ങനെ വിവിധ പ്രവൃത്തിയിൽ മുഴുകി. ആവശ്യം സൃഷ്ടിയുടെ മാതാവെന്നും യുക്തി കണക്കിന്റെ അടിസ്ഥാനഘടകമെന്നും പറയാറുണ്ട്. ആവശ്യമെങ്കിൽ ഏതു വിദ്യയും മനുഷ്യന് ചെയ്യാനാകും. ഇതിനുമുമ്പ് ഒരിക്കലും ഒരു പണിയായുധംപോലും കൈയിലെടുത്തിട്ടില്ലാത്ത ആളായിരുന്നു ഞാൻ. പക്ഷേ, ആവശ്യം വന്നപ്പോൾ ഞാൻ എല്ലാം ഉണ്ടാക്കി. പലതും പണിയായുധങ്ങൾ ഇല്ലാതെയാണ് നിർമിച്ചതും. ചിലപ്പോൾ ഒരു കൈക്കോടാലിയോ മറ്റോ കാണും. ഉദാഹരണത്തിന്, എനി

ക്കൊരു പലകക്കഷണം വേണമെങ്കിൽ ആദ്യം മരം മുറിക്കണം. തുടർന്ന് പൊളിച്ചെടുത്ത് പലകയുടെ കനം വരുന്നതുവരെ മഴുവോ കോടാലി യോകൊണ്ട് ചെത്തി മിനുസപ്പെടുത്തണം. ഈ രീതിയിലേ എനിക്ക് പലകയുണ്ടാക്കാനാകുമായിരുന്നുള്ളൂ. ക്ഷമയോടെയുള്ള അധ്വാനമാണ് പ്രധാനം; ധാരാളം സമയവും വേണം. എന്റെ സമയത്തിന് അല്ലെങ്കിൽ ത്തന്നെ എന്തു വിലയാണുള്ളത്. ഒരുവിധത്തിലല്ലെങ്കിൽ മറ്റൊരു വിധ ത്തിൽ അതു ചെലവഴിക്കേണ്ടതാണല്ലോ.

അങ്ങനെ ഒരു മേശയും കസേരയും ഞാൻ നിർമിച്ചു. കപ്പലിൽ നിന്നും ഞാൻ ചങ്ങാടത്തിൽ കയറ്റിക്കൊണ്ടുവന്ന പലകക്കഷണങ്ങൾ ഉപയോഗിച്ചാണവയുണ്ടാക്കിയത്. എന്നാൽ ഞാൻ മരം മുറിച്ചുണ്ടാക്കിയ ചില പലകകൾകൊണ്ട് ഒന്നരയടി വീതിയുള്ള അറകൾ ഒന്നിനുമുക ളിൽ ഒന്നായി ഗുഹയുടെ ഒരുഭാഗത്ത് മുഴുവൻ ഉണ്ടാക്കി. അവയിൽ പണിയുപകരണങ്ങളും സ്റ്റീൽപാത്രങ്ങളും മറ്റും ചിട്ടയോടെ അടുക്കി വച്ചു. അവ എടുത്തുപയോഗിക്കാൻ അതിപ്പോഴാണ് എളുപ്പമായത്. ഒപ്പം തോക്കുകളും മറ്റും ചുവരുപാറ തുരന്ന് തൂക്കിയിട്ടു. എന്റെ വാസസ്ഥ ലവും അതിലെ സജ്ജീകരണങ്ങളും കണ്ട് ഞാൻ സ്വയം സന്തോഷിച്ചു.

ഇപ്പോൾ അന്നന്നു ചെയ്ത പ്രവൃത്തികൾ കുറിച്ചുവയ്ക്കാൻ ഞാൻ തീരുമാനിച്ചു. തുടക്കത്തിൽ ഞാനതിന് അൽപ്പം ധൃതികാണിച്ചു; എല്ലാം മനസിന്റെ അസ്വാസ്ഥ്യമായിരുന്നു. കാരണം അക്കാരണത്താൽ ഡയറി ക്കുറിപ്പുകളെല്ലാം വിരസമായതായിരുന്നു. അതിന് ഉദാഹരണമായി ഒരു ഡയറിക്കുറിപ്പു പറയാം: “സെപ്തംബർ മുപ്പത് മുങ്ങിച്ചാവാതെ രക്ഷ പ്പെട്ട് കരയിലെത്തിയ ദിവസം. രക്ഷപ്പെടുത്തിയ ദൈവത്തിനുപോലും നന്ദി പറയാതെ, വയറ്റിൽ നിറഞ്ഞ വെള്ളം ഛർദിച്ചും, അൽപ്പം ആശ്വാസം തോന്നിയപ്പോൾ കരയിലേക്കോടുകയും, തുടർന്ന് തലയിലും മുഖത്തും കൈകൊണ്ടടിച്ചുകൊണ്ട് എനിക്കുണ്ടായ ദുരിതത്തെക്കുറിച്ച് ഉറക്കെക്കരഞ്ഞുവിളിച്ചുകൊണ്ട് നിലത്തു വീണു. വന്യമൃഗങ്ങളെപ്പേടിച്ച് അന്നുറങ്ങിയില്ല.”

കുറച്ചു ദിവസങ്ങൾക്കുശേഷം കപ്പലിൽ പോയി കിട്ടാവുന്നത്ര സാധ നങ്ങൾ മുഴുവൻ ഞാൻ ശേഖരിച്ചു. ഏതെങ്കിലും കപ്പൽ വരുന്നുണ്ടോ യെന്നറിയാൻ കുന്നിൻമുകളിൽ ചെന്ന് കടലിലേക്ക് ഉറ്റു നോക്കുന്ന ശീലവും ഞാൻ ഉപേക്ഷിച്ചില്ല. കണ്ണുകാണാതാകുന്നതുവരെ പ്രതീക്ഷ യോടെ ഞാൻ നോക്കിയിരിക്കും. പിന്നെ കുട്ടികളെപ്പോലെയിരുന്നു വില പിക്കും.

എന്നാൽ വേദനയിൽ അൽപ്പം ആശ്വാസം കൊണ്ടപ്പോൾ, താമസ സ്ഥലവും ഭക്ഷണവുമൊക്കെ നന്നായി ലഭ്യമായപ്പോൾ; ഒരു മേശയും കസേരയും ഉണ്ടാക്കിയപ്പോൾ, ഞാൻ എന്റെ ഡയറിക്കുറിപ്പുകൾ എഴു താനാരംഭിച്ചു. അതിന്റെ ഒരു പകർപ്പ് നിങ്ങൾക്കിവിടെ ഞാൻ നീട്ടുക യാണ്. മഷി തീരുന്നതുവരെ ഞാൻ എഴുതി; മഷി തീർന്നപ്പോഴാണ് അത് നിർത്താൻ ഞാൻ നിർബന്ധിതനായത്. (ഇതുവരെ പറഞ്ഞ വിശേ ഷങ്ങളെല്ലാം അതിൽ ആവർത്തിക്കപ്പെട്ടിട്ടുണ്ട്.)

8

റോബിൻസണിന്റെ ഡയറിക്കുറിപ്പുകൾ

സെപ്തംബർ 30, 1659:

ഹതഭാഗ്യനായ റോബിൻസൺ ക്രൂസോ എന്ന ഞാൻ ഭയങ്കരമായ ഒരു കൊടുങ്കാറ്റിൽപ്പെട്ടു; കപ്പൽ തകർന്നപ്പോൾ വിജനവും രക്ഷയില്ലാത്തതുമായ ഈ ദ്വീപിൽ എത്തപ്പെട്ടു. "നിരാശയുടെ ദ്വീപെന്ന്" ഞാനിതിനെ വിളിച്ചു. എന്റെ സഹയാത്രികരെല്ലാം മുങ്ങിമരിച്ചിരുന്നു. ഞാനും ആസന്നമരണനായിരുന്നു. അന്നു മുഴുവൻ, വന്നുപെട്ട ആ നശിച്ച സാഹചര്യങ്ങളെക്കുറിച്ചോർത്തു കഴിഞ്ഞു. വസ്ത്രമോ ഭക്ഷണമോ ആയുധമോ ഒന്നും എന്റെ പക്കലുണ്ടായിരുന്നില്ല. വിശ്രമിക്കാനൊരിടം പോലുമില്ലായിരുന്നു; മരണത്തെ ഞാനന്നു മുന്നിൽക്കണ്ടു. ഒന്നുകിൽ വന്യമൃഗങ്ങൾ എന്നെത്തിന്നും, അല്ലെങ്കിൽ കാട്ടുമനുഷ്യർ കൊലപ്പെടുത്തും, അതുമല്ലെങ്കിൽ പട്ടിണി കിടന്നു ചാകുകതന്നെ ചെയ്യും. രാത്രി ആയപ്പോൾ വന്യമൃഗങ്ങളെ ഭയന്ന് ഒരു മരത്തിൽ കയറിക്കൂടി. മഴയുണ്ടായിരുന്നെങ്കിലും അന്ന് എനിക്ക് സുഖകരമായ ഉറക്കം കിട്ടി.

ഒക്ടോബർ 1:

കപ്പൽ വേലിയേറ്റത്തിൽ പൊങ്ങിക്കിടക്കുന്നത് അതിശയത്തോടെ ഞാൻ കണ്ടു. അത് ദ്വീപിനോടു വളരെ അടുത്ത് എത്തിയിരിക്കുന്നു. എനിക്ക് അതാശ്വാസം തന്നു! അതു തകരാതെ നിവർന്നു നിൽക്കുകയാണ്. കാറ്റു ശാന്തമാകുമ്പോൾ കപ്പലിൽക്കയറി കുറെ ഭക്ഷണസാധനങ്ങളും മറ്റാവശ്യസാധനങ്ങളും കൊണ്ടുവരാമെന്നോർത്തു സന്തോഷിച്ചു. എല്ലാവരും കപ്പലിൽത്തന്നെയിരുന്നെങ്കിൽ ആർക്കും മരിക്കേണ്ടി വരികയില്ലായിരുന്നെന്ന ചിന്ത എന്നെ വേദനിപ്പിച്ചു. എല്ലാവരും രക്ഷപ്പെട്ടിരുന്നെങ്കിൽ കപ്പലിന്റെ ഭാഗങ്ങൾകൊണ്ടൊരു ബോട്ടുണ്ടാക്കി ലോക

ത്തിന്റെ മറ്റേതെങ്കിലും ഭാഗത്തെത്തിച്ചേരാമായിരുന്നു. ഇത്തരം ചിന്തകളുമായി ഒരുദിവസം ഞാൻ ചെലവഴിച്ചു. പിന്നീട് നീന്തി ഞാൻ കപ്പലിലെത്തി. മഴ തുടർന്നുകൊണ്ടേയിരുന്നു; പക്ഷേ കാറ്റില്ലായിരുന്നു.

ഒക്ടോബർ 1 മുതൽ 24 വരെ:

കപ്പലിൽനിന്നും കിട്ടാവുന്ന സാധനങ്ങൾ എടുക്കാൻവേണ്ടി ഈ ദിവസങ്ങൾ മുഴുവനും നിരവധി യാത്രകൾ നടത്തി. കെട്ടിയുണ്ടാക്കിയ ചങ്ങാടങ്ങളിലാണ് കപ്പലിലെ സാധനങ്ങൾ കരയ്ക്കെത്തിച്ചത്. ശക്തമായ മഴയുണ്ടായിരുന്നു. എങ്കിലും ഇടയ്ക്കിടക്ക് തെളിഞ്ഞ കാലാവസ്ഥയുമുണ്ടായിരുന്നു. എന്നാലും അത് ഒരു മഴക്കാലം തന്നെയായിരുന്നു.

ഒക്ടോബർ 25

രാപകലില്ലാതെ മഴ പെയ്തു, ഒപ്പം കൊടുങ്കാറ്റും. എന്റെ കപ്പൽ അതിൽ തകർന്നു പോയി. കാറ്റു കൂടുതൽ ശക്തമായി വീശിയപ്പോൾ ചുറ്റുമുള്ളതൊന്നും എനിക്കു കാണാൻ പറ്റിയില്ല; വെള്ളത്തിൽ താണ കപ്പലിന്റെ അവശിഷ്ടങ്ങൾ അൽപ്പമായി ദൃശ്യമായിരുന്നു; മഴയിൽ സാധനങ്ങൾ നശിച്ചുപോകാതെ അവയെ സംരക്ഷിച്ചുകൊണ്ട് ഞാനിരുന്നു.

ഒക്ടോബർ 26

ഒരു കുടിലൊരുക്കാൻ പറ്റിയ സ്ഥലമന്വേഷിച്ച് പകൽമുഴുവൻ അലഞ്ഞുതിരിഞ്ഞു. രാത്രിയിൽ വന്യമൃഗങ്ങളോ മറ്റു മനുഷ്യരോ മറ്റോ ആക്രമിക്കുമെന്ന ഭയമാണ് കുടിലൊരുക്കാനുള്ള എന്റെ ധൃതിക്കു കാരണം. രാത്രിയായപ്പോൾ ഒരു പാറയ്ക്കു കീഴിലെ സ്ഥലം ഞാൻ കണ്ടെത്തി. അവിടെ ഒരു അർധവൃത്തം വരച്ചു; കൂടാരമടിക്കാൻ വേണ്ടി, അതിനു വെളിയിൽ രണ്ടുവരിയായി മരക്കുറ്റികൾ അടിച്ചു താഴ്ത്തി. കപ്പലിൽ നിന്നെടുത്ത കമ്പികൾകൊണ്ട് കെട്ടി ബലപ്പെടുത്തി അതിനെ കോട്ട പോലെ സുരക്ഷിതമാക്കണം.

ഒക്ടോബർ 26 മുതൽ 30 വരെ

പുതിയ താവളത്തിലേക്ക് എന്റെ സാധനങ്ങൾ കൊണ്ടുവയ്ക്കുന്ന കഠിനാധ്വാനത്തിലായിരുന്നു. ഇടയ്ക്കിടെ ശക്തിയായി മഴ പെയ്തു.

ഒക്ടോബർ 31

രാവിലെ തോക്കുമായി ഭക്ഷണം തേടിയിറങ്ങി. അകപ്പെട്ടുപോയ സ്ഥലവും മനസിലാക്കണം. ഒരു പെണ്ണാടിനെ വെടിവെച്ചുകൊണ്ടുവന്നപ്പോൾ അതിന്റെ കുട്ടിയും എന്റെ പിന്നാലെ വന്നു. അതു ഭക്ഷണം കഴിക്കാതെയും ഇണങ്ങാതെയും വന്നപ്പോൾ അതിനെയും ഞാൻ കൊന്നു.

നവംബർ 1

പാറയ്ക്കു ചുവട്ടിൽ ഒരു കൂടാരം കെട്ടിത്തീർത്തശേഷം അതിനുള്ളിൽ അന്നു രാത്രിയുറങ്ങി. ഉറങ്ങാനുള്ള ഒരു തൊട്ടിലും കെട്ടിയുണ്ടാക്കി.

നവംബർ 2

ചങ്ങാടമുണ്ടാക്കാനുപയോഗിച്ച പലകകളും മറ്റും ഞാനടുക്കിവച്ചു. അവയുപയോഗിച്ച് കോട്ടമതിലിന് അൽപ്പം ഉള്ളിലായി ഒരു വേലിയും കെട്ടി.

നവംബർ 3

തോക്കുമായി പുറത്തേക്കു പോയി. താറാവുകളെന്നു തോന്നുന്ന രണ്ടു പക്ഷികളെ വെടിവെച്ചിട്ടു, ഒന്നാന്തരം മാംസമായിരുന്നു. ഉച്ചയ്ക്കു ശേഷം ഒരു മേശ നിർമിക്കാനുള്ള ശ്രമം തുടങ്ങി.

നവംബർ 4

ഇന്നു മുതൽ ഞാൻ ജോലി ചെയ്യുന്ന സമയം ക്രമീകരിച്ചു. നായാട്ട്, ഉറക്കം, മറ്റു ജോലികൾ എന്നിവയ്ക്കുള്ള സമയം തീരുമാനിച്ചു. മഴയില്ലാത്ത ദിനങ്ങളിൽ രാവിലെ രണ്ടു മൂന്നു മണിക്കൂർ നേരം തോക്കുമായി നായാട്ടിനു പോകണം. പിന്നെ പതിനൊന്നു മണിവരെ ജോലി. അതിനുശേഷം ഉള്ള ഭക്ഷണം കഴിച്ചശേഷം പന്ത്രണ്ടുമണി മുതൽ രണ്ടു മണി വരെ ഉറക്കം; ഉച്ചയ്ക്ക് നല്ല ചൂടായതിനാൽ പണി ചെയ്യാനൊന്നും പറ്റില്ലല്ലോ. സായാഹ്നത്തിൽ വീണ്ടും പണിയെടുക്കും. രണ്ടു ദിവസം മേശയുണ്ടാക്കാനായി വേണം; ഞാൻ പ്രവീണ്യം നേടിയ തൊഴിലാളിയൊന്നുമല്ലല്ലോ. കാലവും ആവശ്യകതയും എന്നെ പിന്നീട് ഒരു സ്വാഭാവിക പണിക്കാരനാക്കി. ഇത്തരം സാഹചര്യത്തിൽ വേറൊരാൾക്കും അങ്ങനെയാകാനാവില്ലെന്നാണ് എന്റെ വിശ്വാസം.

നവംബർ 5

തോക്കുമെടുത്ത് നായയേയും കൂട്ടി പുറത്തേക്കിറങ്ങി. ഒരു കാട്ടുപൂച്ചയെക്കൊന്നു; അതിന്റെ ശരീരം മനോഹരമായിരുന്നെങ്കിലും മാംസം കൊള്ളരുതാത്തതായിരുന്നു. ഏതു ജീവിയെ കൊന്നാലും ഞാനതിന്റെ തൊലിയൂരി ഉണക്കി സൂക്ഷിക്കുമായിരുന്നു. തീരത്തു മടങ്ങി വന്നപ്പോൾ പലതരം കടൽപ്പക്ഷികളെ കണ്ടു; പിന്നെ രണ്ടു മൂന്നു കടൽനായകളെയും കണ്ടു. കൗതുകപൂർവം ഞാൻ അവയെ നോക്കിക്കൊണ്ടിരുന്നപ്പോൾ പേടിച്ച അവറ്റകൾ കടലിലേക്കു ചാടി നീന്തി രക്ഷപ്പെട്ടു.

നവംബർ 6

രാവിലത്തെ സവാരിക്കുശേഷം മേശയുണ്ടാക്കാൻ പോയി. അതു പൂർത്തിയാക്കുകയും ചെയ്തു. പക്ഷേ, എനിക്ക് ആ മേശ ഇഷ്ടമായില്ല, നന്നാക്കാനെനിക്കറിയില്ലായിരുന്നു.

നവംബർ 7

നല്ല കാലാവസ്ഥയായി. ഏഴും എട്ടും ഒൻപതും പത്തും തീയതിയും 12-ാം തീയതിയുടെ കുറച്ചു നേരവും എന്റെ ജോലി ഒരു കസേര ഉണ്ടാക്കൽ മാത്രമായിരുന്നു. പതിനൊന്നാം തീയതി ഞായറാഴ്ചയായിരുന്നു. വല്ലവിധേനയും കസേരയ്ക്ക് ആകൃതി ഉണ്ടാക്കിയെടുത്തു. പല പ്രാവശ്യം അതിനെ അഴിച്ചുപണിഞ്ഞിട്ടും, ആ കസേരയെ എനിക്ക് ഇഷ്ടമായില്ല. ചെറിയൊരു ഓർമപ്പിശക് വന്നതിനാൽ തൂണിൽ ഞായറാഴ്ച അടയാളപ്പെടുത്താൻ പറ്റിയില്ല.

നവംബർ 13

എനിക്ക് ഉണർവും ഭൂമിക്ക് തണുപ്പും നൽകുന്ന രീതിയിൽ മഴ പെയ്തു. പക്ഷേ, ഉണ്ടായ മിന്നലും ഇടിയും എന്നെ ഭയപ്പെടുത്തി. കരിമരുന്നിനു തീ പിടിക്കുമോയെന്നായിരുന്നു എന്റെ പേടി. മഴ തീർന്ന ഉടനെ കരിമരുന്നിനെ കൊച്ചുകൊച്ചു പൊതികളാക്കി വെവ്വേറെ വച്ചു. അത് അപകടമൊഴിവാക്കുമല്ലോ.

നവംബർ 14, 15, 16

മൂന്നു ദിവസവുമിരുന്ന് വെടിമരുന്ന് സൂക്ഷിക്കാനുള്ള പെട്ടികൾ ഉണ്ടാക്കി. രണ്ടു പൗണ്ടു വീതം വെടിമരുന്ന് ഓരോ പെട്ടിയിലും നിറച്ചു. മാറ്റി മാറ്റി അവ ഭദ്രമാക്കി വച്ചു. അതിലൊരു ദിവസം ഒരു പക്ഷിയെ വെടിവെച്ചിട്ടു. അതിന്റെ പേരെനിക്കറിയില്ല; പക്ഷേ, മാംസം വളരെ രുചികരമായിരുന്നു.

നവംബർ 17

കൂടാരത്തിനു പുറകിൽ പാറയുടെ ഉള്ളിലേക്കു മണ്ണു തുരന്ന് ഗുഹ വലുതാക്കാൻ തുടങ്ങി. പിക്കാക്സ് പോലുള്ള രണ്ടു പണിയായുധങ്ങൾ ഈ പണിക്ക് ഞാൻ മുഖ്യമായും ഉപയോഗിച്ചു. പിക്കാക്സിനു പകരം കപ്പലിൽനിന്നും കിട്ടിയ ഒരു ഇരുമ്പുദണ്ഡുപയോഗിച്ചു. ഭാരമായിരുന്നെങ്കിലും കാര്യം നടന്നു. പിന്നെ വേണ്ടി വന്നത് ഒരു മൺവെട്ടിയായിരുന്നു. അത് ഒഴിവാക്കാനാകാത്ത ആയുധമായിരുന്നു; പക്ഷേ, അതുണ്ടാക്കാനെനിക്കറിയില്ലായിരുന്നു.

നവംബർ 18

ബ്രസിൽസിൽ 'ഇരുമ്പുമര'മെന്നറിയപ്പെടുന്നമാതിരിയുള്ള ഒരു മരം കാണാനിടയായി. വളരെ കടുപ്പമുള്ള ഒരു മരമാണിത്. കഷ്ടപ്പെട്ട് ഞാനത് മുറിച്ചെടുത്തു; എന്റെ കോടാലിപോലും നശിച്ചു. ഭയങ്കര ഭാരമായിരുന്നതിനാൽ വീട്ടിലെത്തിക്കാനും വളരെ ബുദ്ധിമുട്ടി.

ഭയങ്കര കാഠിന്യമുള്ള തടിയായിരുന്നതിനാൽ, അതിനെ ചെത്തിമിനുക്കി ഒരു മൺവെട്ടിയാക്കാൻ വളരെയധികം സമയമെടുത്തു. ഇംഗ്ലണ്ടിലുള്ളമാതിരി ആകൃതിയാണ് അതിനു നൽകിയത്. അതിന്റെ വീതിയുള്ള ഭാഗം ഇരുമ്പുകൊണ്ടുണ്ടാക്കാനാവാത്തതിനാൽ, ഈ ഉപകരണത്തെ വളരെക്കാലം ഉപയോഗിക്കാനായില്ല. എങ്കിലും ഉദ്ദിഷ്ടകാര്യം ചെയ്യുന്നതിന് അതു വളരെയധികം പ്രയോജനപ്പെട്ടു.

എനിക്കാവശ്യമുള്ള പലതും ഇല്ലാതിരുന്നു. ഒരു കുട്ടയാണ് അതിലൊന്ന്. പിന്നെ ഉന്തുവണ്ടിയും. ഒരുതരത്തിലും എനിക്കു കുട്ടയുണ്ടാക്കാനാകുകയില്ല. കാരണം വളച്ചെടുക്കാൻ പറ്റുന്ന ചുള്ളിക്കമ്പുകൾ കിട്ടണ്ടേ. അതുപോലെ ഉന്തുവണ്ടിക്കുള്ള ചക്രങ്ങളെങ്ങനെയുണ്ടാക്കും. ചക്രം തിരിക്കാനുള്ള ഇരുമ്പു ദണ്ഡെങ്ങനെയുണ്ടാക്കും? ഞാൻ ആ പണി ഒഴിവാക്കി. എന്നാൽ ഗുഹതുരക്കുമ്പോഴുണ്ടാകുന്ന മണ്ണു ചുമന്നു മാറ്റാൻ വേണ്ടിയുള്ള ഒരു ചട്ടിയുണ്ടാക്കിയപ്പോൾ ഉണ്ടായില്ല. ഇതിനൊക്കെയായി നാലു ദിവസമെങ്കിലും എടുത്തിട്ടുണ്ടാകും. പ്രഭാതത്തിൽ തോക്കുമായി ഭക്ഷണത്തിനുപോകുന്നതൊഴിച്ചുള്ള സമയം മുഴുവൻ ഇത്തരം നിർമാണത്തിനായി ഞാൻ മാറ്റി വച്ചു.

നവംബർ 23

പണിയായുധങ്ങൾ നിർമിക്കാനായി ഞാൻ മറ്റു പ്രവർത്തനങ്ങളെല്ലാം നിർത്തിവച്ചു. തുടർന്ന് ഗുഹ വിശാലമാക്കുന്നതിൽ മാത്രം വ്യാപൃതനായി. പതിനെട്ടു ദിവസമെടുത്തു പണി തീർക്കാൻ. അതിനുശേഷമാണ് എന്റെ സാധനങ്ങളൊക്കെ ക്രമീകരിക്കാനായത്. അടുക്കള, തീൻമുറി, സൂക്ഷിപ്പുമുറി, നിലവറ തുടങ്ങിയവയൊക്കെ അതിലുണ്ടാക്കി. എന്നാൽ കിടപ്പുമുറി പുറത്തെ കൂടാരത്തിൽത്തന്നെയായിരുന്നു. നല്ല ശക്തമായി മഴയുണ്ടാകുന്ന കാലത്ത്, നനയാതിരിക്കാൻവേണ്ടി വലിയ തൂണുകൾ നാട്ടി. കഴുക്കോലുകൾ നിരത്തിയശേഷം അതിനു മീതെ ഇലകളും പുല്ലുകളുംകൊണ്ട് പുരമേയൽ നടത്തുകയും ചെയ്തു.

ഡിസംബർ 10

എന്റെ ഗുഹയുടെ പണി പൂർത്തിയായെന്നു ഞാൻ കരുതി. ആവശ്യത്തിലേറെ അതു വലുതായിരിക്കുന്നെന്ന് എനിക്കു തോന്നി. പെട്ടെന്നാണ് കുറേ മണ്ണ് മുകളിൽനിന്നും ഇടിഞ്ഞു വീണത്. ഞാൻ പേടിച്ചുപോയി; പേടിച്ചത് വെറുതെയല്ല. മണ്ണിനടിയിൽപ്പെട്ടിരുന്നെങ്കിൽ മറ്റൊരു ശവക്കുഴിയുണ്ടാക്കേണ്ടിവരില്ലായിരുന്നു. ഈ സംഭവത്തിനുശേഷം

എനിക്ക് ഒരുപാട് പണിയുണ്ടായി. ഇടിഞ്ഞുവീണ മണ്ണു വാരിക്കളയണം; അത്യാവശ്യമാണ്. വീണ്ടും മണ്ണിടിയാതിരിക്കാൻ മുകൾഭാഗവും ശരിയാക്കണം.

ഡിസംബർ 11

അതനുസരിച്ചുള്ള ജോലികൾ ഞാൻ ചെയ്തു. രണ്ടു തൂണുകൾ മുകളറ്റം തൊടുന്ന രീതിയിൽ കുത്തി നിർത്തി. അവ ചേർത്തുകൊണ്ടു മരപ്പലകകളും വച്ചു. പിറ്റേന്നാണ് പണി തീർന്നത്. ഇതുപോലെ കൂടുതൽ തൂണുകൾ കുത്തിനിർത്തി മരപ്പലകകളിടുന്നതിന് ഒരാഴ്ച കൂടി വേണ്ടി വന്നു. അതോടെ വീടു സുരക്ഷിതമായി; ഒപ്പം നിരനിരയായി നിർത്തിയ തൂണുകൾ വീടിന് ആവശ്യത്തിനുള്ള മുറികളാക്കി മാറ്റുകയും ചെയ്തു.

ഡിസംബർ 17

ഇന്നു മുതൽ ഇരുപതാം തീയതി വരെ അറകൾ നിർമിക്കുന്ന ജോലിയായിരുന്നു. ആണികളടിച്ചു തൂക്കിയിടാവുന്നതൊക്കെ അങ്ങനെ ചെയ്തു. മുറിക്കുള്ളിൽ അടുക്കും ചിട്ടയുമുണ്ടാക്കി.

ഡിസംബർ 20

എല്ലാ സാധനങ്ങളും ഗുഹയിൽക്കൊണ്ടു വന്നു; ഗുഹയിൽ എല്ലാം അടുക്കി വച്ചു. സജ്ജീകരിക്കാൻ ഇനിയും മരപ്പലകകൾ വേണം. പലകകൾ കുറവാണ്. ഒരു മേശ കൂടിയുണ്ടാക്കി.

ഡിസംബർ 24

രാത്രിയും പകലും മഴയായിരുന്നു; പുറത്തിറങ്ങിയതേയില്ല.

ഡിസംബർ 26

മഴയില്ലായിരുന്നു. ഭൂമി കൂടുതൽ തണുത്തിരുന്നു. നല്ല സുഖകരമായ കാലാവസ്ഥയും.

ഡിസംബർ 27

ഒരു ആട്ടിൻകുട്ടിയെ കൊന്നു. മറ്റൊന്നിന്റെ കാലിലാണ് വെടിയേറ്റത്. അത് ഞൊണ്ടിയോടിയപ്പോൾ പിടിച്ചു കെട്ടി ഗുഹയിൽ കൊണ്ടു വന്നു. ഒടിഞ്ഞ കാലിൽ മരക്കഷണങ്ങൾ വെച്ചുകെട്ടി. ദീർഘകാലത്തെ പരിചരണത്തിന്റെ ഫലമായി അതിന്റെ മുടന്തു മാറി. ഒപ്പം അത് എന്നോടിണങ്ങി. വീട്ടുമുറ്റത്തു വളരുന്ന പുല്ലുതിന്ന് എന്നോടൊപ്പം വളർന്നു. അങ്ങനെ ആദ്യമായി മൃഗങ്ങളെ ഇണക്കി വളർത്തുന്ന കാര്യം എന്റെ മനസിലുദിച്ചു. വെടിമരുന്ന് തീർന്നാലും ആഹാരത്തിന് ക്ഷാമമുണ്ടാകില്ല.

ഡിസംബർ 28, 29, 30

വലിയ ചൂടായിരുന്നു; ഇളം കാറ്റുമില്ല. വൈകുന്നേരം വരെ പുറത്തിറങ്ങിയില്ല. വീട്ടിനകത്ത് സാധനങ്ങളൊക്കെ ഒതുക്കി വച്ചുകൊണ്ടിരുന്നു.

ജനുവരി 1

കഠിനമായ ചൂടായിരുന്നിട്ടും, പ്രഭാതത്തിലും സായാഹ്നത്തിലും ഭക്ഷണം തേടിപ്പോയി. നട്ടുച്ച നേരത്തു കിടന്നുറങ്ങി. സായാഹ്നത്തിൽ ദ്വീപിന്റെ ഏതാണ്ട് മധ്യഭാഗത്തെ താഴ്വരയിൽ എത്തിയപ്പോൾ അവിടെ ധാരാളം ആടുകളുണ്ടായിരുന്നു. അടുത്തു ചെന്നപ്പോൾ അവ ഓടി മറഞ്ഞു. നായയെ കൊണ്ടുവന്ന് അവയെ വേട്ടയാടിയാലോയെന്ന് ഞാൻ ആലോചിച്ചു.

ജനുവരി 2

അതനുസരിച്ച് പിറ്റേന്നു നായയെ കൊണ്ടുപോയി; പക്ഷേ എന്റെ കണക്കുകൂട്ടലുകൾ തെറ്റി. ആടുകൾ നായയ്ക്കെതിരെ തിരിഞ്ഞു. അപകടം മണത്തറിഞ്ഞ നായ അവിടം വിട്ടു.

ജനുവരി 3

ഞാൻ മതിലു(വേലി)ണ്ടാക്കാൻ തുടങ്ങി. ആരെങ്കിലും ആക്രമിച്ചാലോയെന്ന ചിന്ത അപ്പോഴുമുണ്ടായിരുന്നു. അതുകൊണ്ട് ശക്തമായ മതിലുണ്ടാക്കാൻ തന്നെ തീരുമാനിച്ചു.

ഈ മതിലിനെക്കുറിച്ച് മുമ്പ് പറഞ്ഞിരുന്നതിനാൽ ഞാൻ വീണ്ടും വിവരിക്കുന്നില്ല. ജനുവരി മൂന്നു മുതൽ ഏപ്രിൽ 14 വരെ മതിലിന്റെ പണിയിൽത്തന്നെയായിരുന്നു. അതിന് ഇരുപത്തിനാലു വാരയിൽ കൂടുതൽ നീളമുണ്ടായിരുന്നില്ല. എട്ടുവാര വ്യാസമുള്ള അർധവൃത്തമായിരുന്നു മുൻഭാഗം. അതിന്റെ മധ്യത്തിലായിരുന്നു വാതിൽ.

കഠിനമായി ജോലിയിൽ വ്യാപൃതനായിരുന്നപ്പോൾ മഴ പല ദിവസങ്ങളിലും തടസപ്പെടുത്തിയെങ്കിലും, പണിപൂർത്തിയാകുന്നത് എന്റെ അത്യാവശ്യമായി കരുതിത്തന്നെ ജോലി ചെയ്തു. മതിലിന്റെയും അതിനോടു ചേർന്നുള്ള രണ്ടുവരി വേലിയുടെയും പണി പൂർത്തിയായപ്പോൾ, അവിടെ വരുന്ന ഏതൊരാൾക്കും ഉള്ളിലൊരു കൂടാരമുണ്ടെന്ന് തോന്നുകയേ ഇല്ല. അത്രമാത്രം ഭംഗിയിലാണ് ഞാനതുചെയ്തത്. പക്ഷേ, ഇത് പിന്നീടൊരിക്കൽ എനിക്ക് ഉപയോഗപ്പെട്ടിരുന്നു.

ഈ ദിവസങ്ങളിൽ സ്ഥിരമായി ഞാൻ ഭക്ഷണം തേടിപ്പോകുമായിരുന്നു. ഈ യാത്രകളിൽ വളരെ പ്രയോജനകരമായ അനുഭവങ്ങളുമുണ്ടായി. മരങ്ങളിൽ കൂടുവയ്ക്കാത്തതും എന്നാൽ പാറയിടുക്കുകളിൽ കൂടുകൂട്ടുന്നതുമായ ഒരിനം പ്രാവുകളെ ഞാൻ കണ്ടു. കുറച്ചു കുഞ്ഞു പ്രാവുകളെ തീറ്റകൊടുത്തു വളർത്തിനോക്കി. പക്ഷേ അവ ഇണങ്ങി

യെങ്കിലും, വളർന്നപ്പോൾ പറന്നുപോയി. എങ്കിലും ഇടയ്ക്കൊക്കെ അവയുടെ കൂടുകൾ കണ്ടപ്പോൾ അവയെ പിടിച്ച് ഞാൻ ഭക്ഷണമാക്കാറുണ്ടായിരുന്നു; അവയുടെ മാംസം നല്ല സ്വാദുള്ളതായിരുന്നു.

പല നിത്യോപയോഗ സാധനങ്ങളുടെയും അഭാവം എന്റെ ജീവിതത്തെ ബാധിച്ചു. അതിലൊന്ന് മെഴുകുതിരിയായിരുന്നു. അതിനാൽ ഏഴു മണിക്ക് ഇരുട്ടാകുമ്പോൾത്തന്നെ എനിക്കുറങ്ങേണ്ടി വന്നു. എന്റെ ആഫ്രിക്കൻ യാത്രയിൽ മെഴുകുകട്ടകൊണ്ടു മെഴുകുതിരിയുണ്ടാക്കിയ കാര്യം അപ്പോഴോർക്കും. അതിൽ ഒന്നുപോലുമില്ല. പക്ഷേ, ഞാനതിനൊരു പരിഹാരവും കണ്ടെത്തി. ഒരു ആടിനെ കൊന്നപ്പോൾ അതിന്റെ കൊഴുപ്പെടുത്തു വച്ചിരുന്നു. കളിമണ്ണുകൊണ്ട് ഒരു കിണ്ണമുണ്ടാക്കി വെയിലത്തുവച്ചുണക്കി, അതിൽ കൊഴുപ്പു നിറച്ച് തിരിയിട്ട് ഞാൻ വിളക്കുണ്ടാക്കി. അതെനിക്ക് ഇരുട്ടിൽ വെളിച്ചം തന്നു.

മെഴുകുതിരിയുടെ അരണ്ട വെളിച്ചത്തിൽ എന്തോ ജോലി ചെയ്യുമ്പോൾ കുറച്ചു സാധനങ്ങൾ ഞാനറിയാതെ മറിച്ചിട്ടുപോയി. അവയ്ക്കിടയിൽ കോഴികൾക്കു കൊടുക്കാൻ വച്ചിരുന്ന ഒരു ചെറിയ സഞ്ചി നിറയെ ധാന്യം ഞാൻ കണ്ടു. മുമ്പ് കപ്പലിൽ ലിസ്ബനിൽ പോയസമയത്ത് സൂക്ഷിച്ചിരുന്ന ധാന്യസഞ്ചിയായിരുന്നു അത്. പക്ഷേ, അതിലുണ്ടായിരുന്ന ധാന്യം മുഴുവൻ എലികൾ തിന്നു തീർത്തിരുന്നു; ഇനി ഉമി മാത്രമേയുള്ളൂ. ഉമിയും പൊടിയുമെല്ലാം പാറയ്ക്കു താഴെയുള്ള മതിലിനരികിൽ കുടഞ്ഞിട്ടശേഷം, കരിമരുന്ന് നിറയ്ക്കാനായി ഞാൻ ആ സഞ്ചിയെടുത്തു.

മഴക്കാലത്തിനു മുമ്പാണ് ഞാനിതു ചെയ്തത്; പിന്നീടത് ഞാൻ ശ്രദ്ധിച്ചതേയില്ല. എന്തെങ്കിലും അവിടെ കുടഞ്ഞിട്ടകാര്യം ഞാൻ ഓർമിച്ചതുമില്ല. ഒരുമാസം കഴിഞ്ഞെന്നു തോന്നുന്നു. അവിടെ എന്തോ പുല്ലു മുളച്ചു വന്നു. എനിക്കു പരിചയമില്ലാത്ത ഇനം ചെടികളായിരുന്നു അത്. കുറച്ചു വളർന്നു ഇലകൾ വന്നപ്പോഴാണ് അത് ബാർലിച്ചെടികളാണെന്ന് ഞാനറിഞ്ഞത്, എനിക്കത്ഭുതം തോന്നി.

എനിക്കുണ്ടായ അത്ഭുതം വർണിക്കാൻ വാക്കുകളില്ല തന്നെ. അന്നുവരെ എന്റെ മനസിൽ ഒരു മതത്തിലും സ്ഥാനമില്ലാതിരുന്നു. ലോകത്തു കാര്യങ്ങൾ സംഭവിക്കുന്നത് ആകസ്മികമെന്നായിരുന്നു എന്റെ വിശ്വാസം. പക്ഷേ, അപ്പോൾ എന്റെ യുക്തിചിന്തകൾക്കു മാറ്റമുണ്ടായി. ദൈവത്തിന്റെ ഇടപെടലുകളാണ് എല്ലാത്തിന്റെയും കാരണമെന്ന് ഞാൻ മനസിലാക്കി. ധാന്യം വളരാത്ത കാലാവസ്ഥയിൽ അതു വളരുന്നതുകൂടിക്കണ്ടപ്പോൾ അതെന്റെ മനസിനെ സ്പർശിച്ചു. വിത്തുവിതയ്ക്കാതെ തന്നെ ബാർലി മുളച്ചുവന്നത് ദൈവകരം മൂലം തന്നെയെന്ന് ഞാൻ വിശ്വസിച്ചു.

ഈ സംഭവം എന്റെ ഹൃദയത്തിൽത്തട്ടിയപ്പോൾ, ഞാൻ കരഞ്ഞുപോയി. പ്രകൃതിയുടെ അത്ഭുതതന്ത്രം എന്നെ അനുഗ്രഹിച്ചിരിക്കുകയാണ്. പാറകളുടെ അരികിൽ വീണ്ടും ചെടികൾ കിളിർത്തു വരുന്നത് എന്നെ കൂടുതൽ അതിശയിപ്പിച്ചു.

എന്നെ സഹായിക്കാൻ വേണ്ടി മാത്രം ദൈവം ചെയ്ത പദ്ധതിയാ

ണിതെന്ന് എനിക്കു മനസിലായി. അക്കാര്യത്തിൽ എനിക്ക് സംശയമുണ്ടായിരുന്നില്ല. എങ്കിലും മറ്റെവിടെയെങ്കിലും ഇവ മുളച്ചുവരുന്നുണ്ടോയെന്നറിയാനായി ഞാൻ ദ്വീപുമുഴുവനും നടന്നു. എല്ലാ മുക്കിലും മൂലയിലും എല്ലാ പാറകൾക്കിടയിലും പരിശോധിച്ചു. എന്നാൽ ഒരിടത്തും ഇവ മുളച്ചു വന്നിരുന്നില്ല. പെട്ടെന്നാണ്, പണ്ടൊരിക്കൽ കോഴിക്കുള്ള തീറ്റ ഞാൻ അവിടെ കുടഞ്ഞിട്ട കാര്യമോർത്തത്. അതോടെ എനിക്കു തോന്നിയ അത്ഭുതങ്ങളെല്ലാം കെട്ടടങ്ങി. ദൈവത്തോടു തോന്നിയ നന്ദിപൂർവമായ ചിന്തകളും ഇല്ലാതായി. ഇതൊക്കെ സാധാരണ സംഭവിക്കുന്ന ഒന്നായി എനിക്കു മനസിലായി. എലികൾ തിന്നുതീർത്തശേഷമുള്ള പത്തോ പതിനഞ്ചോ ധാന്യമണികളാണ് സഞ്ചിയിലുണ്ടായിരുന്നത്; എങ്കിലും ദൈവത്തിന്റെ പ്രവർത്തനമല്ലെന്നു പറയാനാവില്ല. അല്ലെങ്കിൽത്തന്നെ ഞാൻ ആ പ്രത്യേക സ്ഥലത്തുതന്നെ വലിച്ചെറിഞ്ഞതെന്തിന്? പാറയുടെ നിഴലുള്ളതുകൊണ്ടല്ലേ അതു മുളച്ചത്. അതേസമയത്ത് മറ്റേതെങ്കിലും സ്ഥലത്താണ് ഞാനത് (തീറ്റ) കുടഞ്ഞിട്ടിരുന്നതെങ്കിൽ, അവ സൂര്യന്റെ തീയിൽ ഉണങ്ങിക്കരിഞ്ഞേനേ.

മുളച്ചുവന്ന ധാന്യച്ചെടികളെ ഞാൻ നന്നായി സംരക്ഷിച്ചു; ജൂൺ അവസാനമായിരുന്നു - ചൂടുള്ള കാലാവസ്ഥ. ഇവ കൊയ്തു കഴിഞ്ഞാൽ വീണ്ടും വിതയ്ക്കാനായി ഞാൻ ആഗ്രഹിച്ചു. പക്ഷേ നാലുവർഷമായപ്പോഴാണ് എനിക്കെന്തെങ്കിലും വിളവ് ഇതിൽനിന്നും കിട്ടിയത്. വിതക്കാലം തെറ്റിയതുകൊണ്ട് ആദ്യം വിതച്ചവയെല്ലാം ഉണങ്ങിപ്പോയി; വേനൽക്കാലത്തിനു തൊട്ടുമുമ്പാണതു ഞാൻ വിതച്ചത്; ഒന്നുപോലും മുളച്ചു വന്നില്ല. ബാർലി കൂടാതെ ഇരുപതോ മുപ്പതോ നെൽക്കതിരുകളും ഞാൻ സംരക്ഷിച്ചു. ഭക്ഷണമുണ്ടാക്കാനോ റൊട്ടിയുണ്ടാക്കാനോ ഒക്കെ രണ്ടും ഉപയോഗപ്പെട്ടു. പറഞ്ഞു കാടുകയറിയോ? ഇനി ഡയറിയിലേക്കു തിരിച്ചു പോകാം.

മതിൽ കെട്ടിത്തീർക്കാനായി മൂന്നു നാലു മാസം ഞാൻ കഠിനാധ്വാനം ചെയ്തു. ഏപ്രിൽ 14നു പണി തീർന്നു. അടച്ചു ഭദ്രമാക്കിയ അതിനുള്ളിൽ കയറുന്നത് വാതിൽ വഴിയായിരുന്നില്ല. ഏണിവഴി മതിലിനു മുകളിലൂടെ. അവിടെയൊരു താമസസ്ഥലമുണ്ടെന്ന് പുറത്തുള്ള ആർക്കും തിരിച്ചറിയാനേ പറ്റുമായിരുന്നില്ല.

ഏപ്രിൽ 16

ഞാൻ ഏണിയുണ്ടാക്കി. ഏണിവഴി കയറി മതിലിന്റെ മുകളിൽ എത്തിയശേഷം അതു വലിച്ചെടുത്തു മതിലിന്റെ ഉള്ളിലിട്ടു. അങ്ങനെ എനിക്കു ചുറ്റും ശക്തമായ ഒരു കോട്ടയുണ്ടാക്കി. ഏണിചാരി മതിൽ കയറാതെ ആർക്കും ഉള്ളിൽ കടക്കാനാവില്ല.

മതിൽ തീർത്തതിന്റെ പിറ്റേദിവസം, ഇത്രയും ദിവസത്തെ അധ്വാനം വൃഥാവിലാക്കുന്ന ഒരു സംഭവമുണ്ടായി; ഞാൻ പോലും മരിച്ചു പോകേണ്ടതായിരുന്നു. സംഭവമിതായിരുന്നു: ഞാൻ കൂടാരത്തിനകത്ത് തിരക്കിട്ട

പണിയിലായിരുന്നു. കൂടാരത്തിന്റെ പുറകിൽ ഗുഹാമുഖത്തിൽ ഇരുന്നായിരുന്നു പണി. പെട്ടെന്നാണ് ഗുഹയുടെ മേൽത്തട്ടിൽനിന്നും മണ്ണിടിഞ്ഞു വീണത്. എന്റെ തലയിലൂടെയാണത് വീണത്. കൂരയ്ക്കുള്ള രണ്ടു തൂണുകൾ തറയിൽ വീഴുമാറ് പൊട്ടിപ്പോയി. അങ്ങേയറ്റം ഭയന്നെങ്കിലും അതിന്റെ ശരിയായ കാരണം എനിക്കു മനസിലായില്ല. ഭയന്ന ഞാൻ ജീവനും കൊണ്ടോടി. കൂരയിടിഞ്ഞു വീണ് ഞാനിപ്പോൾ മരിക്കുമെന്ന ചിന്ത മാത്രമേ എനിക്കുണ്ടായിരുന്നുള്ളൂ. ചാരി വച്ചിരുന്ന ഏണിയിലൂടെ കയറി മതിലിന്റെ മുകളിൽക്കയറിയശേഷം ഞാൻ അകത്തിറങ്ങി. അപ്പോഴാണ് അതൊരു ഭൂമികുലുക്കമായിരുന്നെന്ന് മനസിലായത്. എട്ടു മിനിറ്റിനുള്ളിൽ മൂന്നു പ്രാവശ്യം ഭൂമി കുലുങ്ങി. എത്ര ഉറപ്പുള്ള കെട്ടിടത്തെയും തച്ചുടയ്ക്കാൻ പോന്ന ഭൂമികുലുക്കമായിരുന്നു അത്. അരമൈലപ്പുറമുണ്ടായിരുന്ന ഒരു വലിയ പാറക്കൂട്ടം പെട്ടെന്നു പൊട്ടിത്തെറിച്ചു; അതും ഭയങ്കരമായ ശബ്ദത്തോടെ, കടലിൽ വൻ തിരമാലകളുയർന്നു; കടലിനടിയിലാണ് കൂടുതൽ സ്ഫോടനമുണ്ടായതെന്നു തോന്നുന്നു.

അത്ഭുതവും പേടിയും കൊണ്ട് ഞാൻ സ്തബ്ധനായി. പാറ വീണ ശബ്ദം കേട്ടാണ് ഞാൻ ഞെട്ടിയുണർന്നത്. എന്റെ വാസസ്ഥലം മണ്ണിടിഞ്ഞുവീണ് അതിനകത്തായെന്നു തന്നെ ഞാൻ കരുതി, തിരിച്ചു അങ്ങോട്ടു പോകാനുള്ള ധൈര്യമില്ലാതെ ഇനിയെന്തുചെയ്യുമെന്നാലോചിച്ചു ഞാൻ നിന്നു. അപ്പോൾ ഞാനറിയാതെ ദൈവത്തെ വിളിച്ചുപോയി; "ദൈവമേ, എന്നോടു കരുണ കാണിക്കണമേ."

പെട്ടെന്ന് ആകാശമിരുണ്ടു കൂടി. ക്രമേണ കാറ്റിനു ശക്തിയും കൂടി. അരമണിക്കൂറിൽ അതൊരു കൊടുങ്കാറ്റായി മാറി. കടലാകട്ടെ നുരയും പതയുംകൊണ്ടു നിറഞ്ഞു. കരയിലേക്കു തിരകൾ അടിച്ചു കയറി. മരങ്ങൾ മറിഞ്ഞുവീണു. മൂന്നുമണിക്കൂർ നേരത്തെ ഭീകരാവസ്ഥയ്ക്കു ശേഷം കാറ്റടങ്ങി. അപ്പോഴേക്കും മഴ തുടങ്ങിയിരുന്നു.

ഭയം വിട്ടുമാറിയിട്ടില്ലാത്ത ഞാൻ തറയിലിരുന്നു. കാറ്റും മഴയുമൊക്കെ ഭൂമികുലുക്കത്തിന്റെ അനന്തര ഫലമായിരുന്നെന്ന് എനിക്കു മനസിലായി. ഭൂകമ്പം പിന്നീടുണ്ടായില്ല. ഇനി ഗുഹയിലേക്കു പോകുന്നതിൽ കുഴപ്പമൊന്നുമില്ലെന്ന് എനിക്കു തോന്നി. ഞാൻ സാവകാശം ഗുഹയിൽ കയറി. മഴ എന്റെ പണിയെ പതിന്മടങ്ങാക്കി. ഉള്ളിൽ നിറഞ്ഞു നിന്ന വെള്ളം ഒഴുക്കിക്കളയാൻ ഇനിയൊരു ചാലു വേണം. അല്ലെങ്കിൽ കൂടാരം വെള്ളത്തിൽ മുങ്ങിപ്പോയേക്കും. എന്തായാലും വലിയ കുഴപ്പങ്ങളൊന്നും ഭൂമികുലുക്കം എന്റെ വാസസ്ഥലത്തിനേൽപ്പിച്ചിട്ടില്ല; എനിക്കു സമാധാനമായി. ഉന്മേഷത്തിനായി അൽപ്പം മദ്യം അകത്താക്കി. വളരെ കുറച്ചു സാഹചര്യങ്ങളിലേ ഞാൻ മദ്യപിക്കാറുള്ളൂ. തീർന്നു പോയാൽ പിന്നെ കിട്ടില്ലല്ലോ.

അന്നു പെയ്തു തുടങ്ങിയ മഴ പിറ്റേന്നും വളരെ നേരം പെയ്തുകൊണ്ടിരുന്നു. എനിക്കു പുറത്തിറങ്ങാനായില്ല. മനസിനൽപ്പം ശാന്തി കിട്ടിയപ്പോൾ വീടിന്റെ കുറവുകളെക്കുറിച്ചാലോചിച്ചു. തുടർച്ചയായി ഭൂമികുലുക്കമുണ്ടായാൽ ഇവിടത്തെ താമസം അപകടം വരുത്തിവയ്ക്കും.

ജീവനോടെ ശവമാക്കേണ്ടി വരുമെന്നതിൽ സംശയമില്ല. അതിനാൽ തുറ സായ സ്ഥലം കണ്ടെത്തി താമസം അങ്ങോട്ടു മാറ്റിയാലേ പറ്റൂ. രണ്ടു ദിവസം ഇക്കാര്യങ്ങളെക്കുറിച്ചു മാത്രം ചിന്തിച്ചു. കൂടാരത്തിന്റെ മുക ളിൽ കൂരപോലെ എഴുന്നുനിൽക്കുന്ന കുന്ന് ഇടിഞ്ഞുവീഴുമെന്ന ഭയം കൊണ്ട് നേരാംവണ്ണം ഉറങ്ങാനും പറ്റിയില്ല. പുറത്തു കിടക്കുന്നതിലും സുരക്ഷിതത്വമില്ല. കഷ്ടപ്പെട്ടു കെട്ടിയുയർത്തിയ കൂടാരവും ഗുഹയും വിട്ടുപേക്ഷിക്കാനും മനസു വന്നില്ല. പുതിയ വീടു നിർമിക്കണമെങ്കിലും വളരെക്കാലം വേണം. ഇവിടെ താമസിച്ചുകൊണ്ടുതന്നെ മറ്റൊരു താവളം നിർമിക്കണം.

ഏപ്രിൽ 22

എടുത്ത തീരുമാനം നടപ്പിലാക്കാനുള്ള മാർഗങ്ങൾ ആലോചിച്ചു. പണിയായുധങ്ങളാണ് തീരെയില്ലാത്തത്. ഉണ്ടായിരുന്ന കോടാലിക്കും മൺവെട്ടിക്കുമൊക്കെ മൂർച്ച പോയിരിക്കുകയാണ്. പക്ഷേ, അവയ്ക്കു മൂർച്ചവരുത്താനുള്ള ഒരുപകരണം എന്റെ കൈയിലുണ്ട്. തകർന്ന കപ്പ ലിൽനിന്നും കിട്ടിയതാണ്. പക്ഷേ, അത് അത്രയെളുപ്പം പ്രവർത്തിപ്പി ക്കാനാവില്ല; പ്രവർത്തിപ്പിക്കാൻ അറിയുകയുമില്ല. പ്രശ്നപരിഹാരത്തിന് ഗൂഢാലോചനയിലിരിക്കുന്ന രാജ്യതന്ത്രജ്ഞനെപ്പോലെ ഞാനിരുന്നു. പ്രതിയെ വെറുതെ വിടണോ അതോ വധശിക്ഷയ്ക്കു വിടണോ എന്നുള്ള ധർമസങ്കടത്തിലിരിക്കുമ്പോലെ. എന്തായാലും ഇതു പ്രവർത്തി പ്പിക്കാൻ ഒരാഴ്ചയെടുത്തു.

ഏപ്രിൽ 28, 29

എല്ലാ ആയുധങ്ങളെയും മൂർച്ച വരുത്തി. എല്ലാത്തിനുംകൂടി രണ്ടു നാൾ വേണ്ടിവന്നു.

ഏപ്രിൽ 30

റൊട്ടി തീരാറായി. കൈവശമുള്ള ഭക്ഷണസാധനങ്ങളുടെ കണ ക്കെടുത്തു. എന്നും ഒരു ബിസ്കറ്റു മാത്രം കഴിച്ചാൽ മതിയെന്നു തീരു മാനിച്ചു. ആ തീരുമാനം ഹൃദയത്തെ വിഷമിപ്പിക്കാതിരുന്നില്ല.

9

കപ്പലിൽനിന്നും സാധന ശേഖരണം

മെയ് 1

രാവിലെ കടൽക്കരയിലേക്കു നോക്കിയപ്പോൾ കടലലകൾ അമർന്നിരുന്നു. ഒരു ബാരലുപോലത്തെ സാധനം (സാമാന്യം വലുതായി) കരയിൽ കിടക്കുന്നതു കണ്ടു. ഞാൻ അതിന്റെ അടുത്തു ചെന്നു നോക്കി; അതെ, ഒരു ബാരൽ തന്നെ; കപ്പലിന്റെ അവശിഷ്ടങ്ങളും ഒന്നുരണ്ടെണ്ണമുണ്ട്; അവയൊക്കെ ചുഴലിക്കാറ്റ് അടിച്ചുകൊണ്ടുവന്നതാണ്. ഞാൻ ആ ബാരൽ പരിശോധിച്ചപ്പോൾ അതു നിറയെ വെടിമരുന്നാണെന്നു കണ്ടു. എന്നാൽ വെള്ളം നനഞ്ഞതിനാൽ അതുപോലെ കട്ടിയായിരിക്കുകയാണ്. എന്തായാലും ഞാനതിനെ തീരത്തുനിന്നുമുരുട്ടി കരയിലേക്കിട്ടു.

കപ്പലിന്റെ അവശിഷ്ടങ്ങളിൽനിന്നു ശേഖരിക്കാവുന്നതൊക്കെയും ഞാൻ ശേഖരിച്ചു.

മെയ് 3

മണലിൽ പുതഞ്ഞുകിടന്ന കപ്പലിന്റെ ഒരു ഉത്തരം വാളുകൊണ്ട് അറുത്തെടുത്തു.

മെയ് 4

മീൻ പിടിക്കാൻ കടലിൽ പോയെങ്കിലും ഒന്നിനേയും കിട്ടിയില്ല; ക്ഷീണിച്ചു മടുത്തു തിരികെപ്പോകാനൊരുങ്ങിയതാണ്; അപ്പോഴാണ് ഒരു ഡോൾഫിൻ കുഞ്ഞിനെ കിട്ടിയത്.

മെയ് 5

കപ്പലിൽനിന്നും മറ്റൊരു ഉത്തരം കൂടി മുറിച്ചെടുത്തു. ഫിർ മരക്കഷണങ്ങളിൽ മൂന്നെണ്ണവും കിട്ടി. തിരമാല ഉയർന്നുവന്നപ്പോൾ അവ കെട്ടിക്കെട്ടിയുണ്ടാക്കിയ ചങ്ങാടത്തിലാണ് തീരത്തു വന്നത്.

മെയ് 6

കപ്പലിന്റെ അവശിഷ്ടങ്ങളിൽ വീണ്ടും തെരഞ്ഞു. ധാരാളം ഇരുമ്പു ഓടാമ്പലുകൾ കിട്ടി; വളരെ ക്ഷീണിതനായാണ് താവളത്തിലേക്കു മടങ്ങിയത്.

മെയ് 7

അവശിഷ്ടങ്ങൾക്കടുത്തു വീണ്ടും ചെന്നു. ഒന്നും തെരയേണ്ടെന്ന തീരുമാനത്തിലാണവിടെ ചെന്നത്. കപ്പലിന്റെ കഷണങ്ങൾ ചിതറിക്കിടന്നു. ഉള്ളിൽ നിറയെ വെള്ളവും മണലും നിറഞ്ഞിരുന്നു.

മെയ് 8

അവശിഷ്ടങ്ങൾക്കടുത്തു ചെന്നു. കപ്പലിന്റെ പലകകൾ പിടിച്ചിളക്കാൻ ഒരു ഇരുമ്പു കൊളുത്തും കൊണ്ടുപോയിരുന്നു. രണ്ടു പലകകൾ വലിച്ചെടുത്തു കരയിൽക്കൊണ്ടുവന്നു.

മെയ് 9

അവശിഷ്ടങ്ങൾക്കടുത്തു ചെന്നു, ഇരുമ്പുകൊളുത്തുകൊണ്ട് പലകകൾ ഇളക്കിയിളക്കി അതിനകത്തു കയറി. ധാരാളം ബാരലുകൾ ഇരിക്കുന്നതു കണ്ടു. അവ പൊളിക്കാനായില്ല.

മെയ് 10, 11, 12, 13, 14

എല്ലാ ദിവസവും അവശിഷ്ടങ്ങൾക്കടുത്തു ചെന്നു. ധാരാളം പലകകൾ ഇളക്കിയെടുക്കാനായി. ധാരാളം ഇരുമ്പു കട്ടികളും കിട്ടി.

മെയ് 15

രണ്ടു കൈക്കോടാലിയുമായാണ് അവശിഷ്ടങ്ങൾക്കടുത്തു പോയത്. ഈയപ്പാളികൾ ഇളക്കിയെടുക്കാനായിരുന്നു; പക്ഷേ സാധിച്ചില്ല.

മെയ് 16

രാത്രിയിൽ കാറ്റു ശക്തിയായി വീശിയടിച്ചു. തിരമാലയുടെ ശക്തിയിൽ കപ്പൽ കൂടുതൽ തകർന്നു. വൻ തിരമാലകളായിരുന്നതിനാൽ അവശിഷ്ടങ്ങളുടെ അരികിലേക്കു ചെന്നില്ല.

മെയ് 24

ഇന്നുവരെ അവശിഷ്ടങ്ങളിൽനിന്നും ശേഖരിക്കാവുന്നതൊക്കെ ശേഖരിച്ചു.

ജൂൺ 16

കടൽത്തീരത്തിലൂടെ നടക്കുമ്പോൾ ഒരു വലിയ കടലാമയെ കണ്ടു. ആദ്യമായാണ് ആമയെ കാണുന്നത്. യഥാർഥത്തിൽ ഈ സ്ഥലത്തിന്റെ കുഴപ്പം കൊണ്ടല്ല, എന്റെ നിർഭാഗ്യംകൊണ്ടാണ് ഇവയെ ഞാൻ മുൻപു കാണാതിരുന്നത്. ദ്വീപിന്റെ മറ്റേയറ്റത്ത് പോയിരുന്നെങ്കിൽ എന്നും നൂറു കണക്കിന് കടലാമകളെ ദിവസവും കിട്ടുമായിരുന്നു. പിന്നീട് ധാരാളം ആമകളെ ഞാൻ കണ്ടിരുന്നു.

ജൂൺ 17

കടലാമയെ പാകം ചെയ്തുകൊണ്ട് വീട്ടിലിരുന്നു. അറുപതോളം മുട്ടകളുണ്ടായിരുന്നു. ജീവിതത്തിൽ ഇതേവരെ കഴിച്ചവയിൽ ഏറ്റവും രുചികരമായതിതാണെന്ന് എനിക്കു തോന്നി; ഇവിടെ വന്നതിനുശേഷം ആടിന്റെയും പക്ഷിയുടെയും മാംസമാണല്ലോ ആകെപ്പാടെ എനിക്കു കിട്ടിയിട്ടുള്ളത്.

ജൂൺ 18

പകൽ മുഴുവൻ മഴയായിരുന്നു; പുറത്തിറങ്ങിയില്ല. നല്ല തണുത്ത മഴയായിരുന്നു അത്; എനിക്ക് വല്ലാത്ത വിറയൽ വന്നു. പക്ഷേ, സാധാരണ അത്ര തണുപ്പുണ്ടാകാത്തതാണ്.

ജൂൺ 19

ഒട്ടും സുഖമില്ലാതിരുന്നു. ശൈത്യകാലത്തെന്നപോലെ വല്ലാതെ ഞാൻ വിറച്ചു.

ജൂൺ 20

രാത്രിയിൽ ഉറങ്ങിയില്ല. കടുത്ത തലവേദനയും പനിയുമായിരുന്നു.

ജൂൺ 21

തീർത്തും സുഖമില്ല തന്നെ. മരിച്ചു പോകുമെന്നുതന്നെ കരുതി. ഹള്ളിൽ വച്ച് കൊടുങ്കാറ്റുണ്ടായശേഷം ആദ്യമായി ദൈവത്തെ ഓർമിച്ചു. മൊത്തത്തിൽ അസ്വസ്ഥനായിരുന്നതിനാൽ ദൈവത്തോടു പ്രാർഥിച്ചതൊന്നും ഓർമയുമില്ല.

ജൂൺ 22

രോഗശാന്തി അൽപ്പമുണ്ടായി; പക്ഷേ രക്ഷപ്പെടുമോയെന്നറിയില്ല.

ജൂൺ 23

വീണ്ടും അസുഖം മൂർച്ഛിച്ചു. വിറയലും തലവേദനയും.

ജൂൺ 24

അസുഖത്തിന് നല്ല കുറവുണ്ട്.

ജൂൺ 25

കടുത്ത മലമ്പനിയായി. ഏഴുമണിക്കൂർ അബോധാവസ്ഥയിൽ കഴിഞ്ഞു. ശരീരം തണുത്തു മോഹാലസ്യമായി. പിന്നീടു കടുത്ത ചൂടും വിയർപ്പും.

ജൂൺ 26

അസുഖം കുറഞ്ഞു തുടങ്ങി. കഴിക്കാനൊന്നുമില്ലാത്തതിനാൽ തോക്കുമെടുത്തു പുറത്തിറങ്ങി. ഒരു ആടിനെക്കണ്ടു. വെടിവെച്ചിട്ടശേഷം വല്ല വിധേന വീട്ടിലേക്കു വന്നു. കുറച്ചു മാംസം വേവിച്ചു കഴിച്ചു. സൂപ്പു ണ്ടാക്കിയാൽ നല്ല രുചിയായിരുന്നു. എന്തുചെയ്യാനാണ്? അതിനു പറ്റിയ പാത്രങ്ങളൊന്നും അവിടെ ഉണ്ടായിരുന്നില്ല.

ജൂൺ 27

മലമ്പനി വീണ്ടും മൂർച്ഛിച്ചു. ദിവസം മുഴുവനും കിടന്നു വിശ്രമിച്ചു. തിന്നാനും കുടിക്കാനും ഒന്നുമില്ല. ദാഹിച്ചു ചാകുമെന്നു കരുതി. എഴു ന്നേറ്റു നിൽക്കാനും വയ്യ; അത്രയ്ക്ക് ആരോഗ്യം ക്ഷയിച്ചിരുന്നു. വെള്ള മെടുത്ത് കുടിക്കാൻപോലും പറ്റുന്നില്ല.

ഞാൻ കിടന്നുകൊണ്ടു പ്രാർഥിച്ചു. “ദൈവമേ എന്നെ കാക്കണമേ. എന്നോടു കരുണ കാണിക്കണമേ.”

രണ്ടു മൂന്നു മണിക്കൂർ ഒന്നും ചെയ്യാനില്ലാതെ അബോധാവസ്ഥ യിൽ ഞാൻ കിടന്നു. ഒടുവിലുറങ്ങിപ്പോയി. രാത്രി വളരെ വൈകുന്നതു വരെ ഉറങ്ങിപ്പോയി. ഉറങ്ങിയെണീറ്റപ്പോൾ നല്ല സുഖവും ഉന്മേഷവും തോന്നി. പക്ഷേ, വല്ലാത്ത ക്ഷീണവും ദാഹവും. അവിടെ ഒരു തുള്ളി കുടിവെള്ളമില്ലായിരുന്നു. നേരം വെളുക്കുവോളം ദാഹിച്ചു കിടന്നു. വീണ്ടും ഉറങ്ങിപ്പോയി.

രണ്ടാമത്തെ ഉറക്കത്തിൽ ഒരു ഭീകര ദു:സ്വപ്നം കണ്ടു. മതിലിനു പുറത്ത് നിലത്തിരിക്കുകയാണ് ഞാൻ. കാർമേഘങ്ങൾക്കിടയിൽനിന്ന് ഒരാൾ അഗ്നിജ്വാലപോലെ കത്തിജ്വലിച്ചുകൊണ്ട് നിലത്തിറങ്ങുന്നതു കണ്ടു. അയാളുടെ നേരെ എനിക്കു കണ്ണുതുറന്നു നോക്കാനും പറ്റിയില്ല.

അത്രയ്ക്കു പ്രഭയായിരുന്നു. അയാളുടെ മുഖഭാവവും വിവരണാതീത മാംവിധം ഭയാനകമായിരുന്നു. അയാളുടെ പാദം ഭൂമിയിൽ തൊട്ടപ്പോൾ ഭൂമി കുലുങ്ങിയതുപോലെ തോന്നി. അയാൾ എന്റെ നേരെ വന്നു. കൈയിലൊരു കുന്തവുമുണ്ട്. എന്റെ നേർക്കു പാഞ്ഞുവരുന്നു. അൽപ്പമകലെ ഒരുയർന്ന സ്ഥലത്ത് അയാൾ നിന്നു. ഭയാനകമായ സ്വരത്തിൽ അയാൾ എന്നോടു പറഞ്ഞു. "ഇതെല്ലാം കണ്ടിട്ട് നിനക്ക് പ്രായശ്ചിത്തം തോന്നുന്നില്ലെങ്കിൽ നീ മരിക്കണം." ഇതു പറഞ്ഞശേഷം എന്നെ കൊല്ലാനായി അയാൾ കുന്തമുയർത്തിയെന്ന് എനിക്കു തോന്നി.

ആ ഭീകരസ്വപ്നം എന്റെ ആത്മാവിലുണ്ടാക്കിയ ഭയാനകത വായനക്കാർക്കു വിവരിച്ചുതരാൻ എനിക്കു വാക്കുകളില്ല. ഒക്കെ സ്വപ്നമായിരുന്നിട്ടും, ഒന്നും മനസിൽനിന്നും മാഞ്ഞിരുന്നില്ല.

കഷ്ടം! എനിക്കു വിവേക ബുദ്ധിയില്ല! അച്ഛനിൽനിന്നും നേടിയ അറിവ് എട്ടു വർഷത്തെ അലഞ്ഞുതിരിയലിനിടയിൽ നഷ്ടമായി. ഇക്കാലത്തിനിടയിൽ ഒരിക്കൽപ്പോലും ദൈവത്തെയോർക്കാനോ ആത്മപരിശോധന നടത്താനോ ഞാൻ ശ്രമിച്ചിട്ടില്ല. ദൈവഭയമില്ലാത്ത ഒരു പരുക്കൻ മനുഷ്യനായിരുന്നു ഞാൻ. സഹയാത്രികരെല്ലാം മുങ്ങി മരിച്ചിട്ടും, ഞാൻ മാത്രം രക്ഷപ്പെട്ട് ഇവിടെയെത്തിയതിൽ സന്തോഷിച്ചു. പക്ഷേ രക്ഷിച്ച ദൈവത്തിനു നന്ദി പറഞ്ഞില്ല. അപകടത്തിൽപ്പെട്ട കപ്പലിൽ നിന്നും രക്ഷപ്പെടുന്ന നാവികർ ഒരു കപ്പ് മദ്യത്തിൽ തങ്ങളുടെ ആനന്ദം ഒതുക്കിയതുപോലെയായി എന്റെ പ്രതികരണവും. പിന്നീട് ഏകാന്തജീവിതം നയിക്കേണ്ടതിനെക്കുറിച്ച് ദു:ഖിച്ചെങ്കിലും ആഹാരമില്ലാതെ മരിക്കേണ്ടിവന്നില്ലല്ലോ എന്ന കാര്യത്തിൽ സന്തോഷവാനായി. അപ്പോഴും ഈശ്വരനാണ് സഹായിച്ചതെന്ന കാര്യം മറന്നു. അതിഭയങ്കരമായ ഭൂമികുലുക്കത്തിന്റെ തീവ്രത മാറിത്തുടങ്ങിയപ്പോൾ ദൈവസങ്കൽപ്പവും എന്നിൽനിന്നും മാറി. ഇപ്പോൾ മലമ്പനി പിടിപെട്ട് വിറച്ചുകൊണ്ട് ക്ഷീണിതനായി, മരണത്തെ മുന്നിൽക്കണ്ടുകൊണ്ട് ജീവിക്കുമ്പോൾ ദൈവചിന്ത ഉണ്ടായിത്തുടങ്ങിയിരിക്കുകയാണ്.

ഇടയ്ക്കിടക്ക് അച്ഛൻ തന്ന ഉപദേശം മനസിൽ വന്നു. "മോനേ, നീ പോകരുത്... പിന്നെ വിധിയെ പഴിചാരിയിട്ടു കാര്യമില്ല... അച്ഛനെ വകവയ്ക്കാതെ നീയെടുക്കുന്ന തീരുമാനത്തിലും ദൈവത്തിന്റെ അനുഗ്രഹമുണ്ടാകില്ല.." ഞാൻ അച്ഛനോടെന്നപോലെ ഉറക്കെപ്പറഞ്ഞു പോയി: "എന്റെ പ്രിയപ്പെട്ട അച്ഛാ, അച്ഛൻ പറഞ്ഞപോലെ സംഭവിച്ചിരിക്കുകയാണ്. ദൈവം നീതിമാനാണ് എന്നെ സഹായിക്കാനോ എന്റെ സങ്കടം അറിയാനോ ഇവിടെയാരുമില്ല.... ദൈവത്തിന്റെ വാക്കുകൾ ധിക്കരിച്ചതുകൊണ്ട് ഞാനീ നിലയിലായിപ്പോയി... ഞാനന്ന് എന്റെ അച്ഛനെയും അമ്മയെയും കണ്ണീരിലിറക്കി വിട്ടു. അതിന്റെ പരിണതഫലത്തിൽ ഞാനിന്നു കരയുകയാണ്... ദൈവമേ എന്നെ ഈ ദുരവസ്ഥയിൽനിന്നു കരകേറ്റണമേ...." ഇത്രയും വർഷങ്ങൾക്കിടയിലെ എന്റെ ആദ്യത്തെ പ്രാർഥനയായിരുന്നു ഇത്. ഇനി എന്റെ ഡയറിക്കുറിപ്പിലേക്കു മടങ്ങിവരാം.

10

ഡയറിക്കുറിപ്പുകളുടെ തുടർച്ച

ജൂൺ 28

ഉറങ്ങിയെണീറ്റപ്പോൾ അൽപ്പം സുഖം തോന്നി; മലമ്പനി മാറിയിരുന്നു. കണ്ട ദു:സ്വപ്നത്തിന്റെ ഭയം മാറിയിരുന്നില്ല. ഇനിയും മലമ്പനിയും മറ്റും പിടിപെടുന്നതിനു മുമ്പ് എന്തെങ്കിലും ആഹാരസാധനങ്ങൾ കരുതി വയ്ക്കണം. ആദ്യം തന്നെ വലിയൊരു ചതുരക്കുപ്പിയിൽ വെള്ളം നിറച്ചു വച്ചു; അതു മേശപ്പുറത്തുകൊണ്ടു വച്ചു. കട്ടിലിനടുത്തു കൈയെത്താത്ത ദൂരത്തിലായിരുന്നു അത്. തുടർന്ന് ഒരു പൈന്റ് റമ്മിന്റെ കാൽഭാഗം വെള്ളത്തിലൊഴിച്ചു നന്നായി കലക്കി. ഒരു കഷണം ആട്ടിറച്ചിയെടുത്ത് കനലിൽ ചുട്ടെടുത്തു; എന്നാൽ വളരെ കുറച്ചു മാത്രമേ കഴിക്കാൻ സാധിച്ചുള്ളൂ. പിന്നെ നടക്കാനിറങ്ങി; ക്ഷീണം മാറിയിരുന്നില്ല. വല്ലാത്ത ഹൃദയഭാരം! അസുഖം തിരിച്ചുവരുമോ എന്ന ഭയം വീണ്ടുമുണ്ടായി. രാത്രിയായപ്പോൾ മൂന്ന് ആമമുട്ട തീയിലിട്ടു പൊരിച്ചെടുത്തു. ഭക്ഷണത്തിനു മുമ്പ് ആദ്യമായി ദൈവത്തിനു നന്ദി പറഞ്ഞു.

ഭക്ഷണം കഴിച്ചശേഷം നടക്കാൻ ശ്രമിച്ചു. ക്ഷീണിതനായ എനിക്കു തോക്കു ചുമക്കാനുള്ള ശേഷിപോലുമില്ലായിരുന്നു (അതില്ലാതെ ഞാൻ പുറത്തു പോയിട്ടേയില്ല). കുറച്ചു നടന്നശേഷം ഞാൻ മണ്ണിലിരുന്നു; തൊട്ടുമുമ്പിലെ കടൽ കാണാം. എന്റെ മനസിൽ ചില ചിന്തകൾ കടന്നു വന്നു.

ഞാൻ കാണുന്ന ഈ ഭൂമിയും കടലും യഥാർഥത്തിൽ എന്താണ്? എവിടെനിന്നാണ് ഉണ്ടായത്? ഞാനും മറ്റുള്ളവയും എങ്ങനെയാണുണ്ടായത്?

ആകാശവും ഭൂമിയും, വായുവും വെളിച്ചവും സൃഷ്ടിച്ച ഏതോ ഒരു അദൃശ്യശക്തിയല്ലേ നമ്മളെ സൃഷ്ടിച്ചത്. ഏതാണ് ആ അദൃശ്യശക്തി?

എല്ലാത്തിനും ഉത്തരം സ്വാഭാവികമായി മനസിലെത്തി. ദൈവമാണ് ഇതെല്ലാം സൃഷ്ടിച്ചത്. അങ്ങനെയെങ്കിൽ ദൈവമറിയാതെ ഈ ലോകത്തിലൊന്നും സംഭവിക്കുകയില്ല. അദ്ദേഹമാണ് ഈ ലോകത്തെ മുഴുവനും നയിക്കുന്നതും നിയന്ത്രിക്കുന്നതും. അങ്ങനെയെങ്കിൽ ഞാൻ ഇവിടെയുണ്ടെന്നും, അതിദയനീയമായ ഒരവസ്ഥയിലാണെന്നും അദ്ദേഹത്തിനറിയാം. ഇപ്പോൾ സംഭവിക്കുന്നതെല്ലാം ദൈവനിശ്ചയമായിരിക്കും. പക്ഷേ, ദൈവമെന്തിനാണ് എന്നോടിങ്ങനെ ചെയ്തത്? ഞാനതിനെന്തു തെറ്റാണ് ചെയ്തത്?

ഉത്തരംമുട്ടിക്കുന്ന ഇത്തരം ചോദ്യങ്ങൾക്കു മുന്നിൽ സ്വന്തം മനഃസാക്ഷിതന്നെ ഒന്നു ഞെട്ടി. മനസിലുള്ളിൽ വന്ന് ആരോ എന്നെ വിലക്കി; “നീചാ. നീ എന്തു ചെയ്തെന്നോ? പാഴാക്കിക്കളഞ്ഞ നിന്റെ ജന്മത്തെക്കുറിച്ച് നീ ആലോചിച്ചിട്ടുണ്ടോ? ഇതിനെത്രയോ മുമ്പ് നീ നശിക്കപ്പെടേണ്ടതായിരുന്നു. യഥാർഥത്തിൽ നീ മുങ്ങിച്ചാകേണ്ടതല്ലേ? സല്ലിയിലെ പോരാട്ടത്തിൽ ശത്രുക്കൾ കപ്പൽ പിടിച്ചെടുത്തപ്പോൾ നീ കൊല്ലപ്പെടേണ്ടതായിരുന്നില്ലേ? ആഫ്രിക്കൻ തീരത്തെ വന്യമൃഗങ്ങൾ നിന്നെ കടിച്ചുതിന്നേണ്ടതായിരുന്നില്ലേ. ഇവിടെയും നീ മറ്റുള്ളവരോടൊപ്പം മുങ്ങിച്ചാകേണ്ടതല്ലേ. എന്നിട്ടും നീയെന്താണ് ചെയ്തതെന്നാണോ ചോദിക്കുന്നത്?”

ഒന്നിനും മറുപടി പറയാനാവില്ല. മൂകനായി ഞാൻ എന്റെ താവളത്തിലേക്കു നടന്നു. വേദനകൊണ്ടും ചോദ്യങ്ങൾ കൊണ്ടും മനസ്സ് അസ്വസ്ഥമായിരുന്നതിനാൽ ഉറക്കം വന്നില്ല. വിളക്കുകത്തിച്ച് കസേരയിലിരുന്നു. മലമ്പനി വീണ്ടും വരുമോയെന്ന് ഭയന്നു. ഇത്തരം അസുഖത്തിന് ബ്രസിൽസുകാർ, മരുന്നു കഴിക്കുന്നതിനുപകരം പുകയില കഴിക്കുകയാണു ചെയ്യുന്നതെന്ന് പെട്ടെന്ന് ഞാനോർത്തു. എന്റെ ഒരു ചെപ്പിൽ ഒരു ചുരുൾ പുകയിലയുണ്ട്. അത് ഉണങ്ങിയതാണ്; ഒപ്പം ഉണങ്ങാത്തതും ഉണ്ട്. പുകയിലയെക്കുറിച്ച് ദൈവം ഓർമിപ്പിച്ചതു തന്നെയാണ്. പുകയില ചവച്ചാൽ അത് ശരീരത്തിനും മനസിനും ഉന്മേഷം തരിക തന്നെ ചെയ്യും. ഞാൻ പുകയിലപ്പെട്ടി കണ്ടുപിടിച്ചു. അതോടൊപ്പം കുറച്ചു പുസ്തകങ്ങളും കിടക്കുന്നു. അതിൽനിന്നും *ബൈബിൾ* ഞാൻ പുറത്തെടുത്തു. ഇത്രയും ദിവസം അതു വായിക്കുവാനുള്ള സമയം കിട്ടിയില്ല; അഥവാ അങ്ങനെയൊരു താൽപ്പര്യം തോന്നിയില്ല തന്നെ. അവ ഞാൻ മേശപ്പുറത്തെടുത്തു വച്ചു.

പുകയിലയെങ്ങനെയാണുപയോഗിക്കേണ്ടതെന്ന് എനിക്ക് അറിയില്ലായിരുന്നു. മലമ്പനിക്ക് അത് ഉപയോഗപ്രദമാണോയെന്നും എനിക്കറിയില്ല. എങ്കിലും അവയുപയോഗിച്ച് ധാരാളം പരീക്ഷണങ്ങൾ ഞാൻ ചെയ്തു നോക്കി; പ്രതീക്ഷയോടെ. ആദ്യം ഒരു കഷണമെടുത്ത് ചവച്ചു നോക്കി; അതെന്റെ തലച്ചോറിനെ മന്ദീഭവിപ്പിച്ചു. ഉണങ്ങാത്തതിനാലായിരുന്നു അത്. മാത്രമല്ല, അത് ഉപയോഗിച്ചുള്ള ശീലവും എനിക്കില്ലല്ലോ. രണ്ടാമത് കുറച്ച് പുകയിലയെടുത്ത് റമ്മിൽ ഒന്നു രണ്ടു മണിക്കൂർ നേരമിട്ടു. എന്നിട്ട് ഉറങ്ങാൻ നേരമാകുമ്പോൾ കഴിക്കാമെന്നു തീരുമാനിച്ചു.

തുടർന്ന് അടുപ്പിലെ തീയിലിട്ടു കുറച്ചു കഷണത്തെ പുകച്ചു. പുകയുടെ അടുത്ത് മൂക്കടുപ്പിച്ചു. പരമാവധി നേരം അങ്ങനെയിരുന്നു. പുകയും ചൂടും എന്നെ ഏറെക്കുറെ ശ്വാസം മുട്ടിച്ചെന്നു തന്നെ പറയാം. ഈ പരീക്ഷണങ്ങളുടെ ഇടവേളയിൽ *ബൈബിളും* വായിച്ചു. പക്ഷേ പുക തലച്ചോറിനെ ഇളക്കിമറിച്ചതിനാൽ വായിക്കാനായില്ല. എങ്കിലും *ബൈബിൾ* തുറന്നു നോക്കിയപ്പോൾ ആദ്യം കണ്ട വചനം ഇങ്ങനെയായിരുന്നു. "ആപത്തു നിറയുന്ന അവസരങ്ങളിൽ നീയെന്നെ വിളിച്ചപേക്ഷിക്കുക. ഞാൻ നിന്നെ രക്ഷിക്കും. നീ എന്നെ വാഴ്ത്തും."

ഈ വചനങ്ങൾ എന്റെ സന്ദർഭത്തിനു യോജിച്ചതായിരുന്നു. വായിച്ചപ്പോൾ ആ വരികൾ എന്റെ മനസിനെ വല്ലാതെ സ്വാധീനിച്ചു.

പുകയില എന്റെ തലയ്ക്കു പിടിച്ചെന്നു തോന്നുന്നു; എനിക്കു തല ചുറ്റുന്നതായി തോന്നി. ഉറക്കം തൂങ്ങിത്തുടങ്ങുകയും ചെയ്തു. കത്തുന്ന മെഴുകുതിരിയെ ഗുഹയിൽ അണയ്ക്കാതെ തന്നെ വച്ചിട്ട് ഞാൻ ഉറങ്ങാൻ പോയി; രാത്രിയിൽ വെളിച്ചത്തിന്റെ ആവശ്യം വേണ്ടിവന്നാലോ. പക്ഷേ, ഉറങ്ങാൻ കിടക്കുന്നതിനു മുമ്പ് ജീവിതത്തിൽ ഒരിക്കലും ചെയ്തിട്ടില്ലാത്ത ഒരു കാര്യം കൂടി ഞാൻ ചെയ്തു. മുട്ടിന്മേൽ നിന്ന് ദൈവത്തോടു പ്രാർഥിച്ചു - "ആപത്തു നിറഞ്ഞ അവസരങ്ങളിൽ നീയെന്നെ രക്ഷിക്കണമേ..." ഇടമുറിഞ്ഞ പ്രാർഥനയ്ക്കു ശേഷം, പുകയില കുതിരാനിട്ടിരുന്ന റമ്മെടുത്തു മോന്തി. വീര്യമുള്ളതായിരുന്നതിനാൽ ഇറക്കാൻ തന്നെ പ്രയാസമുള്ളതായിരുന്നു. ഉടനെ തന്നെ ഉറങ്ങാൻ കിടന്നു. തല ചുറ്റുന്നതുപോലെ. പെട്ടെന്നു തന്നെ ഗാഢനിദ്രയിൽ ആഴുകയും ചെയ്തു. പിറ്റേന്ന് ഉച്ചതിരിഞ്ഞ് മൂന്നുമണി കഴിയുന്നതുവരെ സുഖനിദ്ര! സൂര്യന്റെ ഗതിയിൽനിന്നാണ് ഈ സമയം ഞാൻ ഊഹിച്ചത് ഒരുപക്ഷേ, പിറ്റേന്നു പകലും രാത്രിയും കൂടി ഉറങ്ങിയശേഷം മൂന്നാം ദിവസം ഉച്ചയ്ക്ക് ഉണർന്നതാവാനാണ് സാധ്യതയെന്ന് എനിക്കിപ്പോൾ തോന്നുന്നു. അല്ലാത്തപക്ഷം, ഞാൻ അടയാളപ്പെടുത്തുന്ന കലണ്ടറിൽ ഒരുദിവസം നഷ്ടപ്പെട്ടതെങ്ങനെയാണ്. ഏതായാലും ഞാൻ കണക്കു നോക്കിയപ്പോൾ ഒരുദിവസം യഥാർഥത്തിൽ കുറവുണ്ടായിരുന്നു.

എന്തൊക്കെയായാലും ഉണർന്നപ്പോൾ ഞാൻ ഉന്മേഷവാനായി. മനസ്സ് ഉന്മേഷപൂർണമായിരുന്നു. ശരീരത്തിനും ബലമുണ്ടായി. എന്റെ വയറും ശരിക്കും സുഖപ്പെട്ടിരുന്നു; വിശപ്പാരംഭിച്ചിരുന്നതാണതിനു തെളിവ്. എന്റെ മലമ്പനിയും മാറി; ആരോഗ്യവും മെച്ചപ്പെട്ടു. ഇന്ന് ഇരുപത്തൊൻപതാം തീയതിയാണ്.

30-ാം തീയതി എനിക്കു നല്ല ദിവസമായിരുന്നു. ഞാൻ തോക്കുമായി ഭക്ഷണം തേടിയിറങ്ങി. എന്നാൽ വളരെ ദൂരമൊന്നും പോയില്ല. ഒന്നുരണ്ടു കടൽപ്പക്ഷികളെ കിട്ടി. ഇറച്ചിക്കത്ര സ്വാദ് തോന്നിയില്ല. അതിനാൽ കഴിക്കാനും തോന്നിയില്ല. അതിനാൽ, കടലാമയുടെ കുറച്ചു മുട്ടകൾ മാത്രം കഴിച്ചു; അതിനു രുചിയുണ്ടായിരുന്നു. വൈകുന്നേരത്ത് പഴയ മരുന്ന് വീണ്ടും കഴിച്ചു; റമ്മിൽ പുകയിലയിട്ടെടുത്ത മരുന്ന്. പക്ഷേ തലേന്നു കഴിച്ചത്രയൊന്നും കഴിച്ചില്ല. എന്നാൽ പുകയില ചവയ്ക്കുകയോ പുകയിലപ്പുക ശ്വസിക്കുകയോ ചെയ്തില്ല. പക്ഷേ, പിറ്റേന്ന്

അത്രയ്ക്ക് ഉന്മേഷം തോന്നിയിരുന്നില്ല. അന്ന് ജൂലൈ ഒന്ന് ആയിരുന്നു. മലമ്പനിയുടെ തണുപ്പു പിടിപെട്ടതുപോലെ തോന്നി പക്ഷേ, അധികമുണ്ടായിരുന്നില്ല.

ജൂലൈ 2

മൂന്നു രീതിയിലും മരുന്ന് ഉപയോഗിച്ചു. അമിതമായിപ്പോകാതിരിക്കാൻ വളരെ ശ്രദ്ധിച്ചു. എന്നാൽ റം ഇരട്ടി അളവിൽ കുടിച്ചു.

ജൂലൈ 3

ഇന്ന് അസുഖമൊന്നുമില്ല. എന്നാലും ക്ഷീണം മാറാൻ ഏതാനും ആഴ്ചകളെടുത്തു. അസുഖം മാറുന്ന വേളകളിൽ 'ഞാൻ നിന്നെ രക്ഷിക്കും' എന്ന ദൈവവചനം ഞാൻ ഓർത്തുകൊണ്ടിരുന്നു. പക്ഷേ രക്ഷ അസാധ്യമാണെന്ന ചിന്ത എന്റെ മനസിൽ നിന്നിരുന്നു. ഗുരുതരമായ രോഗത്തിൽനിന്നും അത്ഭുതകരമാംവിധം രക്ഷപ്പെട്ട കാര്യമാണ് പെട്ടെന്നോർമ വന്നത്. എന്നിട്ടും ദൈവനിഷേധിയായി ഞാൻ നിലകൊണ്ടിരുന്നു. കുറ്റബോധത്തോടെ മുട്ടിൻമേൽനിന്ന് ഞാൻ കൈകൾ കൂപ്പി.

ജൂലൈ 4

രാവിലെ *ബൈബിൾ* എടുത്തു. പുതിയ നിയമത്തിന്റെ ആരംഭം ഗൗരവമായി വായിച്ചുതുടങ്ങി. എന്നും പ്രഭാതത്തിലും പ്രദോഷത്തിലും ദൈവവചനം വായിക്കുന്നത് ഒരു ശീലമാക്കണമെന്ന് തീരുമാനിച്ചു. അധ്യായങ്ങളുടെ എണ്ണം നോക്കാതെ വായിക്കണം. വളരെപ്പെട്ടെന്നു തന്നെ ഞാൻ ആ തീരുമാനം പ്രാവർത്തികമാക്കി. അപ്പോഴാണ് പഴയജീവിതം എന്റെ ഹൃദയത്തെ വളരെയധികം മലിനമാക്കിയ കാര്യം ഞാനറിഞ്ഞത്. ഞാൻ കണ്ട സ്വപ്നം ഓർമയിലെത്തി. "ഈ കാര്യങ്ങളൊന്നും നിനക്ക് പശ്ചാത്താപമുണ്ടാക്കിയിട്ടില്ല" എന്ന ചിന്ത എന്റെ മനസിലേക്കോടിയെത്തി.

"എന്നെ വിളിച്ചപേക്ഷിക്കുക; ഞാൻ നിന്നെ രക്ഷിക്കും" എന്ന ദൈവവചനം എന്റെ മനസിൽ പുതിയൊരാശയം ജനിപ്പിച്ചു. ഇതുവരെ മോചനമെന്നുവച്ചാൽ ആ ദ്വീപിലെ ഏകാന്ത തടവറയിൽ നിന്നുള്ള മോചനമെന്നേ ഞാൻ അർഥമാക്കിയിരുന്നുള്ളൂ. വിശാലമായ പ്രദേശമാണെങ്കിലും ദ്വീപ് എനിക്ക് ഒരു കാരാഗൃഹം തന്നെയായിരുന്നു. പക്ഷേ, ഭൂതകാലജീവിതവുമായി താരതമ്യം ചെയ്യുമ്പോൾ ഇതെത്ര നിസ്സാരമാണ്. അതിൽനിന്നുള്ള മോചനത്തിനു വേണ്ടിയല്ല ഞാൻ പ്രാർഥിക്കേണ്ടത്. കാരണം അങ്ങനെ ചിന്തിക്കാനേ പാടില്ല. ആത്മാവിൽ ദൈവചിന്തയില്ലാതെ പാപത്തിൽ മാത്രം മുഴുകി കഴിഞ്ഞുപോയ എന്റെ ജീവിതനാളുകളിൽ നിന്നുള്ള രക്ഷപ്പെടലാണ് യഥാർഥ മോചനം. സ്ഥിരമായി ദൈവവചനം വായിക്കുകയും പ്രാർഥിക്കുകയും ചെയ്തുകൊണ്ടിരുന്നപ്പോൾ എനിക്കു മന:സമാധാനമുണ്ടായി. ജീവിതം സാധാരണനിലയിലാക്കാൻ പരമാവധി ഞാൻ ശ്രമിച്ചു.

ജൂലൈ 4 മുതൽ 24 വരെ

കൈയിൽ തോക്കുമായി ചുറ്റി നടന്നു. രോഗം ഭേദമായിട്ട് അധിക നാൾ ആയിട്ടില്ല. അതിനാൽ ഒറ്റയടിക്ക് കുറച്ചേ നടക്കാനായുള്ളൂ. ഞാൻ എത്ര നിസ്സാരനാണെന്ന് ഓർക്കാൻപോലും വയ്യ; അത്രയ്ക്കു ക്ഷീണിതനായിരുന്നു ഞാൻ. കഴിച്ചിരുന്ന മരുന്ന് തികച്ചും പുതിയതുതന്നെ. ഒരു പക്ഷേ, ഈ മരുന്ന് മുമ്പൊരിക്കലും മലമ്പനി മാറ്റിയിട്ടുണ്ടാവില്ല. വേറെയാർക്കും ഈ മരുന്ന് നിർദേശിക്കാനും സാധിക്കില്ല. എന്നാൽ എന്റെ അസുഖം മാറിയെങ്കിലും, എന്റെ ശരീരത്തെ അതു വല്ലാണ്ടു തളർത്തി. ചിലപ്പോഴൊക്കെ കാൽമുട്ടുകൾക്കും ഞരമ്പുകൾക്കുമിടയിൽ വിറയൽ അനുഭവപ്പെട്ടു.

ഇതിൽനിന്നും ഒരു പുതിയ കാര്യം ഞാൻ പഠിച്ചു; മഴക്കാലത്തു നനഞ്ഞു നടക്കുന്നത് എന്റെ ആരോഗ്യത്തിന് ഏറ്റവും വിനാശകരമാണ്. പ്രത്യേകിച്ച് കൊടുങ്കാറ്റുള്ള മഴയത്ത്. സാധാരണയായി വേനൽക്കാലത്തുണ്ടാകുന്ന മഴയിലാണ് കൊടുങ്കാറ്റുണ്ടാകുന്നത്. അതിനാൽ ആ സമയത്തെ മഴ സെപ്തംബർ-ഒക്ടോബർ മാസങ്ങളിലെ മഴയേക്കാൾ അപകടകരമാണ്.

ഈ ദുരിതം നിറഞ്ഞ ദ്വീപിലെത്തിയിട്ട് പത്തുമാസം കഴിഞ്ഞു. രക്ഷപ്പെടാനുള്ള ഒരു മാർഗവും ഇനിയില്ല. ഒരൊറ്റ മനുഷ്യജീവിപോലും ഈ ദ്വീപിൽ കാലെടുത്തുവച്ചിട്ടില്ലെന്നും ഞാൻ ഉറപ്പിച്ചു. താമസസ്ഥലം ഭദ്രമാക്കിയശേഷം, അവിടം മുഴുവൻ ചുറ്റിനടന്നു കാണണമെന്ന് ആഗ്രഹിച്ചു. മറ്റെന്തെങ്കിലും അവിടുണ്ടോയെന്ന് കണ്ടുപിടിക്കണം, അവയെക്കുറിച്ചൊന്നും ഇതുവരെ അറിയില്ല തന്നെ.

ജൂലൈ 15-ാം തീയതിയാണ് ദ്വീപു കാണാൻ ഞാൻ പുറപ്പെട്ടത്. ആദ്യം കടലിടുക്കുവരെ പോയി. അവിടേക്കാണ് ഞാൻ ചങ്ങാടം എത്തിച്ചത്. അവിടെ നിന്നും രണ്ടുമൈൽ അപ്പുറമെത്തിയപ്പോൾ തിരകളില്ലെന്നു ഞാൻ മനസിലാക്കി. അവിടം ഒരു തോടു മാത്രമാണെന്ന് ഞാൻ മനസിലാക്കി. നല്ല ശുദ്ധജലമൊഴുകുന്ന തോടാണത്. പക്ഷേ, വേനൽക്കാലമായതിനാൽ തീരെ വെള്ളമില്ലാതെ ചില ഭാഗങ്ങൾ വരണ്ടു കിടക്കുന്നു.

ആ അരുവിയുടെ തീരത്ത് പച്ചപ്പുൽത്തകിടി പരന്നുകിടക്കുന്നു. അവിടം ഉയർന്നു കാണുന്ന ഭാഗത്ത് വെള്ളം കെട്ടിക്കിടക്കുന്നിടങ്ങളിൽ എല്ലാറ്റിന്റെയും പേരെനിക്കറിയില്ലാത്തതാണ്; അവയിൽ വിലപിടിച്ച ഔഷധത്തൈകൾ ഉണ്ടായിരിക്കാം.

റെഡ്ഇന്ത്യക്കാർ ഭക്ഷിച്ചിരുന്ന മരച്ചീനിയും ഞാൻ അവിടെ തിരഞ്ഞു; ഒന്നും കണ്ടില്ല. വലിയ കൈതച്ചെടികൾ വളർന്നു നിൽക്കുന്നു. അവ കാട്ടുചെടിപോലെ വളർന്നു നിൽക്കുന്നു. അന്നത്തെ അന്വേഷണം മതിയാക്കി ഞാൻ മടങ്ങിപ്പോന്നു. പുതുതായി കണ്ടെത്തിയ കായ്കളുടെ ഉപയോഗം എനിക്കറിയില്ലായിരുന്നു. ബ്രസിൽസിലായിരുന്നപ്പോൾ ചെടികളൊക്കെ നിരീക്ഷിച്ചു മനസിലാക്കിയിരുന്നെങ്കിൽ ഇപ്പോൾ ഇവിടെ പ്രയോജനപ്രദമാകുമായിരുന്നേനെ.

അടുത്ത ദിവസം, പതിനാറിന് ആ വഴിക്കു വീണ്ടും വന്നു. കുറേക്കൂടി ഉള്ളിലേക്കു നടന്നു. തോടും പുൽത്തകിടിയും അവസാനിച്ചിരിക്കുന്നതായി കണ്ടു. പിന്നെ വൃക്ഷങ്ങൾ നിറഞ്ഞ കാടായിരുന്നു. വിവിധതരം പഴങ്ങൾ! തറയിൽ നിറയെ തണ്ണിമത്തനുകൾ! മരങ്ങൾ മുന്തിരിവള്ളികൾ കൊണ്ടു നിറഞ്ഞിരുന്നു. അവ പഴുത്തു പാകമായിരുന്നു; നല്ല നീരുള്ളവയായിരുന്നു അവ. അവയൊക്കെ കണ്ടെത്തിയതിൽ എനിക്ക് അതിശയം തോന്നി. എനിക്ക് അതിയായ ആനന്ദമാണുണ്ടായത്. പക്ഷേ കുറച്ചു മാത്രമേ ഞാൻ കഴിച്ചുള്ളൂ. കാരണം, മുമ്പൊരിക്കൽ ബാർബറിയിൽ അടിമകളായിരുന്ന ചില വെള്ളക്കാർ മൂക്കറ്റം മുന്തിരിങ്ങ തിന്നപ്പോൾ വയറിളക്കവും പനിയും പിടിച്ച് മരിച്ചു പോയെന്ന് ഞാൻ കേട്ടിരുന്നു. അവയെ വെയിലത്തിട്ട് ഉണക്കി സൂക്ഷിച്ചാൽ അവ കേടുകൂടാതിരിക്കും; പിന്നീട് ആഹാരമായി ഉപയോഗിക്കാം.

അന്നു വൈകുന്നേരം ഞാൻ കൂടാരത്തിലേക്കു മടങ്ങിയില്ല. വീട്ടിൽ മടങ്ങിച്ചെല്ലാത്ത ആദ്യ ദിവസമായിരുന്നു അത്. ആദ്യം പരീക്ഷിച്ചതുപോലെ തന്നെ ഒരു മരത്തിനു മുകളിൽക്കയറി ചില്ലകൾക്കിടയിൽ കിടന്നുറങ്ങി. സുഖമായ ഉറക്കം. പിറ്റേന്ന് വീണ്ടും നിരീക്ഷണയാത്ര തുടർന്നു. നാലുമൈൽ നടന്നപ്പോൾ വടക്കേയറ്റത്തു കുന്നുകൾ നിറഞ്ഞ സ്ഥലമെത്തി. ഒടുവിൽ നടന്നുനടന്ന് ഒരു വെളിമ്പ്രദേശത്തെത്തി. അവിടെ ചരിഞ്ഞ പ്രദേശമായിരുന്നു. കുന്നിൽനിന്നും ഒഴുകിവരുന്ന ശുദ്ധജലമുള്ള ഒരു അരുവിയും ഞാൻ കണ്ടു. ആ പ്രദേശമാകെ ആരോ നട്ടുവളർത്തി പരിപാലിക്കുന്നതുപോലുള്ള ഒരു പൂന്തോട്ടം പോലെയായിരുന്നു.

പിറ്റേന്ന് ആ സമ്പൽസമൃദ്ധമായ താഴ്വരക്കുള്ളിലേക്കു ഞാൻ വീണ്ടും ഇറങ്ങിച്ചെന്നു. ഏതോതരം നിഗൂഢ ആനന്ദം ഞാനനുഭവിച്ചു. ആ കാണുന്നതെല്ലാം എന്റെ സ്വന്തമാണന്നും ഞാനവിടത്തെ രാജാവും സർവാധിപതിയുമാണെന്നും എനിക്കു തോന്നി. വേണമെങ്കിൽ ഇംഗ്ലണ്ടിലെ പ്രഭുവിനെപ്പോലെയുള്ള ഉടമസ്ഥാവകാശവും നേടാനാകും. കൊക്കൊയും ഓറഞ്ചും ചെറുനാരങ്ങയും ഒക്കെ സമൃദ്ധിയായി അവിടെ വളർന്നുനിൽക്കുന്നു. എല്ലാം കാട്ടുമരങ്ങളെപ്പോലെ. കുറച്ചു പച്ച ഓറഞ്ച് അടർത്തിയെടുത്തു ഞാൻ കഴിച്ചു. നല്ല രുചിയുണ്ട്. പിന്നീട് അതിന്റെ ചാറ് വെള്ളത്തിൽ കലക്കിക്കുടിച്ചു. നല്ല തണപ്പും ഉന്മേഷവും അതു നൽകി.

കുറേ പഴങ്ങൾ അടർത്തി താവളത്തിലേക്കു കൊണ്ടുപോകാൻ ഞാൻ തീരുമാനിച്ചു; നല്ല ജോലിയുണ്ട് അതിന്. അടുത്ത വർഷകാലത്ത് ഉപയോഗിക്കുകയും ചെയ്യാം. മഴക്കാലം എത്താറായിരുന്നു.

ഞാൻ മുന്തിരി പറിച്ച് ഒരു സ്ഥലത്തു കൂട്ടിയിട്ടു. അതുപോലെ മറ്റൊരിടത്തു നാരങ്ങയും ചെറുനാരങ്ങയും. അവയിൽ കുറച്ചെടുത്തു താമസസ്ഥലത്തേക്കു നടന്നു. ബാക്കിയുള്ളവ സഞ്ചിയോ ചാക്കോ കൊണ്ടുവന്ന് പിന്നീടു നിറച്ചുകൊണ്ടു പോകാമെന്നും കരുതി.

തിരിച്ചു താവളത്തിലെത്താൻ മൂന്നു ദിവസമെടുത്തു. അപ്പോഴേക്കും മുന്തിരിയെല്ലാം ചീഞ്ഞിരുന്നു; അതിന്റെ ചാറെല്ലാം ചീഞ്ഞുപോയിരുന്നു;

അവ തിന്നാനും ഇനി കൊള്ളത്തില്ല. എന്നാൽ നാരങ്ങകൾക്കൊന്നും സംഭവിച്ചിരുന്നില്ല. പക്ഷേ അവ കുറച്ചെണ്ണമേ ഞാൻ കൊണ്ടുവന്നിരുന്നുള്ളൂ.

പിറ്റേന്ന് പത്തൊൻപതാം തീയതിയായിരുന്നു. രണ്ടു ചെറിയ സഞ്ചികളുമായി വിളവ് കൊണ്ടുവരാൻ അങ്ങോട്ടു ഞാൻ പോയി. പക്ഷേ കൂനകൂട്ടിയിട്ടിരുന്ന പഴങ്ങളൊക്കെ ചിതറിക്കിടക്കുന്നതു കണ്ടപ്പോൾ ഞാൻ അതിശയിച്ചു പോയി. കുറേയെണ്ണം ആരോ തിന്നിട്ടുണ്ട്. ഏതോ വന്യമൃഗങ്ങളവിടെയുണ്ടെന്നും എനിക്കു തോന്നി. ഇനി അവ തറയിൽ കൂട്ടിയിടേണ്ടെന്ന് ഞാൻ തീരുമാനിച്ചു. അതുപോലെ ചാക്കിൽ നിറച്ചു ദൂരെ കൊണ്ടുപോകാനും പാടില്ല. കാരണം വീട്ടിലെത്തുമ്പോഴേക്കും അവ ചതഞ്ഞ് നശിച്ചിരിക്കും. എനിക്കു മറ്റൊരു ഉപായം തോന്നി. കുറേയധികം മുന്തിരിക്കുലകൾ ഒടിച്ചെടുത്ത് മരച്ചില്ലകളിൽ കെട്ടിത്തൂക്കിയിട്ടു. വെയിലിൽ അവ നന്നായി ഉണങ്ങിക്കിട്ടും. എന്നാൽ നാരങ്ങയും ചെറുനാരങ്ങയും കഴിയാവുന്നത്ര ഞാൻ താവളത്തിൽക്കൊണ്ടുപോയി.

വീട്ടിലെത്തിയപ്പോഴും എന്റെ മനസു നിറയെ സമൃദ്ധിയായ ആ താഴ്വരയെക്കുറിച്ചുള്ള സുഖചിന്തകളായിരുന്നു. എത്ര സുഖകരമായ പ്രദേശം. കൊടുങ്കാറ്റിന്റെ ശല്യമില്ല. ശുദ്ധജലവും ആഹാരവും സുലഭമായിക്കിട്ടും. അവിടെ പുതിയൊരു താവളം പണിതാലോയെന്ന് ഞാൻ ആലോചിച്ചു. പ്രശ്നങ്ങളൊന്നുമില്ലാത്ത ഇത്തരം വേറെ സ്ഥലം ഈ ദ്വീപിൽ മറ്റൊരിടത്തും കാണില്ലതന്നെ.

ഈ ചിന്തകൾ എന്റെ മനസിനെ മഥിച്ചു. കുറേനാൾ ഇതു തന്നെയായിരുന്നു എന്റെ ചിന്ത. വീണ്ടുമാലോചിച്ചപ്പോൾ അതു വിഡ്ഢിത്തമാണെന്നും തോന്നി. കടൽത്തീരത്തുതന്നെ താമസിച്ചാൽ എന്നെപ്പോലെ അതിശക്തരായ ആരെങ്കിലും ആ സ്ഥലത്തു വന്നുചേർന്നാലോ. അതു ഒരു ഗുണമാണ്. എന്നാൽ ദ്വീപിന്റെ നടുക്ക് കാട്ടിലും കുന്നിലുമായി പുതിയ സ്ഥലത്തു കഴിഞ്ഞാൽ രക്ഷപ്പെടാനുള്ള അവസരം ഇല്ലാതായേക്കും. അതിനാൽ ഒരു കാരണവശാലും താവളം മാറ്റുന്നതല്ലെന്ന് ഞാൻ തീരുമാനിച്ചു.

എങ്കിലും പുതിയ സ്ഥലത്തിന്റെ മാസ്മര വലയത്തിൽപ്പെട്ടുപോയ ഞാൻ ജൂലൈയിലെ പിന്നീടുള്ള ദിവസങ്ങൾ മുഴുവനും അവിടെത്തന്നെ ചെലവഴിച്ചു. തുടർന്നും ഞാൻ ചിന്തിച്ചു; ഇപ്പോഴുള്ള താവളം ഉപേക്ഷിക്കാതെ തന്നെ ഒരു വള്ളിക്കുടിൽ ഞാൻ പുതിയ സ്ഥലത്തു നിർമിച്ചു. അതിനു ചുറ്റും കനത്ത വേലിയും കെട്ടി നല്ല ഉയരത്തിൽ മരക്കുറ്റികൾ അടിച്ചുതാഴ്ത്തിക്കൊണ്ടുള്ള ഒരു ഇരട്ടവേലി! അവിടെയും എനിക്കു സുരക്ഷിതമായി താമസിക്കാമെന്നായി. ചിലപ്പോൾ തുടർച്ചയായി രണ്ടു മൂന്നു ദിവസങ്ങൾ ഞാൻ താമസിച്ചു. പഴയ താവളത്തിൽ കയറുന്നതുപോലെ ഏണി ചാരിയാണ് ഇവിടെയും കയറുന്നത്. അങ്ങനെ ഒരു കരവീടും ഒരു തീരവീടും എനിക്കുണ്ടായി. ആഗസ്റ്റ് മാസത്തിന്റെ തുടക്കം വരെ ഈ വീടുവയ്ക്കാൻ എനിക്കു അധ്വാനിക്കേണ്ടി വന്നു.

വേലിയുടെ പണി തീർത്ത്, അധ്വാനത്തിൽ അഭിമാനംകൊണ്ടിരു

ന്നപ്പോഴാണ് മഴ തുടങ്ങിയത്. അതിനാൽ പഴയ വീട്ടിൽത്തന്നെ എനിക്ക് അടച്ചിരിക്കേണ്ടി വന്നു. പുതിയ വീടും പഴയതുപോലെ വളരെ ഉറപ്പായിട്ടാണ് നിർമിച്ചിരുന്നതെങ്കിലും, കൊടുങ്കാറ്റിൽനിന്നും രക്ഷകിട്ടുന്നതിനു പാറക്കൂട്ടമോ വൻമഴയിൽനിന്നും രക്ഷപ്പെടാൻ ഗുഹയോ ഉണ്ടായിരുന്നില്ല.

ഞാൻ പറഞ്ഞതുപോലെ ആഗസ്റ്റിന്റെ ആരംഭത്തിൽ പുതിയ കുടിലിന്റെ പണി തീർന്നു. അത് ഞാൻ സ്വയം ആസ്വദിക്കാൻ തുടങ്ങി. ആഗസ്റ്റ് മൂന്നായപ്പോൾ, ഉണക്കാനായി മരച്ചില്ലകളിൽ തൂക്കിയിട്ടിരുന്ന മുന്തിരിക്കുലകൾ നന്നായി ഉണങ്ങിയിരിക്കുന്നതു കണ്ടു. വെയിൽ അതിനെ നന്നായി ഉണക്കിയിരുന്നു. ഞാനവ മരത്തിൽനിന്നും എടുത്തുകൊണ്ടിറങ്ങി. അപ്പോൾ എടുത്തില്ലെങ്കിൽ ഉടനെ എത്തുന്ന മഴ അതിനെ നശിപ്പിച്ചു കളഞ്ഞേനെ; അങ്ങനെ മഴക്കാലത്തെ എന്റെ ആഹാരം മുഴുവൻ നഷ്ടമാകുമായിരുന്നു. ഏകദേശം ഇരുന്നൂറിലധികം മുന്തിരിക്കുലകൾ ഉണ്ടായിരുന്നു. എല്ലാം ചുമന്ന് ഗുഹയിലെത്തേണ്ട താമസം മഴ തുടങ്ങി. അന്ന് ആഗസ്റ്റ് 14 ആയിരുന്നു. അന്നു മുതൽ ഒക്ടോബർ പകുതി വരെ ഏറെക്കുറെ എല്ലാ ദിവസങ്ങളിലും മഴ പെയ്തു. ചില ദിവസങ്ങളിൽ മഴ ശക്തമായിരുന്നതിനാൽ എനിക്ക് പുറത്തിറങ്ങാനും കഴിഞ്ഞില്ല.

ഇതിനിടെ എന്റെ കുടുംബത്തിലെ അംഗസംഖ്യ അതിശയകരമാം വിധം വർധിച്ചു. ഉണ്ടായിരുന്ന പൂച്ചകളിൽ ഒന്ന് എങ്ങോട്ടോ ഓടിപ്പോയിരുന്നു; അതു ചത്തുപോയിട്ടുണ്ടാകുമെന്ന് ഞാൻ കരുതി. പക്ഷേ, ആഗസ്റ്റ് അവസാനത്തിൽ മൂന്നു കുട്ടികളുമായി അതു മടങ്ങി വന്നിരിക്കുന്നു. യൂറോപ്യൻ വർഗത്തിൽപ്പെട്ട പൂച്ചയായിരുന്നതിനാൽ ഞാനതിനെ തിരിച്ചറിഞ്ഞു. അവ പെൺപൂച്ചകളായിരുന്നു. അവയും മറ്റു രണ്ടു കാട്ടുപൂച്ചകളും ഒക്കെ ഒരു ഉപദ്രവമായും ഭയമായും എനിക്കു തോന്നിയപ്പോൾ ഞാനവയെ ആട്ടിയോടിച്ചു.

ആഗസ്റ്റ് 14 മുതൽ ഇരുപത്തിയാറുവരെ കോരിച്ചൊരിയുന്ന മഴയായിരുന്നതിനാൽ പുറത്തിറങ്ങാനായില്ല; നനയാതിരിക്കാൻ ഞാൻ വളരെ ശ്രദ്ധിച്ചു; ഭക്ഷണത്തിനു ബുദ്ധിമുട്ടുണ്ടായിത്തുടങ്ങി; അങ്ങനെ വന്നപ്പോൾ രണ്ടുതവണ പുറത്തേക്കിറങ്ങി. ഒരുദിവസം ഒരു ആടിനെക്കിട്ടി, ഇരുപത്തിയാറിന് ഒരു കടലാമയെയും. അതിന്റെ മാംസം വളരെ രുചികരമായിരുന്നു. പിന്നീട് ഞാനെന്റെ ഭക്ഷണക്രമം ക്രമീകരിച്ചു; പ്രഭാതത്തിൽ ഒരുകുല ഉണക്കമുന്തിരി, ഉച്ചയ്ക്ക് ഒരു കഷണം ആട്ടിറച്ചി അല്ലെങ്കിൽ ആമയിറച്ചി, അത്താഴത്തിന് രണ്ടോ മൂന്നോ ആമമുട്ടകൾ. നിർഭാഗ്യമെന്നല്ലാതെ എന്താണു പറയേണ്ടത്. കൈയിൽ പാത്രങ്ങളില്ലാതിരുന്നതിനാൽ അവ വേവിച്ച് കറിയാക്കാൻ എനിക്കു കഴിഞ്ഞിരുന്നില്ല.

മഴയുടെ ഉപദ്രവത്തിൽ പുറത്തിറങ്ങാനാവാതെ ഗുഹയ്ക്കകത്തു കഴിയുമ്പോൾ, ഞാൻ ഗുഹയുടെ വിസ്തൃതി കൂട്ടിക്കൊണ്ടിരുന്നു. ദിവസവും രണ്ടുമൂന്നു മണിക്കൂർ അതിനുവേണ്ടി ഉപയോഗിച്ചു. ഗുഹ തുരന്നുതുരന്ന് പെട്ടെന്ന് ഗുഹയുടെ മറുഭാഗം വരെയെത്തി; മതിലിനും വേലിക്കും അപ്പുറം വരെ. പിന്നെ അവിടെയൊരു വാതിലുണ്ടാക്കി. പിന്നീട്

ഈ പുതിയ വഴിയിലൂടെയായിരുന്നു ഗുഹയ്ക്കുള്ളിലേക്കുള്ള എന്റെ വരവും പോക്കും. അടഞ്ഞു സുരക്ഷിതമായിക്കിടന്ന താവളത്തിൽ പുതിയൊരു വഴി തുറന്നത് എന്റെ സുരക്ഷിതത്വത്തിനെ ബാധിക്കുമോയെന്ന് ഞാൻ ഭയന്നു. ഏതു ജന്തുക്കൾക്കും കയറിവന്ന് എന്റെ മേലിൽ ചാടിവീഴാം. പക്ഷേ, ആടിനെയല്ലാതെ മറ്റൊരു ജീവിയേയും ആ ദ്വീപിൽ കാണാത്ത സ്ഥിതിക്ക് ഭയത്തിന്റെ കാരണമില്ലെന്നു തോന്നി.

സെപ്തംബർ 30

ദ്വീപിൽ കാൽകുത്തിയതിന്റെ വേദനാജനകമായ ഒന്നാം വാർഷികമാണിന്ന്. തൂണിൽ കുത്തിവെച്ചിരുന്ന അടയാളങ്ങൾ ഞാൻ എണ്ണിനോക്കി. അതെ, 365 ദിവസങ്ങൾ! ഈ ദിവസം ഞാൻ ഉപവാസമനുഷ്ഠിച്ചിരുന്നു. തെറ്റുകളെല്ലാം ഏറ്റുപറഞ്ഞ് ദൈവത്തോടു കുമ്പസാരം നടത്തി. കരുണകാണിക്കണമേയെന്ന് യേശുക്രിസ്തുവിനോടു പ്രാർഥിച്ചു. പകൽ ഒന്നും കഴിച്ചില്ല. രാത്രിയിൽ ഒരു ബിസ്കറ്റും കുറച്ചു ഉണക്കമുന്തിരിയും മാത്രം കഴിച്ചുകൊണ്ട് കിടന്നുറങ്ങി.

സാബത്തു ദിവസങ്ങളൊന്നും ഞാൻ അടയാളപ്പെടുത്തിയിരുന്നില്ല. മതവിശ്വാസങ്ങളൊന്നുമില്ലാതിരുന്നതാണതിനു കാരണം. ഒന്നു രണ്ടു ദിവസങ്ങൾ അടയാളപ്പെടുത്തിയിരുന്നില്ലെങ്കിലും, കഴിഞ്ഞ ദിവസങ്ങളെ ഏഴുകൊണ്ടു ഭാഗിച്ചു സാബത്തു ദിവസങ്ങൾ കണ്ടുപിടിച്ചടയാളപ്പെടുത്തി. ഇനിയുള്ള കാലങ്ങളിൽ സാബത്തു ദിവസം പ്രാർഥനയ്ക്കായി മാറ്റി വയ്ക്കണം.

മഷി തീർന്നുതുടങ്ങിയിരിക്കുകയാണ്. ഇനി വളരെ സൂക്ഷിച്ചേ എഴുതാനാകൂ. ജീവിതത്തിലെ സുപ്രധാന സംഭവങ്ങൾ മാത്രമേ ഇനി കുറിച്ചുവയ്ക്കാനാകൂ; ദിവസേനയുള്ള ഡയറിക്കുറിപ്പുകൾ ഇനി തുടരുന്നില്ല.

മഴക്കാലവും വേനൽക്കാലവും എപ്പോഴാണുണ്ടാകുകയെന്ന് അനുഭവത്തിൽനിന്നും ഞാൻ പഠിച്ചു. കാലാവസ്ഥയ്ക്കിണങ്ങുന്ന രീതിയിൽ ജീവിതചര്യകളും ഞാൻ ചിട്ടപ്പെടുത്തിത്തുടങ്ങി. മുമ്പ് കാലാവസ്ഥയുമായി യാതൊരു ബന്ധവുമില്ലാതിരുന്നതിനാൽ ധാരാളം വിഡ്ഢിത്തങ്ങൾ നടത്തിയിരുന്നു. അപ്രതീക്ഷിതമായി വളർന്നുവന്ന ബാർലിച്ചെടിയുടെ കാര്യം ഞാൻ ഒരിക്കൽ സൂചിപ്പിച്ചിരുന്നല്ലോ. മഴക്കാലത്തിനുശേഷം എന്റെ തടിമൺവെട്ടികൊണ്ട് ഞാനവയെ മണ്ണിളക്കി പാകി. നിർഭാഗ്യവശാൽ അവ മുളച്ചില്ലെങ്കിലോയെന്ന് ഭയന്ന് വിത്തിന്റെ മൂന്നിൽ രണ്ടു ഭാഗമേ വിതച്ചുള്ളൂ. ബാക്കിയുള്ള വിത്തുകൾ സൂക്ഷിച്ചു വെച്ചു.

അങ്ങനെ ചെയ്യാൻ എനിക്കു തോന്നിയത് എന്റെ ഭാഗ്യം തന്നെയാണ്. കാരണം വിതച്ച ഒരു വിത്തുപോലും മുളച്ചില്ല. മഴയില്ലാതിരുന്നതാണു കാരണം. മഴക്കാലമായപ്പോഴാണ് പിന്നെ അവയെല്ലാം മുളച്ചത്. ഫെബ്രുവരി മാസമായപ്പോൾ ബാക്കിയുണ്ടായിരുന്ന വിത്തുകൾ മഴക്കാലത്തിന് മുമ്പായി വിതച്ചു. മാർച്ച് - ഏപ്രിൽ മാസങ്ങളിലെ മഴയിൽ അവ മുളച്ചു വളർന്നു; നല്ല വിളവു തരികയും ചെയ്തു. അപ്പോഴും എല്ലാ വിത്തുകളും വിതയ്ക്കാതെ കുറച്ചു ഞാൻ മാറ്റിവച്ചിരുന്നു.

ക്രമേണ അനുഭവത്തിലൂടെ കൃഷിക്കിണങ്ങിയ കാലാവസ്ഥയും കാലവും ഞാൻ തിരിച്ചറിഞ്ഞു. അങ്ങനെ എപ്പോൾ വിതയ്ക്കണമെന്നും എപ്പോൾ കൊയ്യണമെന്നും ഞാൻ മനസിലാക്കി. ഓരോ വർഷവും രണ്ടു വിതക്കാലവും രണ്ടു കൊയ്ത്തുകാലവുമുണ്ടെന്ന് ഞാൻ തിരിച്ചറിഞ്ഞു.

മഴക്കാലം കഴിഞ്ഞു. നവംബർ മാസമായപ്പോൾ ഞാൻ എന്റെ കരയിലെ വീടു സന്ദർശിക്കാൻ പോയി. അവിടെ വേലി കെട്ടാൻ കുഴിച്ചു നിർത്തിയിരുന്ന മരക്കൊമ്പുകളെല്ലാം തിളിർത്തു തുടങ്ങിയിരിക്കുന്നു. എല്ലാം മരം പോലെയായിരിക്കുന്നു. ഈ കമ്പുകൾ മുറിച്ചെടുത്ത മരങ്ങളുടെ പേരൊന്നും എനിക്കറിയില്ല; അവ വളർന്നത് അത്ഭുതത്തോടും സന്തോഷത്തോടും ഞാൻ നോക്കി നിന്നു. ഞാൻ മരങ്ങളെ മുറിച്ച് ഭംഗിയിൽ രൂപപ്പെടുത്തി. വീണ്ടും അവയെ വളരാൻ അനുവദിച്ചു. മൂന്നു വർഷംകൊണ്ട് അവ വളർന്നു മനോഹരമാകും. വേലികൊണ്ട് ഇരുപത്തിയഞ്ചു വാര വ്യാസത്തിൽ ഒരു അതിർത്തിയുണ്ടാക്കി. ചുറ്റും മരങ്ങൾ വളർന്നു പന്തലിച്ചു. വേനൽക്കാലത്ത് വിശ്രമിക്കാൻ അവ നല്ല തണൽ തന്നു.

ഈ അറിവ് എനിക്ക് വളരെ പ്രയോജനം തന്നു. ഇതുപോലൊരു അതിര് കടൽത്തീരത്തെ താമസസ്ഥലത്തിനു ചുറ്റുമുണ്ടാക്കാൻ ഞാൻ തീരുമാനിച്ചു. മരക്കുറ്റികൾ വെട്ടിയെടുത്തു കൊണ്ടുവന്ന് ആദ്യം മതിലിൽനിന്നും എട്ടുവാര അകലെയായി കുഴിച്ചു നട്ടു. അവ വളരെ വേഗം വളർന്നു. എന്റെ വീടിന് അതു നല്ലൊരു മറയായി. ശത്രുക്കളിൽ നിന്നും രക്ഷപ്പെടാനും അതു സഹായകരമായി. അവസരത്തിനൊത്ത് അക്കാര്യം ഞാൻ പിന്നീടു പറയാം.

11

മരച്ചില്ലകൾകൊണ്ട് കുട്ടനിർമാണം

ഒരുവർഷത്തെ വേനൽക്കാലമെന്നും മഴക്കാലമെന്നും രണ്ടാക്കാമെന്ന് ഞാൻ മനസിലാക്കി. മഴക്കാലത്തിന്റെ ദൈർഘ്യം കൂടിയും കുറഞ്ഞുമിരിക്കും. അത് കാറ്റു വീശലിനനുസരിച്ചിരിക്കും. മഴ നനയുന്നതായിരുന്നു എന്റെ അസുഖത്തിനു കാരണമെന്നും ഞാൻ മനസിലാക്കിയിരുന്നു. അതിനാൽ മഴക്കാലമാകുമ്പോൾ അസുഖം പിടിക്കാതിരിക്കാനുള്ള എല്ലാ കരുതലുകളും ഞാനെടുത്തിരുന്നു.

ഇപ്പോഴത്തെ മഴക്കാലത്ത് എനിക്കു ധാരാളം പണിയുണ്ടായിരുന്നു. എനിക്കുണ്ടാക്കാൻ പറ്റാത്ത പല സാധനങ്ങളും എനിക്കു വേണ്ടി വന്നു. ഒരു കുട്ടയുണ്ടാക്കാൻ ഞാൻ പഠിച്ച പണി പലതും നോക്കി. പക്ഷേ കൊണ്ടുവന്ന ചുള്ളിക്കമ്പുകളൊക്കെ വളയ്ക്കുമ്പോൾ ഒടിയുന്നവയായിരുന്നു. അതുകൊണ്ട് കുട്ടയുണ്ടാക്കാനായില്ല. എന്റെ കുട്ടിക്കാലത്ത് അച്ഛനോടൊപ്പം കുട്ടയുണ്ടാക്കുന്നത് നോക്കി നിന്നിട്ടുണ്ട്. എല്ലാ കുട്ടികളും അക്കാര്യത്തിൽ ആകാംക്ഷയുള്ളവർ തന്നെ. അന്ന് കുട്ട മെനയുന്നവർക്ക് ഞാൻ പല സഹായങ്ങളും ചെയ്തുകൊടുത്തിരുന്നു. അതെല്ലാം കൊണ്ട് ഇന്നിപ്പോൾ എനിക്കു കുട്ടയുണ്ടാക്കാനറിയാം. അതിനുള്ള സാധനങ്ങൾ കിട്ടിയാൽ മതി. ഞാൻ വേലിയുണ്ടാക്കാൻ കുറ്റിയായി വെട്ടിയെടുത്ത മരച്ചില്ലകളെ ഒരുപക്ഷേ, മുളപോലെ വളയ്ക്കാനാകുമെന്ന് എനിക്കു തോന്നി.

അങ്ങനെ പിറ്റേന്നു തന്നെ ഞാൻ എന്റെ കരയിലെ വീട്ടിലേക്കു പോയി. കുറച്ചു മരക്കൊമ്പുകൾ വെട്ടി. അവ കുട്ടനിർമാണത്തിനു പറ്റിയതാണെന്ന് എനിക്കു തോന്നി. തുടർന്ന് ഞാൻ കൈക്കോടാലി കൊണ്ടുവന്ന് ധാരാളം ചില്ലകൾ വെട്ടിയെടുത്തു. അവ മതിൽക്കെട്ടിനുള്ളിലിട്ട് ഉണ്ടാക്കിയശേഷം, ഞാൻ ഗുഹയ്ക്കകത്തേക്കു കൊണ്ടുചെന്നിട്ടു. അടുത്ത വേനൽക്കാലത്ത് എല്ലാമെടുത്ത് ഞാൻ കുട്ടകൾ നെയ്തു. കിള

ച്ചിടുന്ന മണ്ണ് മറ്റൊരിടത്തേക്കു കടത്താനും, സാധനങ്ങൾ ചുമന്നു കൊണ്ടുപോകാനും അവ ഉപകരിച്ചു. ഭംഗിക്കുറവെങ്കിലും അവ കൊണ്ടുള്ള ആവശ്യങ്ങളൊക്കെയും നടന്നു. അതിനുശേഷം എവിടെപ്പോയാലും ഞാൻ കുട്ടകൾ കൈയിൽ കരുതുമായിരുന്നു. അവ നശിക്കുന്നതനുസരിച്ച് ഞാൻ കൂടുതൽ കുട്ടകൾ ഉണ്ടാക്കി. ചാക്കുകളിൽ ധാന്യം സൂക്ഷിച്ചു വയ്ക്കുന്നതിനു പകരം കുട്ടകളിൽ ഞാൻ സൂക്ഷിച്ചു തുടങ്ങി. എത്ര അളവിൽ ധാന്യമുണ്ടായാലും അവ സൂക്ഷിച്ചു വയ്ക്കാനുള്ള കുട്ടയുണ്ടായിരുന്നു.

ഒരാവശ്യം നിറവേറ്റിയപ്പോഴാണ് അടുത്ത രണ്ടാവശ്യങ്ങൾ വന്നത്. ഒന്ന്: ദ്രാവകരൂപത്തിലെ വസ്തുക്കൾ സൂക്ഷിക്കാനുള്ള പാത്രങ്ങളില്ല. റം നിറച്ചുവച്ചിട്ടുള്ള രണ്ടു പാത്രങ്ങൾ മാത്രമാണ് ഇപ്പോഴുള്ളത്; പിന്നെയുള്ളത് വെള്ളവും സ്പിരിറ്റും വയ്ക്കുന്ന ചതുരക്കപ്പുകളും. വെള്ളവും മറ്റും തിളപ്പിക്കാൻ പറ്റിയ പാത്രങ്ങളൊന്നുമില്ല; ഒരു വലിയ കെറ്റിൽ മാത്രമുണ്ട്; കപ്പലിൽനിന്നും കിട്ടിയതാണത്. അതു വളരെ വലുതായിരുന്നതിനാൽ ഉദ്ദേശിക്കുന്ന കാര്യങ്ങൾക്ക് ഉപയോഗപ്പെടില്ലതന്നെ. സൂപ്പോ ഇറച്ചിയോ വയ്ക്കാൻ പറ്റില്ല തന്നെ. ഒരു പുകയിലപൈപ്പായിരുന്നു എന്റെ രണ്ടാമത്തെ ആവശ്യം. അതുണ്ടാക്കുന്നതും അസാധ്യമാണ്.

വേനൽക്കാലത്തു മുഴുവൻ സമയവും രണ്ടാമത്തെ വേലിക്കു കുറ്റിയടിക്കുന്ന ജോലിയിൽ ഏർപ്പെട്ടു. അതിനിടയിൽ പ്രതീക്ഷിക്കാത്തത്ര സമയം ചെലവിടേണ്ടി വന്ന മറ്റൊരു ജോലിയിലും ഞാൻ വ്യാപൃതനായിരുന്നു.

ദ്വീപു മുഴുവൻ ചുറ്റിയടിക്കണമെന്ന ഒരാഗ്രഹം എനിക്കുണ്ടായിരുന്നെന്ന് ഒരിക്കൽ പറഞ്ഞിരുന്നല്ലോ. ആ ചിറ വരെയേ ഞാൻ പോയിട്ടുള്ളൂ; അവിടെയാണ് എന്റെ പുതിയ വള്ളിക്കുടിലുള്ളത്. ദ്വീപിന്റെ മറുവശം നടന്നു കാണാനുള്ള ആഗ്രഹം എനിക്കു തോന്നി. അങ്ങനെ, തോക്ക്, കൈക്കോടാലി, കരിമരുന്ന്, വെടിയുണ്ടകൾ, ബിസ്കറ്റ്, ഉണക്കമുന്തിരി എന്നിവയുമെടുത്ത് എന്റെ നായയെയും കൂട്ടി ഞാൻ പുറപ്പെട്ടു. എന്റെ പുതിയ താവളത്തിനപ്പുറം ചെന്നപ്പോൾ ഒരു കടൽ പടിഞ്ഞാറു ഭാഗത്തു കണ്ടു. അന്നു തെളിഞ്ഞ ഒരു പ്രഭാതമായിരുന്നു. അകലെ ഒരു കര കാണുന്നുണ്ട്. ദ്വീപോ വൻകരയോയെന്നറിയില്ല; നീണ്ടു പരന്നു കിടക്കുകയാണ്. പതിനഞ്ചോ ഇരുപതോ കാതത്തിനപ്പുറമാണ് ആ ദ്വീപെന്നു തോന്നുന്നു.

ലോകത്തിന്റെ ഏതു ഭാഗമാണതെന്ന് എനിക്കറിയില്ല. ഒരുപക്ഷേ അമേരിക്കയുടെ ഭാഗമാകണം; സ്പാനിഷ് ആധിപത്യത്തിലുള്ള പ്രദേശമാകാം. അഥവാ നരഭോജികളുടെ കേന്ദ്രമാകാം. നരഭോജികളുടെ കേന്ദ്രമാണെങ്കിൽ എന്റെ അവസ്ഥ എന്താകുമായിരുന്നു. അതുകൊണ്ട് ദൈവഹിതത്തെ ഞാൻ പ്രകീർത്തിച്ചു. എല്ലാം നല്ലതിനാണെന്നു ഞാൻ കരുതി, സ്വയം സമാധാനിച്ചു. അവിടെ വന്നുപെട്ടതിനെപ്പറ്റിയുള്ള ഋണചിന്തകൾ ഞാൻ ഉപേക്ഷിച്ചു.

അതിനു പുറമേ വീണ്ടും ഒരു കാര്യമോർത്തു. അതൊരു സ്പാനിഷ് തീരമെങ്കിൽ എപ്പോഴെങ്കിലും ഒരു കപ്പൽ അതുവഴി വരികയോ പോകുകയോ ചെയ്യാതിരിക്കില്ല. അതല്ലെങ്കിൽ സ്പാനിഷിനും ബ്രസിൽസിനുമിടയ്ക്കുള്ള നരഭോജികളുടെ നാടായിരിക്കും. മുന്നിൽപ്പെടുന്ന ഒരു മനുഷ്യരേയും അവ വെറുതെ വിടില്ല. നിശ്ചയമായും കൊന്നിരിക്കും.

വിവിധ ചിന്തകളിൽ ഞാൻ മെല്ലെ മുന്നോട്ടു നീങ്ങി. ദ്വീപിന്റെ ആവശം വളരെ സുഖകരമായി എനിക്കു തോന്നി. പൂക്കളും പുൽത്തകിടിയും സസ്യലതാദികളും നിറഞ്ഞു നിൽക്കുന്ന സുന്ദരമായ പ്രദേശം. ധാരാളം തത്തകൾ, ഇണക്കി വളർത്തിയാൽ സംസാരിക്കാൻ പഠിപ്പിക്കാമെന്ന ഉദ്ദേശ്യത്തോടെ ഒന്നിനെ ഒരു വടികൊണ്ട് അടിച്ചു വീഴ്ത്തി സുരക്ഷിതമായി വീട്ടിൽക്കൊണ്ടുവന്നു. അതിനെ സംസാരിക്കാൻ പഠിപ്പിക്കാൻ വളരെ വർഷങ്ങളെടുത്തു. അത് എന്റെ പേര് വിളിക്കാൻ പഠിച്ചിരുന്നു.

ഞാൻ വീണ്ടും മുന്നോട്ടു നടന്നു. താഴ്വാരത്തിൽ മുയലും കുറുക്കനും ഒക്കെ ധാരാളമുണ്ടായിരുന്നു. അത്തരം ജനങ്ങൾ പക്ഷേ, ഞാൻ കണ്ടിട്ടേയില്ല. ഏതാനും കുറുക്കന്മാരെ വെടിവെച്ചു വീഴ്ത്തിയെങ്കിലും അവയുടെ മാംസം തിന്നണമെന്നു തോന്നിയില്ല. ആട്, പ്രാവ്, ആമ തുടങ്ങിയവയുടെ മാംസവും മുന്തിരിയും ഒക്കെ ധാരാളമായി കിട്ടുന്ന എനിക്ക് മറ്റു രുചിയില്ലാത്ത മാംസത്തോട് അത്ര താൽപ്പര്യം തോന്നിയില്ല.

രണ്ടു മൈലുകൾക്കപ്പുറം ദൂരം ഒരുദിവസവും ഞാൻ സഞ്ചരിച്ചില്ല. ധാരാളം വളവുകളും തിരിവുകളും ഉണ്ടായിരുന്നു. നടന്നു തളരുമ്പോൾ രാത്രിയിൽ വിശ്രമിക്കാനായി ഏതെങ്കിലും മരത്തിൽക്കയറി ഉറങ്ങി; ചിലപ്പോൾ തറയിൽ കുറ്റികളടിച്ച് വേലിയുണ്ടാക്കി. അതിന് ഉള്ളിലുറങ്ങി; സുരക്ഷിതമായി. ഏതെങ്കിലും വന്യമൃഗങ്ങൾ വന്നാൽ എനിക്കപ്പോൾ ഉണരാൻ കഴിയുമായിരുന്നു.

കടൽത്തീരത്തെത്തിയപ്പോൾത്തന്നെ ഞാനറിഞ്ഞു; കടലിന്റെ ഏറ്റവും മോശമായ സ്ഥലത്താണ് ഞാൻ എത്തിച്ചേർന്നതെന്ന്. എണ്ണമറ്റ കടലാമകളാണ് അവിടെ തീരത്തു താമസിക്കുന്നത്. എന്നാൽ ഞാൻ മുമ്പു താമസിച്ചിരുന്ന സ്ഥലത്ത് ഒന്നര വർഷത്തിനിടയിൽ ആകപ്പാടെ കണ്ടത് മൂന്നു ആമകളാണ്. വിവിധ തരത്തിലുള്ള എണ്ണമറ്റ കടൽപ്പക്ഷികളും അവിടെയുണ്ടായിരുന്നു. അവയിൽ ചിലയിനങ്ങളെ മാത്രമേ മുമ്പു കണ്ടിരുന്നുള്ളൂ. പലതിന്റെയും മാംസം വളരെ രുചികരമാണ്. പെൻഗ്വിന്റെ പേരൊഴിച്ച് മറ്റൊന്നിന്റെയും പേരും എനിക്കറിയില്ലായിരുന്നു.

എനിക്കിഷ്ടംപോലെ പക്ഷികളെ വെടിവച്ചു കൊല്ലാമായിരുന്നു; പക്ഷേ, കരിമരുന്നും വെടിയുണ്ടകളും കുറവായിരുന്നു. അതുകൊണ്ട് ഒരാടിനെ മാത്രം കൊല്ലാമെന്നു കരുതി. അതിനാകുമ്പോൾ കൂടുതൽ ഇറച്ചി കാണുമല്ലോ. അതു കുറേക്കാലത്തേക്കു തികയുകയും ചെയ്യും. തീരത്തെ എന്റെ വീട്ടിനടുത്തുള്ളതിനേക്കാൾ ആടുകളുണ്ടെങ്കിലും വളരെ പ്രയാസപ്പെട്ടാണ് അവയുടെ അടുത്തെത്താനായത്. അത് ഒരു സമതലപ്രദേശമായതിനാൽ വേട്ടയാടാൻ ചെല്ലുന്ന എന്നെ അവറ്റകൾ

വേഗം കണ്ടുപിടിക്കാറുണ്ട്. കുന്നിൻ പുറമായിരുന്നെങ്കിൽ മറഞ്ഞിരുന്നു വേട്ടയാടാമായിരുന്നു.

ദ്വീപിന്റെ ഈ ഭാഗം തന്റെ പഴയ വാസസ്ഥലത്തേക്കാൾ സുഖകരമാണ്. എങ്കിലും ഇത്രയുംകാലം കഴിച്ചുകൂട്ടിയ ഇടം വിട്ടുപോരാൻ എന്റെ മനസനുവദിച്ചില്ല. അതെനിക്കു സ്വന്തം പോലെയായിരുന്നു. എങ്കിലും തീരത്തിലൂടെ കിഴക്കോട്ടു പന്ത്രണ്ടു മൈലോളം നടന്നു. തുടർന്ന് ഓർമയ്ക്കായി കടൽക്കരയിൽ ഒരു തൂണു കുത്തി നാട്ടിയശേഷം ഞാൻ മടക്കയാത്ര ആരംഭിച്ചു. പക്ഷേ, മറ്റൊരു ഭാഗത്തുകൂടിയാണ് ഞാൻ വീട്ടിലേക്കു മടങ്ങിയത്. ദ്വീപിനെ കൂടുതൽ അടുത്തറിയാൻ വേണ്ടിയാണ് അങ്ങനെ വഴിമാറി യാത്ര ചെയ്തത്. എന്നാൽ എനിക്കു വഴി തെറ്റി. രണ്ടു മൂന്നു മൈൽ വഴി തെറ്റിയാണ് ഞാൻ നടന്നത്. ഒരു വലിയ താഴ്‌വരയിൽ ഞാൻ അകപ്പെട്ടുപോയതായറിഞ്ഞു. ചുറ്റും മരങ്ങൾ തിങ്ങി നിറഞ്ഞ കുന്നുകൾ. എനിക്കു വഴിയോ ദിശയോ മനസിലായില്ല. സൂര്യന്റെ സ്ഥാനം ആകാശത്തുനോക്കി വേണം ഇനി ദിശ നിശ്ചയിക്കുവാൻ.

പക്ഷേ, നിർഭാഗ്യം വീണ്ടുമെത്തി. മൂന്നു നാലു ദിവസം താഴ്‌വരയിലെ അന്തരീക്ഷം മഞ്ഞു മൂടിക്കിടന്നതുകൊണ്ട് സൂര്യന്റെ സ്ഥാനം കണ്ടെത്താനും പ്രയാസമായി. അലഞ്ഞുതിരിഞ്ഞു നടന്ന ഞാൻ അവസാനം കടൽക്കരയിൽ കുത്തിനാട്ടിയിരുന്ന തൂണിനടുത്തുതന്നെയെത്താൻ നിർബന്ധിതനായി. തുടർന്ന് അങ്ങോട്ടാദ്യം വന്ന വഴിയേ തന്നെ തിരിച്ചു പോയി. കനത്ത ചൂടായിരുന്നു. പിന്നെ തോക്കിന്റെയും വെടിമരുന്നിന്റെയും കൈക്കോടാലിയുടെയും മറ്റു സാധനങ്ങളുടെയും ഭാരവും കൂടിയായപ്പോൾ യാത്ര ദുഷ്കരമായി.

12

കൃഷിയിലെ അധ്വാനം

മടക്കയാത്രയിൽ എന്റെ നായ ഒരു ആട്ടിൻകുട്ടിയെ ജീവനോടെ പിടികൂടി. ഞാൻ ഓടിച്ചെന്ന് അതിന്റെ കടി വിടുവിപ്പിക്കുകയും ജീവ നോടെ രക്ഷിക്കുകയും ചെയ്തു. സാധിക്കുമെങ്കിൽ വീട്ടിൽക്കൊണ്ടുവന്ന ശേഷം ഇണക്കി വളർത്തണം; കരിമരുന്നും വെടിയുണ്ടകളും തീർന്നു പോയാൽ അവയെ കശാപ്പു ചെയ്ത് ഭക്ഷിക്കാനുമാകും.

ആട്ടിൻകുട്ടിയുടെ കഴുത്തിൽ ഒരു വളയമിട്ട് അതിൽ കയർകൊണ്ടു കോർത്തു കെട്ടി. അതിനെ വലിച്ചു പ്രയാസപ്പെട്ടുതന്നെ വള്ളിക്കുടി ലിലേക്കു വന്നു. അവിടെ ഒരിടത്തു ബന്ധിച്ച ശേഷം ഞാൻ വീട്ടിലേക്കു തിരിച്ചു ചെല്ലാൻ അക്ഷമനായി; ഒരുമാസത്തിൽ കൂടുതലായല്ലോ ഞാൻ വീട്ടിൽ നിന്നിറങ്ങിയിട്ട്.

വീട്ടിലെത്തിയ എനിക്ക് വളരെയധികം സന്തോഷമായി; അതു വിവ രണാതീതമാണ്. ചെന്നപാടേ തന്നെ കയറ്റുകട്ടിലിൽ ചെന്നു കിടന്നു. സ്ഥിരമായി ഒരിടത്തു താമസിക്കെ ഇങ്ങനെ അലഞ്ഞു തിരിഞ്ഞു നട ക്കുന്നതിൽ എനിക്ക് അസംതൃപ്തി തോന്നി. എന്റെ വീടു തന്നെയാണ് എനിക്ക് ഏറ്റവും പറ്റിയ വാസസ്ഥലം. എനിക്കു സുഖമൊരുക്കുന്ന എല്ലാം അവിടെയുണ്ട്. ഇനി ചുറ്റിത്തിരിയേണ്ടെന്ന് ഞാൻ തീരുമാനി ക്കുകയും ചെയ്തു; ഈ ദ്വീപിൽ താമസിക്കുകയെന്നത് എന്റെ വിധിയു മാണ്.

നീണ്ടയാത്രയുണ്ടാക്കിയ ക്ഷീണം തീർക്കാനായി ഞാൻ ഒരാഴ്ച വിശ്രമിച്ചു. ഈ സമയത്ത് തത്തയ്ക്ക് ഒരു കൂടുണ്ടാക്കുന്ന പ്രയാസകര മായ ഒരു ജോലിയിൽ ഞാൻ ഏർപ്പെട്ടു. അത് ഇതിനകം ഒരു ഇണ ങ്ങിയ പക്ഷിയായി മാറിയിരുന്നു (തത്തയ്ക്കിട്ട പേരാണ് പോൾ). പെട്ടെ ന്നാണ് വള്ളിക്കുടിലിനരികിൽ കെട്ടിയിട്ടിരിക്കുന്ന ആട്ടിൻകുട്ടിയുടെ കാര്യം ഓർമവന്നത്. അതിനെ ഇവിടെക്കൊണ്ടുവന്ന് ഭക്ഷണം കൊടു

ക്കാൻ ഞാൻ തീരുമാനിച്ചു. അവിടെച്ചെന്നപ്പോൾ കെട്ടിയിട്ട സ്ഥലത്തു തന്നെ അതു നിൽക്കുന്നു. ഒന്നും തിന്നാൻ കിട്ടാതെ ഇത്രയും നാൾ അതു പട്ടിണിയിലായിരുന്നു. ഞാനപ്പോൾത്തന്നെ മരച്ചില്ലകൾ വെട്ടി അതിനിട്ടുകൊടുത്തു. ശേഷം പഴയതുപോലെ തന്നെ കഴുത്തിലെ വളയത്തിൽ വീണ്ടും ബന്ധിച്ചിട്ടു. ഭക്ഷണമൊന്നും കിട്ടാതെ മെലിഞ്ഞു അസ്ഥിമാത്രമായിരുന്ന അതിനെ യഥാർഥത്തിൽ ബന്ധിക്കേണ്ട ആവശ്യമൊന്നുമില്ലായിരുന്നു. നന്ദിയുള്ള നായയെപ്പോലെ അത് എന്റെ പുറകെ തന്നെ വന്നു. യാത്രയിൽ കൂടെക്കൂടെ അതിനു ഭക്ഷണം നൽകിയിരുന്നതിനാൽ അതിനെന്നോടു വലിയ സ്നേഹമായിരുന്നു. ഒരിക്കലും എന്നെ വിട്ടു പോകാത്തവിധം അത് ഇണങ്ങുകയും ചെയ്തു.

മഴക്കാലം വീണ്ടുമായി. സെപ്റ്റംബർ മുപ്പത് വീണ്ടും പതിവുപോലെ ശാന്തമായെത്തി - ഈ ദ്വീപിൽ കാൽകുത്തിയതിന്റെ രണ്ടാം വാർഷികം. എന്റെ ഏകാന്തജീവിതത്തിൽ താങ്ങും തണലുമായി നിന്ന ദൈവത്തോടു വിനീതമായും നന്ദിയോടെയും പ്രാർഥിച്ചുകൊണ്ട് ആ ദിവസം നീക്കി; വിജനതയിലും എനിക്കാവശ്യമായ എല്ലാം ദൈവം തന്നിരിക്കുകയാണ്. കഷ്ടതരമായ സാഹചര്യങ്ങളിലും വളരെയധികം സന്തോഷത്തോടെ എനിക്ക് ജീവിക്കാനാകുന്നു. കഴിഞ്ഞകാലത്തെ പാപം നിറഞ്ഞ ജീവിതത്തേക്കാൾ വളരെ സന്തോഷകരമായ ജീവിതമാണ് എനിക്കു ഇന്ന് നയിക്കാനാകുന്നത്.

മുൻകാലങ്ങളിൽ നായാട്ടിനോ ദ്വീപു കാണാനോ ചുറ്റിത്തിരിയാനിറങ്ങുമ്പോൾ കഠിനമായ മനോവേദന എന്നെ തകർക്കുമായിരുന്നു. ഞാൻ അകപ്പെട്ടുപോയ കാടും മലകളും മരുഭൂമിയും ഓർത്ത് എന്റെ ഹൃദയം തകരുമായിരുന്നു. കടലാകുന്ന ഇരുമ്പഴിക്കുള്ളിലെ നിത്യതടവുകാരനാണ് ഞാൻ. രക്ഷയില്ലാതെ ആൾപ്പാർപ്പില്ലാത്ത വനത്തിൽ അടയ്ക്കപ്പെട്ടവൻ: ഈ ചിന്ത എന്റെ മനസിൽ കൊടുങ്കാറ്റു സൃഷ്ടിച്ചു; ഒരു കുഞ്ഞിനെപ്പോലെ ഞാൻ നിലവിളിച്ചു. എന്തെങ്കിലും പണിയെടുക്കുമ്പോഴായിരിക്കും ചിലപ്പോൾ ഈ ചിന്തകൾ കടന്നുവരുന്നത്. അപ്പോൾ ഒന്നോ രണ്ടോ മണിക്കൂർ തറയിൽ നോക്കി നെടുവീർപ്പിട്ടുകൊണ്ടിരിക്കാനേ കഴിയുമായിരുന്നുള്ളൂ. ഈ ഇരിപ്പാണ് കൂടുതൽ വേദനാജനകം. വേദനകളെ വിളിച്ചു പറഞ്ഞു കരഞ്ഞാൽ ദു:ഖം അപ്പോൾത്തന്നെ തീരുമല്ലോ.

ഞാനിപ്പോൾ പുതിയ ചിന്തകളിൽ വ്യാപരിക്കാൻ തുടങ്ങി. ദൈവവചനം ഞാൻ ദിവസവും വായിച്ചു. എല്ലാ വിഷമങ്ങൾക്കും ആശ്വാസം നൽകാൻ അതു മതിയാകുമായിരുന്നു. ഒരുദിവസം ദു:ഖിതനായിരുന്ന ഞാൻ *ബൈബിൾ* എടുത്തു തുറന്നപ്പോൾ കിട്ടിയ വാചകം ഇപ്രകാരമായിരുന്നു. "ഞാൻ ഒരിക്കലും നിന്നെ ഉപേക്ഷിക്കുകയോ വിട്ടുപോകുകയോ ഇല്ല." ഈ ദൈവവചനം എന്റെ മനസിൽ പതിഞ്ഞു. ദൈവത്തിന്റെ അടുത്ത സാമീപ്യം എനിക്കുണ്ടായതിൽ ഞാൻ ദൈവത്തോടു നന്ദി പറഞ്ഞു. ജീവിതത്തിലെ എന്റെ പഴയ പാപാവസ്ഥയിൽ ഞാൻ വിലപിച്ചു. ഞാൻ *ബൈബിൾ* തുറക്കുകയും അടയ്ക്കുകയും ചെയ്യാതിരുന്ന കാലത്തുകൂടി ദൈവം എന്നെ പലതവണ സഹായിച്ചിരിക്കുക

യാണ്. എല്ലാത്തിനും ദൈവത്തിന് ആത്മാർഥതയോടെ നന്ദി പറഞ്ഞു.

ഇത്തരത്തിലെ പുതിയ ചിന്തകളിലാണ് മൂന്നാം വർഷം ആരംഭിച്ചത്. ഒന്നാം വർഷത്തിലെ ഓരോ ജോലിയെക്കുറിച്ചും വിശദമായി ഞാൻ വർണിച്ചിരുന്നു. എന്നാൽ അത്തരം വിശദമായ വർണനകൾ മൂന്നാം വർഷത്തെക്കുറിച്ച് വായനക്കാർക്ക് ഞാൻ നൽകുന്നില്ല. ഞാൻ അലസനായെന്നു മാത്രം കരുതരുത്. പക്ഷേ, വിവിധ ജോലികൾക്കായി സമയം ഞാൻ വിഭജിച്ചിരുന്നു. അതായത് ആദ്യം ദൈവത്തോടു ചെയ്യേണ്ട ചില ചുമതലകൾ. *ബൈബിൾ* പാരായണമാണത്. ദിവസവും മൂന്നു തവണ അതിനായി ഞാൻ സമയം നീക്കിവെച്ചു. രണ്ടാമത്, നായാട്ടിന് തോക്കുമായി പോകുക; മഴയില്ലെങ്കിൽ രാവിലെ മൂന്നു മണിക്കൂർ അതിനുപയോഗിക്കണം. മൂന്നാമത്, വേട്ടയാടിക്കൊണ്ടുവരുന്ന സാധനങ്ങൾ അടുക്കിവയ്ക്കുകയും, പാചകം ചെയ്യുകയും വേണം. അതിനാണധികം സമയം വേണ്ടത്. സൂര്യൻ ആകാശത്തു നടുക്കു വരുന്ന ചൂടുകൂടുതലുള്ള സമയത്താണ് ഈ ജോലി. വൈകുന്നേരങ്ങളിൽ നാലു മണിക്കൂർ പുറത്തും ജോലി ചെയ്യുന്നു. ചിലപ്പോഴൊക്കെ ഈ സമയക്രമത്തിന് ഞാൻ മാറ്റം വരുത്താറുണ്ട്.

ജോലിക്കു പോകുന്ന സമയം കുറഞ്ഞത് എന്റെ അധ്വാനം വർധിപ്പിച്ചു. ശരിയായ പണിയുപകരണങ്ങളുടെ കുറവ്, കയ്യാളില്ലാത്തത്, തൊഴിൽ നിപുണതയുടെ അഭാവം തുടങ്ങിയവയും ജോലിഭാരം വർധിപ്പിച്ചു. ഉദാഹരണമായി, നീണ്ട ഒരു അലമാരയ്ക്ക് പലക തയാറാക്കാൻ നാൽപ്പത്തി രണ്ടു ദിവസങ്ങൾ വേണ്ടിവന്നു. ഗുഹയ്ക്കുള്ളിലത്തേക്കു വേണ്ടിയായിരുന്നു അത്. എന്നാൽ ശരിയായ പണിയുപകരണങ്ങൾ ആവശ്യത്തിനുണ്ടായിരുന്നെങ്കിൽ അരദിവസംകൊണ്ട് ആ മരത്തിൽ നിന്നും ആറു പലകകൾ അറുത്തെടുക്കാമായിരുന്നു.

എന്തായാലും ആവശ്യങ്ങൾ നടപ്പാക്കിയല്ലേ പറ്റൂ. ഉപകരണങ്ങളില്ലെങ്കിലും ക്ഷമയോടെ ഞാൻ ജോലി ചെയ്തു.

നവംബർ-ഡിസംബർ മാസങ്ങൾ വന്നു. ബാർലിയും നെല്ലും കൃഷി ചെയ്യേണ്ട കാലമായെന്ന് എനിക്കറിയാം. അധികം വിത്തില്ലാതിരുന്നതിനാൽ നിലം അധികം ഇളക്കി ഒരുക്കേണ്ടിവന്നില്ല. മുമ്പൊരിക്കൽ വിതച്ചതെല്ലാം ഉണങ്ങിപ്പോയിരുന്നു. ഇപ്പോൾ അങ്ങനെ സംഭവിച്ചില്ല. പക്ഷേ, അവ മുളച്ചു തുടങ്ങിയപ്പോൾ നാലു ഭാഗത്തുനിന്നും മൃഗങ്ങളും പക്ഷികളുമുൾപ്പെടെയുള്ള ശത്രുക്കളുടെ ആക്രമണം തുടങ്ങി. ആടുകളും മുയലുകളും വിളവു തിന്നാനെത്തി.

ഉടനെ ചുറ്റും ഞാൻ വളരെ വേഗത്തിൽ വേലി കെട്ടാൻ തുടങ്ങി; അതേ പരിഹാരമായിട്ടുള്ളൂ. ചില മൃഗങ്ങളെ ഞാൻ വെടിവച്ചു കൊന്നു. രാത്രികാലങ്ങളിൽ വേലിക്കരികിൽ നായയെ കെട്ടിയിട്ടു. അവൻ ഉച്ചത്തിൽ കുരച്ചു ബഹളമുണ്ടാക്കി ശത്രുക്കളെ തുരത്തി. ചെടികൾ നന്നായി വളർന്നു കതിരിട്ടു തുടങ്ങി.

ആദ്യം മൃഗങ്ങളാണ് കൃഷിയെ നശിപ്പിച്ചതെങ്കിൽ, ഇപ്പോൾ പക്ഷികളായി. ഞാനില്ലാത്ത സമയം ഒരുപറ്റം കോഴികൾ പറന്നെത്തി. ഞാൻ

ഓടിച്ചെല്ലുമ്പോഴേക്കും (തോക്കും കൈയിൽക്കാണും) അവ പറന്നുയരും. ഇതിങ്ങനെ തുടർന്നാൽ വിളവുകൾ മുഴുവനും തീർന്നു പോകുമെന്ന് ഞാൻ മുൻകൂട്ടിക്കണ്ടു. അങ്ങനെ വന്നാൽ പിന്നീട് പട്ടിണി കിടക്കേണ്ടിയും വന്നേക്കാം. അതിനാൽ ധാന്യങ്ങളെ സംരക്ഷിക്കണം; ഇനിയുള്ളതെങ്കിലും. ഞാൻ കൃഷിസ്ഥലം മുഴുവൻ പരിശോധിച്ചു. അധികമൊന്നും നഷ്ടപ്പെട്ടിട്ടില്ല.

തോക്കുമെടുത്ത് ഞാൻ വയലിലേക്കിറങ്ങി. പക്ഷികൾ കള്ളൻമാരെപ്പോലെ മരങ്ങളിൽ പതുങ്ങിയിരിക്കുകയാണ്. ഞാൻ അവിടം വിട്ടാലുടൻ അവ ഓരോന്നായി കൃഷിയിടത്തിലിറങ്ങും. ഞാൻ ഒളിച്ചിരുന്നപ്പോൾ പക്ഷികൾ ഓരോന്നോരോന്നായി വയലിലിറങ്ങി. ഞാൻ അക്ഷമനായി പ്രകോപനത്തോടെ അവയ്ക്കു നേരെ വെടിവെച്ചു. അവയിൽ മൂന്നെണ്ണം ചത്തു വീണു. അല്ലെങ്കിൽത്തന്നെ കൊല്ലാൻ തന്നെയാണ് ഞാൻ വെടിവച്ചതും. മറ്റുള്ളവയ്ക്ക് മുന്നറിയിപ്പായി, അവയെ ഞാൻ തൂണുകളിൽ കെട്ടിത്തൂക്കിയിട്ടു. ഇംഗ്ലണ്ടിൽ കുപ്രസിദ്ധ കള്ളൻമാരെ പിടിച്ചാൽ ചെയ്യുന്നതും ഇങ്ങനെ തന്നെ. എന്റെ പ്രവൃത്തി ഫലിച്ചു. പക്ഷികൾ ധാന്യം തിന്നാൻ പിന്നീടു വന്നില്ലെന്നു മാത്രമല്ല ആ പ്രദേശം പോലും വിട്ടുപോകുകയും ചെയ്തു. ഡിസംബർ അവസാനത്തോടെ വിളഞ്ഞു പഴുത്ത കതിരുകൾ കൊയ്തെടുത്തു. തകർന്ന കപ്പലിൽ നിന്നും മറ്റു പല സാധനങ്ങളോടൊപ്പം കിട്ടിയ വാൾ എനിക്കു കൊയ്ത്തു നടത്താൻ സഹായകരമായി. പ്രതീക്ഷയിൽ കവിഞ്ഞ വിളവാണു ലഭിച്ചത്; രണ്ടു പറ നെല്ലും അരപ്പറ ബാർലിയും.

കൃഷിയിലെ വൻ വിളവ് എനിക്കു പ്രചോദനം നൽകി. ദൈവം എനിക്ക് അപ്പത്തിനുള്ള വക തന്നിരിക്കുകയാണ്. പക്ഷേ, ധാന്യം പൊടിക്കാനും അരയ്ക്കാനുമുള്ള ഉപകരണങ്ങളില്ലല്ലോ. ശേഖരിച്ചു വയ്ക്കാനും പാചകം ചെയ്യാനും പാത്രങ്ങൾ വേണം. എന്നാൽ കൂടുതൽ പ്രദേശത്തേക്ക് വിത്തിറക്കാൻ ഞാൻ തീരുമാനിച്ചു; അതിനായി എല്ലാ ധാന്യവും ഞാൻ സൂക്ഷിച്ചു വയ്ക്കുകയും ചെയ്തു.

പക്ഷേ, കൃഷിക്കുള്ള പണിയായുധങ്ങൾ ഇല്ലായിരുന്നു. ആദ്യം നിലം ഉഴാനോ കിളച്ചുമറിക്കാനോ കലപ്പയോ മൺവെട്ടിയോ വേണം. പക്ഷേ ഞാനത് മരത്തിന്റെ തടികൊണ്ടുണ്ടാക്കി. അതു നിർമിക്കാൻ തന്നെ വളരെക്കാലമെടുത്തു; പക്ഷേ ഇരുമ്പുപോലെ അധികകാലം ഉപയോഗിക്കാൻ സാധിച്ചില്ല. മാത്രമല്ല, അതെന്റെ ജോലിഭാരം വർധിപ്പിക്കുകയാണുണ്ടായത്. എങ്കിലും ക്ഷമയോടെ ഞാനതു ചെയ്തു. നിലമൊരുക്കിയതിൽ വൃത്തി വന്നില്ലെങ്കിലും ഞാൻ അതിൽ സംതൃപ്തനായിരുന്നു. ഒരു മരക്കൊമ്പ് വെട്ടിയെടുത്ത് കൃഷിനിലത്തിലൂടെ വലിച്ചാണ് ഞാൻ തറ നിരപ്പാക്കിയത്.

വിത്തിട്ടു. ശേഷം അവ തഴച്ചു വളർന്നപ്പോൾ ഒരുപാട് ജോലികൾ എനിക്കു ചെയ്യേണ്ടി വന്നു. വേലികെട്ടി ഭദ്രമാക്കുക, കളകൾ പറിച്ചുകളയുക, കൊയ്യുക, ഉണക്കിയശേഷം വീട്ടിലെത്തിക്കുക, മെതിക്കുക, ഉമികളയുക, സൂക്ഷിച്ചു ശേഖരിച്ചു വയ്ക്കുക തുടങ്ങിയവ പ്രധാന ജോലിക

ളായിരുന്നു. പിന്നെ ധാന്യം പൊടിക്കാൻ മില്ലു വേണം, അരിക്കാൻ അരിപ്പ വേണം, പിന്നെ ഈസ്റ്റും ഉപ്പും ഒക്കെ വേണം. ഇവയൊന്നുമില്ലാതെ തന്നെ ഞാൻ കാര്യങ്ങൾ നടത്തി. നെല്ലും ബാർലിയും യഥാർഥത്തിൽ എനിക്ക് വൻ പ്രയോജനം നൽകി. പക്ഷേ, ജോലിയൊക്കെ ചെയ്യാൻ എനിക്ക് വളരെയധികം സമയം വേണ്ടിവന്നു. നേരത്തെ ഞാൻ ജോലി സമയം പല ഇനങ്ങളായി മുറിച്ചിരുന്നല്ലോ. ഇപ്പോൾ ധാന്യമുപയോഗിച്ച് അപ്പമുണ്ടാക്കൽ കൂടുതൽ ധാന്യം കൊയ്തെടുക്കുന്നതുവരേക്കും മാറ്റി വച്ചു. ഈ വിധത്തിൽ അടുത്ത ആറുമാസത്തേക്കുള്ള കാര്യങ്ങളും ആസൂത്രണം ചെയ്തുവച്ചു. ധാന്യം പാചകം ചെയ്യാനുള്ള പാത്രങ്ങളും ഉപകരണങ്ങളും നിർമിക്കലായിരുന്നു അത്.

13

മൺകുടങ്ങളും റൊട്ടിയും കേക്കുമുണ്ടാക്കുന്നു

ഇപ്പോൾ ഒരേക്കർ വരെ സ്ഥലത്തു കൃഷി ചെയ്യാനുള്ള വിത്ത് എന്റെ കൈവശമായി. ഇനി അത്രയും സ്ഥലം തയാറാക്കണം. ആ ജോലി ചെയ്യാനായി എനിക്ക് ഒരു മൺവെട്ടി തയാറാക്കേണ്ടി വന്നു. കുറഞ്ഞത് ഒരാഴ്ചയെങ്കിലും അതിനായി എടുത്തിട്ടുണ്ടാകും. വളരെ ഭാരമുള്ള ഒന്നായിരുന്നതിനാൽ ഇരട്ടി അധ്വാനവും അതിനു വേണമായിരുന്നു. വീട്ടിനടുത്ത് രണ്ടിടത്തായി വലിയ രണ്ടു സമതലപ്രദേശം ഒരുക്കിയ ശേഷം അവിടെ ഞാൻ വിത്തു വിതച്ചു. നല്ല വേലികൊണ്ട് അതിനെ തിരിച്ചു സംരക്ഷിക്കുകയും ചെയ്തു. ഒരുവർഷം കൊണ്ട് ആ വേലിക്കുറ്റികൾ വളർന്നു പന്തലിക്കുമെന്നും പിന്നെ വേലിയുമായി ബന്ധപ്പെട്ട ഒരു ജോലിയും ഉണ്ടാകുകയില്ലെന്നും എനിക്കറിയാമായിരുന്നു. ഇതൊക്കെ ചെയ്യാനായി മൂന്നുമാസംവരെയെടുത്തു; കാരണം മഴക്കാലമായതിനാൽ നനയാതിരിക്കാൻ വേണ്ടി ചില ദിവസങ്ങളിൽ എനിക്കു പുറത്തിറങ്ങാൻ സാധിച്ചില്ല.

മഴയുള്ളപ്പോൾ വീട്ടിനുള്ളിൽ എന്തെങ്കിലും ജോലി ചെയ്തുകൊണ്ടിരുന്നു. ഞാൻ എന്റെ തത്തയെ സംസാരിക്കാൻ പഠിപ്പിച്ചതും അപ്പോഴാണ്. വളരെ വേഗത്തിൽത്തന്നെ സ്വന്തം പേരു പറയാൻ തത്തയ്ക്കായി. അതു മനോഹരമായി ഉറക്കെപ്പറഞ്ഞു "പോൾ." എന്റെ വായിൽ നിന്നല്ലാതെ ആ ദ്വീപിൽനിന്നും ഞാൻ ആദ്യമായിക്കേട്ട സംഭാഷണശകലമായിരുന്നു അത്. വേറെയും ജോലികൾ എനിക്ക് ചെയ്യാൻ ഉണ്ടായിരുന്നു. പല പരീക്ഷണങ്ങളും നടത്തി പരാജയപ്പെട്ടിരുന്നെങ്കിലും കളിമണ്ണുകൊണ്ട് ചട്ടിയും കലം നിർമിക്കുന്ന രീതിയും എനിക്കു മനസിലായി.

നല്ല കളിമണ്ണു കിട്ടിയാൽ മാത്രം മതിയെന്നും, വേനൽക്കാലമായതിനാൽ വെയിലത്തിട്ട് ഉണക്കിയെടുത്താൽ മാത്രം മതിയെന്നുമൊക്കെയായിരുന്നു എന്റെ വിശ്വാസം. പക്ഷേ, എന്റെ പരീക്ഷണങ്ങളിൽനിന്നും

അതത്ര എളുപ്പമുള്ള ഒന്നല്ലെന്നു എനിക്കു മനസിലായി. ആ കഥ കേട്ടാൽ വായനക്കാർക്ക് എന്നോട് അനുകമ്പ തോന്നിയേക്കാം; ഒരുപക്ഷേ നിങ്ങൾ ചിരിച്ചു മണ്ണുകപ്പിപ്പോകുക തന്നെ ചെയ്യും. ഒരുവിധത്തിൽ കളിമണ്ണുള്ള സ്ഥലം ഞാൻ കണ്ടുപിടിച്ചു. അതു കുഴിച്ചെടുത്ത ശേഷം നന്നായി കുഴച്ചു പതം വരുത്തി. പിന്നീടുണ്ടാക്കിയ മൺകലങ്ങൾക്ക് വിരൂപവും വിചിത്രവുമായ രൂപങ്ങളായിരുന്നു. അവയെ ഞാൻ വെയിലത്തു വച്ചു; കഠിനമായ ചൂടിൽ അവയിൽ വിള്ളലുകൾ വീണു. ധൃതിയിൽ അവയൊക്കെ എടുത്തു മാറ്റിയപ്പോൾ പലതും പൊടിഞ്ഞുപോയി. രണ്ടു മാസത്തെ കഠിന പ്രയത്നംകൊണ്ട് എനിക്കുണ്ടാക്കാൻ പറ്റിയത് ഭരണികൾ എന്നു വേണമെങ്കിൽ പറയാവുന്ന വലിയ രണ്ടു വിരൂപമായ ഉപകരണങ്ങളാണ്.

എന്തായാലും സൂര്യൻ അതിനെ നന്നായി ഉണക്കി ബലപ്പെടുത്തിയിരുന്നു. അവയെ വളരെ ശ്രദ്ധാപൂർവമെടുത്ത് ഓരോ കുട്ടയ്ക്കകത്തായി വച്ചു. ഇടയിൽ വയ്ക്കോലിട്ടു നിറച്ചു. ധാന്യം സൂക്ഷിക്കാനുള്ള വകയായി.

അതുപോലെ ചെറിയ പാത്രങ്ങൾ ഉണ്ടാക്കാനും എളുപ്പമായിരുന്നു. പക്ഷേ, വെള്ളമൊഴിച്ച് തിളപ്പിക്കുമ്പോൾ അവ ചോരുമോയെന്ന ചിന്ത എന്നെ പ്രയാസപ്പെടുത്തി. ഒരുദിവസം ആട്ടിറച്ചി കനലിലിട്ടു ഞാൻ ചുട്ടെടുക്കുകയായിരുന്നു. ഒരു മൺകഷണം എങ്ങനെയോ തീയിൽ വീണ് ഒരു കല്ലുപോലെ വെന്തു ചുവക്കുന്നതു ഞാൻ കണ്ടു. എനിക്ക് അതിശയമായി. മൺചട്ടികളും ഇപ്രകാരം ചുട്ടെടുത്താൽ വളരെ ഉറപ്പുള്ളതായിത്തീരുമെന്ന് എനിക്കു തോന്നി.

തീകൂട്ടി മൺകലങ്ങൾ എങ്ങനെ ചുട്ടെടുക്കാമെന്ന് ഞാൻ പരീക്ഷിച്ചു തുടങ്ങി. കുശവൻമാരും മറ്റും ഇത്തരം ജോലികൾ ചെയ്യുന്നതിനെക്കുറിച്ചുള്ള ഒരു ആശയവും എനിക്കില്ലായിരുന്നു. ഞാൻ മൂന്നു വലിയ ചട്ടികൾ ഒന്നിനു മീതെ ഒന്നായി അടുക്കി വച്ചു. അതിനുചുറ്റും വിറകും കരിയും കൂട്ടി തീ കത്തിച്ചു. അഞ്ചോ ആറോ മണിക്കൂർ കഴിഞ്ഞപ്പോൾ ചട്ടികൾ ചുട്ടുപഴുത്തു. അവയൊന്നും പൊട്ടിപ്പിളരുന്നില്ലെന്നും ഞാൻ കണ്ടു. ഒന്നും പൊടിഞ്ഞുമില്ല. പ്രഭാതമായപ്പോൾ മൂന്ന് ഒന്നാന്തരം ചട്ടികളെ അങ്ങനെ എനിക്കു നിർമിച്ചെടുക്കാനായി. പിന്നീടൊന്നും ഞാൻ ആലോചിച്ചില്ല. കലത്തിൽ വെള്ളമൊഴിച്ച് അടുപ്പത്തു വച്ചു. ആട്ടിറച്ചിയിട്ടു സൂപ്പുണ്ടാക്കി. അതിനു നല്ല രുചിയായിരുന്നു.

അടുത്ത എന്റെ ശ്രമം ഒരു ഉരലുണ്ടാക്കലായിരുന്നു. ധാന്യങ്ങളൊക്കെ പൊടിച്ച് മാവാക്കേണ്ടതുണ്ട്. ഒരു ജോഡി കൈകൾ മാത്രം കൊണ്ട് ഞാനെങ്ങനെയൊരു ഉരലുണ്ടാക്കും. കല്ലു പൊട്ടിക്കുന്ന ഉപകരണങ്ങളില്ല; ആ ജോലിയിൽ പ്രാവീണ്യവും ഇല്ല. എങ്കിലും ഒരു ഉരലുണ്ടാക്കാൻ പാകത്തിലുള്ള ഒരു പാറയന്വേഷിച്ച് ഞാൻ നടന്നു. പക്ഷേ കണ്ടെത്താനായില്ല. ദ്വീപിൽ ഉണ്ടായിരുന്ന പാറകൾക്ക് ഉറപ്പുണ്ടായിരുന്നില്ല. ഉലക്കയുടെ ഇടിയിൽ അതു പൊടിഞ്ഞുപോകാനിടയുണ്ട്. ഉറച്ചതായൊരു കല്ലു കിട്ടാതെ വന്നപ്പോൾ, ഒരു മരക്കഷണം കൊണ്ട് ഉരലു

ണ്ടാക്കാൻ ഞാൻ തീരുമാനിച്ചു. ഒരു മരക്കഷണം ഞാൻ വെട്ടിയെടുത്തു. കൈക്കോടാലികൊണ്ട് അതിന്റെ പുറം ചെത്തി വൃത്താകൃതിയിലാക്കി. മരക്കഷണത്തിന്റെ മധ്യഭാഗം ചുട്ടുകരിച്ച് ഒരു കുഴിയുണ്ടാക്കി. മരക്കൊമ്പുകൊണ്ടുതന്നെ ഒരു ഉലക്കയും ഉണ്ടാക്കി. അതിനെ മുറിക്കുള്ളിൽ സൂക്ഷിച്ച് ഒതുക്കി വച്ചു.

ഇനിയൊരു അരിപ്പ വേണം. എങ്കിലേ പൊടിയാക്കുന്ന ധാന്യത്തെ അരിച്ചെടുക്കാനാവൂ. കപ്പൽ ജോലിക്കാർ കടലിൽവെച്ച് ഉപയോഗിച്ചിരുന്ന മസ്‌ലിൻ കുറച്ചുണ്ടായിരുന്നു. അവയെ അരിപ്പത്തുണിയാക്കിക്കൊണ്ട് ഞാൻ അരിപ്പയും നിർമിച്ചു.

ധാന്യം കിട്ടിയതുകൊണ്ടു മാത്രം റൊട്ടിയുണ്ടാക്കാനാവില്ലല്ലോ? എന്റെ പക്കൽ യീസ്റ്റ് ഇല്ലല്ലോ. അതൊരിക്കലും ലഭിക്കില്ലാത്തതുകൊണ്ട് അതു വേണ്ടെന്നു വയ്ക്കാം. കിട്ടാത്ത സാധനം ആഗ്രഹിച്ചിട്ടു വിശേഷമില്ലല്ലോ. ഇനിയൊരു അടുപ്പു വേണം. അതില്ലാത്തതിലും എനിക്കു വിഷമമുണ്ടായി. അതിനും ഒരു പരീക്ഷണം നടത്താൻ തന്നെ തീരുമാനിച്ചു. അതിനായി ഏകദേശം പരന്ന മൺ ഓടുകൾ ഞാൻ ഉണ്ടാക്കി. രണ്ടടി വ്യാസം വരും ഓരോന്നിനും. ഒൻപതിഞ്ചോളം കുഴിവും വരും. അവയെ ആദ്യം ഞാൻ കനലിൽ ചൂടാക്കി, തീക്കനലുകൊണ്ടാണത്. അതിനു ശേഷം അതിൽ ഞാൻ ധാന്യമാവുകൊണ്ട് റൊട്ടിയുണ്ടാക്കി; ഒപ്പം ധാരാളം അരിക്കേക്കുകളും ഉണ്ടാക്കി. കഞ്ഞിയും ചോറും പായസവും ഒക്കെ തുടർന്ന് ഉണ്ടാക്കി. കാട്ടുകോഴിയുടെയും ആടിന്റെയും മാംസമല്ലാതെ എനിക്കു മറ്റൊന്നും കിട്ടാനില്ലാത്തതിനാൽ, ഇവ മാത്രമേ ഞാൻ ഉണ്ടാക്കിയുള്ളൂ.

മൂന്നാം വർഷത്തെ താമസത്തിനിടയിൽ മുകളിൽപ്പറഞ്ഞ കാര്യങ്ങളാണ് ഞാൻ മുഖ്യമായും ചെയ്തത്. ഇത്തരം ജോലികൾക്കിടയിൽ പുതിയ കൃഷിയിറക്കി; കൂടുതൽ വളർത്തുമൃഗങ്ങളേയും പോറ്റി. കൊയ്ത്തും കൃത്യസമയത്തുതന്നെ നടത്തി. പറ്റുന്ന രീതിയിൽ ധാന്യം ചുമന്നുകൊണ്ടുവന്ന് കുട്ടകളിൽ നിറച്ചു വച്ചു. കിട്ടുന്ന സമയങ്ങളിൽ അവ മെതിച്ച് പതിരുതിരിച്ച് ശേഖരിക്കുകയും ചെയ്തു.

എന്റെ ധാന്യശേഖരം കഴിഞ്ഞ വർഷത്തേക്കാൾ വർധിച്ചു. ധാന്യപ്പുര വലുതാക്കാൻ ഞാൻ ആഗ്രഹിച്ചു. അവയൊക്കെ ശേഖരിച്ചിടാൻ ഒരു സ്ഥലവും വേണം. കാരണം ഇരുപതുപറയോളം നെല്ലും അത്രതന്നെ അളവിൽ ബാർലിയും കിട്ടി. അതിനാൽ ധാരാളിത്തത്തോടെ ധാന്യം ഭക്ഷണമുണ്ടാക്കാൻ ഉപയോഗിച്ചു. ഒരുവർഷം എത്രമാത്രം ധാന്യം എനിക്കു വേണമെന്നു ഞാൻ കണക്കാക്കി നോക്കി. വർഷത്തിലൊരിക്കൽ ഇറക്കുന്ന വിളവ് അതിനു മതിയാകുമെന്ന് ഞാൻ മനസിലാക്കി.

നാൽപ്പതു പറ നെല്ലും പിന്നെ ബാർലിയും ഒരുവർഷത്തിനു വേണ്ടതിനേക്കാൾ കൂടുതലാണെന്നു ഞാൻ മനസിലാക്കി. കഴിഞ്ഞ തവണ വിതച്ച അത്രേം അളവിൽ ഓരോ വർഷവും വിതച്ചാൽ മതിയെന്നും എനിക്കു മനസിലായി; എന്റെ ഭക്ഷണത്തിന് അതു ധാരാളം മതിയാകും.

14

വസ്ത്രനിർമാണം

ഈ ജോലികളൊക്കെ ചെയ്തുകൊണ്ടിരിക്കുമ്പോഴും ദ്വീപിന്റെ അപ്പുറത്തു കണ്ട ഭാവി പ്രതീക്ഷയുള്ള കരയെക്കുറിച്ചുള്ള ചിന്ത പല തവണ എന്റെ മനസിലേക്കോടിയെത്തി. അതൊരു ജനവാസമുള്ള രാജ്യ മാണെന്നും, അവിടെ ചെന്നുപറ്റാനുള്ള ഏതെങ്കിലും മാർഗം കിട്ടുമെന്നും ഒടുവിൽ ഇവിടെനിന്നും രക്ഷപ്പെടാനുള്ള വഴി കണ്ടെത്താനാവുമെന്നു മുള്ള ഒരു രഹസ്യചിന്ത എന്റെ ഉള്ളിൽ ഉണ്ടാകാതിരുന്നില്ല.

അതേസമയം, അത് നരഭോജികളുടെ നാടാവാമെന്ന ഭയവും ഉണ്ടാ കാതിരുന്നില്ല. ആഫ്രിക്കയിലെ സിംഹങ്ങളേക്കാളും നരഭോജികളേക്കാളും ഭയങ്കരരാണിവർ. അവയുടെ കൈയിലകപ്പെട്ടാൽ കൊന്നു തിന്നതുതന്നെ. കരീബിയൻ തീരത്തു മനുഷ്യരെ തിന്നുന്നവരുണ്ടെന്ന് ഞാൻ കേട്ടിട്ടുണ്ട്. അവിടത്തെ അക്ഷാംശരേഖ പരിശോധിക്കുമ്പോൾ ആ കരയിൽ നിന്നും അധികദൂരത്തല്ല ഞാൻ നിൽക്കുന്നതെന്ന് എനിക്കു മനസിലായി. നര ഭോജികളല്ലെങ്കിലും അവർ എന്നെ കൊല്ലും. കൈയിലകപ്പെട്ടുപോയ എത്രയോ യൂറോപ്യൻകാരെ അവർ കൊന്നിരിക്കുന്നു. പത്തും പന്ത്രണ്ടും പേർ ഒന്നിച്ചുണ്ടായിരുന്നിട്ടും നിഷ്കരുണം കൊല്ലപ്പെട്ടിരിക്കുന്നു. പിന്നെ ഒറ്റയ്ക്കുള്ള എന്റെ കാര്യമോ? എനിക്ക് അവരോട് എതിർത്തു നിൽക്കാ നേയാവില്ല. ഇത്തരം ഭയാശങ്കകൾ എന്റെ മനസിൽക്കിടന്നു ചുറ്റി. എങ്കിലും ആ കരയിലേക്കു പോകണമെന്നു തന്നെ എന്റെ മനസ്സ് ശക്ത മായി തീരുമാനിച്ചു.

ആഫ്രിക്കൻ കടൽത്തീരത്തിലൂടെ ആയിരത്തിൽപ്പരം മൈൽ ദൂരം സഞ്ചരിക്കാൻ ഞാൻ ഉപയോഗിച്ച നീളൻബോട്ടും ഒപ്പം ആ പയ്യൻ സൂരിയും ഉണ്ടായിരുന്നെങ്കിൽ എനിക്ക് ഇവിടെനിന്നും രക്ഷപ്പെടാമായി രുന്നു. പക്ഷേ, ആ ചിന്ത പ്രയോജനമില്ലാത്തതല്ലേ. കപ്പലിൽനിന്നും ദ്വീപി

ലേക്കു യാത്ര ചെയ്തിരുന്ന ബോട്ട് കൊടുങ്കാറ്റിന്റെ ശക്തിയിൽ കരയ്ക്കണഞ്ഞുകിടന്നത് പോയി നോക്കണമെന്ന് ഞാൻ വിചാരിച്ചു. ഏറെക്കുറെ പഴയ സ്ഥലത്തു തന്നെ അതു കിടക്കുന്നു. പക്ഷേ, കിടക്കുന്നത് അതുപോലെയല്ല. മണലിൽ പൂഴ്ന്നും, കമഴ്ന്നുമാണ് കിടക്കുന്നത്; അവിടെ ഒട്ടും വെള്ളമില്ലെന്നു ഞാൻ മനസിലാക്കി. അതിനെ ഇളക്കിയെടുത്ത് വെള്ളത്തിലിറക്കിയാൽ എനിക്കു നിഷ്പ്രയാസം ബ്രസിൽസിൽ എത്താമായിരുന്നു. പക്ഷേ, അതിനെ മറിച്ചിടുന്നതിനേക്കാൾ എളുപ്പം ദ്വീപിനെത്തന്നെ എടുത്തുമാറ്റുന്നതാണ്. എങ്കിലും ഞാൻ വനത്തിൽ പോയി. ഉരുളൻ തടികളും പാരകളുമുണ്ടാക്കി ബോട്ടിനരികിൽ വന്നു. ബോട്ടു തള്ളി ഉരുട്ടി പൂർവാവസ്ഥയിൽ വയ്ക്കാൻ കഠിനാധ്വാനം ചെയ്തു നോക്കി. എങ്ങനെയെങ്കിലും തിരിച്ചു നേരെ വച്ചാൽ, അതിന്റെ കേടുപാടുകൾ തീർക്കാമായിരുന്നു; എളുപ്പത്തിൽ കടൽയാത്ര നടത്താനുമാവുമായിരുന്നു.

മൂന്നു നാല് ആഴ്ചകൾ ഞാൻ പണി ചെയ്തു. പക്ഷേ, നിഷ്ഫലമായ പ്രവൃത്തിയാണെന്ന് ഒടുവിൽ മനസിലായി. എന്റെ നിസ്സാരശേഷികൊണ്ട് ബോട്ടു നിവർത്താനാകില്ലെന്നു ബോധ്യമായപ്പോൾ, പുതിയൊരു പരിപാടി ഞാൻ ചെയ്തു. അടിയിലെ മണ്ണ് ഞാൻ കുഴിച്ചു മാറ്റുവാൻ തീരുമാനിച്ചു; അങ്ങനെ അതു മറിഞ്ഞു വീഴും. ശരിയായ രീതിയിൽ മറിഞ്ഞു വീഴാനായി മരക്കുറ്റികളും മറ്റും കൊണ്ടുള്ള താങ്ങും ഞാൻ കൊടുത്തു.

പക്ഷേ, ഇതു ചെയ്തിട്ടും ബോട്ട് അനക്കാൻ എനിക്കായില്ല. അതിനെ വെള്ളത്തിലിറക്കാനാവില്ലെന്ന് മനസിലായപ്പോൾ, ഞാൻ എന്റെ ആശ ഉപേക്ഷിച്ചു. എങ്കിലും പ്രധാനകരയിലെത്താനുള്ള എന്റെ ആഗ്രഹത്തിന് കുറവൊന്നും ഉണ്ടായില്ല.

ബോട്ടിനെ വെള്ളത്തിലിറക്കാനാവില്ലെന്നു മനസിലാക്കിയപ്പോൾ പുതിയൊരു വള്ളം നിർമിക്കുന്നതിനെക്കുറിച്ച് ഞാൻ ആലോചിച്ചു. വലിയ മരക്കഷണങ്ങൾ തുരന്നാണല്ലോ പ്രാകൃത നാട്ടിലെ നിവാസികൾ ബോട്ടു നിർമിക്കുന്നത്. കാപ്പിരികൾക്കു ചെയ്യാനാകുന്ന കാര്യം എനിക്കെന്തുകൊണ്ടു വയ്യ? പക്ഷേ, വഞ്ചി നിർമിച്ചാൽ അതെങ്ങനെ വെള്ളത്തിലിറക്കും. അതിനെ ഒത്തുപിടിക്കാൻ അനേകംപേർ വേണ്ടേ. മരം മുറിച്ചശേഷം പുറം ചെത്തി തോണിയുടെ ആകൃതിയിലാക്കാം; അകം തുരന്നോ തീവെച്ചോ പൊള്ളയാക്കുകയും ചെയ്യാം. പക്ഷേ, ഒറ്റയ്ക്കതിനെ വെള്ളത്തിലിറക്കുന്നതാണു പ്രശ്നം. ഈ പ്രശ്നം ഞാൻ ഓർക്കാതിരുന്നില്ല. അവിടെനിന്നും രക്ഷപ്പെടാനുള്ള വ്യഗ്രതയിൽ ആദ്യം വള്ളം ഉണ്ടാക്കുന്നതിനു പ്രാധാന്യം കൊടുത്തെന്നു മാത്രം. മറ്റു കാര്യങ്ങൾ പിന്നീടു തീരുമാനിച്ചാൽ മതിയല്ലോ. പക്ഷേ, കടലിൽ നാൽപ്പത്തഞ്ചു മൈൽ നിസ്സാരമായികൊണ്ടുപോകാവുന്ന ഒരു ബോട്ടിനെ കരയിൽ നാൽപ്പത്തഞ്ചടി നീക്കുകയെന്നത് അത്ര എളുപ്പമുള്ള പണിയല്ലെന്ന് ഞാൻ മുൻകൂർ അറിയണമായിരുന്നു.

ഒരു വിഡ്ഢിയെപ്പോലെ ഞാൻ ബോട്ടുപണി തുടങ്ങി; മനുഷ്യർ എക്കാലവും അങ്ങനെതന്നെയാണല്ലോ. ബോട്ടിന്റെ ആകൃതിയും ഞാൻ തീരുമാനിച്ചു. ആ ആകൃതിയിൽ നിർമിക്കാനാകുമോയെന്ന് യഥാർഥത്തിൽ എനിക്കറിയില്ലായിരുന്നു.

ആദ്യം ബോട്ടുണ്ടാക്കാം. പിന്നെ വെള്ളത്തിലിറക്കുന്നതിനെക്കുറിച്ചു ചിന്തിക്കാം; ഈ യുക്തിവിരുദ്ധമായ ചിന്താരീതിയിൽ ഞാൻ ബോട്ടു നിർമാണത്തിനുള്ള ശ്രമം തുടങ്ങി. ആദ്യം അതിനായി ഒരു വൻമരം മുറിച്ചിട്ടു. ജറുസലേം ദേവാലയം പണികഴിപ്പിച്ച സോളമൻ രാജാവിനു പോലും ഇത്രയും വലിയ മരം കിട്ടിയിട്ടുണ്ടാകുമോയെന്നറിയില്ല. അതിന്റെ കീഴ്ത്താടിക്കു പത്തിഞ്ചു വ്യാസമുണ്ടായിരുന്നു. ഇരുപത്തിരണ്ടടി മുകളിൽ ശാഖകൾ തുടങ്ങുന്നിടത്തു നാലടിയും പതിനൊന്നിഞ്ചു വ്യാസവും. മുകളിലേക്കു പോകുന്നതനുസരിച്ച് അതിന്റെ വ്യാസം അൽപ്പാൽപ്പം കുറഞ്ഞുകുറഞ്ഞു വന്നു. പിന്നെ ധാരാളം ശിഖരങ്ങളും. കഠിനാധ്വാനത്തോടെ ഞാനതു വെട്ടി വീഴ്ത്തി. ഇരുപതു ദിവസം വരെ വേണ്ടി വന്നു. കൊമ്പുകളരങ്ങി വൃത്തിയാക്കാൻ വീണ്ടും പതിനാലു ദിവസം വേണ്ടി വന്നു. കൈക്കോടാലികൊണ്ട് തടിതുരന്നുകൊണ്ട് ഞാനതിനൊരു ബോട്ടിന്റെ അടിത്തട്ടിന്റെ ആകൃതി കൊടുത്തു. അതിനു തന്നെ ഒരുമാസം വേണ്ടിവന്നു. വീണ്ടും അതിന്റെ ഉൾഭാഗം വൃത്തിയാക്കി കൃത്യമായും ഒരു ബോട്ടാക്കാൻ വീണ്ടും മൂന്നു മാസം വേണ്ടിവന്നു. എന്റെ സാധനങ്ങൾക്കും സുഖമായി അതിൽ ഇരിക്കാവുന്നതേയുള്ളൂ. പണി പൂർത്തിയായപ്പോൾ എനിക്കു സന്തോഷമായി. ഇത്രയും വലിയ ഒന്നു ഞാനിതുവരെ കണ്ടിട്ടേയില്ല; അതും ഒറ്റത്തടിയിൽ തീർത്തത്. ഇതിൽ കയറി വേണം ഇനി ഇവിടെനിന്നും രക്ഷപ്പെടേണ്ടത്.

ബോട്ട് കടലിൽനിന്നും നൂറുവാര അകലെയാണ് കിടക്കുന്നത്. അതിനെയിനി കടലിലിറക്കണം; എത്ര ശ്രമിച്ചിട്ടും അതിനു സാധിച്ചില്ല. ആദ്യപ്രശ്നം ആ ചാല് കടത്തിയെടുക്കുന്നതായിരുന്നു. മലയിടുക്കുപോലുള്ള ആ ഭാഗം കഴിഞ്ഞാൽ രക്ഷപ്പെട്ടു. വഞ്ചിയുടെ അടിയിലൂടെ കടലിടുക്കുവരെ ഒരു തോടുവെട്ടാൻ ഞാൻ തീരുമാനിച്ചു, വെട്ടിത്തുടങ്ങുകയും ചെയ്തു. അപ്പോഴാണ് വളരെ ആഴത്തിൽ തോടുവെട്ടേണ്ടതുണ്ടെന്നു മനസിലായത്; ഇരുപതടി ആഴമെങ്കിലും വേണം. അതിന് പത്തിരുപതു വർഷമെങ്കിലും വേണ്ടി വരും; പൂർത്തിയാക്കാൻ. വൈമനസ്യത്തോടെയെങ്കിലും അവസാനം ആ പദ്ധതി ഞാൻ വേണ്ടെന്നു വച്ചു.

ഞാൻ ഹൃദയവേദനയോടെ കരഞ്ഞു. നിഷ്ഫലമായ ഒരു പ്രവൃത്തി ആലോചിക്കാതെ ആരംഭിക്കുന്നതിലുള്ള വിഡ്ഢിത്തം താമസിച്ചാണെങ്കിലും അങ്ങനെ ഞാനറിഞ്ഞു. ഒരു പ്രവൃത്തി തുടങ്ങുന്നതിനു മുമ്പ് അതു പൂർത്തിയാക്കാൻ പറ്റുമോയെന്നതിനെക്കുറിച്ച് ഒരു നല്ല ധാരണയുണ്ടാകണം.

ഈ ജോലികൾക്കിടയിൽ ദ്വീപിലെ നാലാം വർഷവും ഞാൻ പൂർത്തിയാക്കി. ഈശ്വരചിന്തയോടെ ഈ വാർഷികത്തിലും ഞാനിരു

ന്നു. മുമ്പില്ലാത്ത ആശ്വാസം ഈ ദിവസത്തിനുണ്ടായിരുന്നു. നിരന്തരമായ ദൈവവചന പാരായണവും ദൈവകൃപയും എനിക്ക് പുതിയ ജീവിതാറിവുകളാണ് തന്നുകൊണ്ടിരിക്കുന്നത്. ആഗ്രഹങ്ങളും പ്രതീക്ഷകളുമുണ്ടാകാൻ പാടില്ലാത്ത ഒറ്റപ്പെട്ട ഒരു തുരുത്താണ് ഈ ലോകമെന്ന് എനിക്കു തോന്നി. ഒരു പ്രാധാന്യവും ഇവിടെ നൽകേണ്ടതില്ല തന്നെ.

ലോകത്തിന്റെ എല്ലാ പാപങ്ങളിൽനിന്നും മുക്തനാണ് ഞാനിന്ന്. ഭൗതികാഗ്രഹങ്ങൾ ഒന്നുമില്ല. എല്ലാം ഇവിടെന്നു തന്നെ ലഭിക്കുന്നുണ്ടല്ലോ. ഇവിടെക്കാണുന്ന എല്ലാറ്റിന്റെയും ഉടമയാണല്ലോ ഞാനിന്ന്. രാജാവായിട്ടോ ചക്രവർത്തിയായിട്ടോ എന്നെ കരുതാം. എനിക്കു ശത്രുക്കളോ മറ്റു പ്രതിയോഗികളോ ഇല്ല. എന്റെ പരമാധികാരത്തെ ചോദ്യം ചെയ്യാനും ആരുമില്ല. കപ്പലുകണക്കെ ധാന്യങ്ങൾ ഉൽപ്പാദിപ്പിക്കാൻ എനിക്കാവും; പക്ഷേ, അതിന്റെ ആവശ്യമെനിക്കില്ല. ഒരുവർഷം കഴിക്കേണ്ടതേ എനിക്ക് ഉൽപ്പാദിപ്പിക്കേണ്ടതുള്ളൂ. ധാരാളം ആമകളെയും ഇവിടെ കിട്ടും. വല്ലപ്പോഴും ഓരോന്നിനെപ്പിടിച്ചാൽ മതിയാകും. കപ്പലുകൾ നിർമിക്കാനുള്ള മരങ്ങളും ധാരാളം ഉണ്ട്. വീഞ്ഞുണ്ടാക്കാനും ഉണക്കിയെടുക്കാനും കപ്പലിൽ നിറയ്ക്കാനും ഒക്കെ ധാരാളം മുന്തിരിപ്പഴവും ഉണ്ട്. ആവശ്യമായ സാധനങ്ങളെല്ലാം ഉണ്ട്; മിച്ചവുമുണ്ട്. കൂടുതൽ മൃഗങ്ങളെ കൊന്നാൽ, നായയും കടിച്ച് കൃമിയും കൂടി ചീഞ്ഞുനാറിക്കിടക്കേണ്ടിവരും. അധികം ധാന്യം വിതച്ചെടുത്താൽ, അതും ഉപയോഗശൂന്യമാകും. മരങ്ങളെ വിവേചനരഹിതമായി മുറിച്ചിട്ടിട്ടും വിശേഷമൊന്നുമില്ലല്ലോ.

ഇതിന്റെ മറുവശവും ഞാൻ ചിന്തിച്ചു. പ്രകൃതി നൽകുന്ന ഏതു സാധനവും അധികമായാൽ ഉപയോഗപ്രദമാകില്ല. ഭൂമിയിലെ ഏറ്റവും വലിയ പിശുക്കനും കുറച്ചു കാലം കഴിയുമ്പോൾ ധാരാളിയാകും. നിസ്സാരകാര്യങ്ങൾകൊണ്ട് ഇപ്പോൾ കൊതി - പുകയിലപൈപ്പിനും, മഷിക്കും ഒക്കെ. ഗുഹയ്ക്കുള്ളിൽ ഞാൻ സൂക്ഷിച്ചുവച്ചിട്ടുള്ള മുപ്പത്തിയാറുപവനും ഉണ്ട്. അതുകൊണ്ട് എനിക്കു യാതൊരു പ്രയോജനവും ഇല്ല. എനിക്കിപ്പോൾ കൊതിയുള്ള വസ്തുക്കൾ കിട്ടിയാൽ ഈ പണം മുഴുവൻ ചെലവാക്കാൻ ഞാൻ തയാറാണ്. പണത്തിന്റെ സ്ഥാനത്ത് വിലപിടിപ്പുള്ള രത്നങ്ങളായാലും ഇവിടെ ഉപയോഗമില്ലാത്തതു തന്നെ.

ഞാൻ കൂടുതൽ ശുഭാപ്തി വിശ്വാസിയായി. ജീവിതത്തിന്റെ നല്ല വശങ്ങളിൽ ഞാൻ കൂടുതൽ ശ്രദ്ധ പതിപ്പിച്ചു. ഇരുണ്ടവശങ്ങളെ ഞാൻ അവഗണിച്ചു തുടങ്ങി. ഉള്ളതിൽ തൃപ്തികണ്ടു. അമിതമോഹങ്ങളെല്ലാം ഉപേക്ഷിച്ചു. ദൈവം തരുന്നവയിൽ സംതൃപ്തി ലഭിക്കാത്തവർ നിരാശരും ദുരാഗ്രഹികളുമായിത്തീരുന്നു. കിട്ടിയതിൽ ദൈവത്തിനോടു നന്ദി പറയാതെ അന്യന്റെ സ്വത്തുക്കളിൽ അസൂയാലുക്കളാകുന്നു.

വീണ്ടും പലതും ഞാൻ ആലോചിച്ചു. ദ്വീപിൽ ഞാനെത്തിയതിന്റെ പിറ്റേദിവസം ദൈവം അത്ഭുതകരമാംവിധം കപ്പലിനെ കരയ്ക്കടുപ്പിച്ചില്ലായിരുന്നെങ്കിൽ എന്താകുമായിരുന്നു എന്റെ അവസ്ഥ? അവയിലുണ്ടാ

യിരുന്ന വിഭവങ്ങളെ കൊണ്ടുവരാൻ പറ്റിയില്ലായിരുന്നെങ്കിലോ? എനിക്ക് ആശ്വാസവും സുഖവുമൊക്കെ കിട്ടിയത് അതുകൊണ്ടായിരുന്നല്ലോ. ജോലി ചെയ്യാൻ സഹായിച്ച ഉപകരണങ്ങളും, ശത്രുക്കളെ ചെറുക്കാൻ സഹായിക്കുന്ന ആയുധങ്ങളും, വേട്ടയാടാൻ സഹായിക്കുന്ന തോക്കും ഒക്കെ കിട്ടാതിരുന്നെങ്കിലത്തെ അവസ്ഥയും ഞാൻ ചിന്തിച്ചു.

ഞാൻ മണിക്കൂറുകളോ ദിവസങ്ങളോ ഒക്കെ അവയെക്കുറിച്ച് ആലോചിച്ചു. അവയൊന്നും കിട്ടാതിരുന്നെങ്കിൽ വല്ലപ്പോഴും കിട്ടുന്ന മീനോ ആമയോ ഒക്കെകൊണ്ട് വിശപ്പടക്കണമായിരുന്നു. കോഴിയും ആടും കിട്ടിയാലും അവയുടെ മാംസം വെട്ടിയെടുക്കാനും മറ്റും കത്തി യെവിടെന്നു കിട്ടുമായിരുന്നു? മൃഗങ്ങളെപ്പോലെ പച്ചയിറച്ചി തിന്നേണ്ടി വന്നേനെ. ഇതൊക്കെ ആലോചിച്ചപ്പോൾ ദൈവം എന്നോട് എത്രയോ ദയവായ്പോടെയാണ് പെരുമാറിയതെന്നു മനസിലായി. ദു:ഖിതനെങ്കിലും ഞാൻ ഒരു ഭാഗ്യവാൻ തന്നെയെന്ന് എനിക്കു തീർത്തും മനസിലായി.

വിവിധതരം ചിന്തകളിൽ കുറവും നിറവുമൊക്കെ താരതമ്യം ചെയ്ത് ജീവിതത്തെ ഞാൻ ചൊൽപ്പടിയിൽ നിർത്താൻ ശ്രമിക്കുന്നതിൽ വിജ യിച്ചു. സുഖം മാത്രം തേടിക്കൊണ്ടു പോകുന്നത് ദുർബല മനസിന്റെ വെറും പരക്കം പാച്ചിലാണ്. ദൈവത്തോടൊപ്പം പരമാവധി ഞാൻ ചേർന്നു നിന്നു.

തീരത്തു വന്നിട്ടു കാലം കുറേയായതിനാൽ കൈവശമുണ്ടായിരുന്ന സാധനങ്ങളൊക്കെ തീർന്നുതുടങ്ങി. മഷി നേരത്തെ തന്നെ തീർന്നിരു ന്നെന്ന് പറഞ്ഞിരുന്നല്ലോ. ഒഴിഞ്ഞ മഷിക്കുപ്പിയിൽ വെള്ളം തുള്ളിയാക്കി വീഴ്ത്തിക്കലക്കി, അതുവഴി കിട്ടിയ മഷികൊണ്ടാണ് പിന്നീടെഴുതിയത്. ഇപ്പോഴാണെങ്കിൽ അതു കടലാസിൽ തെളിയാത്തയവസ്ഥയിലാണ്. മഷി ലഭ്യമായിടത്തോളംകാലം പ്രധാന സംഭവങ്ങളെല്ലാം ഞാൻ കടലാസിൽ കുറിച്ചുവെച്ചുകൊണ്ടിരുന്നു. നിങ്ങൾ അവയൊക്കെ വായിച്ചതുമാണല്ലോ.

മഷി തീർന്നതിനുശേഷം, കപ്പലിൽനിന്നും ഞാൻ എടുത്തു കൊണ്ടുവന്നിരുന്ന ബിസ്കറ്റും തീർന്നു. വളരെ കഷ്ടിയായാണ് ഞാൻ ബിസ്കറ്റ് ഉപയോഗിച്ചിരുന്നത്. ഒരു ബിസ്കറ്റ് ഒരു ദിവസം എന്ന രീതി യിൽ. ഒരുവർഷത്തോളം കഴിഞ്ഞപ്പോൾ അതു തീർന്നുപോകുകയും ചെയ്തു. തുടർന്ന് ഒരുവർഷം വരെ ബിസ്കറ്റില്ലായിരുന്നു. പിന്നീടാണ് മാവുണ്ടാക്കി റൊട്ടിയുണ്ടാക്കാൻ തുടങ്ങിയത്. റൊട്ടിയുണ്ടാക്കാൻ എനി ക്കായത് ഒരത്ഭുതമായാണ് ഞാൻ കരുതുന്നത്.

എന്റെ ഉടുപ്പുകളും വളരെയധികം പഴകിക്കഴിഞ്ഞു. കപ്പലിൽ നിന്നും കിട്ടിയ ചില നാവികരുടെ ഉടുപ്പുകളായിരുന്നു ആകെയുണ്ടായിരുന്നത്. ഞാൻ അവയെ ഭദ്രമായി സൂക്ഷിച്ചിരുന്നു. കാരണം പല അവസരങ്ങ ളിലും ആ ഷർട്ടുകളല്ലാതെ മറ്റൊന്നും ഞാൻ ധരിച്ചിരുന്നില്ല. മൂന്നു ജോഡി ഷർട്ടുകൾ വരെ ഉണ്ടായിരുന്നു. ചൂടുള്ള കാലാവസ്ഥയ്ക്കിണ ങ്ങാത്തതിനാൽ കനംകൂടിയ പല വസ്ത്രങ്ങളും ഞാൻ കപ്പലിൽനിന്നും തീരത്തേക്കു കൊണ്ടുവന്നിരുന്നില്ല. ഉഷ്ണമുള്ള പ്രദേശമായിരുന്നതി

നാൽ അല്ലെങ്കിൽത്തന്നെ വസ്ത്രങ്ങളുടെ ആവശ്യവും ഇല്ലായിരുന്നു. ദ്വീപിൽ ഒറ്റയ്ക്കാണു താമസിച്ചിരുന്നതെങ്കിലും അവിടെ നഗ്നനായി നടക്കാൻ എനിക്കാവില്ലായിരുന്നു. അതിനു ഒരു കാരണം വസ്ത്രമുണ്ടെങ്കിൽ സൂര്യാഘാതം ശരീരത്തിലേൽക്കില്ലല്ലോ എന്നതായിരുന്നു. മറ്റൊന്ന്, ഷർട്ടു ധരിച്ചാൽ വായുവുണ്ടാക്കുന്ന ചലനം കാറ്റിന് രണ്ടു മടങ്ങ് തണുപ്പും തരുമായിരുന്നു. വെയിൽ തലയിലേൽക്കുമ്പോൾ തലവേദനയുണ്ടാക്കിയിരുന്നതിനാൽ, അതിനു പരിഹാരമായി ഞാൻ തൊപ്പിയും ധരിച്ചു.

കൈവശമുണ്ടായിരുന്ന വസ്ത്രം തീർന്നപ്പോൾ, പുതിയ വസ്ത്രം നെയ്യുന്നതിനെക്കുറിച്ച് ഞാൻ ആലോചിച്ചു തുടങ്ങി; രണ്ടോ മൂന്നോ വേണം. വേട്ടയാടിക്കൊണ്ടുവന്ന മൃഗങ്ങളുടെ തൊലി ഞാൻ സൂക്ഷിച്ചു വച്ചിരുന്നത് ഉപയോഗപ്പെട്ടു. അവയെ വടിയിൽക്കുത്തിയശേഷം വെയിലത്തു നിർത്തി. സൂര്യന്റെ ചൂടിൽ അവയിൽ ചിലത് ഉണങ്ങി നല്ല കട്ടിയുള്ളതായി. അവ എനിക്കു തുണിക്കായി ഉപയോഗപ്പെട്ടില്ല. മറ്റുള്ളവ എനിക്കു തികച്ചും ഉപയോഗപ്പെട്ടു. തലയും മുടിയും മറയുന്ന രീതിയിലുള്ള ഒരു വലിയ തൊപ്പിയാണ് അതുകൊണ്ട് ഞാൻ ആദ്യമുണ്ടാക്കിയത്. അതിന് പ്രതീക്ഷിച്ച ഉപയോഗവും കിട്ടി. തുടർന്ന് ഈ മൃഗത്തോലുകൊണ്ട് ഞാനൊരു കോട്ടുണ്ടാക്കാൻ നല്ല അയഞ്ഞതും മുട്ടിന്റെ ഭാഗത്ത് വെട്ടിത്തുറന്നതുമായ ഒരു കോട്ട്. ശരീരത്തെ ചൂടാക്കാനല്ല, തണുപ്പിക്കാനാണ് ഈ കോട്ടുണ്ടാക്കിയത്. പക്ഷേ, ഉണ്ടാക്കിത്തീർന്നപ്പോഴാണ് അതിന്റെ ഭംഗിയില്ലായ്മ തിരിച്ചറിഞ്ഞത്. ഞാൻ നൈപുണ്യമില്ലാത്ത ഒരു ആശാരിയായിരുന്നല്ലോ. തയ്യൽക്കാരനെന്ന കാര്യത്തിൽ എന്റെ അവസ്ഥ വീണ്ടും മോശമായതായിരുന്നു. പക്ഷേ, എന്റെ കാര്യങ്ങളൊക്കെ വിചാരിച്ചതുപോലെ നടന്നു. എത്ര ഘോരമഴയത്തും, ഈ പുതിയ വസ്ത്രങ്ങളണിഞ്ഞാൽ അൽപ്പംപോലും ഞാൻ നനയില്ലായിരുന്നു.

തുടർന്ന് ഒരു കുടയുണ്ടാക്കാനായി ഞാൻ എന്റെ സമയവും അദ്ധ്വാനവും ധാരാളമായി ചെലവഴിച്ചു. ഒരു കുട അത്യാവശ്യം തന്നെയായിരുന്നു. ബ്രസിൽസിൽവച്ച് കുടനിർമാണം ഞാൻ കണ്ടിട്ടുണ്ട്. കടുത്ത ചൂടായതിനാൽ അവിടെ അത് അത്യാവശ്യമായിരുന്നു.

ഈ ദ്വീപ് ഭൂമധ്യരേഖയ്ക്കടുത്തായതിനാൽ ചൂട് അവിടത്തേക്കാൾ കൂടുതലാണെന്നു പറയേണ്ടതില്ലല്ലോ. ഇവിടത്തെ മഴയിൽനിന്നും രക്ഷപ്പെടേണ്ടതുണ്ട്. കുടയുണ്ടാക്കാൻ ഞാൻ വളരെയധികം കഷ്ടപ്പെട്ടു. ഒരുവിധം കൊള്ളാവുന്ന ഒരു കുട ഉണ്ടാക്കുന്നതിനിടയിൽ രണ്ടുമൂന്നെണ്ണം നശിപ്പിക്കേണ്ടിയും വന്നു. അവസാനം ആ ശ്രമത്തിൽ വിജയിച്ചതിൽ ഞാൻ സന്തോഷിച്ചു. കുട മടക്കി എടുക്കുന്നതിലായിരുന്നു ഞാൻ ഏറ്റവും കൂടുതൽ ബുദ്ധിമുട്ടനുഭവിച്ചത്. കുട നിവർത്താൻ ഒരു പ്രയാസവും ഉണ്ടായിരുന്നില്ല. മടക്കാനാവാത്തതിൽ കൊണ്ടുപോകാൻ ബുദ്ധിമുട്ടായിരുന്നു; ചൂടി നടക്കാമെന്നു മാത്രം, അതു പ്രയാസമുള്ള

കാര്യമായിരുന്നു. പക്ഷേ, അവസാനം അക്കാര്യത്തിലും ഞാൻ വിജയിച്ചു. മൃഗത്തോലുകൊണ്ട് ഒരു കുട നിർമിച്ചു. തോലിന്റെ രോമമുള്ള ഭാഗം മുകളിൽ വരുന്ന രീതിയിലാണു നിർമിച്ചത്. മേൽക്കൂരപോലെ തോന്നിക്കുന്ന അത്തരം കുടയിലൂടെ മഴയത്ത് വെള്ളമെല്ലാം ഒഴുകിപ്പോയിരുന്നു. മാത്രമല്ല, നല്ല വെയിലത്താണ് കുട ഉപയോഗിക്കുന്നതെങ്കിൽ നല്ല കുളിരൊത്ത തണൽ ലഭിക്കുമായിരുന്നു. ആവശ്യമില്ലാത്ത സാഹചര്യങ്ങളിൽ മടക്കി കക്ഷത്തുവച്ചു നടക്കാനും എളുപ്പമായിരുന്നു.

ചുരുക്കത്തിൽ വളരെ സുഖകരമായ ജീവിതം എനിക്കു കിട്ടി. ദൈവനിശ്ചയത്തിനു മുമ്പിൽ എന്റെ മനസു പൂർണമായും അടിയറവു പറയുകയും ചെയ്തു. എന്നെ പൂർണമായും ഞാൻ ദൈവത്തിനു സമർപ്പിച്ചു. ഈ ഏകാന്തജീവിതം ഒരു സാമൂഹികജീവിതത്തേക്കാൾ സുഖകരമായി എനിക്കു തോന്നി. സംസാരിക്കാൻ ആഗ്രഹിക്കുമ്പോൾ, ഞാൻ സ്വയം സംസാരിച്ചു, ചിലപ്പോൾ ഞൊടിയിൽ ദൈവത്തിനോടും സംസാരിക്കും. ഞാൻ ദ്വീപിലെ ജീവിതം നന്നായി ആസ്വദിച്ചു എന്നു തന്നെ പറയാം.

15

ദ്വീപ് ചുറ്റിയടിക്കാനൊരു വഞ്ചി

ഇതിനെത്തുടർന്ന് അഞ്ചുവർഷക്കാലം എന്റെ ജീവിതത്തിൽ അസാധാരണ സംഭവങ്ങളൊന്നും ഉണ്ടായില്ല. അതേസ്ഥലത്ത് അതേ ജീവിതം തന്നെ തുടർന്നു. ഒന്നിനും മാറ്റമില്ല. നെല്ലും ബാർലിയും പ്രധാനമായും കൃഷിചെയ്തു. അതുപോലെ മുന്തിരിങ്ങയും ഉണക്കി. എല്ലാം ഒരുവർഷത്തേക്ക് ആവശ്യമുള്ളതു മാത്രമേ ഉണ്ടാക്കിയുള്ളൂ. തോക്കുമായി വേട്ടയ്ക്കു പോകുന്നത് ഒഴിവാക്കിയിട്ടില്ല. ഒരു വഞ്ചി നിർമിക്കാനായി അധ്വാനിച്ചുയെന്നതാണ് എടുത്തുപറയത്തക്ക ഒരു വിശേഷം. അതു പൂർത്തിയാക്കുകയും ചെയ്തു. തീരത്തുനിന്നും ഏകദേശം അര മൈൽ അകലെ വച്ചാണ് ഞാൻ വഞ്ചി പണിതത്. അത്രയും ദൂരം ആറടി വീതിയിൽ നാലടി താഴ്ചയിൽ ഞാൻ ചാലുണ്ടാക്കി. അതിലൂടെ വഞ്ചിയെ വെള്ളത്തിലിറക്കി. പഴയ വലിയ ബോട്ട്, ആലോചനാരഹിതമായുണ്ടാക്കിയതായിരുന്നല്ലോ. അതിനെ വെള്ളത്തിലിറക്കാനാകാത്തതിനാൽ അവിടെത്തന്നെയിരുത്തിയിരുന്നു. ഇപ്പോഴത്തെ വഞ്ചിയാകട്ടെ രണ്ടു വർഷം വേണ്ടിവന്നു പൂർത്തിയാക്കാനായിട്ട്. പക്ഷേ, അതിനുവേണ്ടി ധാരാളം കഷ്ടപ്പെട്ടതിൽ എനിക്കു നിരാശ വന്നില്ല; ഒടുവിൽ അതിനെ കടലിലിറക്കാൻ പറ്റിയല്ലോ.

ബോട്ട് വിജയകരമായി നിർമിക്കാനായെങ്കിലും അതിന്റെ ആകൃതിയും വലിപ്പവും തീരുമാനിച്ച രീതിയിലായിരുന്നില്ല. ഈ ചെറിയ തോണിയിൽ നാൽപ്പതുമൈലിനപ്പുറം സഞ്ചരിക്കാൻ സാധ്യമല്ലായെന്ന് എനിക്കു തോന്നി. അതിനാൽ അക്കരയിലേക്കു പോകുന്നതിനെക്കുറിച്ചുള്ള എന്റെ ആഗ്രഹം ഞാൻ ഉപേക്ഷിച്ചു. പക്ഷേ, മനസിൽ പെട്ടെന്നു വേറൊരു ചിന്ത വന്നു. വഞ്ചി സ്വന്തമായുള്ള സ്ഥിതിക്ക് ദ്വീപിനു ചുറ്റും ഒരു വിനോദയാത്ര നടത്തി വരാമെന്ന് ചിന്തിച്ചു. മുമ്പ് ദ്വീപിൽ കുറേ ദൂരം നടന്നപ്പോൾ പല കാര്യങ്ങളും പുതുതായി കണ്ടതിനെക്കുറിച്ചു

നിങ്ങളോടു പറഞ്ഞിരുന്നല്ലോ. ഇനി തീരം കാണണം. വഞ്ചിയിലാകുമ്പോൾ അതിന് എളുപ്പമാകും. വഞ്ചിയിറക്കാൻ തന്നെ ഞാൻ നിശ്ചയിച്ചു.

വഞ്ചിയിറക്കണമെങ്കിൽ എല്ലാ കാര്യങ്ങളും ശ്രദ്ധയോടെ ചെയ്യണം. വഞ്ചിയിൽ ആദ്യം ഒരു പാമരം വച്ചുപിടിപ്പിച്ചു. പിന്നെ ഒരു തുഴയും ബന്ധിച്ചു; കപ്പലിൽനിന്നും കിട്ടിയ കുറച്ചു തുഴകളുടെ കഷണങ്ങൾ കലവറയിൽ സൂക്ഷിച്ചിരുന്നു.

പാമരവും തുഴയും ഉറപ്പിച്ചശേഷം ഞാൻ ബോട്ട് ഒന്ന് ഓടിച്ചു നോക്കി. അതു നന്നായി ഓടുമെന്ന് എനിക്കു മനസിലായി. തുടർന്ന് വഞ്ചിയുടെ ഇരു അറ്റങ്ങളിലും ചെറിയ ലോക്കറുകളും പെട്ടികളുമുണ്ടാക്കി. അതിനുള്ളിൽ ഭക്ഷണസാധനങ്ങളും മറ്റവശ്യവസ്തുക്കളും വെടിമരുന്നുമൊക്കെ നിറച്ചു. മഴയിൽനിന്നും കടൽപ്പിശിറിൽനിന്നും അവ നനയാതിരിക്കാനാണ് ചെറിയ അറകളിലും ലോക്കറുകളിലും സൂക്ഷിച്ചത്. വഞ്ചിയുടെ ഉള്ളിൽ നീളത്തിൽ തുരന്നുണ്ടാക്കിയ പൊള്ളയായ സ്ഥലത്ത് തോക്കും ഭദ്രമായി വച്ചു. ഒരു ചെറിയ മൂടി കൂടിയായപ്പോൾ അതും നനയാതിരിക്കുമെന്നായി.

എന്റെ ഇരിപ്പിടത്തിനു മുന്നിലെ പടിയിൽ, തലയ്ക്കു മുകളിലായി തലയിൽ വെയിലേൽക്കാത്ത രീതിയിൽ ഒരു കുട ഞാൻ ഉറപ്പിച്ചു. ഈ സജ്ജീകരണങ്ങളുമായി ഇടയ്ക്കിടെ ഞാൻ കൊച്ചുകൊച്ചു യാത്രകൾ നടത്തി. എന്നാൽ കടലിടുക്കിനപ്പുറം അധികംദൂരം പോയതേയില്ല. എന്നാൽ എന്റെ കൊച്ചു സാമ്രാജ്യത്തിന്റെ പരിധി കാണാനുള്ള ജിജ്ഞാസയിൽ കുറേക്കൂടി ഒരു ദീർഘമായ യാത്രയ്ക്കു ഞാൻ തയാറായി. ആവശ്യത്തിനുള്ള ആഹാരവും അതിൽ കരുതി. അപ്പവും മൺകലം നിറയെ ചോറും ചെറിയൊരു കുപ്പി നിറയെ റമ്മും പാതി ആടും കരിമരുന്നും വെടിയുണ്ടകളും ഒക്കെ അതിലുണ്ടായിരുന്നു.

അന്ന് ഒരു സെപ്തംബർ ആറായിരുന്നു. എന്റെ അടിമത്തത്തിന്റെ അഥവാ ഭരണത്തിന്റെ ആറാം വർഷമായിരുന്നു അന്ന്. ഇങ്ങനെയൊരു ദിവസത്തിലാണ് ഞാൻ യാത്ര പുറപ്പെട്ടത്. പ്രതീക്ഷിച്ചതിനേക്കാൾ വളരെ ദൂരം തോന്നി. എന്നാൽ ദ്വീപാകട്ടെ അത്രകണ്ട് വിശാലവുമായിരുന്നില്ല. അതിന്റെ കിഴക്കുഭാഗത്ത് രണ്ടുകാതം ദൂരം പാറക്കെട്ടുകൾ കടലിലേക്കു തള്ളി നിന്നു. കടലിനടിയിലും കടലിനു മുകളിലുമായാണ് പാറക്കെട്ടുകൾ നിരന്നുകിടന്നത്. അതിനാൽ ദ്വീപിനെ ചുറ്റി വരാനായിട്ട് കൂടുതൽ സമയമെടുത്തു.

എന്നാൽ ആ പാറക്കെട്ടുകളെ ആദ്യം കണ്ടപ്പോൾ പദ്ധതി ഉപേക്ഷിച്ചാലോയെന്നാണ് ഞാൻ വിചാരിച്ചത്. കാരണം എത്രദൂരം അതു നീണ്ടു കിടക്കുന്നെന്നറിയില്ല. മാത്രമല്ല, എങ്ങനെ തിരിച്ചെത്തും എന്ന കാര്യത്തിലും സംശയമുണ്ടായിരുന്നു. അങ്ങനെ നങ്കൂരമിട്ട് വഞ്ചിയെ ഞാൻ നിർത്തി. കപ്പലിൽനിന്നും എനിക്കു കിട്ടിയ ഒരു പൊട്ടിയ നങ്കൂരം എന്റെ കൈയിലുണ്ടായിരുന്നു.

ബോട്ട് സുരക്ഷിതമായി നിന്നെന്ന് ബോധ്യംവന്നപ്പോൾ, ഞാൻ

തോക്കുമായി തീരത്തു നടന്നുചെന്നു. തുടർന്ന് ഒരു കുന്നിൽ കയറി. അവിടെനിന്നാൽ ചുറ്റും കാണാം. ബോട്ടിൽ ചുറ്റിയടിക്കാൻ തീരുമാനിച്ചിരുന്ന പ്രദേശം മുഴുവനായി ഞാൻ വീക്ഷിച്ചു. ശക്തവും ആർത്തലയ്ക്കുന്നതുമായ തിരമാല കിഴക്കോട്ടുയർന്നു മറിയുന്നത് ഞാനവിടെനിന്നു നോക്കി. അവിടെയെന്തെങ്കിലും അപകടമുണ്ടാക്കുന്നതുണ്ടോയെന്നറിയാൻ ഞാൻ വീണ്ടും ശ്രദ്ധിച്ചു വീക്ഷിച്ചു. നല്ല ഒഴുക്കുള്ള വെള്ളമാണ്. അതിൽപ്പെട്ടുപോയിരുന്നെങ്കിൽ തിരിച്ചു ദ്വീപു കാണേണ്ടിവരില്ലായിരുന്നു. ദ്വീപിന്റെ മറുവശത്തും അതേ പ്രശ്നമുണ്ട്. എന്നാൽ കുറേ ദൂരം കഴിഞ്ഞാൽ അതിന്റെ ശക്തി കുറയുന്നുണ്ട്. കടൽത്തീരത്തു ചുഴലിക്കാറ്റുണ്ടെന്നും തോന്നുന്നു. വൻ തിരമാലകളിൽനിന്നും രക്ഷപ്പെട്ട ഞാൻ ഇപ്പോൾ നേരെ ചുഴലിക്കാറ്റിലകപ്പെടാനാണു പോകുന്നതെന്നു തോന്നുന്നു.

രണ്ടു ദിവസം ഞാനവിടെക്കിടന്നു. കാരണം തെക്കു കിഴക്കൻ ഭാഗത്തേക്കു കാറ്റുവീശൽ ശക്തമായതായിരുന്നു. ഇത് ഒഴുക്കിനെതിരെയായിരുന്നതിനാൽ അതു കടൽത്തീരത്തു വിടവുണ്ടാക്കി. അതിനാൽ കടൽത്തീരത്തു പോകുന്നതും കടലിനടുത്തേക്കു പോകുന്നതും സുരക്ഷിതമല്ലെന്ന് എനിക്കു തോന്നി.

മൂന്നാംദിവസം പ്രഭാതമായി. കൊടുങ്കാറ്റ് കെട്ടടങ്ങിയതായി ഞാൻ കണ്ടു. കടലും ശാന്തമാണ്. ഞാൻ എന്റെ സാഹസികത നിറഞ്ഞ യാത്ര തുടരാൻ തീരുമാനിച്ചു. വീണ്ടുവിചാരവും അറിവുകെട്ടവരുമായ കപ്പിത്താന്മാർക്ക് ഞാനൊരു മുന്നറിയിപ്പാകട്ടെ. കടൽത്തീരത്തു ഞാനെത്തി. വഞ്ചിയിൽ കയറി കുറച്ചുപോയതേയുള്ളൂ. കടലിനു വലിയ ആഴമാണെന്ന് മനസിലായി. അതിശക്തമായ ഒഴുക്കുമുണ്ട്. പെട്ടെന്ന് ശക്തമായ ഒഴുക്കിൽ വഞ്ചി അകപ്പെട്ടു. ഞാനതിൽ പറ്റിപ്പിടിച്ചു കിടന്നു. ഞാനും വഞ്ചിയും ഒഴുക്കിൽ അകലേക്കകലേക്കു പൊയ്ക്കൊണ്ടിരുന്നു. എന്നെ സഹായിക്കാൻ കാറ്റെത്തിയില്ല. എനിക്ക് ഒന്നും ചെയ്യാൻ പറ്റിയില്ല. എല്ലാം അവസാനിച്ചെന്നു കരുതി ഞാനിരുന്നു. ദ്വീപിന്റെ ഇരുവശങ്ങളിലുമായി നല്ല ഒഴുക്കുണ്ട്. കുറച്ചു കാതങ്ങൾകൂടി പിന്നിട്ടാൽ അവ പരസ്പരം ചേരുകയും ഞാനതിൽ മുങ്ങുകയും ചെയ്യും; രക്ഷപ്പെടാനേയാവില്ല. അതൊഴിവാക്കാൻ വേറെ മാർഗങ്ങളും ഇല്ല. മരണം ഉറപ്പായി. എന്നാൽ കടൽ ശാന്തമായിരുന്നു; അപ്പോൾ പട്ടിണി കിടന്നാവും മരിക്കേണ്ടി വരുന്നത്. കടൽത്തീരത്തുവച്ച് ഞാൻ ഒരു കടലാമയെ പിടിച്ചു വഞ്ചിയിലിട്ടിട്ടുണ്ട്; വല്ലവിധേനയും ചുമന്നാണ് അതിനെ വഞ്ചിയിൽക്കയറ്റിയത്. മൺകുടത്തിൽ കുടിവെള്ളവും ഉണ്ട്. വൻകടലിൽ അകപ്പെട്ടു പോയ എനിക്ക് ഇവകൊണ്ട് എന്താണ് പ്രയോജനം. ആയിരം കാതങ്ങളെങ്കിലും കഴിഞ്ഞാലേ ഒരു ദ്വീപോ കരയോ മറ്റോ കണ്ടെത്താനാകൂ.

എത്ര എളുപ്പത്തിലാണ് ദൈവത്തിന് ഓരോന്നും ചെയ്യാനാകുന്നത്. ഞാൻ താമസിച്ചിരുന്ന ദ്വീപിനെക്കുറിച്ചോർത്തു; ലോകത്തിൽ വച്ച് ഏറ്റവും സുഖകരമായ സ്ഥലമായിരുന്നു അത്; എനിക്കങ്ങോട്ടു മടങ്ങിച്ചെല്ലണം. ഞാൻ കൈകളുയർത്തി നഷ്ടപ്പെട്ടുപോയ ദ്വീപിലേക്കു

നോക്കി. "എന്റെ വിജനമായ ദ്വീപേ, എനിക്കു നിന്നെയിനി കാണാനാവില്ലല്ലോ. എത്ര അഭിശക്തനാണീ ഞാൻ! ഞാൻ നിന്നെ വിട്ടുപോകുകയാണോ..." ഞാൻ തുടർന്ന് എന്നെത്തന്നെ ശകാരിച്ചു; എന്റെ നന്ദിയില്ലാത്ത മാനസികാവസ്ഥയാണ് എല്ലാത്തിനും കാരണം.

വഞ്ചി നടുക്കടലിലേക്കു രണ്ടു കാതം നീങ്ങി. ഇത്രയും ദൂരമെത്തിയ സ്ഥിതിക്ക് തിരിച്ചു ചെല്ലാനാകുമെന്നുള്ള പ്രതീക്ഷയേ ഇല്ലാതായി. എങ്കിലും തളരുന്നതുവരെ സർവശക്തിയുമെടുത്ത് ഞാൻ വഞ്ചി തുഴഞ്ഞു; വല്ലവിധേനയും വഞ്ചിയുടെ ദിശ ഞാൻ വടക്കോട്ടു തിരിച്ചു. ഉച്ചയോടെ സൂര്യൻ അക്ഷാംശരേഖ കടന്നു. എന്റെ മുഖത്ത് ഇളംകാറ്റ് തലോടി. തെക്കുകിഴക്കൻ പ്രദേശത്തുനിന്നും വീശിയതായിരുന്നു ആ കാറ്റ്. അതെന്റെ മനസിനെ സന്തോഷിപ്പിച്ചു, പ്രത്യേകിച്ചും കാറ്റ് അരമണിക്കൂർ നേരത്തോളം വീശിയപ്പോൾ. അപ്പോഴേക്കും വഞ്ചി ഭയപ്പെടുന്നത്ര ദൂരെ എത്തിയിരുന്നു. ആകാശത്തു കാർമേഘം വന്നു നിറഞ്ഞു. കൈയിൽ വടക്കുനോക്കിയന്ത്രമില്ലാതിരുന്നതിനാൽ കരയറിയാനുള്ള മാർഗവും തടയപ്പെട്ടു. ദ്വീപിനെ കാണാനാകാത്തതിനാൽ വഞ്ചി എങ്ങോട്ടു തിരിക്കണമെന്നുമറിയില്ല. പക്ഷേ, കാലാവസ്ഥ പെട്ടെന്ന് തെളിഞ്ഞുവന്നു. ഞാൻ എഴുന്നേറ്റ് പായ്മരം ശരിയായ ദിശയ്ക്കു വച്ചു. ഇനി വേണം ഒഴുക്കുമുറിച്ചു കടന്ന് ലക്ഷ്യസ്ഥാനത്തെത്താൻ.

പായ്മരവും തുഴയും ക്രമമാക്കിയശേഷം വഞ്ചിയുടെ ദിശമാറ്റാൻ തുടങ്ങിയപ്പോൾ, അടിയിലൂടെ എത്തുന്ന ഒഴുക്കിനെ തെളിഞ്ഞ വെള്ളത്തിലൂടെ ഞാൻ കണ്ടു; ശക്തമായ ഒഴുക്കാണ് ഇനി എത്താൻ പോകുന്നത്. ശുചിത്വമില്ലാത്ത വെള്ളവുമായിരിക്കുന്നു. കുറച്ചു കഴിഞ്ഞപ്പോൾ വെള്ളം തെളിഞ്ഞു തുടങ്ങി. അരമൈൽ അകലെ കിഴക്കുഭാഗത്ത് പാറക്കൂട്ടത്തിൽ തിരമാലകളടിച്ചു നിൽക്കുന്നത് ഞാൻ കണ്ടു. ആ പാറകൾ ഒഴുക്കു മുറിക്കുന്നതും ഞാൻ കണ്ടു. ശക്തിയേറിയ ഒഴുക്ക് ദക്ഷിണഭാഗത്തേക്കാണ്. പാറയിൽ ഇടിച്ച് വടക്കുപടിഞ്ഞാറോട്ട് അതൊഴുകുമ്പോൾ അതൊരു ഭയങ്കര നീർച്ചുഴിയുമുണ്ടാക്കുന്നത് ഞാൻ കണ്ടു.

തൂക്കിലേറ്റാൻ പോകുന്നവർ സ്വതന്ത്രരാക്കപ്പെടുമ്പോഴും കൊല്ലാൻ കൊണ്ടുപോകുന്ന കള്ളന്മാരിൽനിന്നും രക്ഷപ്പെടുമ്പോഴും അവർക്കുണ്ടാകുന്ന ആനന്ദംപോലൊന്ന് എനിക്കുണ്ടായി. അതനുഭവിച്ചവർക്കേ അത് ഊഹിക്കാനാകൂ. നീർച്ചുഴിക്കരികിലൂടെയുള്ള ഒഴുക്കിലൂടെ ഞാൻ വഞ്ചി തുഴഞ്ഞു. ആശ്വാസകരമായ കാറ്റും ഉണ്ടായിരുന്നു. ഞാൻ സന്തോഷത്തോടെ തുഴയും ക്രമപ്പെടുത്തി യാത്ര തുടർന്നു; ഒപ്പം തിരയും സഹായകരമായി.

നീർച്ചുഴി എന്നെ ഏകദേശം ഒരുകാതം ദൂരമെങ്കിലും ദ്വീപിനരികിലേക്കു തള്ളിവിട്ടു. എന്നാൽ അതിൽനിന്നും വ്യത്യസ്തമായി രണ്ടുകാതം പോയപ്പോൾ ഒഴുക്ക് ദ്വീപിന്റെ വടക്കൻഭാഗത്ത് വഞ്ചിയെ കൊണ്ടെത്തിച്ചു. യാത്ര പുറപ്പെട്ട തീരത്തിന്റെ എതിർഭാഗമായിരുന്നു അത്. ഞാൻ വഞ്ചി തീരത്തേക്കടുപ്പിച്ചു തുടങ്ങി.

വൈകുന്നേരം നാലുമണിയായപ്പോൾ ദ്വീപിന് ഒരുകാതം ദൂരെ

യെത്തി. എന്നെ ദക്ഷിണദിക്കിലേക്ക് അകറ്റാൻ കാരണമായ അപകടം നിറഞ്ഞ പാറക്കൂട്ടത്തെ ഞാൻ കണ്ടു. വീണ്ടും വീശിയ കാറ്റിൽ എന്റെ വഞ്ചി നീങ്ങി. അപ്പോഴാണ് കൂടുതൽ ശക്തമായ ഒരു ചുഴി രൂപപ്പെട്ടിരിക്കുന്നതു കണ്ടത്. പക്ഷേ, അതെന്റെ യാത്രാമദ്ധ്യേയല്ലായിരുന്നു. എങ്കിലും അപ്പോൾ വീശിയ കാറ്റ് ചുഴിക്കു കുറുകെ വടക്കു പടിഞ്ഞാറായി വഞ്ചിയെ നീക്കുകയും ഒരുമണിക്കൂറിനകം കരയിൽനിന്നും ഒരു മൈൽ ദൂരത്തെത്തിക്കുകയും ചെയ്തു. അവിടെ വെള്ളം ശാന്തമായിരുന്നു; ഞാൻ പെട്ടെന്നുതന്നെ കരയിൽക്കയറി.

ദ്വീപിൽ കയറിയ പാടെ തീരത്തു മുട്ടുകുത്തിനിന്നുകൊണ്ട് രക്ഷിച്ച ദൈവത്തോടു ഞാൻ നന്ദി പറഞ്ഞു. തുടർന്ന് വഞ്ചി കരയ്ക്കടുപ്പിച്ച ശേഷം അൽപ്പം അകലെക്കണ്ട വൃക്ഷത്തണലിൽ ചെന്ന് ഉറങ്ങാനായി ക്കിടന്നു. വളരെ തളർന്നിരുന്ന ഞാൻ വളരെപ്പെട്ടെന്നാണ് ഗാഢനിദ്രയിലാണ്ടുപോയത്.

വഞ്ചിയുമായി വീട്ടിലെത്തണമെന്ന ചിന്ത എന്നെ അലട്ടാൻ തുടങ്ങി. ഒത്തിരി ദുരിതങ്ങൾ അനുഭവിച്ചു. അവ വീണ്ടും അനുഭവിക്കാൻ വയ്യ. പശ്ചിമഭാഗത്ത് എന്താണുള്ളതെന്ന് ഇനിയും അറിയില്ല. പക്ഷേ വീണ്ടുമൊരു സാഹസികത കാണിക്കാൻ എനിക്കു മനസുവന്നില്ല. രാവിലെയാകുമ്പോൾ കടൽത്തീരത്തിലൂടെ പടിഞ്ഞാറോട്ടു നടന്ന് അവിടെ എന്തെങ്കിലുമൊക്കെ ഉണ്ടോയെന്നു നോക്കുവാൻ ഞാൻ തീരുമാനിച്ചു; വഞ്ചിയെ ഇവിടെത്തന്നെ സുരക്ഷിതമായി കെട്ടിയിടുകയും വേണം. ആവശ്യമുള്ളപ്പോൾ മാത്രം എടുത്താൽ മതിയല്ലോ. പിറ്റേന്ന് ഏകദേശം അതനുസരിച്ചു മൂന്നു മൈൽ നടന്നപ്പോൾ, വഞ്ചിയിടാൻ പറ്റിയ തുറമുഖം പോലത്തെ ഒരു നദീമുഖം ഞാൻ കണ്ടു; അതിനു വേണ്ടി നിർമിച്ചതെന്നേ തോന്നുകയുള്ളൂ. അപ്പോൾത്തന്നെ വഞ്ചിയെ ഞാനവിടെക്കൊണ്ടിട്ടു. വീണ്ടും ഞാൻ തീരത്തുകയറി; ഞാൻ നിൽക്കുന്ന സ്ഥലവും മറ്റും തിരിച്ചറിയാനായി.

മുമ്പു ദ്വീപുകാണാൻ ഇറങ്ങിത്തിരിച്ചപ്പോൾ ഞാൻ എത്തിച്ചേർന്ന സ്ഥലത്തിനടുത്താണ് ഞാനിപ്പോൾ നിൽക്കുന്നതെന്ന് എനിക്കു മനസിലായി. വഞ്ചിയിൽനിന്നും തോക്കും കുടയും മാത്രമെടുത്തുകൊണ്ട് ഞാൻ എന്റെ നടപ്പാരംഭിച്ചു. കുടയില്ലാതെ പറ്റില്ല. അത്രയ്ക്കു ചൂടായിരുന്നു. ഭയവിഹ്വലതയോടുള്ള ആ കടൽ യാത്രയ്ക്കു ശേഷമുള്ള ഈ നടപ്പ് എനിക്ക് ആശ്വാസമായി. വൈകുന്നേരമായപ്പോൾ ഞാനെന്റെ വള്ളിക്കുടിലിലെത്തി. എല്ലാം ക്രമീകരിച്ചിരുന്നിടത്തു തന്നെ ഇരിപ്പുണ്ട്; വൃത്തിയായി അടുക്കിപ്പെറുക്കി വയ്ക്കുന്നത് എന്റെ ശീലമാണ്; അതെന്റെ തീരത്തെ വസതിയല്ലേ.

ഞാൻ വേലിക്കുള്ളിൽ കടന്ന് മരത്തണലിൽക്കിടന്നു; കാറ്റേറ്റ് ഞാനറിയാതുറങ്ങിപ്പോയി, അത്രയ്ക്കു ക്ഷീണിതനായിരുന്നു. ആരോ എന്നെ പേരു പറഞ്ഞു വിളിക്കുന്നതു കേട്ടാണ് ഞാൻ ഉണർന്നത്; എന്റെ പേര് പലതവണ വിളിച്ചു; "റോബിൻ, റോബിൻ, റോബിൻസൺ ക്രൂസോ, പാവം റോബിൻസൺ ക്രൂസോ. നീയെവിടെയാണ്? നീയെവിടെയാണ്?

നീയെവിടെയാണു പോയത്?" ഇതുകേട്ട് എനിക്കുണ്ടായ അത്ഭുതം എത്ര മാത്രമായിരിക്കുമെന്ന് വായനക്കാർ തന്നെ ഊഹിച്ചോളൂ.

ദിവസം മുഴുവൻ വെയിൽകൊണ്ടും വഞ്ചിതുഴഞ്ഞും എന്റെ ഉറക്കം പൂർണമായും വിട്ടുപോയിരുന്നില്ല; പിന്നീടു വളരെയധികം ഞാൻ നടക്കുകയും ചെയ്തിരുന്നു. സ്വപ്നത്തിൽ ആരോ വിളിക്കുന്നതാണെന്നേ ഞാൻ വിചാരിച്ചുള്ളൂ. പക്ഷേ, ആ ശബ്ദം വീണ്ടും കേട്ടുകൊണ്ടിരുന്നു; "റോബിൻസൺ ക്രൂസോ, റോബിൻസൺ ക്രൂസോ" ഒടുവിൽ എന്റെ ഉറക്കം ശരിക്കും കെട്ടു. ആദ്യം എനിക്കു വല്ലാത്ത ഭയം തോന്നി; ഞാൻ ഞെട്ടിത്തെറിച്ചു പോയി. ഞാൻ കണ്ണുകൾ തുറന്നു. അപ്പോഴാണ് എന്റെ തത്ത വേലിയുടെ മുകളിലിരിക്കുന്നത് ഞാൻ കണ്ടത്; ആ തത്തയാണ് എന്നോടു സംസാരിച്ചതെന്ന് എനിക്കുടനെ മനസിലായി. ഞാനാണവനെ ആ ഭാഷ പഠിപ്പിച്ചത്. അവനതു വളരെ ഭംഗിയായി പഠിക്കുകയും ചെയ്തു. എന്റെ വിരൽത്തുമ്പിൽ വന്നിരുന്ന് അവന്റെ കൊക്ക് എന്റെ മുഖത്തോടടുപ്പിച്ച് അവൻ പറയുമായിരുന്നു; "റോബിൻസൺ ക്രൂസോ നീ എവിടെയാണ്? നീ എവിടെപ്പോയിരുന്നു? നീ ഇവിടെയെങ്ങനെ എത്തി?" ഇതൊക്കെ ഞാൻ അവനെ പഠിപ്പിച്ചിരുന്നു.

തത്തയാണ് എന്നോടു സംസാരിച്ചതെന്നറിയാമായിരുന്നിട്ടും, എനിക്ക് അതൊന്നു വിശ്വസിക്കാൻ അധികസമയമെടുത്തു. ഈ കിളി ഇവിടെയയെങ്ങനെയെത്തി എന്നായിരുന്നു എന്റെ ആദ്യ സംശയം. മറ്റൊരിടത്തും പോകാതെ അവൻ ഇവിടെത്തന്നെ ഉണ്ടായിരുന്നല്ലോ. അവന്റെ ആത്മാർഥതയിൽ എനിക്കു സംതൃപ്തിയായി, എനിക്ക് തിരിച്ചറിവുണ്ടായി. കൈ നീട്ടിക്കൊണ്ട് ഞാനവനെ പേരു ചൊല്ലി വിളിച്ചു. "പോൾ." ആ സാമൂഹ്യജീവി പറന്ന് എന്റെയടുക്കലേക്കു വന്നു. പതിവുപോലെ എന്റെ തള്ളവിരലിൽ വന്നിരുന്നു; പിന്നെ സംസാരിച്ചു തുടങ്ങി; "പാവം റോബിൻസൺ ക്രൂസോ! ഞാനെങ്ങനെ ഇവിടെ വന്നു?" എന്നെക്കണ്ടതിൽ തത്തയ്ക്കുണ്ടായിരുന്ന സന്തോഷം ഞാനങ്ങനെ കണ്ടറിഞ്ഞു. ഞാൻ അവനെ വീട്ടിലേക്കു കൂട്ടിക്കൊണ്ടുപോയി.

ആവശ്യത്തിലധികം ഉല്ലാസയാത്ര ഞാൻ കടലിൽ നടത്തിക്കഴിഞ്ഞു. ഇനി ദ്വീപിൽത്തന്നെ ഇരുന്നുകൊണ്ട് പലതും ഓർമിച്ചിരിക്കാം. വഞ്ചിയെ ദ്വീപിന്റെ മറുഭാഗത്ത് ഞാൻ താമസിക്കുന്നിടത്തു കൊണ്ടു ചെല്ലാൻ കഴിഞ്ഞാൽ ഞാൻ സന്തോഷവാനായേനെ. പക്ഷേ, അതു പ്രായോഗികമാണോയെന്നറിയില്ല; കാരണം ദ്വീപിന്റെ കിഴക്കുഭാഗം വഴി വഞ്ചിയെ കൊണ്ടുവരാനാവില്ലെന്ന് ആ യാത്ര ചെയ്തപ്പോൾ അനുഭവത്തിലൂടെ മനസിലാക്കിയതാണ്. അതൊക്കെയോർക്കുമ്പോൾ എന്റെ ഹൃദയം നുറുങ്ങുന്നു; രക്തം തണുത്തുറയുന്നു. എന്നാൽ ദ്വീപിന്റെ മറുവശം എങ്ങനെയെന്നറിയില്ല. പടിഞ്ഞാറു ഭാഗത്തുള്ളതുപോലെ കിഴക്കു ഭാഗത്തും നല്ല ഒഴുക്കെങ്കിൽ വീണ്ടും അപകടത്തിൽപ്പെടും; വഞ്ചി ആഴക്കടലിൽ പതിക്കുകയും ചെയ്യും. ഈ ചിന്തകൾ വഞ്ചിയിലിനി അങ്ങോട്ട് യാത്ര ചെയ്യേണ്ടെന്ന് ചിന്തിക്കാൻ പ്രേരിപ്പിച്ചു. അതുണ്ടാക്കാൻ അനേക മാസങ്ങളും, അതു വെള്ളത്തിലിറക്കാൻ അതിലേറെ മാസങ്ങളും ചെല

വഴിച്ചതാണെന്ന് നിങ്ങൾക്കറിയാമല്ലോ. പക്ഷേ, അങ്ങനെ ചിന്തിക്കുകയേ നിർവാഹമുണ്ടായിരുന്നുള്ളൂ.

ഇത്തരം ചിന്തകളിൽ മുഴുകി ഒരുവർഷം ഞാൻ തള്ളിനീക്കി. ആശ്വാസമായി ദൈവവിചാരമുണ്ടായിരുന്നു. സാമൂഹിക ജീവിതം നഷ്ടപ്പെട്ടതൊഴിച്ചാൽ മറ്റെല്ലാ കാര്യങ്ങളിലും ഞാനിന്നു സംതൃപ്തനാണ്. ഈ സമയത്ത് എല്ലാ കരകൗശല ജോലികളിലും ഞാൻ പ്രാവീണ്യം നേടി. ആവശ്യങ്ങളായിരുന്നു എല്ലാ ജോലികളിലും എനിക്കു നൈപുണ്യമുണ്ടാക്കിയത്. അതുപോലെ പുകവലിക്കുന്നതിനുള്ള ഒരു പൈപ്പ് ഞാൻ കളിമണ്ണിലുണ്ടാക്കി; ഭാരക്കൂടുതലുണ്ടായിരുന്നു. എങ്കിലും ശീലിച്ചുപോയ അതു മുടങ്ങാതിരിക്കാൻ ഇത് വളരെയധികം എന്നെ സഹായിച്ചു; എന്റെ സന്തോഷത്തിന് അതിരില്ലായിരുന്നു.

എന്റെ കൈയിലുണ്ടായിരുന്ന വെടിമരുന്ന് തീർന്നുതുടങ്ങിയെന്നു എനിക്കു മനസിലായി. വെടിമരുന്നില്ലാതെ ജീവികളെ ഞാനെങ്ങനെ വേട്ടയാടും? വളരെ ഗൗരവമായി ചിന്തിക്കേണ്ട കാര്യമാണിത്. അതായത് ഞാനെങ്ങനെ ആടുകളെ വെടിവച്ചു കൊല്ലും. ദ്വീപിൽ വന്ന് മൂന്നാം വർഷത്തിൽ ഒരു ആട്ടിൻകുട്ടിയെ ഞാൻ പിടിച്ചു വളർത്തിയിരുന്ന കാര്യം സൂചിപ്പിച്ചിരുന്നല്ലോ. ഒരു ഇണയെ കിട്ടുമെന്ന പ്രതീക്ഷയിലാണ് ഞാൻ ആ പെണ്ണാടിനെ ഇണക്കി തീറ്റകൊടുത്തു വളർത്തിയത്. പക്ഷേ, അതു നടന്നില്ല. അതു വളർന്നു പ്രായമായി; അതിനെ കൊന്നു ഭക്ഷണമാക്കാനുള്ള മനസെനിക്കു വന്നില്ല. ഒടുവിൽ അതു ചത്തുപോകുകയാണുണ്ടായത്.

16

ആടുകൾ ഇണങ്ങുന്നു

ദ്വീപിലെ താമസത്തിന്റെ പതിനൊന്നാം വർഷമായി. വെടിമരുന്ന് തീരാറായെന്നു കണ്ടപ്പോൾ കുറേ ആടുകളെ ജീവനോടെ പിടികൂടി, ഇണക്കി വളർത്താൻ ഞാൻ തീരുമാനിച്ചു. അവയെ തടഞ്ഞു ജീവനോടെ പിടിക്കാനായി പല സൂത്രപ്പണികളും ചെയ്തുനോക്കി. നല്ല ചെറുപ്പമായ ഒരു പെണ്ണാട് ഒന്നെങ്കിലും വേണമായിരുന്നു.

അവയെ പിടിക്കാനായി ഞാൻ കെണികൾ വച്ചു. പല പ്രാവശ്യം അവ കെണിയിൽ വീണതാണ്; പക്ഷേ അവയെ പിടിച്ചുകെട്ടാനുള്ള നീളമുള്ള കമ്പികളില്ലാതിരുന്നതിനാൽ അവ ചാടി രക്ഷപ്പെടുകയാണുണ്ടായത്.

അവസാനം ഞാനൊരു കുഴിയുണ്ടാക്കാൻ തീരുമാനിച്ചു. അങ്ങനെ ധാരാളം വൻ കുഴികളെടുത്തു. ആടുകൾ മേഞ്ഞു നടക്കുന്ന സ്ഥലത്താണതു ചെയ്തത്. കുഴിക്കു മുകളിൽ ചുള്ളിക്കമ്പുകൾ നിരത്തിയിട്ടു. മുകളിൽ നെല്ലും ബാർലിയും വിതറി. ആടുകൾ നടന്നിട്ടുള്ള കാൽപ്പാടുകൾ സമീപത്തുണ്ടായിരുന്നതിനാൽ അതിനരികിൽ അവറ്റകളെത്തുന്നുണ്ടെന്ന് എനിക്കു മനസിലായി. കുഴിയിലകപ്പെടുമെന്നുമുള്ള കാര്യം എനിക്കുറപ്പുണ്ടായിരുന്നു; പക്ഷേ, ഉണ്ടായില്ല. അവ വന്ന് ധാന്യങ്ങൾ തിന്നുന്നുണ്ടായിരുന്നു. പിന്നീട് രാത്രിയിൽ മൂന്നു കെണികൾ വച്ചു. രാവിലെ നോക്കിയപ്പോൾ അവയിലെ ധാന്യങ്ങളും ആടുകൾ തിന്നിരുന്നു. ഒന്നും കെണിയിൽ വീഴാത്തതിൽ നിരാശയുണ്ടായി. തുടർന്ന് കെണികളിൽ ചില വ്യത്യാസങ്ങൾ ഞാൻ വരുത്തിവച്ചു. പിറ്റേന്നു ചെന്നു നോക്കിയപ്പോൾ വലിയൊരു ആണാട് കെണിയിൽപ്പെട്ടിരിക്കുന്നതു കണ്ടു. ഒപ്പം മൂന്നു കുട്ടിയാടുകളും; അവയിൽ ഒന്ന് ആണാടും മറ്റുള്ളവ പെണ്ണാടുകളുമായിരുന്നു.

ആ പ്രായമായ ആണാടിനെ എന്തു ചെയ്യണമെന്ന്, എനിക്കറിയി

ല്ലായിരുന്നു. ഭീകരനായ അവന്റെ അടുക്കൽ ചെല്ലാൻപോലും എനിക്കു ഭയമായിരുന്നു. അതിനെ എനിക്കു ജീവനോടെ വീട്ടിൽ കൊണ്ടുവരേണ്ടിയിരുന്നു; അല്ലാത്ത പക്ഷം എനിക്കതിനെ വെടിവച്ചു കൊല്ലാമായിരുന്നു. പക്ഷേ, അതായിരുന്നില്ല എന്റെ ലക്ഷ്യം. അതുകൊണ്ട് ഞാനതിനെ തുറന്നു വിട്ടു. പേടിച്ചു വിരണ്ട അവൻ ഓടിപ്പോയി. പക്ഷേ, വിശപ്പ് ഏതൊരു സിംഹത്തെപ്പോലും മെരുക്കിയെടുക്കാൻ സഹായിക്കുമെന്നുള്ള കാര്യം ഞാൻ പിന്നീടാണോർത്തത്. മൂന്നുനാലു ദിവസം അതിനെ പട്ടിണിക്കിട്ടിരുന്നെങ്കിൽ, കുറേശ്ശെ വെള്ളവും ധാന്യവും കൊടുത്തിരുന്നെങ്കിൽ അതിനെ മെരുക്കിയെടുക്കാമായിരുന്നു; ഒരു കുട്ടിയെപ്പോലെ. പക്ഷേ, വേറെ മാർഗങ്ങളൊന്നുമില്ലല്ലോ; ഞാനവനെ പോകാൻ അനുവദിച്ചു. തുടർന്ന് ഞാൻ ആ മൂന്ന് കുട്ടിയാടുകളുടെ അടുത്തു ചെന്നു. ഓരോന്നിനെയായി കെണിയിൽ നിന്നെടുത്തശേഷം ചരടിൽ കെട്ടി; ബുദ്ധിമുട്ടി വീട്ടിലേക്കു കൊണ്ടുവന്നു.

അവയ്ക്കു തിന്നാൻ ധാന്യവും മറ്റും ഞാൻ കൊടുത്തു. വളരെപ്പെട്ടെന്നു തന്നെ അവ ഇണങ്ങി വന്നു. ഇവയിൽനിന്നും ഒരുപറ്റം ആടുകളെ ഉണ്ടാക്കിയെടുക്കണം - വേട്ടയാടാനുള്ള വെടിമരുന്ന് തീർന്നുകൊണ്ടിരിക്കുകയാണല്ലോ. അങ്ങനെയെങ്കിൽ വെടിമരുന്നു തീർന്നാലും എന്റെ ഭക്ഷണത്തിനു ക്ഷാമമുണ്ടാകില്ലല്ലോ. ആടുകളൊന്നും വീണ്ടും ഓടിപ്പോകാതിരിക്കാനായി അവയെ വളർത്തുന്നിടത്തിനു ചുറ്റും ഞാൻ ശക്തമായ വേലിയുറപ്പിച്ചു. ആ ജോലിക്കും വൻ പ്രയത്നം വേണമായിരുന്നു. പക്ഷേ, അതു ചെയ്തേ മതിയാകുമായിരുന്നുള്ളൂ. ആദ്യം അതിനു പറ്റിയ സ്ഥലം കണ്ടുപിടിക്കേണ്ടതുണ്ടായിരുന്നു. നല്ല ഭക്ഷണവും വെള്ളവും പിന്നെ അധികം വെയിലേൽക്കാത്ത ഇടവുമാണല്ലോ വേണ്ടത്. പിന്നെ വളരെ വിസ്താരത്തിൽ വേലിയും കെട്ടി; നൂറ്റമ്പതു വാര നീളവും 100 വാര വീതിയുമുള്ളത്. ആവശ്യമനുസരിച്ച് കാലാകാലങ്ങളിൽ അതിനെ വിസ്താരമാക്കാവുന്നതേയുള്ളൂ.

ധീരമായി ഞാനെന്റെ അധ്വാനം തുടർന്നു. വേലിയുടെ ആദ്യവട്ടം ഉറപ്പിക്കാൻ തന്നെ മൂന്നു മാസത്തോളമെടുത്തു. ഉള്ളിലെ ഏറ്റവും നല്ല ഭാഗത്ത് ആ മൂന്ന് ആട്ടിൻകുട്ടികളെയും വിട്ടു. ഒന്നരക്കൊല്ലം കൊണ്ട് അവ പെറ്റു പെരുകി പന്ത്രണ്ടെണ്ണമായി. രണ്ടുകൊല്ലം കൊണ്ട് വീണ്ടുമതു വർധിച്ച് നാൽപ്പത്തിമൂന്നെണ്ണവുമായി. ഇതിനിടയിൽ ധാരാളം എണ്ണത്തെ ഞാൻ ഭക്ഷണമാക്കിയിരുന്നു. അതിനുശേഷം അവറ്റകൾക്കായി ഞാൻ അഞ്ചുസ്ഥലങ്ങൾ തീറ്റവച്ചുകൊടുക്കാനായി വേലികൾ കെട്ടി സുരക്ഷിതമാക്കി. അവയ്ക്കു വാതിലുകളും ഉണ്ടായിരുന്നു. അവയ്ക്ക് അതിനുള്ളിൽ ഓടി നടക്കാം. ആവശ്യമുള്ളപ്പോൾ അവയെ പിടികൂടാനും എനിക്ക് എളുപ്പമായിരുന്നു.

എത്ര കാരുണ്യപൂർവമാണ് സ്രഷ്ടാവ് തന്റെ സൃഷ്ടികളെ സംരക്ഷിക്കുന്നത്; നാശത്തിൽ ആഴ്ത്തിയിരിക്കുന്ന അവസ്ഥയിൽപ്പോലും പട്ടിണികിടന്നു മരിക്കുമെന്നു ഞാൻ കരുതിയിരുന്ന ഈ വിജനസ്ഥലത്ത് എന്തെല്ലാം വിഭവങ്ങളാണ് ദൈവം ഒരുക്കിത്തന്നിരിക്കുന്നത്. ഒരു രാജാ

വിനെപ്പോലെയുള്ള ജീവിതം! എന്റെ പൂർണമായ അധികാരത്തിലാണ് ഇവിടെയുള്ളതെല്ലാം; എനിക്കെന്തും ചെയ്യാമിവിടെ. എന്റെ അധികാരത്തിനു വഴങ്ങാതിരിക്കാൻ ആരുമില്ല. ഒറ്റയ്ക്കുള്ള ഈ ദ്വീപിൽ ഞാനിന്ന്. തത്ത എപ്പോഴും കൂടെയുണ്ട്, സംസാരിച്ചുകൊണ്ടിരിക്കാനായി. പട്ടിയാകട്ടെ ഇപ്പോൾ വളരെ വയസായി. ഇനി അതിന് അതിന്റെ ജീവിവർഗത്തെ നിലനിർത്താനാവില്ല. എപ്പോഴും അതെന്റെ വലംഭാഗത്തുണ്ടാകും. പൂച്ചകളിൽ ഒന്ന് മേശയുടെ ഒരുവശത്തിരിക്കും; മറ്റേത് മറുവശത്തും; ഞാൻ കഴിക്കുമ്പോൾ വല്ല ഭക്ഷണശകലവും തറയിൽ വീഴുമെന്ന പ്രതീക്ഷയോടെ.

കായലിൽ ഒതുക്കിയിട്ടിരിക്കുന്ന വഞ്ചി ഉപയോഗിക്കേണ്ട കാര്യമോർത്ത് ഞാൻ അക്ഷമനായി. ഇനിയും സാഹസികതകൾ ചെയ്യാനുള്ള താൽപ്പര്യമുണ്ടായിട്ടില്ല. അതെങ്ങനെ ദ്വീപിന്റെ ഈ ഭാഗത്ത് എത്തിക്കുമെന്നതിനെക്കുറിച്ചായിരുന്നു അധികം ചിന്ത. അതവിടെത്തന്നെ കിടന്നോട്ടെയെന്ന് മറ്റു ചിലപ്പോൾ തോന്നും. എങ്കിലും ദ്വീപിന്റെ മറ്റേയറ്റത്തു പോകാൻവേണ്ടി എന്റെ മനസ്സ് അസ്വസ്ഥമായിക്കൊണ്ടിരുന്നു. ഓരോ ദിവസവും ആ ആഗ്രഹം കൂടിക്കൊണ്ടിരുന്നു. ഒരുദിവസം ഞാൻ കുന്നിൻമുകളിൽ കയറി. ചുറ്റും ഒന്നു കണ്ണോടിച്ചു. കടലിന്റെ ഒഴുക്കു നേരിട്ടറിയണം. അവസാനം കരമാർഗം നടന്ന് ദ്വീപിന്റെ മുനമ്പിലെത്താൻ തീരുമാനിച്ചു. ആ സമയത്ത് ഏതെങ്കിലും ഒരു ഇംഗ്ലീഷുകാരൻ കണ്ടിരുന്നെങ്കിൽ പേടിച്ചു നിലവിളിക്കുകയോ പൊട്ടിച്ചിരിക്കുകയോ ചെയ്യുമായിരുന്നു. അതെന്തുകൊണ്ടെന്നു പറയാം.

ആട്ടിൻതോലുകൊണ്ടുണ്ടാക്കിയ വിചിത്രമായ കാലുറകളും കുപ്പായവും ധരിച്ച ശേഷം അതിനു മുകളിൽ ബൽറ്റും മുറുക്കി, കൈക്കോടാലിയും സദാ തോളിൽ തൂക്കിയിട്ടും, ആഹാരസാധനങ്ങൾ നിറച്ച കൂട മുതുകിലുമിട്ടിട്ട്, തോക്കു ചുമലിലും തൂക്കി, ഒരു കൂമ്പൻ തൊപ്പിയും തലയിലണിഞ്ഞ് വൃത്തികെട്ട ആട്ടിൻതോൽകുടയുമണിഞ്ഞു നടക്കുന്ന എന്നെ കണ്ടാൽ ആർക്കാണ് ചിരിക്കാതിരിക്കാൻ പറ്റുന്നത്. കുപ്പായത്തിന്റെയും തൊപ്പിയുടെയും അരികിൽ നിന്ന് നീണ്ട രോമങ്ങൾ തൊങ്ങലുകൾപോലെ ഞാണ്ടു കിടന്നു. തോക്കു കഴിഞ്ഞാൽ എനിക്ക് അത്യാവശ്യസാധനം കുടയായിരുന്നു. അതൊഴിവാക്കാനാകില്ല. ഒരിക്കൽ അരവാരയോളം വളർന്നു നീണ്ട താടിമീശ ഞാൻ ചെറുതായൊന്നു മുറിച്ചു. കത്രികയും ബ്ലേഡും ആവശ്യത്തിനുണ്ട് എന്റെ കൈയിൽ. മേൽമീശ മാത്രം വടിച്ചില്ല. കൃതാവും മീശയും നല്ല നീളത്തിലായിരുന്നു. ആകെക്കൂടി ഒരു ഭീകരരൂപം. ഏതു ഇംഗ്ലീഷുകാരനും അതു കണ്ടാൽ ഭയപ്പെടുകതന്നെ ചെയ്യും.

എന്റെ രൂപത്തെക്കുറിച്ച് ഇത്രയേ പറയനാനുള്ളൂ. അല്ലെങ്കിൽത്തന്നെ എന്നെ കാണാൻ ഇവിടെയാരുമില്ലല്ലോ. ഈ രൂപത്തിൽ അഞ്ചാറു ദിവസം ഞാൻ യാത്ര നടത്തി. ആദ്യം ഞാൻ കടൽത്തീരത്തുകൂടി നടന്നു. വഞ്ചി നങ്കൂരമിട്ടിരിക്കുന്ന സ്ഥലത്തെത്തി. തുടർന്ന് പാറപ്പുറത്തു കയറി. കുറച്ചു ദൂരം നടന്നു നോക്കിയ ശേഷം മുൻപു ചെന്നി

ട്ടുള്ള ഒരു കുന്നിന്റെ മുകളിൽ കയറി വ്യാപിച്ചുകിടക്കുന്ന പാറപ്രദേശം വീക്ഷിച്ചു. ഇന്ന് കടൽ ശാന്തവും അനക്കമോ ഒഴുക്കോ ഓളമോ ഇല്ലാതെ കിടക്കുന്നതു കണ്ട് ഞാൻ അതിശയിച്ചു പോയി.

കടലിനു വന്ന ഈ അതിശയകരമായ മാറ്റം എനിക്ക് വിശ്വസിക്കാനായില്ല. അതും നിരീക്ഷിച്ച് ഞാനിരുന്നു. ഇനി വഞ്ചിയെ എളുപ്പത്തിൽ ദ്വീപിലേക്കു കൊണ്ടുവരാമെന്നു തോന്നി. വഞ്ചിയെടുക്കാനൊരുങ്ങിയപ്പോൾ, നേരത്തെ സംഭവിച്ച അപകടം ഭയപ്പെടുത്തുമാറ് എന്റെ മനസിലെത്തി. അപ്പോഴാണ് മറ്റൊരാശയം എന്റെ മനസിലെത്തിയത്. കഠിനാധ്വാനം വേണ്ടതുണ്ടെങ്കിലും വളരെ സുരക്ഷിതമായ ഒരു മാർഗം. ഒരു പുതിയ വഞ്ചികൂടി നിർമിക്കുക. അത് ദ്വീപിന്റെ ഈ വശത്തു യാത്ര ചെയ്യാനും മറ്റേത് മറുവശത്തു യാത്ര ചെയ്യാനും.

എനിക്കിപ്പോൾ രണ്ടു കൃഷിയിടങ്ങളുണ്ടെന്ന് നിങ്ങൾക്ക് അറിയാമല്ലോ. ഒന്ന് വീടും വേലിയും ഗുഹയുമുള്ളിടത്ത്. അവിടെ വളരെയധികം പരിഷ്കാരങ്ങൾ ഞാൻ വരുത്തിയിട്ടുണ്ട്. ഗുഹയ്ക്കകത്ത് നിരവധി മുറികളുണ്ടാക്കി. ഒന്നിനുള്ളിൽ മറ്റൊന്നായിട്ട്. അതിൽ ഏറ്റവും വലുതും നനവില്ലാത്തതുമായ മുറിയുടെ വാതിൽ വേലികെട്ടിനു പുറത്താണ്; അതായത് മതിൽ പാറയുമായി യോജിക്കുന്നിടത്ത്. ഈ മുറിയിലാണ് വലിയ മൺപാത്രങ്ങളും, പതിനാലോ പതിനഞ്ചോ വലിയ കുട്ടകളിൽ ധാന്യവും ശേഖരിച്ചു സൂക്ഷിച്ചിരുന്നത്.

വേലിയിലെ മരക്കുറ്റികളെല്ലാം ഇതിനകം വളർന്നു പന്തലിച്ച് വൃക്ഷങ്ങളായി മാറിയിരുന്നു. അക്കാരണങ്ങളാൽ അതിനുള്ളിൽ അങ്ങനെയൊരു താമസസ്ഥലമുണ്ടെന്ന് ആർക്കും മനസിലാകുകയേ ഇല്ല.

എന്റെ വസതിക്കു അൽപ്പം അകലെ താഴ്ഭാഗത്തായിട്ട് ധാന്യം കൃഷി ചെയ്യുന്ന രണ്ടിടങ്ങളുണ്ട്. സ്ഥിരമായി ഞാൻ അവിടെ വിത്തിറക്കുകയും ഫലം കൊയ്യുകയും ചെയ്യുന്നുണ്ട്. നല്ല വിളവു ലഭിക്കുന്നതിനാൽ അധികംവരുന്ന ധാന്യത്തെ അടുത്തുള്ള കൂടുതൽ സ്ഥലങ്ങളിലേക്കു കൃഷിക്കായി ഞാൻ ഉപയോഗിക്കുകയും ചെയ്തു.

പിന്നെയൊരു കരവീടുമുണ്ടല്ലോ. ഒരു വള്ളിക്കുടിൽ മാത്രമായിരുന്നു ആദ്യമത്. പിന്നീട് ഞാനതിനെ വേലികെട്ടി ഭദ്രമാക്കി. ഉള്ളിൽ കടക്കാൻ ഉയരത്തിലുള്ള കോണി തയാറാക്കി. അവിടെയും വേലിക്കായി നാട്ടിയിരുന്ന മരക്കുറ്റികൾ വളർന്ന് വൻ വൃക്ഷങ്ങളായി മാറിയിട്ടുണ്ട്. അവയുടെ കൊമ്പുകൾ ഇടയ്ക്കിടക്കു മുറിച്ചിരുന്നതിനാൽ ശാഖകൾ പൊട്ടിമുളച്ചു വളർന്നുപന്തലിച്ചിരുന്നു. നല്ല സുഖകരമായ നിഴലാണ് അതു നൽകുന്നത്; അതു തന്നെയായിരുന്നു എന്റെ ഉദ്ദേശ്യവും. അതിന്റെ നടുവിലാണ് എന്റെ കൂടാരം. മൃഗങ്ങളുടെ തോൽ ഉണക്കിയെടുത്ത് ഒരു സോഫയുണ്ടാക്കി ഞാൻ അതിന്റെ ഉള്ളിലിട്ടു. ചില മൃദുത്വമുള്ള സാധനങ്ങളും മറ്റും ഇട്ട് അതിനുമുകളിൽ ഒരു പുതപ്പും വിരിച്ചപ്പോൾ കപ്പലിലെ മെത്ത പോലെയായി. എന്റെ പ്രധാന വീട്ടിൽനിന്നും മാറിനിൽക്കാൻ കിട്ടുന്ന സാഹചര്യങ്ങളിൽ ഞാൻ ഈ കരവീട്ടിലാണ് വന്നു താമസിക്കുന്നത്.

വീട്ടിനരികിൽത്തന്നെ ആടുകൾക്കുള്ള സ്ഥലവും ഒരുക്കിയിട്ടുണ്ട്. വളരെ കഷ്ടപ്പെട്ടാണ് അതിനു ചുറ്റും വേലികെട്ടി സുരക്ഷിതമാക്കിയത്. അൽപ്പംപോലും ഇടയില്ലാത്ത വിധത്തിൽ മരക്കുറ്റികൾ കുത്തിനിർത്തിയാണ് ഞാനവിടെ വേലിയുണ്ടാക്കിയത്; കൈ കടത്താൻ പോലും പറ്റരുത്. കാരണം അതൊക്കെ ആടുകൾക്ക് രക്ഷപ്പെടാനുള്ള പഴുതുകൾ ആയേക്കും. പിന്നീടുവന്ന മഴക്കാലത്ത് എല്ലാ മരക്കുറ്റികളും പൊട്ടിമുളച്ചു വേരു പിടിച്ചു. ശക്തമായ ഒരു മതിലിന്റെ കരുത്ത് ഇപ്പോൾ അതിനുണ്ട്.

ഞാൻ ഒരിക്കലും അലസനായിരുന്നില്ലെന്ന് ഇപ്പോൾ നിങ്ങൾക്കു മനസിലായിക്കാണുമല്ലോ. സുഖകരമായി ജീവിക്കുന്നതിന് ഞാൻ പരമാവധി കഷ്ടപ്പെട്ടു. വളർത്തുമൃഗങ്ങൾക്ക് ഒപ്പം ഉണ്ടായിരുന്നതിനാൽ മാംസത്തിനും പാലിനും വെണ്ണയ്ക്കും പാൽക്കട്ടിക്കും ഒന്നിനും ദാരിദ്ര്യമുണ്ടായിരുന്നില്ല. ഇവിടെ ജീവിച്ചിരിക്കുവോളംകാലം അവ ലഭിക്കും; ഒരു നാൽപ്പതു വർഷമെന്നാണ് ഞാൻ കണക്കാക്കുന്നത്.

ഇവിടെത്തന്നെയാണ് മുന്തിരിയും വളർത്തിയിരുന്നത്. ശീതകാലത്തേക്കായി മുന്തിരി ഉണക്കിയാണ് ഞാൻ പ്രധാനമായും സൂക്ഷിച്ചിരുന്നത്. വളരെ ശ്രദ്ധാപൂർവമാണ് ഞാനവയെ ഉണക്കിയെടുത്തിരുന്നത് എന്റെ ആഹാരസാധനങ്ങളിൽ ഏറ്റവും സ്വാദുള്ളതും അതായിരുന്നു. ഒപ്പം പോഷകസമൃദ്ധവും ആരോഗ്യം തരുന്നതുമായിരുന്നു.

എന്റെ തീരവീടിനും വഞ്ചി കിടക്കുന്നിടത്തിനുമിടയിലായിരുന്നു ഈ കരവസതി. ഞാൻ മിക്കപ്പോഴും അവിടേക്കു പോകുമ്പോൾ അവിടെ താമസിക്കാറുണ്ടായിരുന്നു; കാരണം ഇടയ്ക്കിടെ വഞ്ചി നോക്കാൻ ഞാൻ പോകുമായിരുന്നു. കരവസതിയെ എപ്പോഴും ഞാൻ വൃത്തിയോടെ സൂക്ഷിച്ചു. മനസിന് ഒരു രസം കിട്ടാൻ വേണ്ടി മാത്രം ചിലപ്പോൾ വഞ്ചി തുഴഞ്ഞു. അപകടം നിറഞ്ഞ യാത്രയ്ക്കൊന്നും ഒരുങ്ങിയിരുന്നില്ല, കാരണം നിങ്ങൾക്കൂഹിക്കാമല്ലോ. വീണ്ടും വല്ല അപകടവുമുണ്ടായാലോയെന്ന ഭയം തന്നെയായിരുന്നു കാരണം. എന്തായാലും എന്റെ ജീവിതത്തിൽ പുതിയൊരു രംഗപ്രവേശം ഉണ്ടാകുകയാണ്.

17

അപ്രതീക്ഷിതമായ ഒരു കാൽപ്പാട്

ഒരുദിവസം ഉച്ചയ്ക്കു ഞാൻ വഞ്ചിയുടെ അടുത്തേക്കു നടക്കുകയായിരുന്നു. ഒരു മനുഷ്യന്റെ നഗ്നമായ ഒരു കാൽപ്പാട് കടൽത്തീരത്തു കണ്ടപ്പോൾ ഞാൻ അതിശയിച്ചുപോയി. ഒരു പിശാചിന്റെ മുന്നിലകപ്പെട്ടതുപോലെ ഞാൻ ഇടിവെട്ടേറ്റതുപോലെ നിന്നുപോയി. മനുഷ്യന്റെ കാൽപ്പാട് ശരിക്കും പതിഞ്ഞു കാണാം; ഞാൻ കാതോർത്തു. ചുറ്റും നോക്കി. ഒന്നും കാണാനുമില്ല; കേൾക്കാനുമില്ല. കൂടുതൽ ഉയരമുള്ള ഒരു സ്ഥലത്തു ചെന്ന് ഞാൻ കൂടുതൽ നിരീക്ഷിച്ചു നോക്കി. പിന്നെ കടൽത്തീരത്തു ചെന്നു നോക്കി. ആരേയും കാണാനില്ലതന്നെ; ആ ഒറ്റക്കാൽപ്പാടു മാത്രം! ഞാൻ ആ കാൽപ്പാടിനടുത്തെത്തി വീണ്ടും പരിശോധിച്ചു. എന്തായാലും അതെന്റെ തോന്നലല്ലെന്നും വീണ്ടും മനസിലായി. പാദം, കാൽവിരൽ, ഉപ്പൂറ്റി, കാലിന്റെ മറ്റെല്ലാ ഭാഗങ്ങളും വ്യക്തമായി തെളിഞ്ഞു കാണാം. ഇതെങ്ങനെ വന്നെന്ന് എനിക്ക് ഊഹിക്കാനേ പറ്റിയില്ല. ഞാൻ ആകെ പരിഭ്രമിച്ചു. ഭയപ്പെടുത്തുന്ന എന്തൊക്കെയോ ചിന്തകൾ എന്റെ തലച്ചോറിലൂടെ കടന്നു പോയി. തുടർന്ന് യാതൊരു ബോധവുമില്ലാതെ ഞാനെന്റെ താവളത്തിലേക്കു തിരിച്ചു. രണ്ടു മൂന്നടി മുന്നോട്ടു നടക്കുമ്പോഴും ഞാൻ പിന്നിലേക്കു നോക്കി. മുന്നിൽക്കണ്ട ഏതു കുറ്റിയും വേരും ഒക്കെ മനുഷ്യനാണെന്ന് എനിക്കു തോന്നി. ഏതൊക്കെ രൂപങ്ങളാണ് എന്നെ ഭയപ്പെടുത്തിയതെന്ന് എനിക്കിപ്പോൾ വിവരിക്കാനേ വയ്യ. എന്തൊക്കെയോ വിചിത്രമായ ചിന്തകൾ എന്റെ മനസിലൂടെ കടന്നുപോയി.

ആരോ വിരട്ടിയോടിച്ചതുപോലെയാണ് ഞാൻ കോട്ടയ്ക്കകത്ത് ഓടിക്കയറിയത്. കോണിവഴിയാണോ ഗുഹാദ്വാരംവഴിയാണോ ഉള്ളിലെത്തിയതെന്നും എനിക്കോർമയില്ല. കുറുക്കൻ വിരട്ടിയ ഒരു മുയൽപോലും ഇങ്ങനെ ഭയന്നിട്ടുണ്ടാകില്ല, അത്രമാത്രം ഞാൻ ഭയന്നിരുന്നു.

അന്നു രാത്രി എനിക്കുറങ്ങാനേ പറ്റിയില്ല. കാൽപ്പാടു കണ്ട സ്ഥലത്തുനിന്നും ഞാനിപ്പോൾ അകലെയാണെങ്കിലും ഭയം അൽപ്പം പോലും എന്നിൽ നിന്നും നീങ്ങിയില്ല. ഓർക്കുന്തോറും ഭയം കൂടി വന്നു, ഭയമുള്ള എല്ലാ ജീവികളെയും പോലെ. ഭയപ്പെടുത്തുന്ന ചിന്തകൾ പലതും എന്റെ മനസിനെ മഥിച്ചു. അതു പിശാചായിരിക്കുമോ? ഈ സംശയത്തിനുള്ള കാരണങ്ങളും മനസിൽ നിറഞ്ഞു വന്നു. അതല്ലാതെ മനുഷ്യരൂപത്തിലുള്ള ആർക്കെങ്കിലും ഇവിടെയെത്താനാകുമോ? അവരെ കൊണ്ടുവന്ന കപ്പൽ എവിടെ? മറ്റു കാലടിപ്പാടുകളെവിടെ? അല്ലെങ്കിൽത്തന്നെ ഒരു മനുഷ്യന് ഇവിടെയെങ്ങനെ വരാനാകും? ഇത്തരം ആൾപ്പാർപ്പില്ലാത്തിടത്ത് കാൽപ്പാടുണ്ടാക്കാൻ വേണ്ടി മാത്രം പിശാച് ഇങ്ങനെ മനുഷ്യരൂപത്തിൽ വരുമോ? അതിന് എന്തെങ്കിലും കാരണമുണ്ടോ? എന്നെ ഭയപ്പെടുത്താനാണോ? അങ്ങനെയെങ്കിൽ എന്റെ താവളത്തിനു മുന്നിലല്ലേ അതു കാണിക്കേണ്ടത്. ഇത്രയും അകലെ വേണോ? ഞാനിവിടെയെത്തുമെന്ന് പിശാചിനെങ്ങനെയറിയാം? തിരയും കാറ്റും വന്ന് അടയാളം മാഞ്ഞുപോകില്ലെന്ന് അതെങ്ങനെ ഉറപ്പിച്ചു? അതും മണലിൽത്തന്നെ. എന്നെ ഭയപ്പെടുത്താനായി മറ്റെന്തെല്ലാം മാർഗങ്ങൾ അതിനുണ്ടായിരുന്നു? പിശാചിന്റെ സൂത്രങ്ങളും ചിന്തകളും തമ്മിൽ യാതൊരു പൊരുത്തവുമില്ലാതിരിക്കുന്നതായി എനിക്കു തോന്നി.

ഇത്തരം ചിന്തകളുടെ ധാരാളിത്തം എന്നെ പുതിയൊരു ചിന്തയിലേക്കു നയിച്ചു; അതൊരു പിശാചിന്റെ കാൽപ്പാടല്ലായിരിക്കും. പിശാചിനേക്കാൾ ഭയങ്കരനായ മറ്റേതെങ്കിലും ജീവിയുടേതായിരിക്കും. കടലിനപ്പുറമുള്ള ഭൂമിയിലെ പ്രാകൃതമനുഷ്യന്റേതായിരിക്കും. അവർ അവരുടെ വഞ്ചിയിൽ കറങ്ങിയപ്പോൾ കാറ്റിലും തിരയിലും പെട്ട് ഇവിടെയെത്തിയതാകും. ഈ സ്ഥലം വിജനവും ഇഷ്ടപ്പെടാതെയും വന്നപ്പോൾ അവർ കടലിലേക്കുത്തന്നെ മടങ്ങിപ്പോയിട്ടുണ്ടാകണം.

എന്തായാലും അവർ കരയ്ക്കിറങ്ങിയ സമയത്ത് ഞാനിവിടെ ഇല്ലാതിരുന്നത് അനുഗ്രഹം തന്നെയാണ്. ഞാൻ ദൈവത്തിനു നന്ദി പറഞ്ഞു. എന്റെ വഞ്ചിയും അവർ കണ്ടില്ലല്ലോ. കണ്ടിരുന്നെങ്കിൽ ഇവിടെ ആൾപ്പാർപ്പുണ്ടാകുമെന്ന് മനസിലാക്കി എന്നെ തെരയുമായിരുന്നു. എല്ലാത്തിനും ഞാൻ ഭാഗ്യവാനാണ്. പക്ഷേ, എന്റെ ചിന്ത മറ്റൊരു രൂപത്തിൽ വന്ന് എന്നെ വേട്ടയാടി. നദിയിൽക്കിടക്കുന്ന എന്റെ തോണി കണ്ടപ്പോൾ ഇവിടെ മനുഷ്യവാസമുണ്ടെന്നു മനസിലാക്കിയ അവർ വലിയ സംഘമായി തിരിച്ചുവന്ന് എന്നെ കൊന്നുതിന്നുമോ? എന്നെ കണ്ടുപിടിക്കാനായില്ലെങ്കിൽ, അവർ എന്റെ താവളം തെരഞ്ഞുപിടിച്ചശേഷം, അതിനുള്ളിൽ കയറി ധാന്യം മുഴുവൻ നശിപ്പിക്കുകയും ഞാനവിടെ വളർത്തുന്ന മൃഗങ്ങളെ പിടിച്ചുകൊണ്ടുപോകുകയും ചെയ്യുമോ? എങ്കിൽ പട്ടിണി കിടന്ന് ഞാൻ മരിക്കുകയും ചെയ്യും.

അപ്പോൾ ഞാൻ സർവേശ്വരനെ ഓർത്തു. ദൈവം സർവശക്തനാണ്. അദ്ദേഹത്തിന് ശിക്ഷിക്കാനാകുമെങ്കിൽ രക്ഷിക്കാനുമാകും. അതിനാൽ സന്തോഷത്തോടെ ദൈവഹിതത്തിനു വഴങ്ങുന്നതാണ് ഏറ്റവും നല്ലത്. അദ്ദേഹം എല്ലാമറിയുന്നവനാണ്. അതിനാൽ എപ്പോഴും അദ്ദേ

ഹത്തിൽ പ്രതീക്ഷയർപ്പിക്കുകയും, അദ്ദേഹത്തിന്റെ കൽപ്പനയനുസരിച്ച് ജീവിക്കുകയും വേണം.

ഈ ചിന്തകളുമായി മണിക്കൂറുകളും ദിവസങ്ങളും ആഴ്ചകളും മാസങ്ങളും ഞാൻ തള്ളിനീക്കി. ഒരുദിവസം കടൽത്തീരത്തു കണ്ട പ്രാകൃതജീവിയുടെ കാൽപ്പാടിനെക്കുറിച്ച് ആലോചിച്ചുകൊണ്ട് ഞാൻ കിടക്കുകയായിരുന്നു. പെട്ടെന്നാണ് ആ ദൈവവചനഭാഗം ഞാൻ വീണ്ടുമോർത്തത്. "ആപത്തു നിറയുന്ന അവസരങ്ങളിൽ നീയെന്നെ വിളിച്ചപേക്ഷിക്കുക; ഞാൻ നിന്നെ രക്ഷിക്കും. നീ എന്നെ വാഴ്ത്തും." ഞാൻ പെട്ടെന്നു കിടക്കയിൽനിന്നും ചാടിയെഴുന്നേറ്റു. എനിക്കാശ്വാസം ലഭിച്ചെന്നു മാത്രമല്ല വീണ്ടും ദൈവവചനം വായിക്കാനും പ്രാർഥിക്കാനുമുള്ള ആഗ്രഹവും ഉണ്ടായി. പ്രാർഥിച്ചശേഷം ഞാൻ *ബൈബിളെ*ടുത്തു. ആദ്യം കണ്ട ഭാഗം ഞാൻ വായിച്ചു; "ദൈവത്തിൽ വിശ്വാസമർപ്പിക്കുക; സന്തോഷത്തോടെ ജീവിക്കുക; അവൻ നിന്റെ ഹൃദയത്തിനു ശക്തി നൽകും" ഈ വാക്യങ്ങൾ എനിക്കു തന്ന ആശ്വാസം എത്രയെന്ന് പറഞ്ഞറിയിക്കാൻ വയ്യ. ദൈവത്തിനു നന്ദി പറഞ്ഞുകൊണ്ട് *ബൈബിൾ* ഞാൻ അടച്ചുവച്ചു. പിന്നെ ആ സംഭവത്തെക്കുറിച്ച് അന്നു ഞാൻ സങ്കടപ്പെട്ടിട്ടേയില്ല.

വിവിധ ചിന്തകളിൽ മനസ്സു കലങ്ങിയിരുന്ന ഒരുദിവസം ഞാൻ ആ കാൽപ്പാടുകളെക്കുറിച്ച് ഓർത്തു. ഇതെല്ലാം വെറുതേ തോന്നിയതല്ലേ? ഈ കാൽപ്പാട് എന്റെ തന്നെയായിക്കൂടെ. ഞാൻ വഞ്ചിയിൽനിന്ന് ഇറങ്ങി വന്നപ്പോൾ കാലൂന്നിയതായിരിക്കാം. അല്ലെങ്കിൽ വഞ്ചിയിലേക്കു പോയപ്പോൾ ഊന്നിയതായിരിക്കാം. എവിടെയെല്ലാം ഞാൻ ചുറ്റിക്കറങ്ങിയിട്ടുണ്ടെന്നും, കാലടി എവിടെയൊക്കെ പതിഞ്ഞിട്ടുണ്ടെന്നും പറയാനാകില്ലല്ലോ. എന്തായാലും ഇതെന്റെ കാൽപ്പാടുതന്നെയെങ്കിൽ പ്രേതങ്ങളുടെയും പിശാചുകളുടെയും കഥ പറഞ്ഞ് സ്വയം പേടിക്കുന്ന വെറും വിഡ്ഢിതന്നെയാണ് ഞാൻ.

ധൈര്യം സംഭരിച്ച് ഞാൻ പുറത്തേക്കു നോക്കി. മൂന്നു രാത്രിയും പകലുമായിട്ട് ഞാൻ മുറിക്കകത്തുതന്നെയിരിക്കുകയാണ്. ആഹാരസാധനങ്ങൾപോലും ശേഖരിക്കാൻ പുറത്തിറങ്ങിയിട്ടില്ല. കുറച്ചു ബാർലിയപ്പവും വെള്ളവുമല്ലാതെ മറ്റൊന്നും വീട്ടിനുള്ളിലില്ല. പാലും കറക്കാറില്ല; എന്നും വൈകുന്നേരത്താണ് ഞാൻ പാൽ കറക്കാറുണ്ടായിരുന്നത്. പാൽ കറക്കാനാകാതെ ആ പാവം ആടുകളുടെ അകിടുകൾ വേദനിക്കുന്നുണ്ടാകാം. ചിലവയുടെ പാലും വറ്റിത്തുടങ്ങിയിട്ടുണ്ടാകും.

സ്വന്തം കാൽപ്പാടുതന്നെയാണ് കണ്ടതെന്നും, സ്വന്തം രൂപംകണ്ട് ഭയപ്പെട്ട വിഡ്ഢിയാണെന്നും ചിന്തിച്ച് ധൈര്യസമേതം ഞാൻ പുറത്തിറങ്ങി. എന്റെ കരവീട്ടിലേക്കാണു ഞാൻ പോയത്. ചെന്നിട്ടു വേണം ആടുകളെ കറക്കാൻ. ഭയമുണ്ടായിരുന്നതിനാൽ കൂടെക്കൂടെ ഞാൻ പിറകിലോട്ടു തിരിഞ്ഞുനോക്കി. കയ്യിലിരിക്കുന്ന കുട്ടയും വലിച്ചെറിഞ്ഞ് ജീവനുംകൊണ്ടോടാൻ തയാറായിട്ടായിരുന്നു ഞാൻ നടന്നത്. എനിക്കു പിശാചുകേറിയിട്ടുണ്ടെന്ന് ആരു കണ്ടാലും മനസിലാകും; അല്ലെങ്കിൽ എന്തെങ്കിലും കണ്ട് ഭയങ്കരമായി ഭയപ്പെട്ടവനാണെന്ന് ആരും പറയും. എന്താ

യാലും അതുതന്നെയാണ് ശരി.

അങ്ങനെ രണ്ടു മൂന്നു ദിവസം ഞാൻ പുറത്തിറങ്ങി നടന്നു. ഒന്നും കണ്ടില്ല. അങ്ങനെയായപ്പോൾ എന്റെ ഭയം മാറി, ധൈര്യം തിരിച്ചുകിട്ടി. എല്ലാം വെറും തോന്നലായിരുന്നെന്നും യാതൊരു പ്രശ്നവുമില്ലെന്നും എനിക്കു തോന്നി. പക്ഷേ, കടൽത്തീരത്തുപോയി അതെന്റെ കാലടി യാണെന്ന് ഉറപ്പു വരുത്താനായി അളന്നു നോക്കണം. ചെന്നപ്പോൾ ഒന്നാമതായി എനിക്കു മനസിലായത് വഞ്ചിയടുപ്പിച്ച് അതുവഴി ഞാൻ വരാനുള്ള സാധ്യതയില്ലായിരുന്നെന്നാണ്. രണ്ടാമത്, എന്റെ കാൽ ആ കാൽപ്പാടിനോട് ഒത്തുവച്ചു നോക്കിയപ്പോൾ അത് എന്റെ കാലിനേക്കാൾ വലുതാണെന്ന് എനിക്കു മനസിലായി. ഈ രണ്ടു കണ്ടെത്തലുകളും എന്റെ തലയ്ക്കുള്ളിൽ പുതിയ ചിന്തകൾ നിറച്ചു. ഉയർന്ന ചൂടിൽ ഞാൻ വിയർത്തു; മലമ്പനിബാധിച്ചവനെപ്പോലെ ഞാൻ വിറച്ചു. ഞാൻ വീട്ടിൽ വീണ്ടും വന്നു. കടൽത്തീരത്ത് ആരോ ഒരാൾ അഥവാ ആളുകൾ വന്നിട്ടുണ്ടെന്ന് ഞാൻ തീർത്തും കരുതി. ഇനിയെന്തു ചെയ്യണമെന്ന് എനിക്കറിഞ്ഞു കൂടാ.

ഭയന്നു കഴിഞ്ഞാൽ മനുഷ്യൻ എന്തു പരിഹാസ്യമായ തീരുമാനങ്ങളാണെടുക്കുന്നത്! ആശ്വാസത്തിനുപകരിക്കുന്ന യുക്തിപരമായ തീരുമാനങ്ങളിൽനിന്നും ഭയം അവനെ അകറ്റുന്നു. എന്റെ വീടിന്റെ വേലിയും മതിലുമെല്ലാം പൊളിക്കണമെന്നും, വളർത്തുന്ന മൃഗങ്ങളെ കാട്ടിലേക്കു തന്നെ തിരിച്ചുവിടണമെന്നുമായിരുന്നു ഞാൻ ആദ്യമെടുത്ത തീരുമാനം; അപ്പോൾ ശത്രുവിന് അവയെ കണ്ടുപിടിക്കാനാവില്ല. പിന്നെ കൃഷിസ്ഥലങ്ങൾ മുഴുവൻ കിളച്ചു നശിപ്പിക്കണം; ശത്രു ഇവിടത്തെ ധാന്യങ്ങൾ കാണാൻ പാടില്ല; അല്ലാത്ത പക്ഷം അവർ ഇവിടം സന്ദർശിക്കുന്നതിനിടയാകും. ശേഷം, എന്റെ കൂടാരവും വള്ളിക്കുടിലും നശിപ്പിക്കണം. താമസസ്ഥലമാണെന്നുള്ള ഒരു ലക്ഷണവും അവശേഷിക്കാൻ പാടില്ല. അപ്പോൾ ശത്രു ഇങ്ങോട്ടെത്തുകയില്ലല്ലോ.

താവളത്തിൽ വന്നശേഷം ആദ്യരാത്രിയിൽ ഇതൊക്കെയാണ് ചിന്തിച്ചത്. ഒക്കെ ആലോചിച്ച് എന്റെ തല നീരായി. അപകടത്തേക്കാൾ ആയിരം മടങ്ങ് ഭയാനകമാണ് അപകടത്തെക്കുറിച്ചുള്ള ഭയം. പ്രതീക്ഷിക്കുന്ന അത്യാഹിതത്തിന്റെ വേദനയേക്കാൾ എത്രയോ അധികമാണ് അതിനെക്കുറിച്ചുള്ള ആകുലതകൾ ഉണ്ടാക്കുന്ന വേദന.

വിവിധ ചിന്തകളിൽ എനിക്കുറങ്ങാനേ പറ്റിയില്ല. നേരം പുലരാറായപ്പോഴാണ് ഒന്ന് ഉറങ്ങിയത്. ഗാഢനിദ്രതന്നെയായിരുന്നു. ഉറക്കമുണർന്നപ്പോൾ സംഭ്രമം കുറഞ്ഞിരുന്നു; നല്ല ഉണർവും തോന്നി. ഞാൻ ശാന്തനായി ചിന്തിച്ചു. സ്വയം സംവാദത്തിലുമേർപ്പെട്ടു. തുടർന്ന് ഒരു തീരുമാനത്തിലെത്തി. ഈ ഫലങ്ങൾകൊണ്ട് സമൃദ്ധമായി ദ്വീപ്, പ്രധാന കരയിൽനിന്നും അകലെയല്ല. ഞാൻ നേരത്തെ കരുതിയതുപോലെ പൂർണമായും ഉപേക്ഷിക്കപ്പെട്ട സ്ഥലവുമല്ല. ഇവിടെ സ്ഥിരതാമസക്കാരില്ലെങ്കിലും ചിലപ്പോൾ ആളുകൾ വഞ്ചിയിൽ വരാറുണ്ട്. അവർ വരുന്നത് എന്തെങ്കിലും ലക്ഷ്യത്തോടെയോ അല്ലെങ്കിൽ കാറ്റിലും തിരമാലയിലും അകപ്പെട്ടോ ആയിരിക്കും.

പതിനഞ്ചു വർഷമായി ഞാനിവിടെ ജീവിക്കുകയാണ്; ഒരു മനുഷ്യ ജീവിയുടെ നിഴലുപോലും ഞാനിവിടെ കണ്ടില്ല. എപ്പോഴെങ്കിലും അവർ ഇവിടെ വന്നിട്ടുണ്ടെങ്കിൽ, കഴിയുന്നത്ര വേഗത്തിൽ അവർ തിരിച്ചും പോയിട്ടുണ്ടാവാം. ഇവിടെ താമസിക്കാൻ കൊള്ളാവുന്ന ഒരു സ്ഥലമാണെന്ന് അവർ കരുതിയിട്ടേയുണ്ടാവില്ല.

ഇവിടെ വരുന്നവർ ആകസ്മികമായി എത്തുന്നവരാണ്. അക്കാരണത്താൽ അവർ ഇവിടെ താമസിക്കാനിടയില്ല. വളരെ വേഗത്തിൽ അവർ സ്ഥലം കാലിയാക്കും. ഒരു രാത്രിപോലും തങ്ങില്ല. കാലാവസ്ഥ അനുകൂലമെങ്കിൽ അവർ ഒളിച്ചിരിക്കും; വല്ല കാട്ടുമനുഷ്യരും വരുന്നത് അവർക്കും ഭയമാണ്.

ഞാൻ എന്റെ ഗുഹ തുരന്നു വലുതാക്കിയതും വാതിൽ പുറത്തേയ്ക്കായി വച്ചതും തെറ്റായിപ്പോയെന്ന് എനിക്കു തോന്നി. എന്റെ കോട്ടമതിൽ പാറയുമായി സന്ധിക്കുന്നിടത്താണല്ലോ ആ വാതിൽ. ആ വാതിൽ മറയത്തക്ക രീതിയിൽ അതിനു വെളിയിലായി അർധവൃത്താകൃതിയിൽ മറ്റൊരു വേലിയുണ്ടാക്കാൻ ഞാൻ തീരുമാനിച്ചു. ഇരട്ടവരിയായി മരക്കൊമ്പ് കുത്തി വേണം ആ വേലിയും ഉണ്ടാക്കാൻ; പന്ത്രണ്ടു വർഷങ്ങൾക്കു മുമ്പു ചെയ്തതുപോലെ.

അങ്ങനെ എനിക്കിപ്പോൾ ഇരട്ട മതിലുമായി. പുറം മതിൽ മരക്കൊമ്പുകൾ അടിച്ചു താഴ്ത്തി കമ്പിയിട്ടു കെട്ടി കനത്തിൽ ഭദ്രമാക്കി. ഒരു കൈ കടത്താൻ പറ്റുന്ന രീതിയിൽ മാത്രം ഏഴു ചെറിയ സുഷിരങ്ങളും അതിലിട്ടു. ആ മതിലിനുള്ളിൽ ചുവട്ടിലായി ഗുഹയിൽനിന്നും കോരിയെടുത്ത മണ്ണുകൊണ്ട് ഇട്ട്, പത്തടി കനത്തിൽ, മതിൽ കൂടുതൽ ഉറപ്പുള്ളതാക്കി; ആ മണ്ണിൽ ചവിട്ടി നടന്ന് ഞാൻ അതിനെ നന്നായി ഉറപ്പിച്ചു. തുടർന്ന് ഏഴു ദ്വാരങ്ങളിലും തോക്കുകൾ തിരുകി വച്ചു. ഏഴു തോക്കുകൾ ഞാൻ കപ്പലിൽനിന്നും അന്നു കൊണ്ടുവന്നിട്ടുണ്ടായിരുന്നു. പീരങ്കിയുറപ്പിച്ച കോട്ടപോലെ എന്റെ വാസസ്ഥലം സുരക്ഷിതമായി. തുടർന്ന് ഏഴുതോക്കുകളിലും വെറും രണ്ടു മിനിറ്റു സമയംകൊണ്ട് ഒരുമിച്ചു നിറയൊഴിക്കാൻ പറ്റുന്ന രീതിയിലുള്ള ഒരു സംവിധാനം ഒരുക്കുകയും ചെയ്തു. ഇതൊക്കെ ചെയ്യാൻ ഒരുമാസത്തെ കഠിനാധ്വാനം വേണ്ടിവന്നു; ഈ പണിയൊക്കെ ചെയ്യുമ്പോഴും യാതൊരു സുരക്ഷിതത്വബോധവും എനിക്കുണ്ടായിരുന്നില്ല.

ഇതൊക്കെ ചെയ്തു തീർന്നപ്പോൾ എന്റെ വീട്ടിനു ചുറ്റുമുള്ള പറമ്പിൽ ഓസിയർ മരത്തിന്റെ കൊമ്പുകൾ ഞാൻ ഊന്നിവച്ചു. അതു നന്നായി വളരാനും പടർന്നു പന്തലിക്കാനും പറ്റുന്ന ഒന്നാണെന്ന് എനിക്കറിയാമായിരുന്നു. പരമാവധി കമ്പുകൾ ഞാൻ നട്ടു. മതിലിനും കുറ്റികൾക്കുമിടയിൽ ആവശ്യത്തിന് സ്ഥലം വിട്ടിട്ട്, മതിലിനു ചുറ്റുമായി ഇരുപതിനായിരം മരമെങ്കിലും ഞാൻ നട്ടിട്ടുണ്ടാകും. വിട്ടിട്ടുള്ള സ്ഥലത്തുനിന്നും എനിക്കു ശത്രുവിനെ നിരീക്ഷിക്കാനാകും. എന്നാൽ ശത്രുവിന് ഇങ്ങോട്ടു പ്രവേശിക്കാനേ ആവില്ല.

രണ്ടുവർഷംകൊണ്ട് ഇടതൂർന്ന തോപ്പായി അതു മാറി. എന്നാൽ അഞ്ചാറു വർഷംകൊണ്ട് അത് ഒരു നിബിഡ വനം തന്നെയായി മാറി.

ആ മരങ്ങൾക്കിടയിലൂടെ ആർക്കും കടക്കാൻ പറ്റാത്ത വിധത്തിൽ മരങ്ങൾ ഞെരുങ്ങിക്കഴിഞ്ഞിരുന്നു. അതിനുള്ളിൽ ആൾപ്പാർപ്പുണ്ടെന്ന് ആർക്കും ചിന്തിക്കാനേ പറ്റില്ല. പക്ഷേ എനിക്കു പുറത്തിറങ്ങണമല്ലോ. അതിനായി രണ്ടു കോണികൾ ഉപയോഗിച്ചു. ഒന്ന് പാറയുടെ ഭാഗത്തെത്താൻ; അതിനത്ര ഉയരം വേണ്ട. അതിനു മുകളിൽ രണ്ടാമത്തെ കോണി വയ്ക്കും. ആർക്കും മുറിവേൽക്കാതെ എന്റെ അടുത്തെത്താനാവില്ല. അവർ വന്നിറങ്ങിയാൽ തന്നെ പുറത്തുള്ള മതിലിന്റെ പുറംഭാഗത്തായിരിക്കും എത്തിപ്പെടുന്നത്.

അങ്ങനെ പരമാവധി സുരക്ഷാക്രമീകരണങ്ങൾ ഞാൻ നടത്തി; ഇതിനപ്പുറം ഇനിയാർക്കും ചെയ്യാനാവുമെന്നു തോന്നുന്നില്ല; യഥാർഥത്തിൽ ഇങ്ങനെയൊന്നും ചെയ്യേണ്ട ആവശ്യമില്ലായിരുന്നെന്ന് നിങ്ങൾക്കറിയാം. പക്ഷേ, എന്റെ ഭയമാണല്ലോ ഇതെല്ലാം ചെയ്യാൻ എന്നെ പ്രേരിപ്പിച്ചത്.

ഇതൊക്കെ ചെയ്യുമ്പോഴും മറ്റു ജോലികൾ ചെയ്യാൻ ഞാൻ മറന്നില്ല. എനിക്ക് എന്നോടുതന്നെ തികഞ്ഞ ശ്രദ്ധയുണ്ടായിരുന്നു. കരിമരുന്നും വെടിയുണ്ടകളും നഷ്ടപ്പെടാതെ തന്നെ എനിക്ക് ആട്ടിറച്ചി സുലഭമായി കിട്ടിക്കൊണ്ടിരുന്നു; മാത്രമല്ല വന്യമൃഗങ്ങളുടെ പിന്നാലെ നടന്ന് വേട്ടയാടിയുള്ള തളർച്ചയും അനുഭവിക്കേണ്ടിവന്നില്ല. അതുകൊണ്ട് ആട്ടിൻകൂട്ടത്തെ ഞാൻ സംരക്ഷിക്കണം; അവയെ നന്നായി ശുശ്രൂഷിക്കുകയും വേണം.

നീണ്ട ആലോചനയ്ക്കുശേഷം അതിനായി രണ്ടു മാർഗങ്ങൾ എനിക്കു കണ്ടെത്താനായി. ഒന്ന് മറ്റൊരു സൗകര്യപ്രദമായ സ്ഥലം കണ്ടെത്തിയശേഷം, ഭൂമിക്കടിയിൽ ഒരു ഗുഹ നിർമിക്കുക; രാത്രിയാകുമ്പോൾ ആടുകളെ അതിനുള്ളിലേക്കു നയിക്കുക. മറ്റൊന്ന്, രണ്ടുമൂന്ന് ചെറിയ ഭൂവിടങ്ങളിൽ വേലികെട്ടി ഒറ്റപ്പെട്ട രീതിയിലാക്കണം.

ഓരോ അറകളിലും അരഡസൻ ആടുകളെ വീതം പാർപ്പിക്കണം. അപ്പോൾ ഏതെങ്കിലും ആടുകൾക്ക് അപകടം സംഭവിച്ചാൽ, കുറച്ചു സമയവും അധ്വാനവുംകൊണ്ട് അവയെ സംരക്ഷിക്കാനും വളർത്താനും പറ്റും. ഇതൊക്കെ ചെയ്യണമെങ്കിൽ വളരെയധികം സമയവും പ്രയത്നവും വേണമെന്ന് എനിക്കറിയാമായിരുന്നു; എങ്കിലും ഈ രീതിയാണ് ഏറ്റവും ഉചിതമായതെന്ന് ഞാൻ കരുതിയിരുന്നു.

ഇതിനു പറ്റിയ സ്ഥലമന്വേഷിച്ച് ദ്വീപിന്റെ പല ഭാഗങ്ങളും ചുറ്റിക്കറങ്ങാൻ ഞാൻ കുറച്ചുസമയം ചെലവഴിച്ചു. അവസാനം ഞാൻ ആഗ്രഹിച്ച തരത്തിലുള്ള ഒരു സ്ഥലം തന്നെ കണ്ടെത്തി. കാട്ടിനുള്ളിൽത്തന്നെ ചെറിയ നനവുള്ള ഒരു സ്ഥലം. മുമ്പൊരിക്കൽ ദ്വീപിന്റെ കിഴക്കുഭാഗത്തുനിന്നും മടങ്ങിവന്നപ്പോൾ വഴിതെറ്റിപ്പോന്ന സ്ഥലമായിരുന്നു അത്. വനത്താൽ ചുറ്റപ്പെട്ട അത് ഒരു മൂന്നേക്കറെങ്കിലും വരും; പ്രകൃതിദത്തമായ സംരക്ഷണവലയം! മറ്റു സ്ഥലങ്ങൾ ഒരുക്കിയെടുക്കാൻ എനിക്കു വേണ്ടിവന്നിരുന്ന അത്രയും പ്രയത്നം ഈ സ്ഥലത്തു വേണ്ടി വരില്ലെന്നു എനിക്കു മനസിലായി.

18

നരഭോജികളുടെ സന്ദർശനം തിരിച്ചറിയുന്നു

താമസിയാതെ തന്നെ ആ സ്ഥലം ശരിയാക്കിയെടുക്കാനുള്ള പ്രവർത്തനം ഞാൻ തുടങ്ങി. ഒരുമാസംകൊണ്ട് ആ സ്ഥലത്തിനു ചുറ്റും ഞാനൊരു വേലിയുണ്ടാക്കി. ഇണക്കമുള്ള ആ ആടുകളെ മുഴുവൻ തുടർന്ന് ഇങ്ങോട്ടു കൊണ്ടുവരണമായിരുന്നു. അവർ അങ്ങനെ സുരക്ഷിതരാകും. സമയം കളയാതെ ആദ്യം പത്തു പെണ്ണാടുകളെയും രണ്ട് ആണാടുകളെയുമാണ് ഞാൻ കൊണ്ടുവന്നത്. അവയെ വേലിക്കകത്താക്കിയശേഷം, അടുത്ത സ്ഥലത്തെ വേലി കെട്ടി; അതു കെട്ടാൻ കൂടുതൽ അധ്വാനം വേണ്ടി വന്നിരുന്നതിനാൽ, പൂർത്തിയാക്കാൻ കൂടുതൽ സമയവുമെടുത്തു.

തീരത്തു കണ്ട ആ കാൽപ്പാടു വരുത്തിവച്ച ഭയമാണ് എന്നെ ഇതൊക്കെ ചെയ്യിച്ചത്. ഇനിയും ഒരൊറ്റ മനുഷ്യജീവിപോലും ഈ ദ്വീപിലേയ്ക്കു വരുന്നത് ഞാൻ കണ്ടതേയില്ല. ഈ അസ്വസ്ഥതയിൽ രണ്ടു വർഷം ഞാൻ ജീവിച്ചു; ഈ സാഹചര്യത്തിൽ എന്റെ ജീവിതം മുൻപുള്ളതിനേക്കാൾ വേദനാജനകമായിരുന്നു. നരഭോജികളുടെ കൈയിൽപ്പെടുമോയെന്നുള്ള ഭയം എന്നെ ദിവസവും വേട്ടയാടിക്കൊണ്ടിരുന്നു.

ആ നിലയിൽ ഇനിയും ഇടങ്ങൾ ആടുകളെ പാർപ്പിക്കാനായി വേണ്ടതുള്ളതിനാൽ, മറ്റൊരു രഹസ്യസ്ഥലമന്വേഷിച്ച് ഞാൻ നടന്നു. മുൻപ് സന്ദർശിച്ചിട്ടില്ലാത്ത പശ്ചിമഭാഗത്തേക്കാണ് ഞാൻ നടന്നത്. അകലെ ഒരു വഞ്ചി പോകുന്നതുപോലെ എനിക്കു തോന്നി. വളരെ ദൂരത്തായിരുന്നതിനാൽ വ്യക്തമായി കണ്ടില്ല. കപ്പലിൽനിന്നും കണ്ടുകിട്ടിയിരുന്ന ഒന്നോ രണ്ടോ ദൂരദർശിനി എനിക്കുണ്ടായിരുന്നു; പക്ഷേ അവ അപ്പോൾ എന്റെ കൈവശമുണ്ടായിരുന്നില്ല. കണ്ണു വേദനിക്കുന്നതുവരെ ഞാനതിനെ സൂക്ഷിച്ചു നോക്കി. അതു വഞ്ചി തന്നെയാണോ അല്ലയോയെന്ന് എനിക്കു തിരിച്ചറിയാനും പറ്റുന്നില്ല. പക്ഷേ, ഞാൻ കുന്നിൽനിന്നും ഇറ

ങ്ങിവന്നപ്പോൾ അതിനെ കാണാനായില്ല. പിന്നെ ഞാൻ അക്കാര്യം വിട്ടുകളഞ്ഞു. ഇനി ഒരു ടെലിസ്കോപ്പില്ലാതെ പുറത്തിറങ്ങില്ലെന്നു തീരുമാനിക്കുകയും ചെയ്തു.

കുന്നിൽനിന്നും ഇറങ്ങി ആ ദ്വീപിന്റെ ഞാനൊരിക്കലും ചെന്നിട്ടില്ലാത്ത അറ്റത്തെത്തിയപ്പോൾ, മനുഷ്യന്റെ കാലടികൾ അവിടെ കാണുന്നതിൽ അതിശയിക്കേണ്ട ഒരു കാര്യവുമില്ലെന്ന് എനിക്കു ബോധ്യപ്പെട്ടു. ദൈവത്തിന്റെ എന്തോ പ്രത്യേക കാരുണ്യം മൂലമാണ് ആ പ്രാകൃത മനുഷ്യർ ഇല്ലാത്ത ദ്വീപിന്റെ മറുവശത്ത് ഞാൻ എത്താനിടയായത്. ഇവിടെ പ്രധാനകരയിൽനിന്നും വഞ്ചികൾ വരാറുണ്ട്. വളരെ ദൂരെയല്ലാത്തതിനാലാണ് പ്രാകൃതമനുഷ്യർ ഇവിടെ വഞ്ചിയടുപ്പിക്കുന്നത്. അവർ എതിരാളികളുമായി ആക്രമണം നടത്താറുണ്ട്. വിജയികൾ പരാജിതരെ തടവുകാരായി പിടിച്ചുകൊണ്ടു ദ്വീപിൽ വന്നശേഷം അവരുടെ ഭീകരമായ ആചാരമനുസരിച്ച് കൊന്നുതിന്നുന്നു; അവർ നരഭോജികളല്ലേ.

ഞാൻ മുമ്പു പറഞ്ഞതുപോലെ കുന്നിൽ നിന്നിറങ്ങി കടൽക്കരയിലെത്തിയപ്പോൾ കണ്ട കാഴ്ച എന്നെ വളരെയധികം ഞെട്ടിച്ചു; എനിക്കുണ്ടായ ഭീതിയും അത്ഭുതവും എങ്ങനെ പ്രകടിപ്പിക്കണമെന്നറിയില്ല. തലയോടുകളും കൈകളും കാലുകളും അസ്ഥികളുമൊക്കെ കടൽത്തീരത്തു ചിതറിക്കിടക്കുന്നു. അടുത്തൊരിടത്ത് ഒരു അടുപ്പും കൂട്ടിയിരിക്കുന്നു. ചുറ്റും ചാലുകൾ കുഴിച്ചിട്ടുണ്ട്. അവിടെ ഒരു നീചനായ പ്രാകൃത മനുഷ്യർ ഇരുന്ന് സഹജീവികളുടെ മാംസം മനുഷ്യത്വമില്ലാതെ സദ്യയാക്കുന്നു. ഈ കാഴ്ചകൾ കണ്ട ഞാൻ അതിശയിച്ചു പോയി. എനിക്കു സംഭവിക്കാവുന്ന അപകടത്തെപ്പറ്റിയല്ല ഞാൻ ആ സമയത്ത് ഓർത്തത്. മനുഷ്യത്വമില്ലാത്തതും മൃഗീയവുമായ ആ ഹീനപ്രവൃത്തികളുടെ ചിന്തയിൽ എനിക്കു സംഭവിക്കാവുന്ന അപകടങ്ങളെല്ലാം ശവമടക്കപ്പെട്ടു. ഇത്തരം സംഭവങ്ങളെക്കുറിച്ച് പലപ്പോഴും ഞാൻ കേട്ടിട്ടുണ്ട്; പക്ഷേ ഇപ്പോഴാണ് അടുത്തുകാണുന്നത്. ഈ ബീഭത്സക്കാഴ്ചയുടെ മുമ്പിൽ നിന്നും ഞാൻ എന്റെ മുഖം തിരിച്ചു. എന്റെ വയറ് ഉരുണ്ടു കയറി. തല ചുറ്റി വീഴുമെന്നു വരെ തോന്നി. വെപ്രാളപ്പെട്ടു കുറേ ഛർദിച്ചു കഴിഞ്ഞപ്പോഴാണ് എനിക്ക് കുറച്ചാശ്വാസം തോന്നിയത്. അവിടെ ഇനി ഒരുനിമിഷം പോലും എനിക്കു നിൽക്കാനാവില്ല. ഞാൻ നേരെ പരമാവധി വേഗത്തിൽ കുന്നിലേക്കോടി; തുടർന്ന് ഞാൻ എന്റെ താവളത്തിലേക്കും പോയി.

ദ്വീപിലെ ആ ഭാഗം കഴിഞ്ഞ് കുറച്ചു ദൂരം കൂടി ചെന്നപ്പോൾ ഞാൻ അതിശയിച്ചുപോയി. സ്വയം സമനില കൈവരിച്ചുകൊണ്ട്, കണ്ണീർപ്പുഴയോടെ മനസുതട്ടി ഞാൻ ദൈവത്തെ നന്ദിയോടെ നോക്കി. ആ ക്രൂരമായ ജീവികൾ താമസിക്കുന്ന ഇടത്തുവശത്തുനിന്നും മറ്റൊരു സ്ഥലത്താണല്ലോ ദൈവം എന്നെ കൊണ്ടിറക്കിയത്. ദുരിതം നിറഞ്ഞ സാഹചര്യങ്ങളെങ്കിലും ആശ്വാസകരമായ ജീവിതമാണ് ദൈവം തന്നിരിക്കുന്നത്; ദൈവത്തോട് എനിക്കിനി പരിഭവങ്ങൾ ഒന്നുമില്ല. കൂടുതലായിപ്പറഞ്ഞാൽ ദൈവം കാരുണ്യവാനാണ്.

നന്ദി നിറഞ്ഞ മനസുമായി ഞാൻ എന്റെ ഗുഹയിലെത്തി ശാന്ത മായ ജീവിതവും തുടങ്ങി. സുരക്ഷിതത്വത്തെക്കുറിച്ചാലോചിച്ചു. ഈ നീചന്മാർ എന്തെങ്കിലും തേടിക്കൊണ്ട് ഈ ദ്വീപിലെത്തില്ലെന്നു തോന്നി. അവർക്കാവശ്യമുള്ളതൊന്നും കണ്ടെത്താനല്ല അവർ ഇവിടെയെത്തുന്നത്. അല്ലെങ്കിൽത്തന്നെ കഴിഞ്ഞ പതിനെട്ടുവർഷത്തിനിടയിൽ മുൻപൊരിക്കലും മനുഷ്യജീവിയുടെ കാലടി കണ്ടിട്ടേയില്ലല്ലോ. ഇതുപോലെ ഇനിയും ഒരു പതിനെട്ടുവർഷംകൂടി ജീവിക്കണം. കണ്ടുപിടിക്കാനുള്ള അവസരങ്ങൾ കൊടുക്കാതിരുന്നാൽ മതി. താമസിക്കുന്നിടത്ത് അങ്ങനെ രഹസ്യമായി കഴിയുന്ന ജോലിയെ എനിക്കുള്ളൂ. നരഭോജികളെക്കാൾ ഭേദപ്പെട്ട മനുഷ്യരെ കണ്ടെത്തുന്നതുവരെ ഇങ്ങനെതന്നെ ജീവിക്കാമെന്നു ഞാൻ തീരുമാനിച്ചു.

എങ്കിലും, ആ നരഭോജികളോടുള്ള എന്റെ കടുത്ത ദേഷ്യം മനസിലെപ്പോഴും തങ്ങിനിന്നു. പരസ്പരം കൊന്നുതിന്നുന്ന ആ നീചമായ ആചാരത്തെ ഓർത്തു ഞാൻ ദു:ഖിച്ചു. വസതിയിൽനിന്നും വളരെ ദൂരം പോകാതെ അതിനകത്തു രണ്ടുകൊല്ലംകൂടി ഞാൻ താമസിച്ചു. എന്റെ വസതിയെന്നതുകൊണ്ടുദ്ദേശിച്ചത് എന്റെ കരവീടും കാട്ടിനുള്ളിലെ ആടുകളുടെ താവളവുമൊക്കെയാണ്. ആടുകളെ തീറ്റിപ്പോറ്റാൻ വേണ്ടി മാത്രമാണ് കാട്ടിൽ പോയത്. ആ നീചന്മാരായ നരഭോജികളെക്കുറിച്ചാലോചിക്കുമ്പോൾത്തന്നെ വെറുപ്പുതോന്നുന്നു. പിശാചുകളെ നേരിട്ടു കണ്ടാലുണ്ടാകുന്ന ഭയവും! എന്റെ വഞ്ചി നോക്കാൻപോലും പറ്റാറില്ല. വേറൊരു വഞ്ചി നിർമിക്കുന്നതു തന്നെയാണ് നല്ലത്. ദ്വീപിനെ വലയം ചെയ്ത് പഴയ വഞ്ചികൊണ്ടുവരുന്ന കാര്യം ആലോചിക്കാനേ വയ്യ. ആ പ്രാകൃതമനുഷ്യരെ വല്ലതും കാണാനിടയായാലോ; പിന്നീടുള്ള എന്റെ സ്ഥിതി എനിക്കു നന്നായിട്ടറിയാം.

പ്രാകൃതമനുഷ്യർ ഒരുതരത്തിലും എന്നെ കണ്ടുപിടിക്കില്ലെന്നു തോന്നിയപ്പോൾ, ക്രമേണ അവരോടുള്ള എന്റെ വിഭ്രാന്തി ഒഴിഞ്ഞു തുടങ്ങി. എന്റെ ജീവിതം പഴയതുപോലെയായി. എങ്കിലും മുമ്പത്തേതിൽ നിന്നും വ്യത്യസ്തമായി ഞാൻ കൂടുതൽ ജാഗ്രത കാണിച്ചു. അവർ കാണാതിരിക്കാനുള്ള വഴികളിലൂടെ ഞാൻ സഞ്ചരിച്ചു. പ്രത്യേകിച്ച്, തോക്ക് ഉപയോഗിക്കുന്നതിൽ ഞാൻ വളരെ ശ്രദ്ധയുള്ളവനായി. അവരാരെങ്കിലും അവിടെയുള്ളപ്പോൾ വെടിയൊച്ച കേട്ടാലോയെന്നു ഞാൻ ഭയന്നു. ദേവസഹായത്താൽ ധാരാളം ആടുകൾ എനിക്കിന്നു സ്വന്തമായിട്ടുണ്ട്. അതിനാൽ കാട്ടിൽച്ചെന്ന് അവയെ വേട്ടയാടി വരേണ്ട. പിന്നീട് ഞാനവയെ പിടിച്ചതെല്ലാം കെണിയിലൂടെയാണ്. രണ്ടുവർഷത്തോളം ഒരിക്കൽ പോലും ഞാൻ വെടിച്ചിട്ടുമില്ല. എങ്കിലും തോക്കുമായേ ഞാൻ നായാട്ടിനു പോകാറുള്ളൂ. ഒന്നു തോളിലുണ്ടാകും. രണ്ടെണ്ണം തോൽ ബെൽറ്റിൽ തൂക്കിയിടും. അതു കൂടാതെ കപ്പലിൽനിന്നും കടത്തിക്കൊണ്ടുവന്ന വാളുകളിൽ ഒന്ന് മറ്റൊരു ബെൽറ്റിലും തൂക്കിയിട്ടിട്ടുണ്ട്. ആരു കണ്ടാലും ഞാനൊരു ഭീകരനാണെന്നേ തോന്നുകയുള്ളൂ.

ദിവസങ്ങൾ കഴിഞ്ഞു. നരബലി നടത്തുന്ന ഈ കിരാതന്മാരുടെ

ക്രൂരമായ വിനോദം എങ്ങനെ നശിപ്പിക്കാം എന്നതിനെക്കുറിച്ചു മാത്രമേ എനിക്കു രാവും പകലും ആലോചിക്കാനുണ്ടായിരുന്നുള്ളൂ. അവരുടെ ബലിമൃഗങ്ങളെ എങ്ങനെ രക്ഷിക്കണം. അതൊക്കെയൊരു വലിയ ജോലി തന്നെയാണ്. അതിന് ഈ ജന്തുക്കളെ കൊല്ലണം. കുറഞ്ഞ പക്ഷം അവർ വീണ്ടും ഇവിടേയ്ക്കു വരുന്നത് തടയണം. ഞാനാണെ ങ്കിൽ ഒറ്റയ്ക്കുമാണ്. അവർ ഇരുപതോ മുപ്പതോ പേരുണ്ടാകും. അവർ സംഘമായി വന്നാൽ ഞാനൊറ്റയ്ക്ക് എന്തു ചെയ്യും? ഞാൻ തോക്കുപ യോഗിച്ചു വെടിവയ്ക്കുമായിരിക്കും. പക്ഷേ അതുപോലെ തന്നെ അമ്പും വില്ലും കുന്തവും ഉപയോഗിച്ച് ലക്ഷ്യം തെറ്റാതെ അവർക്കും എന്നെ വീഴ്ത്താനാവുമല്ലോ.

അവർ അടുപ്പുകൂട്ടുന്നതിനടിയിൽ ഒരു കുഴി കുത്തി അഞ്ചോ ആറോ പൗണ്ട് വെടിമരുന്ന് അതിനുള്ളിലിട്ടു മൂടിയിടാമെന്നു ഞാൻ കരുതി. അവർ തീയൊരുക്കുമ്പോൾ വെടിമരുന്ന് പൊട്ടിത്തെറിക്കുകയും അവർ അതിൽ ചത്തുപോകുകയും ചെയ്യും. പക്ഷേ, അവർക്കുവേണ്ടി ഇത്രയും അളവ് വെടിമരുന്ന് നശിപ്പിക്കുന്നതെങ്ങനെ; അതിനെനിക്കു മനസു വന്നില്ല (ഇനി ഒരു ബാരൽ കരിമരുന്ന് ബാക്കിയുണ്ടാകും.) മാത്രമല്ല, അത് എപ്പോൾ പൊട്ടിത്തെറിക്കുമെന്നും എനിക്കുറപ്പില്ല. ഒരുപക്ഷേ, അവരെ ഒന്നു ഭയപ്പെടുത്താൻ മാത്രമേ അതു തികയൂ. സ്ഥലം ഉപേ ക്ഷിച്ച് അവർ ഓടിപ്പോകണമെന്നില്ല. അതിനാൽ ആ തീരുമാനം ഞാൻ ഉപേക്ഷിച്ചു. പിന്നീട് മറ്റൊരു ചിന്ത വന്നു. എന്റെ മൂന്നു തോക്കുകളും നിറച്ച് കുറ്റിക്കാട്ടിൽ ഒളിച്ചിരിക്കണം. അവരുടെ ആഘോഷവേളയിൽ പെട്ടെന്നാക്രമിക്കുക. ഓരോ വെടിയിലും രണ്ടോ മൂന്നോ പേരെ കൊല്ലാ നാകും. അല്ലെങ്കിൽ മുറിവേൽപ്പിക്കാനെങ്കിലും പറ്റും. തുടർന്ന് എന്റെ മൂന്നു കൈത്തോക്കുകളും വാളുമായി അവരുടെ മേൽ ചാടിവീഴുക. അവർ ഇരുപതുപേരായാലും എനിക്കവരെ അങ്ങനെ ഒറ്റയ്ക്കു തന്നെ കൊല്ലാനാവും. ഈ ചിന്ത ആഴ്ചകളോളം എന്നെ സന്തോഷിപ്പിച്ചു. എപ്പോഴും ഇതുതന്നെയായിരുന്നു എന്റെ ചിന്ത. സ്വപ്നത്തിലും ഇതു തന്നെ വന്നു. ചിലപ്പോൾ അവരെ തുരത്താനായി ഉറക്കത്തിൽനിന്നും ചാടിയെഴുന്നേറ്റിരുന്നു.

ഈ ആലോചനയിൽ പല ദിവസവും ഞാൻ അങ്ങോട്ടു ചെന്ന് ഒളി പ്പോരു നടത്താനുള്ള ഒരു സ്ഥലം കണ്ടെത്താൻ നോക്കുമായിരുന്നു. ഇട യ്ക്കിടെ ഞാനവിടെ ചെന്നിരുന്നതിനാൽ ആ സ്ഥലം എനിക്ക് വളരെ സുപരിചിതമായി. മാത്രമല്ല, അവരോടുള്ള പ്രതികാര ചിന്തമാത്രം എന്റെ മനസിൽ എപ്പോഴും നിറഞ്ഞുനിന്നു, ഒപ്പം ആ നീചന്മാരായ ഇരുപതോ മുപ്പതോ പേരെ വാളിനിരയാക്കുന്നതും. പരസ്പരം കൊന്നുതിന്നുന്ന നീചന്മാരായ നരഭോജികളാണല്ലോ അവർ!

അവസാനം കുന്നിൻചരിവിൽ ഉചിതമായ ഒരു സ്ഥലം എനിക്കു കിട്ടി. അവരുടെ വഞ്ചി വരുന്നത് അവിടെ ഒളിച്ചിരുന്നു സുരക്ഷിതമായി കാണാനാകും. എനിക്കു സന്തോഷമായി. അവർ തീരത്തു കയറുന്ന തിനു മുമ്പ് എനിക്ക് മറഞ്ഞിരിക്കാൻ പറ്റുന്ന ഒരു പൊള്ളയായ മരവു

മുണ്ട്. അതിനുള്ളിൽ ഒളിച്ചിരുന്നുകൊണ്ട് അവരുടെ രക്തപങ്കിലമായ എല്ലാ പ്രവൃത്തികളും നിരീക്ഷിക്കാം. മാത്രമല്ല, അവരുടെ തലയ്ക്കു നേരെ കൃത്യമായി ഉന്നംപിടിക്കാനുമാകും. അവർ അടുത്തായിരിക്കുമ്പോൾ ഒന്നു രണ്ടെണ്ണത്തെ ഒറ്റവെടിക്കു തന്നെ വീഴ്ത്താനും പറ്റും.

എന്തൊക്കെ ചെയ്യണമെന്നുള്ള കാര്യങ്ങൾ ഞാൻ അവിടെയിരുന്നുകൊണ്ട് തയാറാക്കി. രണ്ടു മൂന്നു തോക്കുകൾ തയാറാക്കി വച്ചു. എല്ലാ പ്രവർത്തനങ്ങളും മനസിൽ പ്രാവർത്തികമാക്കി. പിന്നീടെന്നും രാവിലെ കുന്നിന്റെ മുകളിൽ ചെന്നുനിന്ന് ഏതെങ്കിലും വഞ്ചി വരുന്നുണ്ടോയെന്ന് ഞാൻ നോക്കി നിന്നു. എന്റെ ഈ താമസസ്ഥലത്തുനിന്നും ഏകദേശം മൂന്നുമൈൽ അകലെയാണവിടം. രണ്ടോ മൂന്നോ മാസം കാത്തിരുന്നു. കടലിലേക്കു സ്ഥിരമായി നോക്കിയിരുന്നിരുന്ന് ഞാൻ മടുത്തും തുടങ്ങി. നിസ്സഹായനായിട്ടാണ് വീട്ടിലേക്കു മടങ്ങുന്നത്. ആരും കരയ്ക്കു വന്നില്ലെന്നു മാത്രമല്ല, കടലിൽ ഒരിടത്തും ഒന്നും കാണാനുമില്ല; ടെലിസ്കോപ്പിലൂടെ ഇനി ഞാൻ നോക്കാനൊരിടം പോലുമില്ല.

ഈ ചിന്തയുമായി കുറേക്കാലം ഞാൻ കുന്നിൻമുകളിലേക്കു കയറിച്ചെന്ന് നിരീക്ഷണം തുടർന്നുകൊണ്ടേയിരുന്നു; നഗ്നരായ ഇരുപതോ മുപ്പതോ നരഭോജികളെ കൊല്ലണം. എന്റെ ചിന്തയിൽ കടന്നുകൂടിയ ഒരു പാപം തന്നെയാണിത്. പക്ഷേ, അവരുടെ പ്രകൃതിവിരുദ്ധമായ ആ ജീവിതക്രമത്തിൽ ഭയം തോന്നിയപ്പോഴുണ്ടായ വികാരമാണ് ഈ പദ്ധതിക്കു രൂപംനൽകാൻ എന്നെ പ്രേരിപ്പിച്ചത്. ഇപ്പോഴാകട്ടെ, ശ്രമങ്ങളെല്ലാം വെറുതെയാകുന്നതിനാൽ എന്റെ മനസ്സ് തളരുന്നു. ഇത്രയും നാൾ ഇത്രയും ദൂരം ഉപയോഗമില്ലാതെ അലഞ്ഞു. പക്ഷേ പ്രഭാതങ്ങളിൽ എന്നും എന്റെ പദ്ധതിയെക്കുറിച്ച് കൂടുതൽ സമാധാനത്തോടെ ചിന്തിച്ചപ്പോൾ എന്റെ കാഴ്ചപ്പാടുകൾക്കു മാറ്റം വന്നുതുടങ്ങി. ഏർപ്പെട്ടിരിക്കുന്ന പദ്ധതിയിൽ ശാന്തനായും വികാരത്തിനടിമയാകാതെയും പുനരവലോകനം നടത്തി. ദൈവം ശരിയെന്നു കരുതുന്ന ഈ പ്രാകൃതരീതിയെ തെറ്റായി വ്യാഖ്യാനിക്കാൻ എനിക്കെന്താണധികാരം? അവരെ കൊല്ലാനും എനിക്കധികാരമുണ്ടോ? വിവിധ ചിന്തകളിൽ ഞാൻ ഒരു സ്വയം സംവാദത്തിലേർപ്പെട്ടു. ഈ കാര്യങ്ങളെ ദൈവം എങ്ങനെയായിരിക്കും കാണുന്നത്? കുറ്റകരമായ ഒരു പ്രവൃത്തിയായി അവർ ഇതു കരുതുന്നുണ്ടാവില്ലായിരിക്കും. ഞാൻ ആട്ടിറച്ചി കഴിക്കുന്നതു പോലെയായിരിക്കും അവർക്ക് അത്. അതിനാൽ യുദ്ധത്തടവുകാരെ കൊന്നു തിന്നുന്നതും അവർക്കൊരു കുറ്റമായി തോന്നില്ലായിരിക്കും.

വീണ്ടുമാലോചിച്ചപ്പോൾ എനിക്കാണു തെറ്റു സംഭവിച്ചതെന്നു തോന്നി. നരഭോജികൾ കൊലപാതകികളല്ല. യുദ്ധത്തിൽ തടവുകാരായി പിടിക്കുന്നവരെ ക്രിസ്ത്യാനികൾ വധശിക്ഷയ്ക്കു വിധിച്ചിട്ടുണ്ടല്ലോ. പലപ്പോഴും അവർ നിരായുധരായ ശത്രുക്കളായിരിക്കും. എന്നാൽ ഈ നരഭോജികളാകട്ടെ എനിക്കെതിരായി യാതൊരു തെറ്റും ചെയ്തിട്ടില്ല. അതിനാൽ അവരുടെ കാര്യങ്ങളിൽ ഇടപെടേണ്ട ഒരാവശ്യവും എനിക്കില്ല; അവർ എന്നെ ആക്രമിക്കാത്തിടത്തോളം കാലം. എന്റെ ഭാഗത്താണ്

തെറ്റുള്ളതെന്ന് തോന്നിയപ്പോൾ നരഭോജികളെ ഒളിച്ചിരുന്നു കൊല്ലാനുള്ള പദ്ധതി ഞാൻ വേണ്ടെന്നു വച്ചു. പക്ഷേ, ഈ പ്രവണത കഴിയുന്നതും വേഗത്തിൽ തടയേണ്ടതുണ്ട്. അവർ എന്നെക്കണ്ടെത്തുകയും ആക്രമിക്കുകയും ചെയ്യുകയാണെങ്കിൽ എന്താണ് ചെയ്യേണ്ടതെന്ന് എനിക്കറിയാം.

മറ്റൊരു രീതിയിലും എന്റെ ചിന്ത പോയി. ഈ പ്രവൃത്തികളിലൂടെ യഥാർഥത്തിൽ ഞാൻ രക്ഷപ്പെടുകയല്ല ചെയ്യുന്നത്. പൂർണമായ നാശമാണ് എനിക്കുണ്ടാകുന്നത്. അവിടെ എത്തിയവരേയും ഇനി എത്താനുള്ളവരെയും ഒരുമിച്ചു കൊല്ലാനായില്ലെങ്കിൽ അതു കൂടുതൽ അപകടമുണ്ടാക്കും. ഒരാളെങ്കിലും രക്ഷപ്പെട്ടാൽ അയാൾ തിരിച്ചു പോയി നടന്ന സംഭവങ്ങളെല്ലാം മറ്റുള്ളവരോടു പറയും. പ്രതികാരം ചെയ്യാനായി ആയിരങ്ങളുടെ സംഘവുമായി അവർ തിരിച്ചെത്തിയാൽ എന്റെ കാര്യം പറയേണ്ടതില്ലല്ലോ.

എല്ലാവിധ ചിന്തയുടെയും അവസാനം ഞാനിങ്ങനെ തീരുമാനിച്ചു. ഒരുതരത്തിലും അവരുടെ കാര്യത്തിൽ ഇടപെടുന്നത് ശരിയായ ആദർശമേയല്ല. സ്വന്തം കാര്യം നോക്കി ജീവിക്കുന്നതാണ് എനിക്കുചിതം. അവരുടെ കണ്ണിൽപ്പെടാതെ ഒളിച്ചു ജീവിക്കണമെന്നു മാത്രം. ഇവിടെ ആൾപ്പാർപ്പുള്ളതിന്റെ ഒരു ലക്ഷണവും അവരറിയരുത്; അവർക്ക് അങ്ങനെ ഊഹിക്കുവാനുള്ള ഇടനൽകാതിരിക്കുകയും വേണം.

ഞാൻ വീണ്ടും ദൈവത്തോടു നന്ദി പറഞ്ഞു. നരഭോജികളെ കൊല്ലുന്ന മാരക കുറ്റത്തിൽനിന്നും അദ്ദേഹം എന്നെ രക്ഷിച്ചല്ലോ. നരഭോജികളുടെ കൈയിലകപ്പെടാനും ഇടയാക്കിയില്ലല്ലോ.

19

ഗുഹയുടെ സുരക്ഷിതത്വത്തിൽ

ഒരുവർഷംകൂടി കടന്നുപോയി. എന്റെ ചിന്തയിൽ മാറ്റമൊന്നും ഉണ്ടായില്ല. നരഭോജികളുമായുള്ള ഒരേറ്റുമുട്ടൽ ആഗ്രഹിക്കാതിരുന്നതിനാൽ, അവർ അവിടെങ്ങാനും വന്നിരുന്നോയെന്നറിയാനായിട്ട് ഒരിക്കൽ പോലും പിന്നീട് ഞാൻ കുന്നിന്റെ മുകളിൽ പോയതേയില്ല. അങ്ങനെ ചെയ്താൽ ഞാൻ അവർക്കെതിരായി പുതിയ പദ്ധതികൾ വല്ലതും പുതുക്കിക്കൊണ്ടുവരുമോയെന്നു ഞാൻ ഭയന്നു; ഒരുപക്ഷേ പ്രകോപിതനായി അവരുടെമേൽ ഞാൻ ചാടി വീണാലോ. ഇതിനിടയിൽ ഒരു കാര്യം ഞാൻ ചെയ്തു. ദ്വീപിന്റെ മറ്റേവശത്തു കെട്ടിയിട്ടിരുന്ന വഞ്ചി അഴിച്ചെടുത്ത് ദ്വീപിന്റെ കിഴക്കേ അറ്റത്ത് ഉയർന്നുകാണുന്ന പാറകളുള്ളിടത്തു കൊണ്ടുവന്നിട്ടു. വൻ തിരയുള്ള ഈ സ്ഥലത്തേക്ക് കാട്ടുമനുഷ്യർ ഒരിക്കലും അവരുടെ വഞ്ചിയുമായി വരില്ലെന്ന് എനിക്കറിയാമായിരുന്നു.

ഇതിനല്ലാതെ മറ്റൊന്നിനും ഞാൻ പുറത്തിറങ്ങിയില്ല; വീട്ടിനകത്തു തന്നെയിരുന്നു. കാട്ടിൽ ഞാൻ വളർത്തുന്ന ആടുകൾക്കു തീറ്റകൊടുക്കാനും അവയുടെ പാൽ കറക്കാനും പോകാറുണ്ടായിരുന്നു. അതൊക്കെ ദ്വീപിന്റെ മറ്റൊരു ഭാഗത്തായിരുന്നതിനാൽ അപകടകരമായിരുന്നില്ല. ആ ദ്വീപിൽ എത്തിയിരുന്ന പ്രാകൃതമനുഷ്യർ എന്തെങ്കിലും കൊണ്ടുപോകാൻ വന്നതേയല്ലെന്ന് എനിക്കു നിശ്ചയമായിരുന്നു. ചിന്തകളിങ്ങനെയൊക്കെയെങ്കിലും ഞാനവിടെങ്ങും അലഞ്ഞുതിരിഞ്ഞില്ല. എങ്കിലും പലതവണ തീരത്തു വന്നിട്ടുള്ളവരിൽ കുറച്ചു ജാഗ്രതയും ഉണ്ടാകണം. പക്ഷേ, പഴയ സംഭവങ്ങളൊക്കെ തിരിഞ്ഞു നോക്കുമ്പോൾ എനിക്കു ഭീതി തോന്നും. ദ്വീപിലെ വിശേഷങ്ങൾ അറിയാൻ ചെറിയ തോക്കും തോളിൽത്തൂക്കി നടന്നിരുന്ന കാലത്ത് അവരെന്നെക്കണ്ടിരുന്നാലുള്ള അവസ്ഥയെന്തായിരുന്നു. ഒരു കാൽപ്പാടിനു പകരം, പതിനഞ്ചോ ഇരുപതോ പ്രാകൃതരുടേതായിരുന്നതെങ്കിലോ. പേടിച്ചോടുമ്പോൾ അതിവേ

ഗത്തിൽ പായുന്ന അവരിൽനിന്നും രക്ഷപ്പെടാനേ കഴിയില്ലായിരുന്നു.

ഇത്തരം ചിന്തയിൽ എന്റെ ഉള്ളു വിറങ്ങലിച്ചു. ഭയത്തിൽനിന്നും മുക്തി കിട്ടാനും ഒത്തിരി സമയം വേണ്ടിവന്നു. ഒറ്റയ്ക്ക് എനിക്ക് എന്തെങ്കിലും ചെയ്യാനാകുമായിരുന്നോ? ആവശ്യത്തിനുള്ള ആലോചനയ്ക്കു ശേഷം ചില തയാറെടുപ്പുകൾ നടത്തിയിട്ടും എനിക്ക് ഒറ്റയ്ക്കു ചെയ്യാനുള്ള കഴിവില്ല. ഗൗരവമായ ഇത്തരം ചിന്തകൾ എന്നെ വിഷാദമഗ്നനാക്കി. എങ്കിലും പ്രതീക്ഷിക്കാതെയെത്തിയ അപകടങ്ങളിൽനിന്നും കാത്തു രക്ഷിച്ച ദൈവത്തിനോടു ഞാൻ നന്ദി പറഞ്ഞു. ഈശ്വരാനുഗ്രഹം കൊണ്ടു മാത്രമാണ് ഞാൻ എല്ലായിടത്തും രക്ഷപ്പെട്ടത്.

ഇപ്പോൾ ആഹാരം അന്വേഷിക്കുന്നതിനെക്കാൾ കൂടുതൽ ശ്രദ്ധ ഞാൻ ആത്മരക്ഷയ്ക്കു നൽകി. പ്രാകൃതരുടെ ശ്രദ്ധ ആകർഷിക്കുന്ന ഒരു പ്രവർത്തിയും ഇനി ചെയ്യാൻ പാടില്ല. ഒരു ആണിയടിക്കുന്നതും മരക്കഷണം മുറിക്കുന്നതും ഒക്കെ ശബ്ദം പുറത്തുകേൾക്കാത്ത വിധത്തിലാകണമല്ലോ, അതേപോലെ തന്നെ ശബ്ദം കേൾക്കുമെന്ന ഭയത്താൽ വെടിവയ്ക്കാറുമില്ല. പുക അകലേക്കു കണ്ടാലോയെന്ന ഭയം നിമിത്തം അടുപ്പിൽ തീ കത്തിക്കാൻപോലും ഞാൻ ഭയന്നു. പുക എന്നെ ചതിക്കുമെങ്കിലോ? അപ്പോഴാണ് പ്രകൃതിദത്തമായ വിശാലമായ ഒരു ഗുഹ ഞാൻ കണ്ടെത്തിയത്. പറഞ്ഞറിയിക്കാൻ പറ്റാത്തത്ര വിധത്തിലുള്ള സന്തോഷം എനിക്കുണ്ടായി. ഇതിന്റെ മുമ്പിൽ വന്നുപെട്ടാൽപ്പോലും അവിടെയൊരു വലിയ ഗുഹയുണ്ടെന്ന് ഒരു പ്രാകൃതമനുഷ്യനും ചിന്തിക്കാനാവില്ല. ഇതിനപ്പുറമുള്ള ഒരു സുരക്ഷിതതാവളം എനിക്കിനി കിട്ടുകയേ ഇല്ല. അടുപ്പും അതുപോലുള്ള മറ്റു സാധനങ്ങളും ഞാൻ അങ്ങോട്ടു മാറ്റണം.

ഒരു വലിയൊരു പാറയുടെ ചുവട്ടിലായിരുന്നു ഈ പുതിയ താവളത്തിന്റെ ഗുഹാമുഖം. കരിയുണ്ടാക്കാൻ വേണ്ടി ഒരു മരത്തിന്റെ കനത്ത ശാഖ വെട്ടിക്കൊണ്ടിരുന്നപ്പോഴാണ് സന്ദർഭവശാൽ ഇതിനെ കണ്ടത്; എല്ലാം ദൈവനിശ്ചയം തന്നെ! ഞാൻ കരിയുണ്ടാക്കാൻ പോകുന്നതിന്റെ കാരണം പറഞ്ഞില്ലല്ലോ. വീട്ടിനു മുകളിലൂടെ പുക പോകുന്നത് നരഭോജികൾ കണ്ടാലോയെന്ന് ഞാൻ ഭയന്നിരുന്ന കാര്യം നേരത്തെ പറഞ്ഞിരുന്നല്ലോ. പക്ഷേ, റൊട്ടിയുണ്ടാക്കാതെയും, ഇറച്ചി പാകം ചെയ്യാതെയും ജീവിക്കാൻ എനിക്കു പറ്റില്ലായിരുന്നു. അതുകൊണ്ട് ഇംഗ്ലണ്ടിൽക്കണ്ട രീതി തന്നെ ഉപയോഗിക്കാമെന്നു കരുതി. മരം കത്തിച്ച് കരിയുണ്ടാക്കണം. കരിക്കട്ടയെ തണുപ്പിച്ചു വീട്ടിൽ കൊണ്ടിട്ടാൽ വിറകിനു പകരം അവയുപയോഗിക്കാം. പുകയുണ്ടാകുമെന്ന ഭയവും വേണ്ട.

ഞാൻ വേഗത്തിൽ ഗുഹയ്ക്കുള്ളിൽ കയറി. അതിന്റെ ഉൾഭാഗം വിശാലമായിരുന്നു. തലയിടിക്കാതെ നിവർന്നു നിൽക്കാനുമാകും; പിന്നെയും ഒരാൾപ്പൊക്കമുണ്ട്. ഞാൻ അകത്തേക്കു കയറിയതിനേക്കാൾ വേഗത്തിൽ പുറത്തേക്കോടി. ഗുഹയ്ക്കുള്ളിലെ ഇരുട്ടിൽ ഏതോ ജന്തുവിന്റെ കണ്ണുകൾ തിളങ്ങുന്നു. രണ്ട് ഉണ്ടക്കണ്ണുകൾ! രണ്ടു നക്ഷത്രങ്ങൾ പോലെ അവ തിളങ്ങുന്നു. ഗുഹാമുഖത്തുനിന്നും അകത്തേക്കെ

ത്തുന്ന മങ്ങിയ വെളിച്ചം ഏതോ ഒന്നിൽ തട്ടി പ്രതിഫലിക്കുന്നതായിരുന്നു അത്.

അൽപ്പം കഴിഞ്ഞപ്പോൾ ഞാൻ സമനില വീണ്ടെടുത്തു. ആയിരം പ്രാവശ്യം ഞാൻ എന്നെത്തന്നെ വിഡ്ഢിയെന്നു വിളിച്ചു. ഒരു പിശാചിനെക്കാണിക്കാൻ ഭയക്കുന്നവനെന്ന് ആത്മഗതം പറഞ്ഞു. ഇരുപതു വർഷമായിട്ട് ഒറ്റയ്ക്ക് ഈ ദ്വീപിൽ ജീവിക്കുന്നവനാണ്; എന്നിട്ടും ഭയക്കുന്നു. ധൈര്യമെടുത്ത് ഒരു തീക്കൊള്ളിയും കയ്യിൽപ്പിടിച്ച് ഞാൻ ഗുഹയ്ക്കുള്ളിലേക്കു കടന്നു. മൂന്നടി വച്ചതേയുള്ളൂ; പഴയതുപോലെ ഞാൻ വീണ്ടും ഭയന്നു പോയി. അതിനുള്ളിലെ ജീവി ഉച്ചത്തിൽ ശ്വാസം വിടുന്നു. വല്ലാതെ മുരളുന്ന ഒരു മനുഷ്യനോ? പിന്നെന്തൊക്കെയോ ഇടമുറിഞ്ഞ ശബ്ദങ്ങളും. ഞാൻ അതിശയവും ഭയവുംകൊണ്ട് പേടിച്ചു വിയർക്കാൻ തുടങ്ങി. എന്റെ തലമുടികൾ എഴുന്നേറ്റു നിന്നു. വീണ്ടും പരമാവധി ധൈര്യം വീണ്ടെടുത്തുകൊണ്ട് ദൈവത്തെ ഓർത്തുകൊണ്ട് ഞാൻ മുന്നോട്ടു നടന്നു; തീക്കൊള്ളിയും കയ്യിലുണ്ട്. ഞാൻ തീക്കൊള്ളി തലയ്ക്കുമുകളിൽ ഉയർത്തിപ്പിടിച്ചുകൊണ്ടു ഉള്ളിൽ നോക്കി. അതാ ഒരു ഭീകരനായ വയസൻ ആണാട് ചാകാറായിക്കിടക്കുന്നു.

ഞാൻ ആടിനെ ഒന്നു കുലുക്കി നോക്കി. അതിനെ എനിക്കു പുറത്തിറക്കാനായില്ല. അത് എഴുന്നേൽക്കാൻ ശ്രമിച്ചെങ്കിലും പറ്റിയില്ല. അവിടെത്തന്നെയതു കിടന്നോട്ടെ. അവന് എന്നെ പേടിപ്പിക്കാനായെങ്കിൽ അവന് ഏതു കാട്ടുവാസികളെയും പേടിപ്പിക്കാനാകുമല്ലോ.

എനിക്കു ഭയം മാറി. ഇനിയും പരിസരം നിരീക്ഷിക്കേണ്ടതുണ്ട്. ഗുഹയ്ക്ക് പന്ത്രണ്ടടിയോളം ഉയരമുള്ളതായി ഞാൻ കണ്ടു. പ്രത്യേക ആകൃതിയൊന്നുമില്ല. വൃത്തമാണോ ചതുരമാണോ എന്നൊന്നും പറയാൻ പറ്റില്ല; ശുദ്ധമായും പ്രകൃതിദത്തമാണ്. ആരും നിർമിച്ചതല്ല. വീണ്ടും ഉള്ളിലേക്കു ചെന്നപ്പോൾ ഇതിനു ഉയരം കുറവാണെന്നു കണ്ടു. മുട്ടിലിഴഞ്ഞാലേ ഇനി പോകാനാകൂ. പിന്നെ അത് ഏതുവരെ പോകുമെന്നും എനിക്കു നിശ്ചയമില്ല. കൈയിൽ മെഴുകിതിരിയൊന്നും ഇല്ലാതിരുന്നതിനാൽ നിരീക്ഷണം മറ്റൊരു ദിവസത്തേക്കു മാറ്റിവച്ചു. പക്ഷേ, പിറ്റേന്നു തന്നെ മെഴുകുതിരിയും തീവെട്ടിയുമായി വരാൻ ഞാൻ തീരുമാനിച്ചു.

അതനുസരിച്ച് പിറ്റേന്നു തന്നെ ഞാൻ തന്നെയുണ്ടാക്കിയ ആറു വലിയ മെഴുകുതിരികളുമായി അവിടെച്ചെന്നു. ആടിന്റെ കൊഴുപ്പുകൊണ്ടാണ് ഞാൻ മെഴുകുതിരിയുണ്ടാക്കിയിരുന്നത്. ഞാൻ ആ ഉയരം കുറഞ്ഞ ഗുഹയ്ക്കുള്ളിലെ ഭാഗത്തെത്തി. മുട്ടിലിഴഞ്ഞ് പത്തുവാരയോളം ചെന്നു. ഒരു ധീരോദാത്തമായ പ്രവൃത്തി തന്നെയായിരുന്നു; കാരണം എത്രദൂരം അതു പോകണമെന്നോ അതിനപ്പുറത്ത് എന്താണെന്നോ അറിയാത്ത സ്ഥിതിക്ക് ഇടുങ്ങിയ ഭാഗം കഴിഞ്ഞപ്പോൾ ഗുഹയുടെ ഉയരം കൂടിത്തുടങ്ങി. എനിക്കു വിശ്വസിക്കാനായില്ല; ഇരുപതടി ഉയരം വരെയാകും. ഇത്രയും മനോഹരമായ ഒരു കാഴ്ചയും ഞാൻ ദ്വീപിൽ ഒരിടത്തും കണ്ടിട്ടില്ല. ഞാൻ അതിന്റെ വശങ്ങളും മുകൾഭാഗവും നോക്കി.

മെഴുകുതിരിവെട്ടം ചുവരുകളിൽ പതിച്ചപ്പോൾ പതിന്മടങ്ങു ശോഭയോടെ അതു പ്രതിഫലിച്ചു. ആയിരം ദീപങ്ങൾ ഒന്നിച്ചു പ്രകാശിക്കുന്നത് പോലെ! ഈ പാറയിൽ എന്തായിരിക്കും? വജ്രമോ, മറ്റെന്തെങ്കിലും അപൂർവരത്നങ്ങളോ; സ്വർണമോ? എന്താണെന്ന് എനിക്കു ഊഹിക്കാനേ പറ്റിയില്ല.

എത്ര മനോഹരമായിരുന്നു ഞാൻ ചെന്നെത്തിയ ഗുഹ, പൂർണ മായും ഇരുട്ടായിരുന്നിട്ടും. തറ നിരപ്പായതായിരുന്നു; നല്ല ഉണക്കുള്ളതും. ഒരിനം ചരൽപ്പൊടി അവിടെ ചിതറിക്കിടന്നിരുന്നു. വിഷജന്തുക്കളെ യൊന്നും അവിടെക്കണ്ടില്ല. അതിലേക്കുള്ള പ്രവേശനഭാഗം മാത്രം പ്രയാ സമായിട്ടുള്ളതാണ്. പക്ഷേ, വളരെ സുരക്ഷിതമായ സ്ഥലമാണ്; അല്ലെ ങ്കിൽത്തന്നെ എനിക്ക് അങ്ങനെയുള്ള ഒരു അഭയകേന്ദ്രമാണ് വേണ്ടി യിരുന്നത്. ഇതാകട്ടെ നല്ല സൗകര്യമുള്ളതുമാണ്. ഇങ്ങനെയൊരു സ്ഥലം കണ്ടെത്തിയതിൽ എനിക്കു സന്തോഷമായി. എവിടെ സൂക്ഷിക്കണമെ ന്നറിയാതെ ഞാൻ വച്ചിരുന്ന സാധനങ്ങൾ ഉടനെ തന്നെ പുതിയ സ്ഥല ത്തേക്കു മാറ്റാൻ ഞാൻ തീരുമാനിച്ചു. കരിമരുന്നും ചില തോക്കുകളും അതിൽപ്പെട്ടിരുന്നു. ഞാനവയിൽ കുറച്ചെണ്ണം വീട്ടിലും ബാക്കി വരു ന്നവ ഗുഹയിലും സൂക്ഷിക്കാമെന്നു കരുതി.

ഈ അവസരത്തിൽ കരിമരുന്നിരുന്ന വീപ്പ, ഞാൻ തുറന്നു നോക്കി. അതിൽ വെള്ളം കയറി മൂന്നോ നാലോ ഇഞ്ച് ദൂരത്തിൽ നനഞ്ഞിരി ക്കുന്നു. വീപ്പയുടെ വശങ്ങളിൽ അത്രയും ദൂരം അതു കട്ടയായിരിക്കുന്നു. തോടിനകത്തു പരിപ്പിരിക്കുന്നതുപോലെ കട്ടപിടിച്ച ഭാഗത്തിന്റെ ഉള്ളിൽ ഒരു കുഴപ്പവും പറ്റാതെ കരിമരുന്നിരിക്കുന്നതു ഞാൻ കണ്ടു. അറുപതു പൗണ്ടു കരിമരുന്നുമാത്രമെടുത്തുകൊണ്ട് ഞാൻ താവളത്തിൽ ചെന്നു; അതിൽ കൂടുതൽ താമസസ്ഥലത്തു കൊണ്ടുപോകാറേയില്ല. സ്ഫോടനം വല്ലതും ഉണ്ടാകുമോയെന്നുള്ള ഭയം മൂലമായിരുന്നു അത്. ബാക്കിയുള്ളവ ഞാൻ ഗുഹയ്ക്കുള്ളിലും സൂക്ഷിച്ചു.

ഗുഹയ്ക്കകത്തും പാറകളിലുമൊക്കെ താമസിക്കുന്ന പുരാണങ്ങ ളിലെ രാക്ഷസനാണ് ഞാനെന്ന് എനിക്കു തോന്നി. ഇതിനകത്തിരുന്നാൽ അഞ്ഞൂറു നരഭോജികൾ വിചാരിച്ചാലും എന്നെക്കണ്ടുപിടിക്കില്ല. കണ്ടു പിടിച്ചാൽത്തന്നെ അവർക്കെന്നെ അകത്തുക്കയറി ആക്രമിക്കാനുമാകില്ല.

പിറ്റേന്ന് ആ വൃദ്ധനായ ആണാട് ഗുഹാമുഖത്ത് ചത്തു കിടക്കു ന്നതു ഞാൻ കണ്ടു. അതിനെ പുറത്തേക്കു വലിച്ചിഴച്ചു കൊണ്ടുവരാൻ പ്രയാസമായിരുന്നതിനാൽ ഗുഹയ്ക്കകത്തുതന്നെ ഒരു കുഴികുഴിച്ച് അതിനെ മറവു ചെയ്തു; അല്ലാത്തപക്ഷം അതിന്റെ നാറ്റം കാരണം അടുത്തൊരിടത്തും നിൽക്കാനേ പറ്റില്ലായിരുന്നു.

ഈ ദ്വീപിൽ ഞാൻ താമസമായിട്ട് ഇപ്പോൾ ഇരുപത്തിമൂന്നു വർഷ മായിരിക്കുന്നു. ഇവിടത്തെ പ്രകൃതിയുമായി ഞാൻ ഇഴുകിച്ചേർന്നിരിക്കു കയാണ്. ജീവിതവുമായും ഇണങ്ങിക്കഴിഞ്ഞു. നരഭോജികളൊന്നും എന്നെ ശല്യപ്പെടുത്താതിരിക്കുകയാണെങ്കിൽ, ഇവിടെ ഇനിയും സംതൃ പ്തമായി ജീവിച്ച് അവസാനം ആ വൃദ്ധനായ ആടു ചത്തതുപോലെ

അന്ത്യശ്വാസം വലിച്ച് ഈ മണ്ണിൽ അലിഞ്ഞു തീരാമായിരുന്നു.

ഇപ്പോഴും സമയം നീക്കാനായി പല ഉപാധികളും ഞാൻ ഉപയോഗിച്ചിരുന്നു. നേരത്തത്തെക്കാളും കൂടുതൽ സമയം ഞാൻ വിനോദത്തിനായി കണ്ടെത്തി. നേരത്തെ ഞാൻ പറഞ്ഞിരുന്നല്ലോ എന്റെ തത്തയെ ഞാൻ സംസാരിക്കാൻ പഠിപ്പിച്ചിരുന്നെന്ന്. ഇപ്പോൾ പോൾ ഭംഗിയായി സംസാരിക്കും; ഇടതടവില്ലാതെ. ഞാനതു കേട്ട് രസിച്ചുകൊണ്ടിരിക്കും. ഇരുപത്താറു വർഷം പോൾ എന്നോടൊപ്പം ജീവിച്ചു. പിന്നീട് എത്ര കാലം ജീവിച്ചൂയെന്നറിയില്ല. തത്തയ്ക്ക് നൂറുവർഷം വരെ ആയുസുണ്ടെന്നാണ് ബ്രസിൽസുകാരുടെ അഭിപ്രായം. അതു ശരിയാണെങ്കിൽ പാവം, "റോബിൻസൺ ക്രൂസോ" എന്നു വിളിച്ചുകൊണ്ട് ദ്വീപിലെവിടെയെങ്കിലും ഇരിക്കുന്നുണ്ടാകാം. ഇനിയൊരു ഇംഗ്ലീഷുകാരനും ഈ ദ്വീപിൽ വന്നുപെട്ട് പോളിന്റെ നിലവിളി കേൾക്കാതിരിക്കട്ടെ. ആരെങ്കിലും അതു കേട്ടാൽ ഏതോ പിശാചിന്റെ വേലയാണെന്ന് അവർ വിശ്വസിച്ചു പോകും.

എന്റെ നായയും ഉറ്റചങ്ങാതിയായിരുന്നു. പതിനാറു വർഷം അത് എന്നോടൊപ്പമുണ്ടായിരുന്നു; വയസായപ്പോൾ അതു ചത്തുപോയി. പൂച്ചകളുടെ കാര്യമാണെങ്കിൽ, മുമ്പൊരിക്കൽ ഞാൻ പറഞ്ഞതുപോലെ പെറ്റു പെരുകി; ഉപദ്രവകാരികളായപ്പോൾ അവയിൽനിന്നും കുറെയെണ്ണത്തെ ഞാൻ വെടിവച്ചു കൊന്നു. ഭക്ഷണം കൊടുക്കാതെ വന്നപ്പോൾ കുറച്ചെണ്ണം കാട്ടിലേക്ക് ഓടിപ്പോയി. ഇപ്പോൾ വെറും രണ്ടോ മൂന്നോ പൂച്ചകളുണ്ട്. പക്ഷേ, അവ പ്രസവിക്കുമ്പോൾ കുഞ്ഞുങ്ങളെ ഞാൻ വെള്ളത്തിൽ മുക്കി കൊന്നുകളയും.

എനിക്ക് രണ്ടു തത്തകൾ കൂടിയുള്ള കാര്യം പറഞ്ഞില്ലല്ലോ. അവയും "റോബിൻ ക്രൂസോ" എന്ന് എന്നെ വിളിക്കും. എങ്കിലും പോൾ തന്നെയാണ് എന്റെ ഏറ്റവും അടുത്ത സുഹൃത്ത്. കുറെ കടൽക്കോഴികളെയും ഞാൻ ഇണക്കി വളർത്തുന്നുണ്ട്. ചിറകുകൾ മുറിച്ചു കളഞ്ഞതിനാൽ അവയ്ക്കു ദൂരോട്ടു പറക്കാനാവില്ല. ഞാൻ വീട്ടിനു ചുറ്റും നാട്ടിയിരിക്കുന്ന വേലിക്കുറ്റികൾ ഇപ്പോൾ വളർന്നു പന്തലിച്ചിട്ടുണ്ടല്ലോ. അതിലെ ഉയരമില്ലാത്ത ചില്ലകളിൽ അവ കൂടുകെട്ടി താമസിക്കുകയാണ്, അതാണെനിക്കു നല്ലതും.

ഇങ്ങനെയൊക്കെയാണെങ്കിലും, സുഖജീവിതത്തിനിടയിൽ നരഭോജികൾ എപ്പോഴെങ്കിലും എത്തുമോയെന്നതിനെക്കുറിച്ചുള്ള ഭയമുണ്ടായിരുന്നു എനിക്ക്. എന്നാൽ ഒരുപക്ഷേ, ഒരാൾ ഭയപ്പെടുന്ന ഒരു തിന്മ തന്നെയായിരിക്കാം അയാളെ മിക്കപ്പോഴും രക്ഷിക്കുന്നത്. എന്റെ ഏകാന്ത ജീവിതത്തിലെ അവസാന കാലങ്ങളിൽ ഈ വസ്തുത വളരെ ശരിയായിരുന്നു എന്നുതന്നെ പറയേണ്ടിയിരിക്കുന്നു.

20

ഇരുപതാം വർഷത്തിൽ ഒരു കപ്പൽ ദുരന്തം

ഞാൻ ദ്വീപിൽ വന്നതിനു ശേഷമുള്ള ഇരുപത്തിമൂന്നാം വർഷത്തിലെ ഡിസംബർ മാസമെത്തി. ദക്ഷിണായനമെങ്കിലും മഴക്കാലമെന്നു പറയാനാവില്ല. കൊയ്ത്തിനു പറ്റിയ കാലമായിരുന്നു. എനിക്ക് അധികം സമയവും വയലിൽ ചെലവഴിക്കേണ്ടി വരും. ഞാൻ അതിരാവിലെ കൃഷിസ്ഥലത്തേക്കു പോകാനിറങ്ങി. അപ്പോൾ ഏകദേശം രണ്ടുമൈലകലെയായി തീരത്തു തീ കത്തുന്നതു ഞാൻ കണ്ടു. മുമ്പ് നരഭോജികൾ അവിടെ വന്നിട്ടുള്ളത് ഞാൻ കണ്ടിട്ടുണ്ട്. പക്ഷേ, പതിവിനു വിരുദ്ധമായി മറ്റേ ഭാഗത്തല്ല, എന്റെ താമസസ്ഥലത്തിനു സമീപത്താണ് അവർ എത്തിയിരിക്കുന്നത്.

ആ കാഴ്ച കണ്ട് ഞാൻ ശരിക്കും നടുങ്ങി. പുറത്തേക്കു വരാനുള്ള ധൈര്യമില്ലാതെ മരക്കൂട്ടങ്ങൾക്കിടയിൽ ഞാൻ പതുങ്ങിനിന്നു; മനസിന് യാതൊരു സമാധാനവും ഉണ്ടായിരുന്നില്ല. ഈ നരഭോജികൾ ചുറ്റിത്തിരിഞ്ഞ് ഇവിടെയെത്തുകയും ധാന്യം വിളഞ്ഞുനിൽക്കുന്നതോ കൊയ്തതുമായ വയലുകൾ കാണുകയോ, എന്റെ മറ്റു പ്രവർത്തനങ്ങൾ തിരിച്ചറിയുകയോ ചെയ്താൽ, ഇവിടെ ആൾപ്പാർപ്പുണ്ടെന്ന് അവർ പെട്ടെന്നു തന്നെ മനസിലാക്കും. പിന്നെ അവർ എന്നെ കണ്ടെത്തിയ ശേഷമേ ഇവിടെനിന്നും മടങ്ങുകയുള്ളൂ. ഇത്തരം വേവലാതിയിൽ ഞാൻ കോട്ടയിലേക്കു തിരിച്ചുപോന്നു. കോണി വലിച്ചു താഴെയിട്ടശേഷം, അവിടെക്കാണുന്നതെല്ലാം പ്രകൃതിദത്തമാണെന്നു തോന്നിക്കുന്ന രീതിയിലാക്കാൻ ചെയ്യാവുന്നതൊക്കെ ഞാൻ ചെയ്തു.

തുടർന്ന് അവരോടു പോരാടാൻ തന്നെ ഞാൻ സ്വയം തയാറെടുത്തു. എല്ലാ തോക്കുകളിലും ഞാൻ വെടിയുണ്ട നിറച്ചു. കോട്ടമതിലിനരികിൽ എതിരിടാൻ കണക്കാക്കി വച്ചു. കൈത്തോക്കുകളും ഒപ്പം

സജ്ജീകരിച്ചു. തുടർന്ന് ദീർഘനിശ്വാസത്തോടെ ഈ കാടന്മാരിൽനിന്നും രക്ഷിക്കണമേയെന്ന് ഉള്ളുരുകി പ്രാർഥിച്ചു. അക്ഷമനായി ഞാൻ രണ്ടു മണിക്കൂറോളം മുറിക്കുള്ളിൽ അടച്ചിരുന്നു. വിവരങ്ങൾ ശേഖരിച്ചെത്താനായി പറഞ്ഞയക്കാൻ എനിക്കു ചാരന്മാർ ഉണ്ടായിരുന്നില്ലല്ലോ.

പുറത്തെന്തൊക്കെയാണ് സംഭവിക്കുന്നതെന്നറിയാതെ അകത്തിരുന്നു ക്ഷമ നശിച്ചപ്പോൾ ഞാൻ പുറത്തിറങ്ങി. കുന്നിന്റെ മറുഭാഗത്ത് നിരപ്പുള്ള തറയിൽ കോണി വച്ച് ഞാൻ അതിന്റെ മുകളിൽക്കയറിപ്പറ്റി. കമിഴ്ന്നു കിടന്നശേഷം കൊണ്ടുവന്നിരുന്ന ടെലിസ്കോപ്പെടുത്ത് അതിലൂടെ ചുറ്റും നോക്കി. ഒൻപതു നഗ്നരായ നരഭോജികൾ തീകൂട്ടി ചുറ്റിലുമിരിക്കുകയാണ്. നല്ല ചൂടുള്ള കാലാവസ്ഥയായിരുന്നതിനാൽ ശരീരം ചൂടുപിടിപ്പിക്കാനല്ല അവരിരിക്കുന്നതെന്ന് മനസിലായി. ജീവനുള്ളതോ മരിച്ചതോ ആയ ഏതോ മനുഷ്യരുടെ മാംസം കൊണ്ടുവന്ന് അവർ പാകപ്പെടുത്തുകയാണ്.

അവർ രണ്ടു വഞ്ചികളിലാണ് വന്നത്. അവ കടൽത്തീരത്ത് കയറ്റിയിട്ടിട്ടുണ്ട്. വേലിയിറക്കസമയമായതിനാൽ, വേലിയേറ്റംവരെ അവർ കാത്തിരിക്കുമെന്ന് എനിക്കു തോന്നി. എന്നിട്ടേ തിരിച്ചു പോകൂ. എന്റെ താമസസ്ഥലത്ത് ഇവർ വന്നിരിക്കുമ്പോൾ എനിക്കുണ്ടായ വിഭ്രാന്തി നിങ്ങൾക്കൂഹിക്കാമല്ലോ. അവർ വേലിയിറക്കസമയത്താണെന്ന് എപ്പോഴും വരുന്നതെന്ന് എനിക്കു മനസിലായി. ആ അറിവ് എന്റെ മനസിനൽപ്പം ശാന്തത തന്നു. കാരണം വേലിയേറ്റ സമയത്ത് സുരക്ഷിതമായി പുറത്തു പോകാമല്ലോ. അപ്പോൾ അവർ തീരത്തുണ്ടാകില്ല.

പ്രതീക്ഷിച്ചതുപോലെ തന്നെ കാര്യങ്ങൾ നടക്കുന്നു. വേലിയേറ്റം ആരംഭിച്ചപ്പോൾ അവരെല്ലാം വഞ്ചിയിൽക്കയറി സ്ഥലം വിട്ടു. ഉടനെ രണ്ടു തോക്കുകൾ തോളിലും, രണ്ടു കൈത്തോക്കും വാളും ബെൽറ്റിലും തൂക്കിയിട്ടുകൊണ്ട് കുന്നിൻമുകളിലേക്ക് സർവശക്തിയും സംഭരിച്ച് ഞാൻ ഓടിക്കയറി. അവിടെ നിന്നാണല്ലോ ഞാൻ അവരെയെല്ലാം ആദ്യം നോക്കിക്കണ്ടത്. ഇത്രയും ഭാരവും തൂക്കി കുന്നിന്റെ മുകളിലെത്താൻ എനിക്കു രണ്ടു മണിക്കൂറെങ്കിലും വേണ്ടിവന്നു. അപ്പോഴേക്കും നരഭോജികൾ വഞ്ചിയുമായി കടലിലിറങ്ങാനുള്ള ശ്രമമായിക്കഴിഞ്ഞു.

ഞാൻ ടെലിസ്കോപ്പിലൂടെ ദൂരേക്കു നോക്കി. ഒന്നും വ്യക്തമായിക്കാണാനായില്ല. അവർ പൂർണനഗ്നരായിരുന്നു. അവർ പുരുഷൻമാരാണോ സ്ത്രീകളാണോയെന്ന് എനിക്കു തിരിച്ചറിയാൻ കഴിഞ്ഞില്ല. നൃത്തം ചെയ്തശേഷം അവർ മുഖ്യ കരയിലേക്കു വഞ്ചി വിടുന്നത് ഞാൻ കണ്ടു.

കടൽത്തീരത്തു മടങ്ങി വന്നപ്പോൾ ഞാൻ അവിടെ ഭയാനകമായ അടയാളങ്ങൾ കണ്ടു. ഭീകരമായ രംഗം തന്നെ. അവർ നടത്തിയ ഹീനമായ പ്രവർത്തികളുടെ അവശിഷ്ടങ്ങൾ കണ്ടപ്പോൾ എന്നിൽ രോഷം ജ്വലിച്ചു. രക്തം, അസ്ഥികൾ, അവർ തിന്ന മനുഷ്യമാംസത്തിന്റെ അവശിഷ്ടങ്ങൾ! മനുഷ്യമാംസം കഴിച്ചപ്പോൾ അവർക്കെത്രമാത്രം ആനന്ദമായിരുന്നു. ഇനി അവർ വരുമ്പോൾ അവരെ വകവരുത്തിയേ മതിയാകൂ;

ആരായാലും എത്ര പേരുണ്ടായാലും ഞാൻ തീരുമാനിച്ചുറച്ചു.

അവർ തുടർച്ചയായി ഇവിടേക്കു വരുന്നവരല്ലെന്ന് എനിക്ക് ഉറപ്പായി. പതിനഞ്ചു മാസങ്ങൾക്കു ശേഷമാണ് അവർ വീണ്ടുമെത്തിയത്. അന്നു നല്ലൊരു മഴയുള്ള ദിവസമായിരുന്നതിനാൽ അവരെ കാണുകയോ കാൽപ്പാടുകൾ കാണുകയോ അവർ വന്നതിന്റെ മറ്റെന്തെങ്കിലും ലക്ഷണം കാണുകയോ ചെയ്തില്ല. എങ്കിലും അസ്വസ്ഥതയോടെയാണ് ഞാൻ ജീവിച്ചത്; അവർ വന്നാലോയെന്ന ഭയത്തിൽ. അപകടം നേരിടുമ്പോഴുള്ളതിനേക്കാൾ ഭയാനകമാണ് അവയെ പ്രതീക്ഷിച്ചിരിക്കുന്നതെന്നു എനിക്കും അപ്പോഴും മനസിലായി.

ഇനി നരഭോജികൾ ദ്വീപിൽ എത്തുന്ന പക്ഷം, അവർ എണ്ണത്തിൽ എത്രപേരായാലും ആക്രമിക്കണമെന്ന് ഞാൻ വീണ്ടും ഉറച്ചു തീരുമാനിച്ചു. എങ്കിലും കരുണയില്ലാത്ത അവരുടെ കൈയിൽക്കിടന്നു മരിക്കേണ്ടി വരുമോയെന്ന ചിന്തയും എന്നെ കുഴപ്പിക്കാതിരുന്നില്ല. പക്ഷേ, പിന്നീടു വളരെക്കാലങ്ങൾക്കുശേഷമാണ് അവർ ഈ ദ്വീപിൽ എത്തിയത്; ഒരു പതിനഞ്ചു മാസമെങ്കിലും കഴിഞ്ഞു കാണും. ഒരു മേയ്മാസത്തിൽ ഞാനവിടെ ചെന്നിട്ട് അപ്പോൾ ഏറെക്കുറെ ഇരുപത്തിനാലു വർഷം തികയും. അന്ന് നരഭോജികളുമായിട്ട് എനിക്ക് അപ്രതീക്ഷിതമായ ഒരു പോരാട്ടം തന്നെ നടത്തേണ്ടിയും വന്നു.

യാതൊരു മന:സമാധാനവുമില്ലാതെയാണ് ഈ പതിനഞ്ചു പതിനാറുമാസം ഞാൻ നീക്കിയത്. ശാന്തമായി എനിക്ക് ഉറങ്ങാൻ കഴിഞ്ഞിരുന്നില്ല. പേടിപ്പിക്കുന്ന സ്വപ്നങ്ങൾ മാത്രം. ചിലപ്പോൾ ദു:സ്വപ്നത്തിൽ ഉറക്കത്തിൽ ഞാൻ ഞെട്ടി ഉണർന്നിരുന്നു. പകൽനേരത്ത് പദ്ധതികളിൽ മനസ്സ് നിറഞ്ഞു കവിഞ്ഞിരുന്നു. രാത്രിയിൽ നരഭോജികളെ കൊല്ലുന്നതും സ്വപ്നം കണ്ടു. എന്റെ കൃത്യം ശരിയാണെന്നു കാണിക്കുന്ന സ്വപ്നവും കണ്ടു. അങ്ങനെയിരിക്കെ ഒരുദിവസം, മേയ് പതിനാറാണെന്നാണ് എന്റെ ഓർമ. തൂൺകലണ്ടറിൽ ഞാനിപ്പോഴും ദിവസങ്ങൾ അടയാളപ്പെടുത്താറുണ്ട്. അന്നു മുഴുവൻ പകൽ നേരത്ത് ശക്തിയായ കൊടുങ്കാറ്റായിരുന്നു; രാത്രിയിൽ ഇടിയും മിന്നലും. ആകപ്പാടെ ഒരു നശിച്ച രാത്രി! കാരണമൊന്നുമറിയില്ലായിരുന്നു. ഞാൻ എന്റെ ദുർഘടാവസ്ഥയിൽ മുഴുകുകയും *ബൈബിൾ* വായിക്കുകയും ചെയ്തു. പെട്ടെന്ന് കടലിൽ വെടിപൊട്ടുന്ന ശബ്ദംകേട്ട് ഞാൻ അത്ഭുതപ്പെട്ടു.

ഇതിനു മുമ്പ് ഇങ്ങനെയൊരു ശബ്ദം ഞാൻ കടലിൽ കേട്ടിട്ടേയില്ല. എന്തോ സംഭവിച്ചിട്ടുണ്ടെന്ന് എനിക്കു തോന്നി. ഞാൻ ചാടിയെഴുന്നേറ്റു. വേഗം ഓടിച്ചെന്ന് കോണി ചാരി പാറപ്പുറത്തു കയറിയശേഷം കുന്നിന്റെ മുകളിലേക്ക് ഓടി. തത്സമയം രണ്ടാമത്തെ വെടിയൊച്ച ഞാൻ കേട്ടു. ഒരു തീപ്പൊരി വെട്ടവും കണ്ടു. അരമിനിറ്റിനകമാണീ ശബ്ദം കേട്ടത്. കടലിൽ അങ്ങു പടിഞ്ഞാറു ഭാഗത്ത് എന്റെ വഞ്ചി ഒഴുക്കിൽപ്പെട്ട ഭാഗത്തുനിന്നാണ് ആ ശബ്ദം കേട്ടതെന്ന് എനിക്കു മനസിലായി.

ഏതോ കപ്പൽ അപകടത്തിൽപ്പെട്ടിരിക്കണം; ഞാൻ ചിന്തിച്ചു. കൂടെയേതോ കപ്പൽകൂടിയുണ്ടാകും. അവർക്ക് അപകടസൂചന നൽകാനും

സഹായം ലഭിക്കാനുമാണ് അവർ വെടിപൊട്ടിച്ചത്. പെട്ടെന്ന് എനിക്ക് മന:സാന്നിധ്യം ഉണ്ടായി. എനിക്ക് അവരെ സഹായിക്കാൻ സാധിച്ചില്ലെങ്കിലോ? ഒരുപക്ഷേ അവർക്ക് എന്നെ സഹായിക്കാനാകും. കൈയിലെടുക്കാവുന്നത്ര വിറകും ശേഖരിച്ചുകൊണ്ട് ഞാൻ കുന്നിൻമുകളിൽ ഓടിച്ചെന്ന് അവ കൂട്ടിയിട്ടു തീ കത്തിച്ചു. നല്ല ഉണങ്ങിയ വിറകല്ലേ. അത് ജ്വാലയോടെ ആളിക്കത്തി. കപ്പൽ അകലെയായാലും ഈ തീജ്വാല അവർക്കു കാണാനാകും. അവർ അതു കണ്ടെന്ന് എനിക്കുറപ്പായി. ഞാൻ വീണ്ടുമൊരു വെടിയൊച്ച കേട്ടു. പിന്നീട് തുടർച്ചയായ വെടി ശബ്ദവും എല്ലാ ശബ്ദവും ഒരേ ദിക്കിൽനിന്നു തന്നെയായിരുന്നു. ഞാൻ രാത്രി മുഴുവൻ വിറകുകത്തിച്ചുകൊണ്ടിരുന്നു. രാവിലെയായപ്പോൾ വളരെ ദൂരെയായി കിഴക്ക് കടലിൽ ഒരു കപ്പൽ നങ്കൂരമിട്ടുകിടക്കുന്നത് ദൂരദർശിനിയിലൂടെ ഞാൻ കണ്ടു. വളരെ ദൂരത്തായിരുന്നതിനാലും, കാലാവസ്ഥ മൂടൽമഞ്ഞു നിറഞ്ഞതായിരുന്നതിനാലും അത് ഓടിക്കൊണ്ടിരിക്കുകയാണോ, നങ്കൂരമടിച്ചുകിടക്കുകയാണോയെന്ന് എനിക്ക് വ്യക്തമായില്ല.

അന്നു മുഴുവൻ ഇടക്കിടയ്ക്ക് ഞാൻ അങ്ങോട്ടു നോക്കിക്കൊണ്ടിരുന്നു. ആ കപ്പൽ നീങ്ങുന്നില്ലെന്ന് എനിക്കു മനസിലായി. നങ്കൂരമിട്ടാണ് ആ കപ്പൽ കിടക്കുന്നതെന്ന് ബോധ്യമായി. അതിലെനിക്കു സന്തോഷമായി. ഞാനെന്റെ തോക്കുമെടുത്തുകൊണ്ട് ദ്വീപിന്റെ ദക്ഷിണഭാഗത്തേയ്ക്കോടി. എന്റെ വഞ്ചി ഒഴുക്കിൽപ്പെട്ടുപോയ പാറക്കെട്ടുകളാണ് ആ ഭാഗം. അവിടെയെത്തിയപ്പോഴേക്കും കാലാവസ്ഥ തെളിഞ്ഞിരുന്നു. കടൽ വ്യക്തമായി കാണാം. തകർന്ന ഒരു കപ്പലിന്റെ അവശിഷ്ടങ്ങളാണ് ഞാൻ നിർഭാഗ്യവശാൽ അവിടെ കണ്ടത്. രാത്രിയിൽ ഒഴുക്കിൽപ്പെട്ടുപോയ കപ്പൽ പാറക്കെട്ടിലിടിച്ചു തകർന്നതാണ്. ശക്തിയായ ഒഴുക്ക് പാറയിലിടിച്ചു സൃഷ്ടിച്ച ചുഴിയാണ് ആ കപ്പലിനെ ദൂരേക്കു തള്ളിയെറിഞ്ഞിരിക്കുന്നത്. എന്റെ കപ്പലിനും ഇതാണ് സംഭവിച്ചിരുന്നത്. അതു സംഭവിച്ചാൽ രക്ഷപ്പെടാൻ വളരെ ബുദ്ധിമുട്ടു തന്നെയാണ്.

ഒരാളിന്റെ സുരക്ഷിതത്വമെന്താണോ അത് മറ്റൊരാളിനു നാശമായിരിക്കും. വെള്ളത്തിനടിയിൽ പാറക്കൂട്ടമുണ്ടെന്ന വിവരമറിയാതെ ആരായാലും അവർ വന്നതായിരിക്കും. കാറ്റ് ശക്തമായി വടക്കോട്ടും വടക്കുകിഴക്കോട്ടും വീശിയടിക്കുകയാണ്. അവർ ഈ ദ്വീപ് കണ്ടിട്ടുണ്ടാവില്ലെന്നു തോന്നുന്നു. കണ്ടിരുന്നെങ്കിൽ അവർ സ്വന്തം ബോട്ടിലിറങ്ങി രക്ഷപ്പെട്ടേനെ. പക്ഷേ, ഞാൻ തീ കൂട്ടിയതിനുശേഷം അവർ രക്ഷയ്ക്കായി ഉതിർത്ത വെടിയൊച്ച എന്റെ മനസിൽ ചില ചിന്തകളുണ്ടാക്കി. അതിലൊന്ന്, തീജ്വാല കണ്ടപ്പോൾ അവർ അവരുടെ ബോട്ടുകളിൽ കയറി കരയിലെത്താൻ നല്ലൊരു ശ്രമം നടത്തിയിരിക്കാം; പക്ഷേ കടൽ ക്ഷോഭിച്ചിരുന്നതിനാൽ അവർക്ക് അതിനായിട്ടുണ്ടാകില്ല. അതു മാത്രമല്ല, അവർ അകലപ്പെടുകയും ചെയ്തിരിക്കാം. അവരുടെ കപ്പൽ നേരത്തെ തന്നെ തകർന്നു പോയിട്ടുണ്ടായിരുന്നിരിക്കാമെന്നും ചിലപ്പോൾ ഞാൻ കരുതിയിരുന്നു. പലപ്പോഴും അങ്ങനെ സംഭവിക്കാറുണ്ടല്ലോ. കാറ്റിലും തിരകളിലും അകപ്പെട്ടതിനാൽ ബോട്ടിറക്കുമ്പോൾ അതു തകർന്നിരിക്കാം.

അതുമല്ലെങ്കിൽ അവരോടൊപ്പം ഉണ്ടായിരുന്ന വേറെ സുഹൃത്തുക്കൾ കപ്പലിന്റെ അപകടസൂചന കണ്ടപ്പോൾ അവിടെയെത്തി അവരെയൊക്കെ രക്ഷിച്ചുകൊണ്ടു പോയിരിക്കാം. അതും അല്ലെങ്കിൽ അവരുടെ ബോട്ട്, എനിക്കു സംഭവിച്ചതുപോലെ ഒഴുക്കിലകപ്പെട്ട് നടുക്കടലിൽ എത്തിയിരിക്കാം. അങ്ങനെയെങ്കിൽ അവിടെ ദുരിതവും നാശവും മാത്രമേ അവർക്ക് ഉണ്ടാകുകയുള്ളൂ. പട്ടിണിയിൽ നരകിക്കുമ്പോൾ അവർ പരസ്പരം കടിച്ചു തിന്നെന്നും വരാം.

ഇതൊക്കെയേ യഥാർഥത്തിൽ എനിക്കു കരുതാനായിരുന്നുള്ളൂ. അവരോട് എനിക്കു സഹതപിക്കാനല്ലാതെ മറ്റൊന്നുമില്ല. അവരുമായി താരതമ്യം ചെയ്യുമ്പോൾ എന്റെ നില വളരെ നന്നായിരിക്കുന്നതിനാൽ ഞാൻ ദൈവത്തോടു നന്ദി പറഞ്ഞു. ഈ അനുഭവങ്ങളിൽനിന്നും എനിക്കു മനസിലായത്, ദൈവം നമ്മെ ഏതവസ്ഥയിൽ തള്ളിവിട്ടാലും, ഏതു ദുരിതത്തിലാഴ്ത്തിയാലും, അദ്ദേഹത്തോടു നന്ദി പറയാനുള്ള എന്തെങ്കിലും ഒന്ന് അതിലുണ്ടാകുമെന്നാണ്.

പെട്ടെന്നാണ് എന്റെ മനസിൽ എന്തെന്നില്ലാത്ത ഒരു ആഗ്രഹമുണ്ടായത്; അതെങ്ങനെ വിവരിക്കണമെന്ന് എനിക്കറിയില്ല. ആ കാഴ്ച കണ്ടപ്പോൾ എന്റെ ആത്മാവിലുണ്ടായ വലിയ ഒരു ആഗ്രഹം! ആ കപ്പലിൽനിന്നും ഒന്നോ രണ്ടോ പേർ - ഒരാളെങ്കിലും - രക്ഷപ്പെട്ടിരുന്നെങ്കിൽ ! അയാൾ എനിക്കൊരു സുഹൃത്താകുമായിരുന്നു. എനിക്കു സംസാരിക്കാനായി ഒരാളിനെക്കിട്ടുമായിരുന്നു. എന്റെ ഈ ഏകാന്തജീവിതത്തിനിടയിൽ ഇത്രകണ്ട് ആഗ്രഹിച്ച മറ്റൊന്ന് എനിക്കുണ്ടായിരുന്നില്ല. അങ്ങനെയെങ്കിൽ ശേഷിക്കുന്ന കാലം സുഖകരവുമായിരുന്നു.

21

വിചിത്രമായ ഒരു സ്വപ്നം

എന്റെ ആത്മാവിന്റെ ആഗ്രഹം കെട്ടടങ്ങിയില്ല. ഒരാളെങ്കിലും ആ കപ്പലിൽനിന്നും രക്ഷപ്പെട്ടിരുന്നെങ്കിൽ! ഞാനക്കാര്യം ഒരു ആയിരം പ്രാവശ്യമെങ്കിലും വിളിച്ചുപറഞ്ഞു. അപ്പോൾ ഞാനെന്റെ കൈവിരലുകൾ മുറുകെപ്പിടിച്ചിരുന്നു. മാർദവമുള്ള എന്തെങ്കിലും എന്റെ കൈക്കുള്ളിൽ അപ്പോഴുണ്ടായിരുന്നെങ്കിൽ അപ്പോൾത്തന്നെ പൊടിഞ്ഞുപോയേനെ. പല്ലുകളിറുമി ഞാൻ നിന്നു. കുറച്ചുനേരത്തേക്ക് എനിക്കു വായനക്കാനേ സാധിച്ചില്ല.

പക്ഷേ, എന്റെ ആഗ്രഹം നടന്നില്ല. അത് എന്റെ വിധിയോ അവരുടെ വിധിയോ. അതോ രണ്ടു പേരുടേതോയെന്നറിയില്ല. ആരെങ്കിലും കപ്പലിൽനിന്നും രക്ഷപ്പെട്ടോ ഇല്ലയോ എന്ന് എനിക്കറിയില്ല. എന്നാൽ തകർന്നു കിടക്കുന്ന കപ്പിലിനടുത്തായി ദ്വീപിന്റെ മൂലയ്ക്ക് മുങ്ങിച്ചത്ത ഒരു പയ്യന്റെ മൃതദേഹം കാണാനുള്ള ദുർഗതി എനിക്കുണ്ടായി. കപ്പൽ യാത്രികർക്കുള്ള കോട്ടും പാന്റ്സും ഒരു നീല ലിനൻ ഉടുപ്പും മാത്രം ധരിച്ചിരുന്നതിനാൽ അയാൾ ഏതു രാജ്യക്കാരനാണെന്നറിയാൻ സാധിച്ചില്ല. അവന്റെ പോക്കറ്റിൽ രണ്ടു നാണയത്തുട്ടുകളും പുകവലിക്കുവാനുള്ള ഒരു പൈപ്പും മാത്രമേ ഉണ്ടായിരുന്നുള്ളൂ. നാണയത്തുട്ടുകളേക്കാൾ പതിന്മടങ്ങ് മൂല്യമുള്ളതായിരുന്നു എനിക്ക് ആ പൈപ്പുകൾ.

കടൽ ശാന്തമായി. എന്റെ ബോട്ടിൽ ആ തകർന്ന കപ്പലിനരികിലേക്ക് ഒരു സാഹസികയാത്ര നടത്തിയാലോ എന്ന് എനിക്കു തോന്നി. എനിക്ക് ഉപയോഗപ്രദമായ എന്തെങ്കിലും അതിൽനിന്നും കിട്ടുമെങ്കിലോയെന്ന് ഞാൻ കരുതി. അതിനേക്കാൾ കൂടുതൽ പ്രതീക്ഷ ജീവനുള്ള ആരെങ്കിലും അവിടെയുണ്ടാകുമോയെന്നതാണ്. അങ്ങനെയെങ്കിൽ അവരുടെ ജീവൻ രക്ഷിക്കാനും, എന്റെ ജീവിതകാലം മുഴുവൻ അവർ സഹായിയാകുകയും ചെയ്യും. ഈ ചിന്ത എന്റെ ഹൃദയത്തിൽ തറച്ചതിനാൽ എനിക്കു അടങ്ങിയിരിക്കാനായില്ല. രാവും പകലും ഞാൻ അസ്വസ്ഥചി

ത്തനായി. എല്ലാം ദൈവത്തിലർപ്പിച്ചുകൊണ്ട് തകർന്ന കപ്പലിന്റെ അരികിലേക്ക് പോകുക തന്നെ വേണമെന്നു കരുതി. മാറ്റി ചിന്തിക്കാൻ പറ്റാത്ത വിധത്തിൽ ഈ ചിന്ത മനസിലേറെ പതിഞ്ഞുപോയി. ചിന്തകളൊക്കെ ഏതോ അജ്ഞാത പ്രേരണയിൽനിന്നും വരുന്നതായും എനിക്കു തോന്നി. അതിനാൽ അവയൊക്കെ ചെയ്തേ പറ്റൂ; അങ്ങോട്ടു പോകാതിരുന്നുകൂടാ തന്നെ.

ഈ തീരുമാനത്തിന്റെ ശക്തിയിൽ ഞാൻ പിന്നീടൊന്നും ആലോചിച്ചില്ല. വളരെ വേഗത്തിൽത്തന്നെ ഞാൻ കോട്ടയിൽ തിരിച്ചുചെന്നു. യാത്രയ്ക്കു വേണ്ടതെല്ലാം ധൃതിയിൽ സജ്ജീകരിച്ചു. ബ്രഡും കുടിവെള്ളവും വടക്കുനോക്കി യന്ത്രവും ഒരു കുപ്പി റംഉം (കാരണം റം ഒത്തിരി ബാക്കിയുണ്ടായിരുന്നു) ഒരു ബക്കറ്റ് ഉണക്ക മുന്തിരിയുമൊക്കെ അതിലുണ്ടായിരുന്നു. ഒപ്പം മറ്റ് അവശ്യസാധനങ്ങളും എടുത്ത് വഞ്ചിയിൽ വച്ചു. വഞ്ചിയെ തനിയെ വെള്ളത്തിലിറക്കി നിറുത്തി. തുടർന്ന് വീണ്ടും തിരിച്ചു വീട്ടിലേക്കു ചെന്ന് രണ്ടാമതൊരു ചുമടും സജ്ജീകരിച്ചു. ചോറ്, തണൽ ലഭിക്കാനായി തലയിൽ ചൂടുന്ന കുട, ശുദ്ധജലം നിറച്ച മറ്റൊരു കുടം, കുറേ ബാർലികേക്കിന്റ കഷ്ണങ്ങൾ, ഒരു കുപ്പി നിറയെ ആട്ടിൻ പാല്, പാൽക്കട്ടി തുടങ്ങിയവ അതിലുണ്ടായിരുന്നു. അവയൊക്കെ ബോട്ടിൽ കൊണ്ടുവച്ചപ്പോൾ ഞാൻ നന്നായി വിയർത്തു; അത്രയ്ക്ക് അധ്വാനം വേണ്ടിയിരുന്നു. തുടർന്ന് യാത്രയ്ക്ക് വഴികാട്ടിയാകണമേ' എന്നു ദൈവത്തോടു പ്രാർഥിച്ചുകൊണ്ട് തീരത്തിന്റെ ഓരംചേർന്ന് ഞാനതു തുഴഞ്ഞു. അവസാനം വടക്കു കിഴക്കേയറ്റത്തുള്ള ദ്വീപിന്റെ മൂലയ്ക്ക് എന്റെ ബോട്ടു ചെന്നു. ഇനി കടലിനകത്തേക്കു നീങ്ങണം. ഇനിയെന്തുചെയ്യണമെന്ന് ആലോചിച്ചപ്പോഴാണ്, അങ്ങകലെ ദ്വീപിന്റെ രണ്ടുവശങ്ങളിലൂടെയും വെള്ളം ശക്തമായി ഒഴുകിവരുന്നത് എന്റെ ശ്രദ്ധയിൽപ്പെട്ടത്. ഞാൻ ഭയന്നു പോയി. പണ്ടു ഞാൻ അനുഭവിച്ച ദുരിതവും പെട്ടെന്നോർത്തു. ഒഴുക്കിൽപ്പെട്ടുപോയാൽ ഞാൻ വളരെവേഗം നടുക്കടലിലായിപ്പോകുമെന്ന ചിന്തയിൽ എന്റെ ഹൃദയം തളരാൻ തുടങ്ങി. പിന്നെ ഈ ദ്വീപിനെ കാണാനായെന്നും വരില്ല. മാത്രമല്ല യാത്രചെയ്യുന്ന ബോട്ട് ചെറിയ ഒന്നായതിനാൽ ഒരു ചെറിയ കാറ്റിനുപോലും എന്നെ വെള്ളത്തിൽ തള്ളിയിടാൻ കഴിയും.

ചിന്തകളൊക്കെ എന്റെ മനസിനെ അടിച്ചമർത്തി. തീരുമാനം ഉപേക്ഷിച്ചുകൊണ്ട്, തീരത്തിന്റെ ഒരു ഇടുങ്ങിയ ഇടത്തേക്ക് ബോട്ടിനെ അടുപ്പിച്ചശേഷം ഞാൻ കരയിൽക്കയറി, അൽപ്പം ഉയർന്ന ഒരു സ്ഥലത്തു ചെന്നിരുന്നു. യാത്രാ ഭയത്തിന്റെയും യാത്രയ്ക്കുള്ള ആഗ്രഹത്തിന്റെയും ഇടയിൽ, ഉൽക്കണ്ഠാകുലനായി ഞാനിരുന്നു. അവിടെയിരുന്നാൽ കടൽ വ്യക്തമായി കാണാമായിരുന്നു. ഒക്കെ നിരീക്ഷിച്ചതിൽ നിന്നും ദ്വീപിന്റെ തെക്കുഭാഗത്ത് ഒഴുക്കു പുറംകടലിലേക്കാണെന്നും, വടക്കു ഭാഗത്തേക്ക് കരയിലേക്കാണെന്നും ഞാൻ മനസിലാക്കി. മടങ്ങിവരുമ്പോൾ വടക്കു ഭാഗം ചേർന്നു വന്നാൽ മതിയല്ലോ; ഒരു കുഴപ്പവുമുണ്ടാകില്ല.

ഈ കണ്ടെത്തലിൽ എനിക്കു ധൈര്യമുണ്ടായി. പിറ്റേന്നു പ്രഭാതത്തിൽത്തന്നെ പുറപ്പെടണം, അപ്പോൾ വേലിയിറക്കമാകും. രാത്രിയിൽ

ഞാൻ ബോട്ടിൽത്തന്നെ ഉറക്കമിളച്ചിരുന്നു. രാവിലെ ഒഴുക്ക് അനുകൂലമായപ്പോൾ ബോട്ടു തുഴഞ്ഞ് ഞാൻ കപ്പലിനടുത്തു ചെന്നു. വളരെ വേഗത്തിലാണ് ബോട്ട് തുഴഞ്ഞതെങ്കിലും, രണ്ടു മണിക്കൂറോളമെടുത്തു അവിടെയെത്താൻ.

അവിടെയുള്ള കാഴ്ച ദയനീയമായിരുന്നു. സ്പെയിനിൽ നിർമിച്ച ഒരു കപ്പൽ രണ്ടു പാറകൾക്കിടയിൽ ഇടിച്ചു കയറി ഉറച്ചുകയറിയിരിക്കുകയാണ്. കപ്പലിന്റെ പുറകുഭാഗം വെള്ളത്തിനടിയിലാണ്. മുൻഭാഗമാണ് പാറകൾക്കിടയിൽ ഇടിച്ചു കയറിയിരിക്കുന്നത്. അതിലെ കൊടിമരമൊക്കെ തകർന്നു വീണിരിക്കുന്നു. ഞാൻ നോക്കിയപ്പോൾ മറ്റു ഭാഗങ്ങൾക്ക് വലിയ തകരാറുകൾ ഒന്നും തന്നെയില്ലായിരുന്നു. ഞാൻ കപ്പലിന്റെ സമീപത്തു ചെന്നപ്പോൾ, എന്നെക്കണ്ട അതിനുള്ളിലെ ഒരു നായ മുരളുകയും കരയുകയും ചെയ്തു. ഞാനതിനെ വിളിച്ചപ്പോൾ, തൽക്ഷണം അത് വെള്ളത്തിലേക്കെടുത്തു ചാടി നീന്തി എന്റെ ബോട്ടിനരികിലേക്കു നീന്തിയെത്തി. ഞാൻ അതിനെയെടുത്ത് എന്റെ ബോട്ടിനകത്താക്കി. ഒന്നും കഴിക്കാൻ ലഭിക്കാതെ, വിശപ്പും ദാഹവും മൂലം അത് ചാകാറായിരിക്കുന്നുയെന്നു മനസിലാക്കിയ ഞാൻ അതിനു ബ്രഡിന്റെ കഷണം കൊടുത്തു. അത് ആർത്തിയോടെ എല്ലാം അകത്താക്കി. പിന്നെ കുടിക്കാൻ അതിനു വെള്ളവും കൊടുത്തു. പക്ഷേ, വെള്ളം കുടിച്ചു കേറ്റി വയറു പൊട്ടിക്കാതിരിക്കാൻ ഞാൻ അതിനെ പെട്ടെന്നു പിടിച്ചു മാറ്റി.

ഞാൻ കപ്പലിൽ കയറി. അവിടെ ആദ്യം കണ്ട കാഴ്ച രണ്ടു മൃതദേഹങ്ങളായിരുന്നു. പാചകക്കാരുടെ മുറിയിൽ അവർ പരസ്പരം കൈകോർത്തു പിടിച്ച നിലയിൽ പൊങ്ങിക്കിടക്കുന്നു. കൊടുങ്കാറ്റിൽ കപ്പൽ തകർന്നപ്പോൾ വെള്ളം കപ്പലിലേക്ക് ഇരച്ചുകയറുന്നതു കണ്ട് അതിൽ നിന്നും രക്ഷപ്പെടാനായി അവർ കൈകോർത്തു പിടിച്ചതാകാം. ജീവനുള്ളവ ഒന്നും അവിടെ ബാക്കിയുണ്ടായിരുന്നില്ല. എല്ലാ സാധനങ്ങളും വെള്ളം കയറി നശിച്ചിരുന്നു. കുറച്ചു മദ്യപായ്ക്കറ്റുകളുണ്ട്. വീഞ്ഞാണോ ബ്രാണ്ടിയാണോയെന്ന് ഉറപ്പില്ല. അറയുടെ അടിയിൽ കിടക്കുന്നതായി അവയെ വെള്ളത്തിലൂടെ ഞാൻ കണ്ടു. പക്ഷേ, അവ പൊക്കിയെടുക്കാൻ പറ്റാത്തത്ര വലിപ്പവും ഭാരവുമുള്ളവയായിരുന്നു. നാവികരുടെ കുറേ പെട്ടികളും അവിടെ കിടക്കുന്നതു ഞാൻ കണ്ടു. അവയ്ക്കുള്ളിൽ എന്താണുള്ളതെന്നു നോക്കാതെ തന്നെ അവയിൽ രണ്ടു പെട്ടികളെ ഞാൻ ബോട്ടിൽ എടുത്തുവച്ചു.

വന്നതിൽ നഷ്ടമില്ലെന്ന് എനിക്കു തോന്നി. ധാരാളം സമ്പത്ത് ഈ കപ്പലിലുണ്ടെന്ന് എനിക്കു തോന്നി. ഒരുപക്ഷേ, ഇത് ബ്യൂണസ് അയേഴ്സ്, റിയോ-ഡി-ലാപ്ലാറ്റാ, അമേരിക്കയുടെ ദക്ഷിണഭാഗങ്ങൾ, ബ്രസീൽ, മെക്സിക്കോ ഉൾക്കടലിലെ ഹവാന, സ്പെയിൻ തുടങ്ങിയ സ്ഥലങ്ങളിലൂടെ യാത്രചെയ്തു വന്നതായിരിക്കുമെന്ന് ഞാൻ കരുതി. കപ്പലിനുള്ളിൽ ധാരാളം നിധിയുണ്ടാകുമെന്ന് എനിക്കറിയാമായിരുന്നു. പക്ഷേ, ആ സമയത്ത് ആ നിധികൊണ്ട് ആർക്കാണുപയോഗം.

ആ രണ്ടു പെട്ടികൾക്കരികിൽ മദ്യകുപ്പികളിരിക്കുന്ന ഒരു വീപ്പ

ഞാൻ കണ്ടു. ഇരുപതു ഗാലൺ അതിലുണ്ട്. വളരെ പ്രയാസപ്പെട്ടെങ്കിലും ഞാനത് ബോട്ടിൽ കയറ്റിവച്ചു. ഒരു ക്യാബിനുള്ളിൽ ധാരാളം തോക്കുകൾ കിടക്കുന്നു; നാലു റാത്തലോളം വരുന്ന കരിമരുന്നും. തോക്കുകൾ ഉപയോഗപ്രദമല്ലെന്നു തോന്നിയപ്പോൾ അവ ഞാൻ ശേഖരിച്ചില്ല. പക്ഷേ, കരിമരുന്നു ബാരൽ എടുത്തിരുന്നു; അത് അത്യാവശ്യമായിരുന്നു. കൂടാതെ രണ്ടു പിത്തളക്കെറ്റിലുകളും ഒരു ചെമ്പുപാത്രവും ഒരു അമ്മിയും എനിക്കു കിട്ടി. ഒക്കെ ബോട്ടിൽ അടുക്കി വച്ചു. ഇനി വീട്ടിലേക്കു മടങ്ങണം. കടൽ ശാന്തമായിരുന്നതിനാൽ അന്നു സായാഹ്നത്തിൽത്തന്നെ ഞാൻ ദ്വീപിൽ മടങ്ങിയെത്തി. ഒരുമണിക്കൂർ സമയം മാത്രമേ എനിക്കപ്പോൾ വേണ്ടിവന്നുള്ളൂ. വല്ലാത്ത ക്ഷീണവും തളർച്ചയുമായിരുന്നു അപ്പോൾ.

രാത്രിയിൽ വഞ്ചിയിൽ തന്നെ കിടന്നുറങ്ങി. പിറ്റേന്നു രാവിലെ കപ്പലിൽനിന്നും കൊണ്ടുവന്ന എല്ലാ സാധനങ്ങളും കോട്ടയിലേക്കു കൊണ്ടുപോകേണ്ടെന്നും, പുതിയ ഗുഹയിലെത്തിക്കാമെന്നും ഞാൻ തീരുമാനിച്ചു. ഒന്നു തളർച്ച മാറിയശേഷം, കൊണ്ടുവന്ന സാധനങ്ങൾ മുഴുവൻ കരയ്ക്കിറക്കി വച്ചു എല്ലാം പരിശോധിക്കാനും തുടങ്ങി. ബാരലിൽ കണ്ട മദ്യം റം ആണെന്നു മനസിലായി. പക്ഷേ, ബ്രസീലിൽ ലഭിക്കുന്ന തരത്തിലുള്ളവയല്ല. ഗുണമേന്മയില്ലാത്തതെന്നു വേണമെങ്കിൽ പറയാം. പക്ഷേ, നാവികരുടെ പെട്ടികൾ തുറന്നു പരിശോധിച്ചപ്പോൾ ഉപകാരപ്രദമായ ഒട്ടേറെ സാധനങ്ങൾ ഞാൻ കണ്ടു. ഉദാഹരണമായി, പായ്ക്കറ്റിൽ നിറച്ച മികച്ച ഏതോതരം വെള്ളം, വെള്ളിയടപ്പുള്ള മൂന്നു പൈന്റ് മദ്യക്കുപ്പികൾ, മധുരപലഹാരങ്ങൾ നിറച്ചുവച്ച പാത്രങ്ങൾ ഒക്കെ. ഉപ്പുപാത്രം നന്നായി അടച്ചുവച്ചിരുന്നതിനാൽ അതു വീണ് മധുരപലഹാരങ്ങൾ ഒന്നും നാശമാക്കിയിരുന്നില്ല. വേറെ രണ്ടു പാത്രങ്ങളിൽ വെള്ളം കേറിയിരുന്നു; അതിലെ സാധനങ്ങളും നാശമായിരുന്നു. കൂടാതെ നല്ല ഉടുപ്പുകളും; കൈലേസുകളും. വേനൽക്കാലത്ത് മുഖം തുടച്ചുവൃത്തിയാക്കാൻ കൈലേസുകൾ ആവശ്യമാണ്. ഇതു കൂടാതെ മൂന്നു വലിയ സഞ്ചി നിറയെ തുട്ടുകൾ. എല്ലാംകൂടി ആയിരത്തിലൊരുന്നൂറു തുട്ടുകൾ വരും. ഒന്നിൽ സ്വർണകട്ടികൾ കടലാസിൽ പൊതിഞ്ഞു വച്ചിരിക്കുന്നു.

മറ്റൊരു പെട്ടിയിൽ കുറച്ചു തുണികൾ ഇരിക്കുന്നു; അതുകൊണ്ട് എനിക്കു യാതൊരു ഉപയോഗവുമില്ല. കപ്പലിലെ ഏതോ വെടിവപ്പുകാരന്റേതാണെന്നു മനസിലായി. പക്ഷേ, കരിമരുന്നൊന്നും അതിലുണ്ടായിരുന്നില്ല. ഒരുതരത്തിൽ പറഞ്ഞാൽ ഈ യാത്രകൊണ്ട് എനിക്ക് കാര്യമായ ഉപയോഗമൊന്നും ഉണ്ടായിരുന്നില്ല; പിന്നെ കുറച്ചു പണം കിട്ടി; അതുകൊണ്ട് എനിക്കെന്തു പ്രയോജനം. എന്റെ കാൽച്ചുവട്ടിലെ പൊടിയുടെ വിലയേ അതിനുള്ളൂ. മൂന്നോ നാലോ ഇംഗ്ലീഷ് ഷൂസിനു വേണ്ടി ഞാനിത് ചെലവാക്കിയേനെ. എനിക്ക് അവയാണ് ഏറ്റവും അത്യാവശ്യം. വർഷങ്ങളായിട്ട് എനിക്ക് അവ ലഭിച്ചിരുന്നില്ല. കപ്പലിനുള്ളിൽ മുങ്ങിച്ചത്ത രണ്ടുപേരുടെ കാലിൽനിന്നും രണ്ടുജോഡി ഷൂസുകൾ ഞാൻ ഊരിയെടുത്തു. ഒരു പെട്ടിയിൽ വേറെയും രണ്ടു ജോഡി ഷൂസുകൾ ഞാൻ കണ്ടു. അവയും ഞാനെടുത്തു. പക്ഷേ, അവ ഇംഗ്ലീഷ് ഷൂസുമാതിരിയായിരു

ന്നില്ല. അണിഞ്ഞാൽ സുഖമോ ഉപയോഗമോ ഉണ്ടാകുമെന്നു തോന്നുന്നില്ല. അതിനാൽ അവയെ ഷൂസുകളെന്നു വിളിക്കാനും എനിക്കു മനസു വന്നില്ല. ആ നാവികന്റെ പെട്ടിയിൽത്തന്നെ അൻപതു നാണയങ്ങളും കണ്ടു; പക്ഷേ സ്വർണം ഉണ്ടായിരുന്നില്ല. ഇതേതോ ദരിദ്രന്റേതാകും; ഞാൻ ആദ്യം കണ്ടത് ഏതോ ഓഫീസറുടേതും.

എന്തായാലും ആ പണമെല്ലാം എടുത്തുകൊണ്ട് ഞാൻ എന്റെ ഗുഹയിലെ വീട്ടിൽ പോയി വച്ചു. മുമ്പ് എന്റെ കപ്പലിൽനിന്നും കൊണ്ടുവന്ന പണം സൂക്ഷിച്ചു വച്ചതുപോലെ. പലതവണയായി ഞാൻ കപ്പലിൽനിന്നും ഇങ്ങനെ സാധനങ്ങൾ നിറച്ചുകൊണ്ടു ഗുഹയിൽ വന്നു.

എല്ലാ സാധനങ്ങളും കരയിൽ എത്തിയെന്നും അവ സുരക്ഷിതമാണെന്നും ഉറപ്പാക്കിയശേഷം വീണ്ടും ഞാൻ ബോട്ടിൽ തിരിച്ചു ചെന്നു. അതു തുഴഞ്ഞ് പഴയ തുറമുഖത്തുതന്നെ കൊണ്ടുപോയി കെട്ടിയിട്ടു. തുടർന്ന് ഞാൻ എന്റെ പഴയ വീട്ടിലേക്കു പോയി. അവിടെ എല്ലാം സുരക്ഷിതവും ശാന്തവുമാണെന്ന് ഞാൻ കണ്ടു. അങ്ങനെ മുമ്പത്തേതുപോലെ തന്നെ കുടുംബകാര്യങ്ങളും മറ്റും നോക്കി ഞാൻ ജീവിക്കാൻ തുടങ്ങി. പക്ഷേ അപ്പോൾ ഞാൻ കൂടുതൽ ജാഗ്രതയുള്ളവനായിരുന്നു. എപ്പോഴും പുറത്തേക്കു നോക്കിയിരുന്നു.

പക്ഷേ, വളരെയധികമൊന്നും പുറത്തേക്കിറങ്ങിയില്ല. എപ്പോഴെങ്കിലും സ്വതന്ത്രമായിട്ടു നടന്നിട്ടുണ്ടെങ്കിൽ അത് ദ്വീപിന്റെ കിഴക്കൻ തീരത്തു മാത്രമായിരുന്നു. നരഭോജികൾ അവിടെ എത്താറില്ലെന്ന് എനിക്ക് ഉറപ്പുണ്ടായിരുന്നു. അപ്പോൾ മറ്റു ഭാഗങ്ങളിൽ പോകുമ്പോഴുള്ളതുപോലെ തോക്കുകളും കരിമരുന്നും ചുമക്കേണ്ടതുമില്ല; വലിയ മുൻകരുതലുകൾ ഒന്നും വേണ്ടതുമില്ല.

ഈ രീതിയിൽ ഏകദേശം രണ്ടുവർഷം ഞാൻ ജീവിച്ചു. പക്ഷേ എന്റെ അഭിശപ്ത കാട്ടുമനുഷ്യർക്കെതിരായ പല പദ്ധതികളും ആലോചിച്ചുകൊണ്ട് എന്റെ ശരീരത്തെ കഷ്ടപ്പെടുത്തിക്കൊണ്ടിരുന്നു. സാധിക്കുമെങ്കിൽ എത്രയും വേഗം ഈ ദ്വീപിൽനിന്നും രക്ഷപ്പെടണം. ഒരു പക്ഷേ വളരെ അപകടം നിറഞ്ഞ ഒരു കടൽയാത്രയായിരിക്കാമത്. എന്നാലും അതുകൊണ്ടൊന്നും എനിക്ക് നഷ്ടപ്പെടാനില്ലെന്ന് എന്റെ മനസ്സാക്ഷി എന്നോടു പറഞ്ഞുകൊണ്ടിരുന്നു. സല്ലിയിൽനിന്നും വന്നതുപോലെ ഒരു തോണിയുണ്ടായിരുന്നെങ്കിൽ ഒരു വീരസാഹസികയാത്ര കടലിലേക്കു നടത്തി എവിടെയെങ്കിലും ചെന്നിറങ്ങാമായിരുന്നു.

എന്റെ ജീവിത സാഹചര്യങ്ങളുമായി താരതമ്യം ചെയ്യുമ്പോൾ മനുഷ്യന്റെ ദുരിതങ്ങളുടെ പകുതിക്കും കാരണം അവന്റെ ഒടുങ്ങാത്ത ആഗ്രഹം തന്നെയാണ്. ദൈവവും പ്രകൃതിയും അവനു നൽകുന്നതിലൊന്നും അവനു തൃപ്തി ലഭിക്കുന്നില്ല. എന്റെ കാര്യം തന്നെ അതായിരുന്നില്ലേ. അച്ഛന്റെ ഉപദേശം മാനിക്കാതിരുന്നതു മുതൽ ആരംഭിച്ചു എന്റെ പതനം. തുടർന്ന് ബ്രസിൽസിൽ കൃഷി ചെയ്തു മെച്ചപ്പെട്ടു വന്നതാണ്. അവിടെത്തന്നെ സംതൃപ്തിയോടെ ജീവിച്ചിരുന്നെങ്കിൽ ഒരു ഒന്നാംകിട ജന്മിയായി തീരുമായിരുന്നു. പക്ഷേ എന്തു ചെയ്യാം. ഒന്നിനും എനിക്കു ക്ഷമയുണ്ടായിരുന്നില്ല. ഗിനിയയിൽ അടിമക്കച്ചവടം നടത്തി കൂടുതൽ

പണം സമ്പാദിക്കാമെന്ന കുറുക്കുവഴി നടത്തിയപ്പോൾ ആപത്തിൽ ച്ചെന്നു ചാടുകയും ചെയ്തു.

ഇപ്പറഞ്ഞതെല്ലാം യുവത്വത്തിന്റെ എടുത്തുചാട്ടത്തിന്റെ സാധാരണ ഫലങ്ങളാണ്. വർഷങ്ങൾ കഴിയുമ്പോൾ, കാലത്തിന്റെ അനുഭവങ്ങൾ ഉണ്ടാകുമ്പോൾ ചെയ്തുപോയ മണ്ടത്തരങ്ങളിൽ അവർ പശ്ചാത്തപിക്കുന്നു. ഇപ്പോൾ എനിക്കും അതാണു സംഭവിച്ചിരിക്കുന്നത്. എങ്കിലും മനസിൽ ആഴത്തിലോടിയിരിക്കുന്ന ദുരാഗ്രഹവും അസഹിഷ്ണുതയും തുടർച്ചയായി ഇപ്പോഴും മനസിൽ മഥിച്ചുകൊണ്ടിരിക്കുകയാണ്. അതുകൊണ്ടാണല്ലോ ഈ ദ്വീപിൽനിന്നും രക്ഷപ്പെടണമെന്ന് ഇപ്പോഴും ഞാൻ ആഗ്രഹിക്കുന്നതും; അതിനുള്ള പദ്ധതികൾ ആസൂത്രണം ചെയ്യുന്നതും. എന്തായാലും അതൊക്കെപ്പറഞ്ഞുകൊണ്ട് നിങ്ങളുടെ സമയം കൊല്ലാൻ ഞാൻ ആഗ്രഹിക്കുന്നില്ല. കഥയുടെ ബാക്കി ഭാഗം ഞാൻ പറയുന്നതാണ് നല്ലത്.

തകർന്നു കിടന്ന കപ്പലിനടുത്തേക്കുള്ള എന്റെ ഈ യാത്രയ്ക്കു ശേഷം, സ്വസ്ഥമായി ഉള്ളതുകൊണ്ടു തൃപ്തിപ്പെട്ട് കോട്ടയ്ക്കകത്തു തന്നെ ഇരിക്കാമെന്ന് ഞാൻ തീരുമാനിച്ചു. മുമ്പെന്നതുപോലെ എന്റെ ജീവിതം പുനഃസ്ഥാപിതമായി; പണ്ടുണ്ടായിരുന്നതിനേക്കാൾ ഇപ്പോൾ സമ്പത്തുമായി. പക്ഷേ കൂടുതൽ സമ്പന്നനായില്ല. കാരണം അതുകൊണ്ട് എനിക്കു യാതൊരു ഉപയോഗവും ഉണ്ടായിരുന്നില്ലല്ലോ.

ഈ ഏകാന്തമായ ദ്വീപിൽ ഞാൻ കാലൂന്നിയിട്ട് ഇരുപത്തിനാല് സംവത്സരങ്ങൾ കഴിഞ്ഞു. ഒരു മാർച്ചു മാസത്തെ മഴക്കാലത്ത് രാത്രിയിൽ, നിദ്ര ലഭിക്കാതെ ഞാൻ കൂടാരത്തിനുള്ളിലെ തൊട്ടിലിൽ കിടക്കുകയായിരുന്നു. ഞാനന്ന് നല്ല ആരോഗ്യവാനായിരുന്നു; വിഷമമൊന്നുമില്ല; അസ്വസ്ഥതകളും ഒന്നുമില്ല. എന്നിട്ടും ഏറെ നേരം കിടന്നിട്ടും ഒരുപോള കണ്ണടയ്ക്കാൻ എനിക്കു കഴിഞ്ഞില്ല.

മസ്തിഷ്കത്തിലേക്ക് അലച്ചെത്തിയ എണ്ണമറ്റ ചിന്തകളെ എനിക്കടക്കാൻ കഴിഞ്ഞില്ല. ഈ ദ്വീപിൽ ഞാൻ കാൽകുത്തിയതു മുതൽ കടൽത്തീരത്ത് കാൽപ്പാട് കണ്ടതുവരെയുള്ള മുഴുവൻ സംഭവങ്ങളും ഓടിയെത്തി. കാൽപ്പാടു കാണുന്നതിനു മുമ്പുവരെ എന്റെ ജീവിതത്തിൽ ശാന്തിയും സംതൃപ്തിയുമായിരുന്നു. ഉൽക്കണ്ഠയോ ഭയമോ ഒന്നും ഉണ്ടായിരുന്നില്ല. അക്കാര്യം അറിയാതിരുന്ന കാലത്തോളം എനിക്കു യാതൊരു ഭയവും ഉണ്ടായിരുന്നില്ല; അപകടം ഒന്നു തന്നെയായിരുന്നെങ്കിലും എന്നാൽ പിന്നീടുള്ള കാലം എനിക്കു ഭീതിദമായിരുന്നു. സ്വന്തം വർഗത്തിൽപ്പെട്ടവരെ കൊന്നുതിന്നുന്ന ഇക്കൂട്ടരും ദൈവസൃഷ്ടിയാണല്ലോയെന്നോർത്ത് ഞാൻ അതിശയിച്ചു. ദൈവം എന്തുകൊണ്ട് അവരുടെ അധമപ്രവൃത്തികൾ തടയുന്നില്ല. ഇതിനൊന്നും എനിക്ക് ഉത്തരം കണ്ടെത്താനേ കഴിഞ്ഞില്ല.

തുടർന്ന്, യഥാർഥത്തിൽ അകപ്പെട്ടിരുന്ന അപകടത്തെക്കുറിച്ചും ഞാൻ ഗൗരവമായി ചിന്തിച്ചു. എത്ര കാലമാണ് ഈ ദ്വീപിൽ ഞാൻ നരഭോജികളുടെ കൈയിൽപ്പെടാതെ ജീവിച്ചത്. ഞാൻ ഒരാടിനെയോ ആമയെയോ കൊല്ലുന്നതിനേക്കാൾ കുറ്റമായിരിക്കയില്ല അവർ എന്നെ കൊന്നു

തിന്നുന്നത്. എന്തായാലും ദൈവകാരുണ്യം കൊണ്ടു തന്നെയാണ് അവരുടെ കൈയിൽ അകപ്പെടാതിരുന്നത്.

വീണ്ടും ഞാൻ ചിന്തിച്ചു. ഈ നരഭോജികൾ എവിടെ നിന്നാണ് വന്നത്. അവിടെയെത്താൻ എത്രനാൾ യാത്ര ചെയ്യേണ്ടിവരും. അവരുടെ തോണികൾ ഏതു തരത്തിലുള്ളവയാണ്? ഒന്നിനും ഉത്തരം കിട്ടിയില്ല. അവർക്ക് ഇവിടെ വരാമെങ്കിൽ എനിക്ക് എന്തുകൊണ്ട് അവരുടെ സ്ഥലത്തെത്തിക്കൂടാ?

പക്ഷേ, അവിടെച്ചെന്നാൽ അവരുടെ കൈയിലകപ്പെടാതെയിരിക്കാൻ സാധിക്കില്ലെന്ന് എനിക്ക് തോന്നി. അവരോടു പോരാടി ജയിക്കാൻ കഴിഞ്ഞില്ലെങ്കിലോ? ആഫ്രിക്കൻ തീരത്തുകൂടി അന്നു യാത്ര ചെയ്തതു പോലെ കടലോരത്തുകൂടി സഞ്ചരിച്ച് അടുത്ത രാജ്യത്തു ചെന്ന് സഹായമഭ്യർഥിക്കണം. യാത്രാവേളയിൽ ഏതെങ്കിലും കപ്പൽ കണ്ടെത്തിയാൽ എനിക്ക് രക്ഷപ്പെടാനും സാധിക്കും. ഒരുപക്ഷേ, കാട്ടുമനുഷ്യർ എന്നെ കൊന്നുതിന്നെന്നുമിരിക്കും. അതിന് ഒരു കുഴപ്പവുമില്ല. ഇപ്പോഴത്തെ അനിശ്ചിതത്വം നിറഞ്ഞ ജീവിതത്തേക്കാൾ മരണം തന്നെയല്ലേ നല്ലത്. എല്ലാ ദുരിതങ്ങളും അതോടെ അവസാനിക്കുമല്ലോ.

രണ്ടോ അതിലധികമോ മണിക്കൂർ ഇത്തരം ചിന്തകളിൽ മുഴുകിക്കിടന്നപ്പോൾ എന്റെ തലയ്ക്കു ചൂടുപിടിച്ചു; എന്റെ നാഡിയിടിപ്പും കൂടി. ചിന്തയിൽ അവശനായ ഞാൻ ഉറക്കത്തിന്റെ ആഴങ്ങളിലേക്കു ക്രമേണ വഴുതി വീണു. ഉറക്കത്തിലേക്കു ഞാൻ വഴുതി വീഴുന്നതായി സ്വപ്നം കണ്ടതാണെന്ന് ആരും കരുതരുത്. പക്ഷേ ഞാനൊരു സ്വപ്നം കണ്ടിരുന്നു, അത് ഇങ്ങനെയായിരുന്നു: ഞാൻ പതിവുപോലെ രാവിലെ എന്റെ കോട്ടയിൽനിന്നും പുറത്തിറങ്ങി നടക്കുകയായിരുന്നു. തീരത്തേക്കു രണ്ടു വഞ്ചികളിൽ പതിനൊന്ന് നരഭോജികൾ വരുന്നതു ഞാൻ കണ്ടു. തങ്ങൾക്കു കൊന്നു തിന്നാനായി അവർ മറ്റൊരു ആളിനെകൂടി കൊണ്ടു വരുന്നുണ്ട്. പെട്ടെന്നാണ് അയാൾ അവരിൽനിന്നും കുതറിച്ചാടി ജീവനും കൊണ്ടോടി രക്ഷപ്പെട്ടത്. എന്റെ കോട്ടയ്ക്കപ്പുറമുള്ള നിബിഡമായ തോട്ടത്തിനുള്ളിലാണ് അയാൾ ഒളിച്ചതെന്ന് എനിക്കു തോന്നി. അയാൾ ഒറ്റയ്ക്കാണെന്നും വേറാരും അയാളെ അന്വേഷിച്ച് എത്തിയിട്ടില്ലെന്നും കരുതിയപ്പോൾ, ഞാൻ അയാളുടെ മുമ്പിൽ ചെന്നു; അയാളെ നോക്കി ചിരിച്ചു സ്വീകരിച്ചു. അയാളാകട്ടെ എന്റെ കാൽക്കൽ വീണശേഷം രക്ഷിക്കണമെന്ന് യാചിച്ചു. അപ്പോൾ ഞാൻ മുകളിലേക്കുകയറിയ ശേഷം അയാൾക്ക് എന്റെ ഗുഹയിൽ ഇറങ്ങി വരാനായി ഏണി കാണിച്ചുകൊടുത്തു; വളരെ പെട്ടെന്ന് അയാൾ എന്റെ ഭൃത്യനായെന്നു തന്നെ പറയാം. അവനെ കിട്ടിയ ഉടനെ ഞാൻ ആത്മഗതം ചെയ്തു; ഇനിയെനിക്ക് മുഖ്യകരയിലേക്ക് ഒരു സാഹസികയാത്ര നടത്താനാകും. ഇയാൾ എനിക്ക് ഒരു നാവികനാകും. എന്തു ചെയ്യണമെന്നും, നരഭോജികൾ പിടിച്ചു തിന്നുമെന്നുള്ള ഭയമുള്ളതിനാൽ അവിടെ വിടണോ വേണ്ടയോയെന്നും, എങ്ങോട്ടാണ് പോകേണ്ടതെന്നും, എങ്ങനെ രക്ഷപ്പെടാനാകുമെന്നും ഒക്കെ ഇയാൾ എനിക്കു പറഞ്ഞു തരും. ഇത്തരത്തിൽ രക്ഷപ്പെടാനുള്ള വഴിയറിഞ്ഞ് സന്തോഷത്തോടുകൂടെ കണ്ണുതുറന്നപ്പോഴാണ് സ്വപ്നമാ

യിരുന്നെന്ന് ഞാൻ തിരിച്ചറിഞ്ഞത്. ഞാൻ നിരാശയിൽ നിപതിച്ചു.

ഇതിൽനിന്നും എനിക്കൊരു നിഗമനത്തിലെത്താൻ സാധിച്ചു. കാട്ടു മനുഷ്യരിൽ ഒരാളെ എനിക്കു കിട്ടുന്നതാണ് രക്ഷപ്പെടാനുള്ള ഏക മാർഗം; കൊന്നുതിന്നാൻ അവർ കൊണ്ടുവരുന്ന തടവുപുള്ളിയാണെങ്കിൽ വളരെ നല്ലത്. പക്ഷേ, അതിലൊരു ബുദ്ധിമുട്ടുണ്ട്. ഒരുകൂട്ടം ആളുകളെ ആക്രമിക്കാതെയും കൊല്ലാതെയും അതിനു സാധിക്കില്ല. ഞാൻ വിജയിക്കണമെന്നുമില്ല. എന്നെ അവർ വധിച്ചെന്നും വരാം. വളരെയധികം രക്തച്ചൊരിച്ചിൽ നടത്തേണ്ടി വന്നെന്നും വരാം. നിരപരാധികളെ വധിക്കുന്നത് അന്യായമല്ലേ. എന്റെ ഹൃദയം പിടഞ്ഞു. സ്വന്തം രക്ഷയ്ക്കുവേണ്ടിയുള്ള പോരാട്ടമായതിനാൽ അതു തെറ്റല്ലെന്നു കരുതി ഞാൻ സമാധാനിച്ചു. എങ്കിലും എന്റെ രക്ഷയ്ക്കുവേണ്ടി ഒരു രക്തച്ചൊരിച്ചിൽ ഉണ്ടാകുന്നത് എനിക്ക് ആലോചിക്കാനേ വയ്യായിരുന്നു.

വളരെ നാളുകൾ എന്റെ മനസിൽ ആശയക്കുഴപ്പം നിലനിന്നു. ഒടുവിൽ എന്തുവിലകൊടുത്തും ദ്വീപിൽനിന്നും രക്ഷപ്പെടുന്നതിനുള്ള പദ്ധതികൾ ആസൂത്രണം ചെയ്യാൻ തന്നെ ഞാൻ തീരുമാനിച്ചു. എത്ര രക്തച്ചൊരിച്ചിലുണ്ടായാലും കുഴപ്പമില്ല. പക്ഷേ, പദ്ധതി എങ്ങനെ നടപ്പിലാക്കണമെന്നതായിരുന്നു എന്റെ അടുത്ത ലക്ഷ്യം. അതെന്തായാലും പ്രയാസമേറിയ ഒരു ബുദ്ധിമുട്ടു തന്നെ. വേറെ മാർഗമൊന്നും കിട്ടാതെ, പതിവായി ഞാൻ കടൽത്തീരം നിരീക്ഷിച്ചുകൊണ്ടിരുന്നു. അവർ എപ്പോഴാണ് കടൽക്കരയിൽ എത്തുന്നതെന്നറിയില്ല. ബാക്കി വരുന്നിടത്തുവച്ചു കാണാം.

ഈ തീരുമാനത്തിൽ നരഭോജികളെ പ്രതീക്ഷിച്ച് കഴിയുന്നത്ര സമയം കടൽക്കരയിൽ ഞാൻ ചുറ്റിത്തിരിഞ്ഞു തളർന്നു. ഒന്നരവർഷം കാത്തിരുന്നിട്ടും ഫലമുണ്ടായില്ല. എല്ലാ ദിവസവും ദ്വീപിന്റെ പടിഞ്ഞാറു ഭാഗത്തോ തെക്കു പടിഞ്ഞാറുഭാഗത്തോ ഉള്ള മുനമ്പിൽ ചെല്ലും; കടലിൽ ഏതെങ്കിലും തോണി വരുന്നുണ്ടോയെന്നറിയാനായി. എന്നാൽ ഒന്നും പ്രത്യക്ഷപ്പെട്ടിട്ടില്ല. അതെന്നെ വളരെ നിരാശനാക്കുകയും മനസിനെ വല്ലാതെ വേദനിപ്പിക്കുകയും ചെയ്തു. പക്ഷേ, ഞാനെന്റെ പ്രതീക്ഷ കൈമോശമാക്കിയില്ല. കാലം കഴിയുന്തോറും ഞാൻ അക്കാര്യത്തിൽ കൂടുതൽ ജിജ്ഞാസ പുലർത്തി. മറ്റൊരു രീതിയിൽ പറഞ്ഞാൽ, ഒരുകാലത്ത് നരഭോജികളെ കാണാതിരിക്കാനാണ് ഞാൻ ആഗ്രഹിച്ചിരുന്നതെങ്കിൽ, ഇപ്പോൾ അവരെ കാണാനാണ് എനിക്കു കൂടുതൽ ആകാംക്ഷയുണ്ടായത്.

മാത്രമല്ല, ഒന്നോ രണ്ടോ മൂന്നോ നരഭോജികൾ മുന്നിലകപ്പെട്ടാൽ എനിക്കവരെ കൈകാര്യം ചെയ്യാനാകുമെന്ന ഉറപ്പോടെ ഞാൻ ദിവാചിന്തയിൽ കഴിഞ്ഞു. എങ്കിൽ എനിക്കവരെ പൂർണമായും എന്റെ അടിമകളാക്കാം. എനിക്ക് തുടർന്ന് അവരെ എന്റെ ഉദ്ദേശ്യമനുസരിച്ച് നീക്കാം. അവരുടെ കൂട്ടുകാർ എനിക്കെതിരെ തിരിയുന്നതു തടയുകയും ചെയ്യാം. ഈ ആഗ്രഹങ്ങളിൽ ഞാൻ ആനന്ദചിത്തനായിരുന്നു. പക്ഷേ, ഒരു നരഭോജിയും എന്റെ മുന്നിൽ പ്രത്യക്ഷപ്പെട്ടില്ല. എന്റെ ദിവാചിന്തകൾ വൃഥാവിലായെന്നല്ലേ പറയേണ്ടതുള്ളൂ.

22

നരഭോജികളിൽ നിന്നു മോചിപ്പിക്കപ്പെട്ട ഫ്രൈഡേ

ഈ സുന്ദരചിന്തകളിൽ ഒന്നൊരക്കൊല്ലം നീങ്ങി. പദ്ധതി നടപ്പാക്കാനുള്ള കാത്തിരിപ്പ് അങ്ങനെ തുടരുന്നതിനിടയിൽ ഒരുദിവസം രാവിലെ, പതിവിലും നേരത്തെ എന്റെ കോട്ടയുടെ മുകളിൽനിന്നു നോക്കിയപ്പോൾ, അഞ്ചു വഞ്ചികൾ കരയ്ക്കടുക്കുന്നതു ഞാൻ കണ്ടു. ഞാൻ അത്ഭുതത്തോടെ നോക്കി. എന്റെ താവളത്തിനടുത്തുള്ള തീരത്തേക്കാണവർ വരുന്നത്. തീരമണഞ്ഞപ്പോൾ വഞ്ചിയിൽ ഉണ്ടായിരുന്നവരെല്ലാം കരയിലിറങ്ങി. ചെറിയ മറവുണ്ടായിരുന്നതിനാൽ അവർ എത്ര പേരാണെന്ന് എനിക്കെണ്ണാനായില്ല. എങ്കിലും ഒത്തിരിപ്പേരുണ്ടെന്നു മനസിലായി. ഓരോ തോണിയിലും അഞ്ചോ ആറോ പേരായിട്ടായിരിക്കും അവർ എപ്പോഴും വരാറുള്ളത്. ചിലപ്പോൾ അതിൽ കൂടുതൽ പേരുണ്ടായിരിക്കും. അതിനെക്കുറിച്ചൊന്നും എനിക്കോർമയില്ല. പക്ഷേ, ഈ ഇരുപതോ മുപ്പതോ പേരെ ഞാനെങ്ങനെ ഒറ്റയ്ക്കാക്രമിക്കും? ആശയക്കുഴപ്പത്തിലും അസ്വാസ്ഥ്യതയിലും കോട്ടയ്ക്കകത്തുതന്നെ ഞാൻ കിടന്നു. പക്ഷേ, വരുന്നിടത്തുവച്ചു കാണാമെന്ന് തീരുമാനിച്ചുകൊണ്ട് ഒരു പോരാട്ടത്തിനുതന്നെ ഞാൻ തയാറെടുത്തു. അവർ എന്തെങ്കിലും ഒച്ചയുണ്ടാക്കുന്നുണ്ടോയെന്നറിയാനായി ഞാൻ കുറേനേരം കാതുകൂർപ്പിച്ചു കിടന്നു. അവസാനം ക്ഷമ നശിച്ചപ്പോൾ ഏണിയെടുത്തു ചാരി തോക്കുകൾ അതിന്റെ ചുവട്ടിൽ വച്ചശേഷം, ഞാൻ കുന്നിൽ കയറി. നരഭോജികൾ കണ്ടുപിടിക്കാത്ത രീതിയിൽ കുന്നിൻമറവിൽ നിന്നുകൊണ്ട് ടെലിസ്കോപ്പിലൂടെ ഞാൻ അവരെ നോക്കി. മുപ്പതിൽ കുറയാത്ത എണ്ണം അവരുണ്ടെന്നു മനസിലായി. അവർ തീക്കൂനയുണ്ടാക്കി കഴിഞ്ഞിരുന്നു. ഇതിനകം മനുഷ്യമാംസത്തിന്റെ തോലും ഉരിഞ്ഞിരിക്കുന്നു. അവർ അതിനെ പാകം ചെയ്യുന്നതെങ്ങനെയെന്ന് എനിക്കറിയില്ല. പക്ഷേ, പ്രാകൃതമായ ചില ചുവടുകളും മുദ്രകളും കാട്ടി അവർ തീക്കു ചുറ്റും നിന്ന് നൃത്തം

ചെയ്യുന്നു. ഞാൻ എല്ലാം നോക്കിക്കൊണ്ടു നിന്നപ്പോൾ രണ്ടു പാവം മനുഷ്യരെ തോണിയിൽനിന്നും വലിച്ചിഴച്ചു കൊണ്ടുവരുന്നതു കണ്ടു. അവരെ തോണിയിലിട്ടിരിക്കുകയായിരുന്നു. കൊല്ലാനാണവരെ കൊണ്ടുവരുന്നതെന്ന് എനിക്കു മനസിലായി. പെട്ടെന്നൊരാളെ മരത്തടിയോ മരവാളോ എന്തോ കൊണ്ട് അടിച്ചു വീഴ്ത്തിയതും ഞാൻ കണ്ടു. അങ്ങനെയാണവർ അവരുടെ ഇരയെ കൊല്ലുന്നത്. അപ്പോൾത്തന്നെ മറ്റു രണ്ടു മൂന്നു പേർ അവനെ മുറിച്ചു പാകം ചെയ്യാനൊരുങ്ങുകയാണ്. രണ്ടാമത്തെ ആളെ കൊല്ലാൻ തയാറാക്കി നിർത്തിയിരിക്കുകയാണ്. അടുത്ത നിമിഷം, അൽപ്പം സ്വാതന്ത്ര്യം കിട്ടിയപ്പോൾ, പ്രകൃതി സ്വന്തം ജീവനെക്കുറിച്ചുള്ള പ്രതീക്ഷ നൽകിയപ്പോൾ, അയാൾ അവിശ്വസനീയമായ വേഗത്തിൽ അവിടെനിന്നും ഒറ്റയോട്ടം! അയാൾ എന്റെ നേരെയാണ് മണലിലൂടെ പാഞ്ഞുവരുന്നത്. അതായത് ഞാൻ താമസിക്കുന്നിടത്തെ കടൽത്തീരത്തേക്ക്.

ഞാൻ വളരെയധികം ഭയന്നുവെന്നത് നിങ്ങളെയറിയിച്ചേ മതിയാകൂ. അയാൾ എന്റെ സ്ഥലത്തേക്കു വരുന്നതു കണ്ടപ്പോൾ മുഴുവൻ പേരും അയാളെ പിന്തുടരുന്നതായി എനിക്ക് തോന്നി. ദൈവമേ, എന്റെ സ്വപ്നം ഫലിക്കുവാൻ പോകുകയാണോ? അയാൾ ഞാൻ വളർത്തിയിരിക്കുന്ന മരക്കൂട്ടങ്ങൾക്കിടയിൽ അഭയം കണ്ടെത്തുമെന്നതിന് സംശയമേയില്ല. പിന്നെന്തു സംഭവിക്കുമെന്ന് എനിക്കു ചിന്തിക്കാനായില്ല. മറ്റുള്ളവർ അയാളുടെ പുറകേ വരികയും കണ്ടുപിടിക്കുകയുമരുത്, ഞാൻ നിന്നിടത്തു തന്നെ മിണ്ടാതെ നിന്നു. പെട്ടെന്നാണ് മൂന്നുപേർ മാത്രം അയാളുടെ പിന്നാലെ വരുന്നതു ഞാൻ കണ്ടത്. അപ്പോഴാണ് എനിക്ക് ആശ്വാസമുണ്ടായിത്തുടങ്ങിയത്. ആ മൂവരെയും കടത്തിവെട്ടിക്കൊണ്ടുള്ള അയാളുടെ പായൽ കണ്ടപ്പോൾ ഞാൻ ആവേശഭരിതനായി. ഇങ്ങനെ തുടർന്നാൽ ഒരു അരമണിക്കൂറിനകം അയാൾ അവരിൽനിന്നും രക്ഷപ്പെടുമെന്ന് എനിക്കു തോന്നി.

കഥയുടെ ആരംഭഭാഗത്ത് ഞാൻ പറഞ്ഞിരുന്ന ആ കടലിടുക്ക് ഇപ്പോൾ അവർക്കും എന്റെ കോട്ടയ്ക്കുമിടയിലാണ്. അതയാൾക്ക് അനായാസേന നീന്തിക്കയറാവുന്നതേയുള്ളൂ. അല്ലാത്ത പക്ഷം, അയാളെ പിടികൂടിയതുതന്നെ. ഞാൻ പ്രതീക്ഷിച്ചതുപോലെ തന്നെ അയാൾ ആ കടലിടുക്ക് അതിവേഗത്തിൽ നീന്തിക്കടന്നു; വേലിയേറ്റത്തെ അയാൾ വകവച്ചിരുന്നില്ല. കരയ്ക്കു കയറിയപാടെ സർവശക്തിയുമുപയോഗിച്ച് അയാൾ വീണ്ടും ഓടി. എതിരാളികളിൽ രണ്ടുപേർക്കേ നീന്തൽ വശമായിരുന്നുള്ളൂ. അവർ കടലിടുക്കിലിറങ്ങി. മൂന്നാമൻ കുറച്ചുനേരം കരയിൽ നിന്നു; ശേഷം സാവകാശം തിരിച്ചു നടന്നു.

ഇരുവരും കടലിടുക്ക് കീറിമുറിച്ചു നീന്തി. രക്ഷപ്പെട്ടോടിയയാൾ അതിലും വേഗത്തിൽ നീന്തുന്നതു കണ്ടപ്പോൾ എന്റെ ചിന്തകൾ ഊഷ്മളമായി; എനിക്കുടനെയൊരു അടിമയെ കിട്ടേണ്ട സമയമായെന്ന് എനിക്കു തോന്നി. ഒരുപക്ഷേ, നാളെ അയാളൊരു സുഹൃത്തോ സഹായിയോ ഒക്കെയാകാം. ദൈവമേ, ആ പാവം മനുഷ്യനെ രക്ഷിക്കണേയെന്നു ഞാൻ അറിയാതെ പറഞ്ഞുപോയി. ഞാൻ അതിവേഗത്തിൽ ഏണിയി

റങ്ങി. അതിന്റെ ചുവട്ടിൽ വച്ചിരുന്ന രണ്ടു തോക്കുകളുമെടുത്തു; അതേ വേഗത്തിൽ തിരിച്ചു കയറി മുകളിൽ വന്നു. കുന്നിൻ മുകളിലെത്തിയ ശേഷം കടൽത്തീരത്തു ചെന്നു. തുടർന്ന് കുന്നിലെ ചില കുറുക്കു വഴി യിലൂടെ അയാൾക്കും, അയാളെ പിന്തുടരുന്ന നരഭോജികൾക്കിടയിലും ഞാൻ എത്തി. ഓടുന്ന ആ പാവത്താനെ ഞാൻ വിളിച്ചപ്പോൾ, അയാൾ ഭയത്തോടെ എന്നെ തിരിഞ്ഞു നോക്കി. ഞാനയാളെ കൈക്കൊണ്ടു മാടി വിളിച്ചു. അതേസമയം ഞാൻ ആ രണ്ടു നരഭോജികളുടെ അടുക്കലേക്കു നീങ്ങുകയും ചെയ്തു. മുമ്പിൽ നിന്നവന്റെ സമീപത്തേക്കു കുതിച്ചു ചെന്നശേഷം, തോക്കിന്റെ മൂടുകൊണ്ട് അവനെ ഞാൻ അടിച്ചു വീഴ്ത്തി; വെടിവയ്ക്കാതിരുന്നത് ശബ്ദം മറ്റുള്ളവർ കേൾക്കരുതല്ലോ. ദൂരത്താ ണെങ്കിലും വെടിവയ്ക്കുമ്പോഴുള്ള പുകയും മറ്റും അവർ കണ്ടാലോ. ഒരാളിനെ ഇങ്ങനെ അടിച്ചു വീഴ്ത്തിയപ്പോൾ മറ്റേയാൾ തന്റെ ഓട്ടം നിർത്തി. ഞാൻ അയാളുടെ അടുത്തേക്കു ചെല്ലാനൊരുങ്ങി. അപ്പോഴാണ് അവന്റെ കൈയിൽ അമ്പും വില്ലുമിരിക്കുന്നത് ഞാൻ കണ്ടത്. അവൻ എന്നെ അമ്പെയ്തു വീഴ്ത്തുമെന്ന് എനിക്കുറപ്പായപ്പോൾ ഞാൻ അവനെ ഞാൻ അവനെ വെടിവച്ചു വീഴ്ത്തി. ഒറ്റ വെടിക്കു തന്നെ അയാൾ വീണി രുന്നു. തന്റെ രണ്ടു ശത്രുക്കളും വീണതു കണ്ടപ്പോൾ ആ രക്ഷപ്പെട്ടോ ടിയ പാവം മനുഷ്യൻ വല്ലാതെ ഭയന്നു വിറച്ചു. അയാൾ സ്തംഭിച്ചു നിന്നുപോയി. അയാൾക്ക് മുന്നോട്ടോ പിന്നോട്ടോ നീങ്ങാനായില്ല. വന്ന തിനേക്കാൾ വേഗത്തിൽ തിരിച്ചു പായാനുള്ള ആഗ്രഹം അയാൾക്കു ണ്ടായിരുന്നു. ഞാനപ്പോൾ മുന്നോട്ടു വരാനായി അയാളോടു ആംഗ്യം കാണിച്ചു. അത് മനസിലാക്കിയ അയാൾ അൽപ്പം മുന്നിലേക്ക് വന്ന തിനുശേഷം വീണ്ടും നിന്നു. വീണ്ടും മുന്നോട്ട് അൽപ്പം വന്നു. വീണ്ടും നിന്നു. ജയിലിലടയ്ക്കപ്പെടാൻ വിധിക്കപ്പെട്ട ഒരാളിനെപ്പോലെ അയാൾ വിറയ്ക്കുന്നതു ഞാൻ കണ്ടു; താനുടനെ തന്റെ ശത്രുക്കൾ കൊല്ലപ്പെട്ട തുപോലെ കൊല്ലപ്പെടാൻ പോകുന്നെന്ന് അയാൾക്കു തോന്നിയിരുന്നു. ഞാൻ വീണ്ടും അയാളോടു മുന്നോട്ടുവരാൻ തലയാട്ടി. മുന്നോട്ടു വരാ നുള്ള എല്ലാവിധ പ്രോത്സാഹനങ്ങളും നൽകിയാണ് ഞാനയാളെ വിളി ച്ചത്. അയാൾ അടുത്തടുത്തു വന്നുകൊണ്ടിരുന്നു. ഓരോ പത്തുപന്ത്രണ്ട് ചുവടു മുന്നോട്ടു വരുമ്പോഴും, എന്നെ കൊല്ലരുതേയെന്ന് അപേക്ഷി ക്കുന്ന മട്ടിൽ അയാൾ മുട്ടുകുത്തിയിരുന്നു. ഞാൻ അയാളെ നോക്കി പുഞ്ചിരിച്ചു. ഞാൻ സന്തുഷ്ടനായി അയാളെ നോക്കിക്കൊണ്ട് ഇനിയും മുന്നോട്ടുവരാൻ തലയാട്ടി. അയാൾ എന്റെ അരികിലെത്തി. എത്തിയ പാടെ എന്റെ മുമ്പിൽ മുട്ടുകുത്തി; പിന്നെ തറയെ ചുംബിച്ചു. സാഷ്ടാംഗം കിടന്നുകൊണ്ട് അയാൾ എന്റെ കാൽ പിടിച്ച് അയാളുടെ തലയിൽ വച്ചു. എക്കാലവും എന്റെ അടിമയായിക്കൊള്ളാമെന്ന് പ്രതിജ്ഞ ചെയ്തതാ യിരിക്കുമെന്ന് എനിക്കു തോന്നി. ഞാൻ അയാളെ പിടിച്ചെഴുന്നേൽപ്പിച്ചു. എനിക്കു പറ്റുന്ന രീതിയിലുള്ള പ്രോത്സാഹനം അയാൾക്കു കൊടുത്തു. പക്ഷേ, എനിക്കു കാത്തുനിൽക്കാൻ നേരമുണ്ടായിരുന്നില്ല. ഞാൻ അടിച്ചു താഴെയിട്ടിരിക്കുന്ന നരഭോജി ചത്തിട്ടുണ്ടായിരുന്നില്ല. അടിയേറ്റപ്പോൾ ബോധക്കേടുണ്ടായെന്നു മാത്രം. ഇപ്പോൾ ബോധം തിരിച്ചുകിട്ടിയപ്പോൾ

എഴുന്നേറ്റു വരികയാണ്. അയാൾ മരിച്ചിട്ടില്ലെന്നു പറഞ്ഞുകൊണ്ട് എന്റെ അടിമയ്ക്ക് ഞാനയാളെ ചൂണ്ടിക്കാണിച്ചുകൊടുത്തു. അപ്പോൾ അയാൾ എന്തോ പറഞ്ഞു. എനിക്കൊന്നും മനസിലായില്ല. ഇരുപത്തിയഞ്ചു വർഷങ്ങൾക്കുശേഷം ആദ്യമായിക്കേട്ട മനുഷ്യശബ്ദമായതിനാൽ എനിക്ക് ആ സംസാരം ഇമ്പമുള്ളതായിത്തോന്നി. പക്ഷേ, അതൊക്കെ ചിന്തിച്ചു നിൽക്കേണ്ട സമയമല്ലയിപ്പോൾ. കാരണം വീണുകിടന്നിരുന്ന ആ നരഭോജി ഇപ്പോൾ തറയിൽ എഴുന്നേറ്റിരിക്കുകയാണ്. എന്റെ അടിമ അതു കണ്ട് ഭയപ്പെട്ടു. ഞാൻ തോക്കെടുത്ത് അവന്റെ നേരെ ഉന്നം പിടിച്ചപ്പോൾ, എന്റെ അടിമ എന്റെയടുത്തേക്ക് ഓടിവന്നു. പിന്നെ ഞാൻ ബെൽറ്റിൽ തൂക്കിയിട്ടിരുന്ന വാൾ തരാൻ അയാൾ ആവശ്യപ്പെട്ടു. ഞാൻ വാൾ അവനു കൊടുത്തു. വാൾ കിട്ടേണ്ട താമസം, അയാൾ അയാളുടെ ശത്രുവിന്റെ നേരെ പാഞ്ഞു. ഒറ്റവെട്ടിന് അവന്റെ തല ഛേദിച്ചുകളയുകയും ചെയ്തു. ജർമനിയിൽ വിധി നടപ്പാക്കുന്ന ഒരാളുപോലും ഇത്രയും വേഗത്തിലും വൈദഗ്ധ്യത്തിലും വാൾ വീശുമെന്ന് എനിക്കു തോന്നുന്നില്ല. പക്ഷേ, ജീവിതത്തിൽ ഒരിക്കൽപോലും വാൾ കണ്ടിട്ടില്ലാത്തവനാണിതു ചെയ്തിരിക്കുന്നതും. പക്ഷേ, പിന്നീടാണ് ഞാനറിഞ്ഞത് അവർ കൂർത്തതും നല്ല ഭാരമുള്ളതുമായ തടിവാളുകൾകൊണ്ട് തലയും മറ്റും വെട്ടിയെടുക്കുമെന്ന്. തന്റെ ശത്രുവിനെ കൊന്നശേഷം അടിമ വിജയശ്രീലാളിതനായി എന്റെയടുക്കൽ വന്ന് വാൾ മടക്കിത്തന്നു. നരഭോജിയുടെ വെട്ടിയെടുത്ത തല എന്റെ മുമ്പിൽ സമർപ്പിച്ചശേഷം ആംഗ്യഭാഷയിൽ അവൻ എന്തൊക്കെയോ പറഞ്ഞു; അയാളുടെ ആംഗ്യഭാഷയൊന്നും എനിക്കു മനസിലായിരുന്നില്ല.

പക്ഷേ, മറ്റേ ശത്രുവിനെ ഇത്രയും ദൂരത്തുവച്ച് ഞാൻ കൊന്നതിലായിരുന്നു എന്റെ അടിമയുടെ അത്ഭുതം. അയാളുടെ നേരെ കൈ ചൂണ്ടിക്കൊണ്ട് അങ്ങോട്ടു പൊയ്ക്കോട്ടേയെന്ന് അയാൾ ആംഗ്യഭാഷയിൽ ചോദിച്ചു. ഞാനതിനു സമ്മതിച്ചു. അയാൾ മൃതശരീരത്തിന്റെ അടുത്തു ചെന്നപ്പോൾ അത്ഭുതസ്തബ്ധനായി നിന്നു. മൃതശരീരത്തെ തിരിച്ചും മറിച്ചുമിട്ട് വെടിയുണ്ടയുണ്ടാക്കിയ മുറിവ് അയാൾ പരിശോധിച്ചു. നെഞ്ചിൽ ഒരു ദ്വാരം മാത്രം. അധികം രക്തമൊന്നും ഒലിച്ചിട്ടില്ല. തികച്ചും അയാൾ മരിച്ചിരിക്കുന്ന സ്ഥിതിക്ക് ആന്തരികമായി രക്തം നഷ്ടപ്പെട്ടിട്ടുണ്ടാകും. ശത്രുവിന്റെ അമ്പും വില്ലുമെടുത്തുകൊണ്ട് അയാൾ തിരിച്ചു വന്നു. ഞാൻ അവിടെ നിന്നും പോകാനൊരുങ്ങി. മറ്റുള്ളവർ വന്ന് ആക്രമിക്കുന്നതിനുമുമ്പ് വേഗം പിന്നാലെ വന്നോളാൻ ഞാൻ അയാളോട് ആംഗ്യത്തിൽ പറഞ്ഞു.

അപ്പോൾ അയാൾ മൃതശരീരം കുഴിച്ചിടണമെന്ന് ആംഗ്യത്തിൽ പറഞ്ഞു. അല്ലാത്ത പക്ഷം, തന്നെ പിന്തുടരുന്ന മറ്റു നരഭോജികൾ കാണാനിടയാകും. അങ്ങനെ ചെയ്തോളാൻ ഞാനും ആംഗ്യം കാണിച്ചു. അയാൾ പെട്ടെന്നുതന്നെ മണൽ മാന്തി ഒരു കുഴിയുണ്ടാക്കി. ഒരു മൃതശരീരം അടക്കം ചെയ്യാൻ സാധിക്കുന്ന വലിപ്പത്തിലുള്ളത്. കൈകൊണ്ടു മാന്തിയാണ് കുഴിയുണ്ടാക്കിയതും. തുടർന്ന് ഒരു മൃതശരീരത്തെ വലിച്ചിഴച്ചുകൊണ്ടുവന്ന് അതിനുള്ളിലിട്ടു, മണൽകൊണ്ടു മൂടുകയും ചെയ്തു.

രണ്ടാമത്തെ മൃതദേഹത്തെയും അങ്ങനെ തന്നെ ചെയ്തു. ഇതു ചെയ്യാൻ കാൽമണിക്കൂറേ അയാൾക്കു വേണ്ടിവന്നുള്ളു. തുടർന്ന് ഞാൻ അയാളേയും കൂട്ടി എന്റെ താവളത്തിൽ വന്നു. കോട്ടയിലേക്കല്ല; ദ്വീപിന്റെ ദൂരത്തുള്ള ഗുഹയിലേക്ക്. സ്വപ്നത്തിൽ വന്ന മാറ്റം ഇതു മാത്രമായിരുന്നു. എന്റെ മരത്തോപ്പിനുള്ളിൽ അടിമത്താവളം കണ്ടെത്തി.

ബ്രഡും ഉണക്കമുന്തിരിയും ഞാൻ അയാൾക്കു കഴിക്കാൻ കൊടുത്തു. അവനു വല്ലാത്ത ദാഹമുണ്ടായിരുന്നു. ഓടിത്തളർന്നതല്ലേ. ഭക്ഷണവും വെള്ളവും കഴിച്ച് ഉന്മേഷമായപ്പോൾ, കിടന്നുറങ്ങിക്കോളാൻ ഞാൻ അയാളോട് ആംഗ്യം കാണിച്ചു. വയ്ക്കോൽ വിതറി പുതപ്പു വിരിച്ചിരിക്കുന്ന ഒരു കോണ് ഞാൻ അയാൾക്കു ചൂണ്ടിക്കാണിച്ചുകൊടുത്തു. പലപ്പോഴും ഞാൻ അതിലാണ് കിടക്കുന്നത്. ആ പാവം മനുഷ്യൻ അവിടെ ചെന്നുകിടന്നു; ഉറക്കത്തിൽ വീഴുകയും ചെയ്തു.

സുന്ദരനും സുമുഖനുമായിരുന്നു ആ യുവാവ്. ദൃഢമായ നിവർന്ന ശരീരം. ഉദ്ദേശം ഇരുപത്തിയാറു വയസ്സ് തോന്നിക്കും. സുന്ദരമായ മുഖഭാവം. ക്രൂരമായ മുഖഭാവമല്ല; സൗമ്യമായിരുന്നു. ആണത്തമുള്ളവൻ. മുഖഭാവം കണ്ടാൽ ഒരു യൂറോപ്യനുണ്ടായിരിക്കുന്ന എല്ലാവിധ മാധുര്യവും സൗമ്യതയും ഉണ്ട്; പ്രത്യേകിച്ചും ചിരിക്കുമ്പോൾ. നീണ്ടതും കറുത്തതുമായ തലമുടി; ചുരുണ്ടതല്ല. ഉയർന്നതും വീതിയേറിയതുമായ നെറ്റിത്തടം. തിളങ്ങുന്ന തീക്ഷ്ണമായ കണ്ണുകൾ. കറുത്ത ശരീരമല്ല; തവിട്ടുനിറഞ്ഞ ഇരുണ്ട നിറം. എന്നാൽ ബ്രസിൽസിലുകാരുടെയോ വിർജീനിയൻകാരുടെയോ അമേരിക്കൻ താണവർഗക്കാരുടെയോ പോലുള്ള നിറമല്ല. വ്യക്തമായിപ്പറഞ്ഞാൽ ഒലിവു ഫലത്തിന്റെ തിളങ്ങുന്ന നിറം. മൂക്കു ചെറുതെങ്കിലും നീഗ്രോകളെപ്പോലെ ചപ്പിയതല്ല. ഇരുണ്ട മുഖം. മേനിയൊത്ത ചെറിയ ചുണ്ടുകൾ. നിരനിരയായ പല്ലുകൾക്ക് ആനക്കൊമ്പിന്റെ വെൺമ.

അരമണിക്കൂർ നേരം അയാൾ ഉറങ്ങിക്കാണും. അങ്ങനെ പറയാൻ പറ്റില്ല; മയങ്ങിക്കാണും. ഉണർന്നപാടേ അയാൾ പുറത്തേക്ക് എന്റെയടുക്കലേക്കു വന്നു. വേലിക്കുള്ളിലെ ആടുകളെ കറക്കുകയായിരുന്നു ഞാൻ. എന്റെ അടുക്കൽ ഓടി വന്നശേഷം സാഷ്ടാംഗം പ്രണമിച്ചു. പല ആംഗ്യങ്ങൾകൊണ്ട് അയാൾ തന്റെ സന്തുഷ്ടിയും എന്നോടുള്ള നന്ദിയും പ്രകടിപ്പിച്ചു. മുമ്പു ചെയ്തതുപോലെ തറയിൽ കിടന്നുകൊണ്ട് എന്റെ കാൽ എടുത്ത് അവന്റെ തലയിൽ വച്ചു. വീണ്ടും എന്തൊക്കെയോ ആംഗ്യത്തിൽ പറഞ്ഞു. ജീവിതാവസാനംവരെ അടിമയായി ജീവിച്ചുകൊള്ളാമെന്നാണയാൾ പറഞ്ഞതെന്ന് എനിക്കു മനസിലായി. എന്തായാലും അയാൾ പറഞ്ഞവയിൽ മിക്ക കാര്യങ്ങളും എനിക്കു മനസിലായി. അവനിൽ ഞാൻ വളരെ സന്തോഷവാനാണെന്നും ഞാൻ അവനെ അറിയിച്ചു. തുടർന്ന് ഞാനയാളെ സംസാരിക്കാൻ പഠിപ്പിച്ചു. ആദ്യം പഠിപ്പിച്ചത് അയാളുടെ പേര്. 'ഫ്രൈഡേ' എന്നതാണ്. ഒരു വെള്ളിയാഴ്ച ദിവസമായിരുന്നു ഞാനയാളുടെ ജീവൻ രക്ഷിച്ചത്. അവനെ രക്ഷിച്ച ദിവസം ഓർക്കാനാണ് ഞാൻ ആ പേര് അയാൾക്കു നൽകിയത്. തുടർന്ന് എന്റെ പേര് 'മാസ്റ്റർ' എന്നും പഠിപ്പിച്ചു. തുടർന്ന് 'അതെ' 'അല്ല' എന്നിങ്ങനെ

പറയാനും, അവയുടെ അർഥം എന്താണെന്നും പഠിപ്പിച്ചു. മൺകുടത്തിൽ കുറച്ചു പാലൊഴിച്ച് ഞാനയാൾക്ക് കൊടുത്തു. പാൽ കുടിക്കുന്നതും പാലിൽ ബ്രെഡ് മുക്കിക്കഴിക്കുന്നതും ഒക്കെ ഞാൻ അയാൾക്കു കാണിച്ചുകൊടുത്തു. അയാളും വളരെപ്പെട്ടെന്ന് അതുപോലെ ചെയ്തു. ഒക്കെ ഇഷ്ടപ്പെട്ടെന്ന് അയാൾ ആംഗ്യം കാണിച്ചു പറഞ്ഞു.

രാത്രിയിൽ ഞാനവനോടൊപ്പം കിടന്നു. നേരം പുലർന്നപ്പോൾ ത്തന്നെ അവനെയും കൂട്ടിക്കൊണ്ടുപോയി കുറച്ചു വസ്ത്രങ്ങൾ കൊടുത്തു. അയാൾക്കു വളരെ സന്തോഷമായി. കാരണം അതുവരെ അയാൾ നഗ്നനായിരുന്നു. ആ രണ്ടുപേരെയും കുഴിച്ചിട്ട സ്ഥലത്തുകൂടി വന്നപ്പോൾ, അയാൾ കൃത്യമായും ശവക്കുഴി ചൂണ്ടിക്കാണിച്ചുതന്നു. ശവക്കുഴിയെ തിരിച്ചറിയാനായി അയാൾ വച്ചിരുന്ന അടയാളങ്ങളും അയാളെനിക്കു കാണിച്ചു തന്നു. എങ്കിലേ അവർക്ക് വീണ്ടും കുഴിമാന്തി ആ മൃതദേഹമെടുത്തു തിന്നാനാകൂ. അതു മനസിലാക്കിയപ്പോൾ എനിക്കു കടും കോപമാണു വന്നത്. എനിക്ക് ഛർദ്ദിക്കണമെന്നുതോന്നി. അയാളോടു കുഴിയരികിൽനിന്നും ദൂരോട്ടു മാറിനിൽക്കാൻ ആവശ്യപ്പെട്ടു. അയാൾ സൗമ്യതയോടെ അതനുസരിക്കുകയും ചെയ്തു. തുടർന്ന് ഞാൻ അയാളെ കുന്നിന്റെ മുകളിൽക്കൊണ്ടുപോയി. ശത്രുക്കൾ സ്ഥലം വിട്ടോയെന്നറിയാനാണ് ഞങ്ങളങ്ങോട്ടു പോയത്. ദൂരദർശിനി ഉപയോഗിച്ച് ആ സ്ഥലം ഞാൻ വ്യക്തമായി പരിശോധിച്ചു. ആ സ്ഥലം ശൂന്യമായിരുന്നു. അവരുടെ ലക്ഷണങ്ങളൊന്നും അവിടെ കണ്ടില്ല. അവരുടെ വഞ്ചികളെയും കണ്ടില്ല. അവിടെ അകപ്പെട്ടുപോയ രണ്ടു സുഹൃത്തുക്കളെ അന്വേഷിച്ചിറങ്ങുകപോലും ചെയ്യാതെ അവർ ആ സ്ഥലം ഉപേക്ഷിച്ചുപോയെന്ന് ഞാൻ മനസിലാക്കി.

പക്ഷേ, ഈ കരുതലിൽ എനിക്കു സംതൃപ്തിയുണ്ടായിരുന്നില്ല. പക്ഷേ ഇപ്പോൾ ഞാൻ നല്ല ധൈര്യവാനായി, എന്റെ ജിജ്ഞാസ അതിന്റെ ഫലമായി കൂടുകയും ചെയ്തു. ഞാൻ ഫ്രൈഡേക്കു കൈയിൽ വയ്ക്കാൻ ഒരു വാൾ കൊടുത്തു. മുതുകിൽ സൂക്ഷിക്കാൻ ഒപ്പം അമ്പും വില്ലും അതുപയോഗിക്കാൻ അയാൾ അതിസമർഥനായിരുന്നു. എന്റെ ഒരു തോക്കും കൈയിലെടുക്കാൻ ഞാൻ ആവശ്യപ്പെട്ടു. ഞാൻ രണ്ടു തോക്കുകളും വഹിച്ചു. അതിനുശേഷം ആ നരഭോജികൾ ഇരുന്ന സ്ഥലത്തേക്കു ഞങ്ങൾ നടന്നു ചെന്നു. അവരെക്കുറിച്ചുള്ള എല്ലാ വിവരങ്ങളും അറിയണം. സ്ഥലത്തെത്തിയപ്പോൾ എന്റെ സിരകളിൽ രക്തം തണുത്തുറഞ്ഞതുപോലെ. അവിടെക്കണ്ട ഭീകരക്കാഴ്ചയിൽ എന്റെ ഹൃദയം തകർന്നു. എനിക്കു മാത്രമായിരുന്നു അത്. ഫ്രൈഡേക്കു ഭാവമാറ്റമൊന്നും ഉണ്ടായില്ല. ആ സ്ഥലം മുഴുവൻ മനുഷ്യന്റെ അസ്ഥികൾ കൊണ്ടു നിറഞ്ഞിരുന്നു. ചോരകൊണ്ട് തറമുഴുവൻ മെഴുകിയിരിക്കുന്നു. പാതിതിന്നതും അല്ലാത്തതുമായി മാംസക്കഷണങ്ങൾ അവിടവിടെയായി ചിതറിക്കിടക്കുന്നു. ശത്രുവിനുമേൽ നേടിയ വിജയത്തിനെ അവർ ആഘോഷിച്ചതാണിവിടെ. മൂന്നു തലയോടുകളും അഞ്ചു കൈകളും കാലുകളുടെ മൂന്നുനാലെല്ലുകളും ശരീരത്തിന്റെ മറ്റുഭാഗങ്ങളുടെ അവശിഷ്ടങ്ങളും അവിടെക്കിടക്കുന്നതു ഞാൻ കണ്ടു. ഫ്രൈഡേയുടെ ആംഗ്യ

ഭാഷയിൽനിന്നും നാലു തടവുപുള്ളികളെയാണ് അവിടെ സദ്യക്കു കൊണ്ടുവന്നിരുന്നതെന്നു മനസിലായി. മൂന്നുപേരെ അവർ തിന്നു കഴിഞ്ഞു. താനാണ് നാലാമത്തേയാളെന്ന് സ്വയം ചൂണ്ടി അയാൾ പറഞ്ഞു. നാട്ടിൽ അവർ തമ്മിൽ വൻയുദ്ധം നടന്നതായി ഫ്രൈഡേ ആംഗ്യത്തിലൂടെ പറഞ്ഞു. അടുത്ത രാജാവിന്റെ തടവുപുള്ളികളായി പിടിക്കപ്പെട്ടവരാണ് ഇവിടെ സദ്യക്കായി എത്തപ്പെട്ടത്. ഇവിടെ സംഭവിച്ചതുപോലെ, മറ്റു സ്ഥലങ്ങളിലേക്കും ഇത്തരം നീചന്മാർ ആളുകളെ തിന്നാനായി കൊണ്ടുപോയിട്ടുണ്ട്.

അവിടെക്കിടക്കുന്ന തലയോടുകളും അസ്ഥികളും മാംസക്കഷണങ്ങളും മറ്റ് അവശിഷ്ടങ്ങളും എല്ലാം കൂട്ടിയിട്ടു കത്തിച്ചു ചാരമാക്കാൻ ഞാൻ ഫ്രഡേയോടു പറഞ്ഞു. അതിലെ ചില മാംസക്കഷണങ്ങൾ കണ്ടപ്പോൾ അവന്റെ ആമാശയം അതൊക്കെ തിന്നാൻ കൊതിക്കുന്നുണ്ടെന്ന് എനിക്കു തോന്നി. മനുഷ്യമാംസം തിന്നുന്ന അവന്റെ ശീലം മാറിയിട്ടില്ല തന്നെ. അയാളുടെ ആ ചിന്തയിൽ എനിക്കു വെറുപ്പു തോന്നി. ഇനി ആ ശീലം ആവർത്തിക്കുന്നപക്ഷം, ഞാൻ അയാളെ കൊന്നുകളയുമെന്ന് അറിയിക്കുകയും ചെയ്തു.

ഒക്കെകഴിഞ്ഞ് ഞങ്ങൾ കോട്ടയിലേക്കു തിരിച്ചെത്തി. ഫ്രൈഡേക്കു വേണ്ടി ഞാൻ ചില കാര്യങ്ങൾ അവിടെ ചെയ്തുതുടങ്ങി. ആദ്യം ഞാനയാൾക്ക് ആ ലിനൻ നിക്കറുകൾ കൊടുത്തു. തകർന്ന കപ്പലിൽ നിന്നും കിട്ടിയ ആ പാവം തോക്കുധാരിയുടെ പെട്ടിയിൽനിന്നും എനിക്കു കിട്ടിയതായിരുന്നു അത്. അതിൽ ചെറിയ വ്യത്യാസം വരുത്തിയപ്പോൾ ഫ്രൈഡേക്ക് നന്നായി ചേരുന്ന ഒന്നായി. പിന്നെ എന്റെ പരമാവധി കഴിവും വൈദഗ്ധ്യവും ഉപയോഗിച്ച് ആട്ടിൻതോലുകൊണ്ടുള്ള ഒരു ജെർക്കിനും തയ്ചുകൊടുത്തു. ഞാനിപ്പോൾ തെറ്റില്ലാത്ത ഒരു തയൽക്കാരനായി മാറിയെന്ന് എനിക്കു തോന്നി. തുടർന്ന് മുയലിന്റെ തോലുകൊണ്ടുണ്ടാക്കിയ ഒരു തൊപ്പിയും ഞാൻ അയാൾക്കു കൊടുത്തു. നല്ല ഫാഷനിൽ തുന്നിയതായിരുന്നു അത്. ഇങ്ങനെയായപ്പോൾ അവന്റെ യജമാനനെപ്പോലെ അവനും നല്ല വേഷം ധരിക്കുന്നയാളായി മാറി. സത്യം പറഞ്ഞാൽ, തുടക്കത്തിൽ ഈ വേഷം അയാൾക്ക് അസുഖകരമായി തോന്നിയിരുന്നു. നിക്കർ ധരിക്കുവാൻ അവന് ഇഷ്ടമില്ലാതിരുന്നു. അതുപോലെ വെയ്സ്റ്റ്കോട്ടിന്റെ കൈകൾ അവന്റെ തോളുകളെയും കൈകളെയും വേദനിപ്പിച്ചു. കുറച്ചു നാളുകൾ കഴിഞ്ഞപ്പോഴാണ് എല്ലാം സുഖകരമായി മാറിയത്.

അയാളോടൊപ്പം ഞാനെന്റെ താമസസ്ഥലത്തെത്തിയതിനു പിറ്റേ ദിവസം, അയാളെ എവിടെ താമസിപ്പിക്കണമെന്ന് ഞാൻ ആലോചിക്കാൻ തുടങ്ങി. എനിക്കും അവനും അത് ഒരുപോലെ ഉപയോഗപ്രദമാകുകയും വേണം. എന്റെ രണ്ടു കോട്ടകൾക്കും ഇടയിലായി കണ്ട ഒഴിഞ്ഞ സ്ഥലത്ത് അയാൾക്കുവേണ്ടി ഞാൻ ഒരു കൂടാരം ഉണ്ടാക്കി. അവിടെനിന്നും എന്റെ ഗുഹയുടെ പ്രവേശനദ്വാരത്തിൽ ഒരു വാതിലുറപ്പിച്ച് അകത്തുനിന്നും അടച്ചു. രാത്രിയാകുമ്പോൾ ഏണിയെടുത്ത് അകത്തു വയ്ക്കും. അപ്പോൾ ശബ്ദമുണ്ടാക്കാതെ ഫ്രൈഡേക്ക് അകത്തു കയ

റാനാകില്ല. അങ്ങനെയെങ്കിൽ എനിക്ക് ഉണരാനാകും. ഏണി വയ്ക്കുന്നിടത്തും ഉള്ളിൽനിന്നും മാത്രം തുറക്കാവുന്ന ഒരു വാതിൽ പിടിപ്പിച്ചു. അതു വെളിയിൽനിന്നും ബലംപ്രയോഗിച്ച് തുറക്കാൻ ശ്രമിച്ചാൽ താഴെ വീണ് ശബ്ദമുണ്ടാക്കുന്ന ഒരുതരം 'കെണി വാതിൽ' ആയിരുന്നു. രാത്രികളിൽ ആയുധങ്ങൾ എല്ലാമെടുത്ത് ഞാൻ അകത്തേക്കു വയ്ക്കുമായിരുന്നു.

യഥാർഥത്തിൽ ഇത്തരം മുൻ കരുതലുകളുടെ യാതൊരു ആവശ്യവും ഉണ്ടായിരുന്നില്ല. കാരണം അത്രയ്ക്കു വിശ്വസ്തനും സ്നേഹിതനും ആത്മാർഥതയും ഉള്ള ഒരു വേലക്കാരനായിരുന്നു ഫ്രൈഡേ. ഇനി ഇതുപോലൊരാളെ കിട്ടുകയേ ഇല്ല. യാതൊരുവിധ പരാതിപരിഭവങ്ങൾ ഒന്നുമില്ലാതെ പൂർണമായും എന്നോട് അയാൾ വിധേയത്വം പുലർത്തി. കുഞ്ഞ് തന്റെ അച്ഛനെ സ്നേഹം കൊണ്ടു പൊതിയുന്നതുപോലെയായിരുന്നു അയാൾ എന്നോടും ചെയ്തത്. എന്റെ ജീവൻ രക്ഷിക്കാനായി അയാൾ എന്തു ത്യാഗവും ചെയ്യാൻ തയാറായിരുന്നു. എന്തിനും വ്യക്തമായ തെളിവുകൾ ഉണ്ട്. അതിനാൽ അയാളിൽ യാതൊരു സംശയമോ വേണ്ടായിരുന്നു. എന്റെ സുരക്ഷിതത്വത്തിനുവേണ്ടി മുൻകരുതലുകൾ എടുക്കേണ്ട ആവശ്യവും അതിനാൽ ഉണ്ടായിരുന്നില്ല.

ഇടയ്ക്കിടയ്ക്ക് ഞാൻ ദൈവത്തെക്കുറിച്ചോർത്തു. ദൈവത്തിന്റെ കരവേല വളരെ മാഹാത്മ്യമുള്ളതാണ്. വലിപ്പച്ചെറുപ്പം ഇല്ലാതെ എല്ലാ ജീവികളെയും തുല്യപരിഗണനയിലാണ് സൃഷ്ടിച്ചിരിക്കുന്നത്. സ്നേഹം, കരുണ, വിധേയത്വം, വികാരം, തെറ്റുകളോടുള്ള നീരസം, തുല്യമായ കൃതജ്ഞതാബോധം, ആത്മാർഥത, നർമബോധം തുടങ്ങിയവയൊക്കെ തന്റെ സൃഷ്ടിയിൽ അദ്ദേഹം സമമായി സന്നിവേശിപ്പിച്ചിരിക്കുന്നു. പക്ഷേ അക്കാര്യം കണ്ടെത്താനുള്ള കഴിവ് നമുക്കില്ലാതെ പോയിരിക്കുകയാണ്.

എന്റെ പുതിയ ചങ്ങാതിയുടെ കാര്യത്തിലേക്കു വീണ്ടും പോകാം. ഞാൻ അയാളിൽ വളരെയധികം സന്തുഷ്ടനായിരുന്നു. ഞാൻ അയാൾക്ക് ഉപകാരപ്രദമായ എല്ലാ കാര്യങ്ങളും പഠിപ്പിച്ചു; പ്രത്യേകിച്ച് സംസാരിക്കാനും ഞാൻ പറയുന്നത് മനസിലാക്കാനും. അയാൾ തികഞ്ഞ ഒരു പണ്ഡിതനായിരുന്നു. അയാൾ സംസാരിക്കുന്നത് എനിക്കു മനസിലാകുമ്പോഴും, ഞാൻ സംസാരിക്കുന്നത് അയാൾക്കു മനസിലാകുമ്പോഴും അവൻ വളരെയധികം ആനന്ദിച്ചു. അങ്ങനെ എന്റെ ജീവിതം സുഖകരമായി. നരഭോജികളിൽനിന്നെല്ലാം ഞാൻ സുരക്ഷിതനാണ്. ഇനിയെന്റെ വാസസ്ഥലം ഇവിടെനിന്നും മാറ്റുകയേ വേണ്ട; ഞാൻ തീർത്തും തീരുമാനിച്ചു.

23

ഫ്രൈഡേയെ ക്രിസ്ത്യാനിയാക്കുന്നു

കോട്ടയിൽ തിരിച്ചുവന്നിട്ടു രണ്ടുമൂന്നു ദിവസങ്ങൾ കഴിഞ്ഞു മനുഷ്യമാംസം തിന്നുന്ന ഫ്രൈഡേയുടെ ശീലം എങ്ങനെയെങ്കിലും മാറ്റിയെടുക്കണമെന്ന് ഞാൻ തീരുമാനിച്ചു. മറ്റു മാംസങ്ങൾ അതിനായി കൊടുത്തു ശീലിപ്പിച്ചേ മതിയാകൂ. അങ്ങനെ തീരുമാനിച്ചുകൊണ്ട് ഒരു ദിവസം ഞാൻ അയാളെയും കൂട്ടി കൂട്ടിലേക്കു നടന്നു. എന്റെ ആട്ടിൻ പറ്റത്തിൽനിന്നും ഒന്നിനെ പിടിച്ചുകൊന്ന് പാകംചെയ്യാനായിരുന്നു യഥാർഥത്തിൽ എന്റെ ഉദ്ദേശ്യം. പക്ഷേ, ഞങ്ങൾ പോകുമ്പോൾ ഒരു പെണ്ണാടും രണ്ടു കുട്ടികളും ഒരു മരത്തിന്റെ തണലിൽ കിടക്കുന്നതു കണ്ടു. ഞാൻ ഫ്രൈഡേയുടെ കൈയിൽ പിടിച്ച് "അനങ്ങാതെ ഇവിടെ നിന്നോളൂ" എന്നു പറഞ്ഞു. സംസാരിക്കരുതെന്നും ആംഗ്യത്തിൽ അയാളോടു പറഞ്ഞു. എന്നിട്ട് വേഗത്തിൽ തോക്കെടുത്ത് അതിലൊരു കുട്ടിയെ വെടിവച്ചു വീഴ്ത്തി. മുമ്പ് തന്റെ ശത്രുവിനെ ദൂരെ നിന്നു വെടിവച്ചുകൊല്ലുന്നത് കണ്ടപ്പോൾ അതെങ്ങനെയെന്ന് അത്ഭുതപ്പെട്ടുനിന്നിരുന്ന ഫൈഡ്രേ ഇപ്പോഴും ഭയചകിതനായി നിന്നു. അയാൾ ബോധം കെട്ടു വീഴുമോയെന്ന് എനിക്കു തോന്നി. ഞാൻ ആട്ടിൻകുട്ടിയെ കൊന്നു കഴിഞ്ഞെന്ന് അയാൾക്കു മനസിലായില്ല. അയാൾ സ്വന്തം ഉടുപ്പുയർത്തി വല്ല പരിക്കും ഏറ്റിട്ടുണ്ടോയെന്നു പരിശോധിച്ചു. അയാൾ കരുതിയത് ഞാൻ അയാളെ കൊല്ലാൻ ശ്രമിച്ചെന്നായിരുന്നു. അയാൾ മുട്ടുകുത്തി നിന്ന് എന്റെ കാലുകളെ കെട്ടിപ്പിടിച്ച് എന്തൊക്കെയോ പറഞ്ഞു കരഞ്ഞു. എനിയ്ക്കൊന്നും മനസിലായില്ല. തന്നെ കൊല്ലരുതേയെന്ന് അപേക്ഷിച്ചതാണെന്നു ഞാൻ മനസിലാക്കി.

അവനെ ഞാൻ ഒരുതരത്തിലും ഉപദ്രവിക്കുകയില്ലെന്നു വിശ്വസിക്കാൻ ഞാൻ ഒരു ഉപായം കണ്ടെത്തി. അയാളെ പിടിച്ചെഴുന്നേൽപ്പിച്ചശേഷം പുഞ്ചിരിച്ചുകൊണ്ട് ഞാൻ കൊന്നിട്ട ആട്ടിൻകുട്ടിയെ അവനു

ചൂണ്ടിക്കാണിച്ചുകൊടുത്തു. തുടർന്ന് അയാളോട് അതിനെ ഓടിച്ചെന്ന് എടുത്തുകൊണ്ടുവരാനും ആവശ്യപ്പെട്ടു. അയാൾ അങ്ങനെ ചെയ്തു. എങ്ങനെ അതിനെക്കൊന്നുയെന്ന ചിന്തയിൽ അയാൾ അത്ഭുതത്തോടെ നിന്നപ്പോൾ, ഞാൻ തോക്കിൽ വീണ്ടും വെടിയുണ്ട നിറച്ചു. മരത്തിൽ കഴുകൻ പോലത്തെ ഒരു പക്ഷിയിരിക്കുന്നത് ഞാൻ കണ്ടു. യഥാർഥ ത്തിൽ അതൊരു തത്തയായിരുന്നു. ആ പക്ഷിയെ ഉന്നം വച്ചുകൊണ്ട് അതിനെ വെടിവച്ചുകൊല്ലാൻ പോകുകയാണെന്ന് ഞാൻ ആംഗ്യഭാഷ യിൽ അയാളോടു പറഞ്ഞു. വെടിയേറ്റയുടനെ പക്ഷി തറയിൽ വീണത് അയാൾ കണ്ടു. അവൻ ഭയന്നുകൊണ്ടു തന്നെ വീണ്ടും നിന്നു; ഞാൻ പറഞ്ഞതൊന്നും മനസിലാകാതെ. അയാളെ വളരെയധികം അത്ഭുത പ്പെടുത്തിയത്, ഞാൻ തോക്കിൽ വെടിയുണ്ട നിറയ്ക്കുന്നത് കാണാതി രുന്നതാണ്; അവൻ കരുതിയത് അടുത്തും അകലെയുമുള്ള മനുഷ്യ നെയും മൃഗത്തെയും പക്ഷിയെയും മറ്റെന്തിനെയും കൊല്ലാനും നശി പ്പിക്കാനും പറ്റിയ അത്ഭുതകരമായ ശക്തിയുണ്ടെന്നാണ്. അത്ഭുതം വിടാതെ കുറേനേരം അയാൾ നിന്നു. അയാളുടെ ചിന്തയനുസരിച്ച് ഞാൻ വിട്ടിരുന്നെങ്കിൽ; എന്നെയും തോക്കിനെയും അയാൾ ആരാധിച്ചു തുട ങ്ങിയേനെ. കുറച്ചുനാൾ അയാൾ പിന്നീട് തോക്കിനെ തൊട്ടിട്ടേയില്ല. പക്ഷേ, ചിലപ്പോഴൊക്കെ അതിനോട് അവൻ സംസാരിക്കുമായിരുന്നു. തന്നെ കൊല്ലരുതേയെന്ന് അപേക്ഷിക്കുന്നതായിരുന്നെന്ന് പിന്നീടാണ് എനിക്കു മനസിലായത്.

അയാളുടെ ആശ്ചര്യം തെല്ലുമാറിയെന്നു കണ്ടപ്പോൾ, വെടിവച്ചിട്ട പക്ഷിയെ എടുത്തുകൊണ്ടുവരാൻ ഞാൻ അയാളോടു പറഞ്ഞു. അയാ ളതു ചെയ്തു. പക്ഷേ, മടങ്ങിവരാൻ അൽപ്പം താമസിച്ചിരുന്നു. കാരണം ആ പക്ഷി പൂർണമായും ചത്തിരുന്നില്ല. വീണസ്ഥലത്തുനിന്നും ചാടി ച്ചാടി കുറേ ദൂരത്ത് അതു ചെന്നിരുന്നു. എന്നാലും അതിനെ കണ്ടെത്തി അയാൾ എടുത്തുകൊണ്ടുവന്നു. തോക്കിനെക്കുറിച്ചുള്ള അയാളുടെ അറി വില്ലായ്മ മനസിലാക്കിയ ഞാൻ അവൻ കാണാതെ വീണ്ടും വെടിയുണ്ട നിറച്ചു. പക്ഷേ, വേറെ ജീവികളെയൊന്നും സമീപത്തു കാണാതിരുന്ന തിനാൽ ഞങ്ങൾ ആട്ടിൻകുട്ടിയുടെ കുറേ കഷണങ്ങളെടുത്തു പാത്ര ത്തിലിട്ടു വേവിച്ചു. ഉണ്ടാക്കിയ സൂപ്പ്, ഞാൻ കഴിക്കാൻ തുടങ്ങിയപ്പോൾ അയാൾക്കും കൊടുത്തു. അയാൾക്കത് ഇഷ്ടപ്പെട്ടെന്നു തോന്നുന്നു. അയാൾ ആർത്തിയോടെ കഴിച്ചു. പക്ഷേ, ഞാൻ അതിൽ ഉപ്പുചേർത്തു കഴിക്കുന്നതു കണ്ടപ്പോൾ അയാൾക്ക് അത് വിചിത്രമായിത്തോന്നി. ഉപ്പ് തിന്നരുതാത്ത സാധനമാണെന്ന് അയാൾ ആംഗ്യത്തിൽ പറഞ്ഞു; കുറച്ചു ഉപ്പു വായിലിട്ടശേഷം അയാൾ അതിനെ ചീത്തയെന്ന രീതിയിൽ പുറ ത്തേക്കു തുപ്പിയിട്ടു. തുടർന്ന് അയാൾ ശുദ്ധജലംകൊണ്ട് വായും കഴുകി. അതേസമയം ഞാൻ ഉപ്പുചേർക്കാത്ത ഒരു കഷണം ഇറച്ചി വായിലിട്ടു ചവച്ചശേഷം, ഇഷ്ടമാകാത്തതുപോലെ പുറത്തേക്കു തുപ്പി; അയാൾ ഉപ്പ് തുപ്പിയിരുന്ന വേഗത്തിലാണ് ഞാനിതു ചെയ്തത്. പക്ഷേ, അതൊന്നും അയാളെ മാറ്റിയെടുക്കാൻ സഹായിച്ചില്ല. ഉപ്പു ചേർക്കാ

തെതന്നെയാണ് അയാൾ ഇറച്ചിയും സൂപ്പും കഴിച്ചത്. പക്ഷേ, കുറച്ചു നാൾ കഴിഞ്ഞപ്പോൾ കുറേശ്ശെ ഉപ്പുചേർത്തു കഴിക്കാൻ അവനു കഴിഞ്ഞു.

വേവിച്ച മാംസവും സൂപ്പും അയാൾ കഴിക്കുന്നതു കണ്ടപ്പോൾ ആട്ടിൻമാംസത്തെ പിറ്റേന്നു ചുട്ടുകൊടുക്കാൻ ഞാൻ തീരുമാനിച്ചു. ഇംഗ്ലണ്ടിലെ ആളുകൾ തീകൂട്ടിയശേഷം രണ്ടു കുറ്റികളടിച്ച് അവയെ കമ്പികൊണ്ടു ബന്ധിച്ചശേഷം അതിൽ മാംസം തൂക്കിയിട്ട് ചുട്ടെടുക്കുന്ന രീതിയിലാണ് ഞാൻ ചെയ്തത്. അതുകണ്ടപ്പോൾ ഫ്രൈഡേ എന്നെ പുകഴ്ത്തി. ചുട്ടെടുത്ത മാംസം കഴിച്ചുകൊണ്ടിരുന്നപ്പോൾ, അതെന്തു മാത്രം രുചികരമാണെന്ന് അറിയിക്കാൻ അയാൾ പലവിധ ആംഗ്യങ്ങൾ കാണിച്ചു. അവസാനം മനുഷ്യമാംസം തിന്നുകയേയില്ലെന്ന് അവൻ എന്നോടു പറഞ്ഞു. അതു കേട്ടപ്പോൾ എനിക്കു സന്തോഷമായി.

പിറ്റേന്നായപ്പോൾ ധാന്യം പൊടിക്കാനും ഞാൻ ചെയ്യാറുള്ള രീതിയിൽ അരിക്കാനുമൊക്കെ പഠിപ്പിച്ചു. അതൊക്കെ ഞാൻ ചെയ്യുന്നതുപോലെ നന്നായി അയാൾ ചെയ്യുന്നതു കണ്ടു. ഇതൊക്കെ ചെയ്യുന്നതിന്റെ അർഥവും, ബ്രഡുണ്ടാക്കാൻ വേണ്ടിയാണിതെന്നും ഒക്കെ അയാൾ അറിഞ്ഞു. പിന്നെ ഞാൻ ബ്രഡുണ്ടാക്കി കാണിച്ചുകൊടുത്തു. വളരെ വേഗത്തിൽ അയാളും അതൊക്കെ ചെയ്തു; ഞാൻ ചെയ്ത അതേ രീതിയിൽത്തന്നെ.

ഇനി ഒരാളിനല്ല, രണ്ടുപേർക്കുള്ള ആഹാരം വേണം. കൂടുതൽ ഭൂമി അതിനൊരുക്കണമെന്നും, കൂടുതൽ വിത്തിറക്കണമെന്നും എനിക്കു മനസിലായി. കൂടുതൽ വിശാലമായ കൃഷിഭൂമിക്ക് ഞാൻ അതിരു തിരിച്ചു. മുമ്പു ചെയ്തതുപോലെ തന്നെ വേലികെട്ടിത്തിരിച്ചു സുരക്ഷിതമാക്കുകയും ചെയ്തു. ഫ്രൈഡേ താൽപ്പര്യപൂർവം ജോലിചെയ്തെന്നു മാത്രമല്ല, കഠിനാധ്വാനം ചെയ്യുകയും അതിൽ പൂർണമായ ആനന്ദം കണ്ടെത്തുകയും ചെയ്തു. ഇതൊക്കെ ഭക്ഷണത്തിനും (ബ്രഡിനും) വേണ്ടിയാണെന്നും, അവൻ കൂടെയുള്ളതിനാൽ കൂടുതൽ പ്രദേശത്തു കൃഷിയിറക്കേണ്ടതുണ്ടെന്നും ഞാൻ അയാളോടു പറഞ്ഞു. ഫ്രൈഡേക്കു എല്ലാം മനസിലായി. ഞാൻ പറഞ്ഞുകൊടുക്കുന്ന നിർദേശമനുസരിച്ച് അയാൾ എല്ലാം ചെയ്തു പോന്നു.

ആ ദ്വീപിലെ ജീവിതത്തിലെ ഏറ്റവും ആസ്വാദകരമായ ദിവസങ്ങളായിരുന്നു അവ. ഫ്രൈഡേ നന്നായി സംസാരിച്ചു തുടങ്ങി. ഏറെക്കുറെ എല്ലാ സ്ഥലങ്ങളും അയാൾക്കു പരിചിതമായി. അയാൾ ധാരാളം എന്നോടു സംസാരിച്ചു തുടങ്ങി. എനിക്കു കൂടുതൽ നാവുപയോഗിക്കേണ്ടിവന്നെന്നർഥം. മുമ്പ് എനിക്കു സംസാരിക്കാനേ സാധിച്ചിരുന്നില്ലല്ലോ. എല്ലാറ്റിനുമുപരി അയാളോടു സംസാരിച്ചുകൊണ്ടിരിക്കുന്നത് ഒരു രസമായിരുന്നു. ദിവസം കഴിയുന്നതനുസരിച്ച് അവന്റെ വിനയവും ലാളിത്യവും സത്യസന്ധതയും മേൽക്കുമേൽ കൂടിക്കൂടി വന്നു. മറ്റൊന്നിനോടും നൽകാത്തത്ര സ്നേഹം അയാൾ എനിക്കു തരുന്നുണ്ടെന്ന് എനിക്കു മനസിലായി.

സ്വന്തം നാട്ടിൽ തിരിച്ചുപോകാനുള്ള ആഗ്രഹം ഫ്രൈഡേക്കുണ്ടോയെന്ന് അറിയാൻ എനിക്കു തോന്നി. ഇപ്പോൾ അയാൾ ഇംഗ്ലീഷ് പഠിച്ച സ്ഥിതിക്ക്, ഞാൻ ചോദിക്കുന്ന മിക്കവാറും ചോദ്യങ്ങൾക്കൊക്കെ അയാൾക്കു നന്നായി മറുപടി പറയാനാകും. അവന്റെ രാജ്യം ഇതുവരെ ആരും യുദ്ധം ചെയ്തു തോൽപ്പിച്ചിട്ടില്ലേയെന്നു ഞാൻ ചോദിച്ചു. അവൻ ചിരിച്ചുകൊണ്ടു പറഞ്ഞു: "അതെ അതെ. ഞങ്ങളാണ് എപ്പോഴും നന്നായി യുദ്ധം ചെയ്യാറുള്ളത്." അങ്ങനെ ഞങ്ങളുടെ സംഭാഷണം ചുവടെ പറയുന്ന രീതിയിൽത്തുടർന്നു.

"നിങ്ങളാണ് എപ്പോഴും നന്നായി യുദ്ധം ചെയ്യാറുള്ളത്. പിന്നെങ്ങനെയാണ് താങ്കളെ തടവുപുള്ളിയായി ഇവിടെക്കൊണ്ടുവന്നത്?" ഞാൻ ചോദിച്ചു.

"എന്റെ രാജ്യം അവരെ പരാജയപ്പെടുത്തി" ഫ്രൈഡേ പറഞ്ഞു.

"എങ്ങനെ പരാജയപ്പെടുത്തി? അങ്ങനെയെങ്കിൽ താങ്കളെങ്ങനെ തടവുപുള്ളിയായി ഇവിടെയെത്തപ്പെട്ടു?" ഞാൻ ചോദിച്ചു.

"ഞാൻ താമസിച്ചിരുന്നിടത്ത് എന്റെ ദേശക്കാരേക്കാൾ കൂടുതൽ അവരായിരുന്നു. അവർ ഒന്ന്, രണ്ട്, മൂന്ന് പിന്നെ എന്നെയും പിടികൂടി. പക്ഷേ, ഞാനില്ലാതിരുന്ന മറ്റുസ്ഥലങ്ങളിൽ എന്റെ ദേശക്കാർ അവരെ ഒന്നും രണ്ടും പേരെയല്ല ആയിരക്കണക്കിന് ആളുകളെയാണ് തോൽപ്പിച്ചത്."

"നിന്റെ നാട്ടുകാരെന്താണ് നിന്നെ പിന്നീടു ശത്രുക്കളിൽനിന്നും രക്ഷിക്കാതിരുന്നത്?"

"അവർ ഞങ്ങൾ മൂന്നു പേരെയും കൊണ്ടോടി, വഞ്ചിയിൽ കയറി. ഞങ്ങളുടെ നാട്ടുകാർക്ക് അപ്പോൾ തോണിയുണ്ടായിരുന്നില്ല."

"അതു ശരി. ഫ്രൈഡേ, ഒന്നുകൂടി ചോദിച്ചോട്ടെ. നിങ്ങളുടെ നാട്ടുകാർ പിടിച്ച ആളുകളെ അവരെന്തു ചെയ്യും? ദൂരെ കൊണ്ടുപോയി ഇവർ ചെയ്തതുപോലെ ചെയ്യുമോ?"

"അതെ അതെ, ഞങ്ങളുടെ നാട്ടുകാരും മനുഷ്യരെത്തിന്നും. എല്ലാപേരെയും തിന്നുതീർക്കും."

"അവർ എവിടെയാണ് അവരെ കൊണ്ടുപോകുന്നത്?" ഞാൻ വീണ്ടും ചോദിച്ചു.

"അപ്പുറത്ത് അവർക്കു തോന്നുന്ന സ്ഥലത്തേക്ക്." ഫ്രൈഡേ മറുപടി പറഞ്ഞു.

"അവർ ഇവിടെ വരാറുണ്ടോ?"

"വരും വരും. വേറേയും സ്ഥലത്തു പോകും."

"നീ എന്നെങ്കിലും അവരോടൊപ്പം ഇവിടെ വന്നിട്ടുണ്ടോ?"

"വന്നിട്ടുണ്ട്, ആ ഭാഗത്ത്." ഒപ്പം ഫ്രൈഡേ ദ്വീപിന്റെ പടിഞ്ഞാറു ഭാഗം ചൂണ്ടിക്കാണിച്ചു.

പണ്ടു തീരത്തു വരാറുണ്ടായിരുന്ന ആ പ്രാകൃതരുടെകൂടെ ഫ്രൈഡേയും ഉണ്ടായിരുന്നെന്ന് എനിക്കു മനസിലായി. അയാളന്നു മനുഷ്യരെ കൊന്നുതിന്നാൻ വന്ന സ്ഥലത്തുതന്നെയാണ് അയാളെയും കൊന്നു

തിന്നാൻ കൊണ്ടുവന്നിരിക്കുന്നതും. പിന്നീടൊരിക്കൽ ധൈര്യസമേതം ഫ്രൈഡേയും കൂട്ടി ഞാൻ ആ സ്ഥലത്തു ചെന്നപ്പോൾ, അവൻ ആ സ്ഥലം പെട്ടെന്നു തന്നെ തിരിച്ചറിഞ്ഞു. ഇരുപതു പുരുഷന്മാരെയും രണ്ടു സ്ത്രീകളെയും ഒരു കുട്ടിയെയും ഒരിക്കൽ അവർ അവിടെവന്നു തിന്നിട്ടുണ്ടെന്നും അയാൾ പറഞ്ഞു. ഇംഗ്ലീഷിൽ ഇരുപത് എന്നു പറയാൻ അയാൾക്ക് അറിയില്ലാതിരുന്നതിനാൽ കല്ലുകൾ നിരത്തിവച്ചാണ് അയാൾ എണ്ണം പറഞ്ഞത്.

ഇതിനെത്തുടർന്ന് വീണ്ടും ഞാൻ പലതും ചോദിച്ചു. അവന്റെ സ്ഥലം ഈ ദ്വീപിൽനിന്നും എത്ര അകലെയാണെന്നും, യാത്രയ്ക്കിടയിൽ തോണികൾ നഷ്ടപ്പെടാറുണ്ടോയെന്നും ഞാൻ ചോദിച്ചു. ഇത്രയും കാലം ഒരപകടവും പറ്റിയിട്ടില്ലെന്നും, ഒറ്റത്തോണിയും നഷ്ടപ്പെട്ടിട്ടില്ലെന്നും ഫ്രൈഡേ മറുപടി പറഞ്ഞു. എന്നാൽ കുറച്ചു ദൂരോട്ടു പോകുമ്പോൾ കടലിൽ നല്ല ഒഴുക്കും കാറ്റുമുണ്ടെന്ന് അയാൾ പറഞ്ഞു. പക്ഷേ, രാവിലെ ഒരു ദിശയിലേക്കും ഉച്ചയ്ക്കുശേഷം മറ്റേ ദിശയിലേക്കും മാത്രമായിരുന്നു എപ്പോഴും കാറ്റിന്റെ ദിശ.

വേലിയേറ്റത്തെക്കുറിച്ചും വേലിയിറക്കത്തെക്കുറിച്ചുമാണ് അയാൾ പറഞ്ഞത്. ശക്തമായ ഒഴുക്കുള്ള ഒരൂനൂക്കോ നദിയുടെ ഒഴുക്കിനനുസരിച്ചാണിതെന്നും എനിക്കു മനസിലായി. ആ നദീമുഖത്താണ് ഞങ്ങളുടെ ദ്വീപു കിടക്കുന്നതെന്നും എനിക്കു മനസിലായി. പടിഞ്ഞാറും വടക്കുപടിഞ്ഞാറും ഭാഗത്തായിക്കിടക്കുന്നത് ട്രിനിഡാഡ് എന്ന വൻദ്വീപാണെന്നും എനിക്കു മനസിലായി. നദീമുഖത്തിന്റെ വടക്കേ മൂലയിലാണ് ഈ ട്രിനിഡാഡ്. ഫ്രൈഡേയുടെ നാട്, അവിടത്തെ നിവാസികൾ, കടൽ, തീരം, അയൽപ്രദേശം, എന്നിവയെക്കുറിച്ചെല്ലാം ഒരായിരം ചോദ്യങ്ങൾ ഞാൻ അയാളോടു ചോദിച്ചു. അറിയാവുന്നവ മുഴുവൻ തുറന്ന മനസോടെ അയാൾ പറഞ്ഞുതന്നു. അയാളെപോലെയുള്ള ആളുകൾ താമസിക്കുന്ന മറ്റുരാജ്യങ്ങളുടെ പേരുകൾ ഞാൻ അയാളോടു ചോദിച്ചപ്പോൾ, കരീബ്സ് എന്ന ഒരു നാടിനെക്കുറിച്ചുമാത്രം അയാൾ പറഞ്ഞു. ഒരൂനൂക്കോയുടെ മുഖത്തുനിന്നും ഗിനിയവരെയും പിന്നെ മാർത്തവരെയും കിടക്കുന്ന ഞങ്ങളുടെ ഭൂപടത്തിലെ അമേരിക്കയുടെ ഭാഗമായ കരീബിയയിലെ ആളുകളെക്കുറിച്ചാണ് അയാൾ പറയുന്നതെന്ന് എനിക്കിപ്പോൾ മനസിലായി. എന്നെപ്പോലുള്ള വെളുത്തതാടിക്കാരായ മനുഷ്യർ സൂര്യനസ്തമിക്കുന്നതിനപ്പുറത്തുണ്ടെന്നും അയാൾ പറഞ്ഞു. അതു പറഞ്ഞപ്പോൾ അയാൾ എന്റെ കൃതാവിലേക്ക് ചൂണ്ടിയിരുന്നു. അവർ ധാരാളം മനുഷ്യരെ കൊന്നിട്ടുണ്ട്. അയാൾ സ്പെയിൻകാരെക്കുറിച്ചാണ് പറഞ്ഞതെന്ന് എനിക്ക് മനസിലായി. അല്ലെങ്കിൽത്തന്നെ അവരുടെ ക്രൂരതകളെപ്പറ്റി ലോകത്തെമ്പാടുമുള്ളവർക്ക് അറിയാവുന്നതാണ്. എല്ലായിടങ്ങളിലെയും മുതിർന്നവരും കുട്ടികളും അക്കാര്യം ഓർക്കാറുണ്ട്. ഈ ദ്വീപിൽ നിന്നും ആ വെള്ളത്താടിക്കാരുടെ അടുത്തേക്ക് എങ്ങനെ ചെന്നെത്താനാകുമെന്ന് ഞാൻ അയാളോടു ചോദിച്ചു. രണ്ടു തോണികളുണ്ടെങ്കിൽ അവിടെച്ചെല്ലാമെന്ന് അയാൾ പറഞ്ഞു. എനിക്കു സംശയമായി.

രണ്ടു തോണികളുടെ വലിപ്പത്തിലുള്ള ഒരു ബോട്ടിൽ പോകുന്ന കാര്യമാണ് അയാൾ പറഞ്ഞതെന്ന് ബുദ്ധിമുട്ടിയെങ്കിലും പെട്ടെന്നെനിക്കു മനസിലായി.

അയാളുമായുള്ള എന്റെ ഈ സംഭാഷണം എനിക്കു സന്തോഷമുണ്ടാക്കി. ഇന്നല്ലെങ്കിൽ നാളെ ഈ ദ്വീപിൽനിന്നും രക്ഷപ്പെടാനുള്ള ഒരവസരം എനിക്കു ലഭിക്കുമെന്നു തോന്നി. അതിന് എനിക്ക് സഹായകരമാകുന്നത് ഈ പാവം മനുഷ്യനായിരിക്കും.

ദീർഘനാളായിട്ട് ഫ്രൈഡേ എന്നോടൊപ്പം ഉണ്ടായിരിക്കുന്നല്ലോ. അയാൾ എന്നോടു സംസാരിക്കുകയും, ഞാൻ പറയുന്നതൊക്കെ അയാൾ മനസിലാക്കുകയും ചെയ്യുന്നുണ്ട്. മതപരമായ കാര്യങ്ങളിൽ എത്രമാത്രം അറിവുണ്ടെന്നു മനസിലാക്കാനായി ഞാൻ ഫ്രൈഡേയോടു ചില ചോദ്യങ്ങൾ ചോദിച്ചു. ഒരിക്കൽ ഞാൻ അയാളോട് അയാളുടെ സ്രഷ്ടാവ് ആരാണെന്നു ചോദിച്ചു. ഞാൻ ചോദിച്ചതെന്താണെന്ന് പാവത്തിനു മനസിലായില്ല. ഞാൻ അയാളുടെ അച്ഛനാരാണെന്ന് ചോദിച്ചെന്നായിരുന്നു അയാൾക്കു തോന്നിയത്. ഞാൻ തുടർന്ന് ആ ചോദ്യം മറ്റൊരു രീതിയിൽ ചോദിച്ചു. ഈ കടലും, നീ നടക്കുന്ന തറയും ഈ മലയും കാടും ഒക്കെ ആരാണ് സൃഷ്ടിച്ചതെന്ന് ഞാൻ ചോദിച്ചു. എല്ലാം ഒരു വൃദ്ധനായ ബെനാമുഖിയാണ് നിർമിച്ചതെന്ന് ഫ്രൈഡേ പറഞ്ഞു. ആ വലിയ മനുഷ്യനെക്കുറിച്ച് കൂടുതലൊന്നും പറയാൻ അയാൾക്കായില്ല. വളരെ പ്രായമായ ആളാണെന്നും കടലിനെക്കാളും കരയെക്കാളും ചന്ദ്രനെക്കാളും നക്ഷത്രങ്ങളെക്കാളും പ്രായമുണ്ടെന്നുംമാത്രം അയാൾ പറഞ്ഞു. ഇത്രയും പ്രായമുള്ള ആ മനുഷ്യൻ ഇതൊക്കെ നിർമിച്ചെങ്കിൽ അദ്ദേഹത്തെ എന്തുകൊണ്ടാരും ആരാധിക്കുന്നില്ലെന്ന് ഞാൻ ചോദിച്ചപ്പോൾ, അയാളുടെ മുഖം വാടി. അയാൾ നിഷ്കളങ്കതയോടെ പറഞ്ഞു:

"എല്ലാവരും അദ്ദേഹത്തോടു ഓ..... ഈ സ്തുതി പറയും." ആളുകൾ മരിച്ചാൽ എങ്ങോട്ടാണ് പോകുന്നതെന്നു ചോദിച്ചപ്പോൾ, ബെനാമുഖിക്കടുത്തേക്കാണെന്നും അയാൾ പറഞ്ഞു. തിന്നാനായിക്കൊല്ലപ്പെടുന്നവരുടെ കാര്യം ചോദിച്ചപ്പോഴും, അവരും അവിടേക്കു തന്നെ പോകുന്നെന്ന് അയാൾ പറഞ്ഞു.

ഈ സാഹചര്യത്തിൽ യഥാർഥ ദൈവത്തെക്കുറിച്ചുള്ള കാര്യങ്ങൾ ഞാൻ അയാൾക്കു പറഞ്ഞുകൊടുത്തു. യഥാർഥ സ്രഷ്ടാവ് സ്വർഗത്തിലാണെന്നു പറഞ്ഞുകൊണ്ട് ഞാൻ മുകളിലേക്ക് കൈചൂണ്ടി. ലോകത്തെ സൃഷ്ടിച്ച അതേ ശക്തിയിൽ അദ്ദേഹം അതിനെ പരിപാലിക്കുകയും ചെയ്യുന്നു. അദ്ദേഹം സർവജ്ഞാനിയാണ്. നമുക്കു വേണ്ടതെല്ലാം തരുന്നു. നമ്മിൽനിന്നും എടുക്കേണ്ടതെല്ലാം എടുക്കുകയും ചെയ്യുന്നു. ഇങ്ങനെ പറഞ്ഞുകൊണ്ട് കുറേശ്ശെകുറേശ്ശെ ഞാൻ അയാളുടെ അകക്കണ്ണു തുറന്നു. അയാൾ എല്ലാം ശ്രദ്ധയോടെ കേട്ടിരുന്നു. നമ്മെ വീണ്ടെടുക്കാൻ വേണ്ടിയാണ് യേശുക്രിസ്തു വന്നതെന്ന വസ്തുത അയാൾ സന്തോഷത്തോടെ സ്വീകരിച്ചു. പ്രാർഥിക്കേണ്ട രീതിയുമൊക്കെ ഞാൻ അയാൾക്കു പറഞ്ഞുകൊടുത്തു. സ്വർഗത്തിലിരുന്നാലും അദ്ദേഹം

നമ്മുടെ പ്രാർഥന കേൾക്കുമെന്നു ഞാൻ അയാളോടു പറഞ്ഞുകൊടുത്തു.

നക്ഷത്രങ്ങൾക്കുമപ്പുറമിരിക്കുന്ന നമ്മുടെ ദൈവം നമ്മുടെ പ്രാർഥന കേൾക്കുന്നെങ്കിൽ, അടുത്തായിരുന്നിട്ടും ഒന്നും കേൾക്കാത്ത ബെനാമുഖിയേക്കാളും ശക്തനായ ദൈവം തനിക്കു വേണമെന്ന് ഒരു ദിവസം ഫ്രൈഡേ പറഞ്ഞു. തുടർന്ന് ഞങ്ങൾ അയാൾ താമസിക്കുന്ന വലിയ പർവതത്തിന്റെ മുകളിലേക്കു കയറി; അദ്ദേഹത്തോടു സംസാരിക്കാനായിട്ട്. എന്നെങ്കിലും അദ്ദേഹത്തോട് സംസാരിക്കാനായിട്ട് പോയിട്ടുണ്ടോയെന്ന് ഞാൻ ഫ്രൈഡേയോടു ചോദിച്ചപ്പോൾ അയാൾ ഇല്ലായെന്നു പറഞ്ഞു. ചെറുപ്പക്കാർക്ക് അവിടെ പ്രവേശനവുമില്ല. വൃദ്ധനായ ഊപോകാക്കീ എന്നു വിളിക്കുന്ന അവരുടെ പുരോഹിതൻ മാത്രമേ അവിടെ ചെന്നിട്ടുള്ളൂയെന്ന് ഫ്രൈഡേ പറഞ്ഞു. മറ്റുള്ളവരുടെ 'ഓ ഊ' സ്തുതിയും അദ്ദേഹം പറയും. മടങ്ങിവന്ന് ബെനാമുഖിയുടെ മറുപടി അവരെ അറിയിക്കുകയും ചെയ്യും.

ഊപോകാക്കീയെന്ന ആ പുരോഹിതൻ നടത്തിവരുന്നത് വഞ്ചനയാണെന്ന് ഞാൻ അയാളോടു പറഞ്ഞു. ബെനാമുഖിയോടു 'ഓ ഊ' പറയാനെന്നും പറഞ്ഞ് ആ പുരോഹിതൻ മലമുകളിലേക്കു പോകുന്നത് തികഞ്ഞ ചതിയാണെന്നു ഞാൻ പറഞ്ഞു. മടങ്ങിവന്ന് തരുന്ന മറുപടികൾ അതിനേക്കാൾ വലിയ ചതിയും. അങ്ങനെ അയാൾ മലമുകളിൽ ആരോടെങ്കിലും സംസാരിക്കുന്നുണ്ടെങ്കിൽ അതു സാത്താനോടായിരിക്കും. പിന്നീട് ഞാൻ സാത്താന്റെ വിശേഷങ്ങൾ ധാരാളമായി ഫ്രൈഡേയോടു പറഞ്ഞു. പിശാച് ദൈവത്തിനെതിരെ തിരിഞ്ഞതും, അവന്റെ പ്രകൃതവും, മനുഷ്യനെ അവൻ ദുർമാർഗത്തിലേക്കു നയിക്കുന്നതും, ദൈവത്തെപ്പോലെ ആരാധിക്കപ്പെടാൻ അന്ധകാരത്തിലിരിക്കുന്നതും, മനുഷ്യനെ നാശത്തിലെത്തിക്കാൻ അവൻ പരിപാടികൾ തയാറാക്കുന്നതും, നമ്മെ പ്രലോഭനങ്ങളിൽ അകപ്പെടുത്തുന്നതും ഒക്കെ ഞാൻ ഫ്രൈഡേയോടു പറഞ്ഞു.

ഇതൊക്കെ പറഞ്ഞുകൊണ്ടിരുന്നപ്പോൾ ഫ്രൈഡേക്കു സംശയമായി. അയാൾ ചോദിച്ചു. "ദൈവം സാത്താനെക്കാളും ശക്തനല്ലേ? അങ്ങനെയെങ്കിൽ ദൈവമെന്തുകൊണ്ടാണ് സാത്താനെ കൊന്നുകൊണ്ട്, അവന്റെ ഉപദ്രവത്തിൽനിന്നും നമ്മെ രക്ഷിക്കാത്തത്?"

അവന്റെ ചോദ്യത്തിൽ ഞാൻ അത്ഭുതംപൂണ്ടു. ഉത്തരംമുട്ടിയ ഞാൻ ചോദ്യം കേൾക്കാത്ത ഭാവം അഭിനയിച്ചു. അപ്പോൾ ഫ്രൈഡേ വീണ്ടും അതേ ചോദ്യം തന്നെ ചോദിച്ചു. ഇത്തവണ ഞാൻ സ്വയമൊന്നാലോചിച്ചശേഷം പറഞ്ഞു: "അവസാനം ദൈവം അവനെ ശിക്ഷിക്കും. ന്യായവിധിവരെ അവനെ ഒന്നും ചെയ്യില്ല. പിന്നെ നിത്യനരകാഗ്നിയിൽ തള്ളിയിടും."

വീണ്ടും അയാൾക്ക് സംശയം കൂടി. 'ഒന്നും ചെയ്യില്ല' 'അവസാനം' തുടങ്ങിയ പദങ്ങളൊന്നും അയാൾക്കു മനസിലായില്ല. "എന്തുകൊണ്ട് പിശാചുകളെ ഇപ്പോൾ കൊല്ലുന്നില്ല? അഥവാ നേരത്തെ കൊന്നില്ല?"

ഞാൻ പറഞ്ഞു: "നിന്റെ സംശയം വലുതാണല്ലോ? പക്ഷേ, താങ്കളൊന്നാലോചിച്ചു നോക്കൂ. പാപികളാണെങ്കിലും എന്നെയും താങ്കളെയും ദൈവം കൊല്ലുന്നില്ലല്ലോ. പശ്ചാത്തപിക്കാൻ വേണ്ടിയാണ് ദൈവം നമ്മെ ഒന്നും ചെയ്യാതിരിക്കുന്നത്. നമുക്ക് മാപ്പു തരാൻ വേണ്ടിയാണ്."

വീണ്ടും എന്തെങ്കിലും സംശയം ഫ്രൈഡേ ചോദിക്കാതിരിക്കാൻ ഞാൻ വിഷയം മാറ്റി. പുറത്തേക്ക് എന്തോ ആവശ്യത്തിനു പോകാനുണ്ടെന്ന മട്ടിൽ ഞാൻ ചാടിയെഴുന്നേറ്റു. അയാളുടെ ചില സാധനങ്ങൾ എടുത്തുകൊണ്ടുവരാനും പറഞ്ഞു. എന്നിട്ട് ഈ പ്രാകൃതമനുഷ്യന്റെ മനസിൽ തെളിച്ചമുണ്ടാക്കിയെടുക്കാനുള്ള കഴിവ് എനിക്കു തരണമേ ദൈവത്തോടു പ്രാർഥിച്ചു.

ലോകരക്ഷകൻ മാനവനെ പാപത്തിൽനിന്നും വീണ്ടെടുത്തതും, യേശുവിനോടുള്ള വിശ്വാസവും, പശ്ചാത്താപത്തിന്റെ ആവശ്യകതയും, മരണാനന്തര രക്ഷയെക്കുറിച്ചും എല്ലാം ഞാൻ അയാൾക്കു പറഞ്ഞു കൊടുത്തു. നീണ്ട മൂന്നുവർഷം കഴിഞ്ഞപ്പോൾ ആ പ്രാകൃത മനുഷ്യനായ ഫ്രൈഡേ എന്നേക്കാൾ വിശ്വാസിയായ ഒരു നല്ല ക്രിസ്ത്യാനിയായി മാറി.

24

നടപ്പിലാകാത്ത ഒരു തോണി യാത്ര

ഞാനും ഫ്രൈഡേയും ഉറ്റചങ്ങാതികളായിരിക്കുകയാണ് ഇപ്പോൾ. ഞാൻ പറയുന്നതൊക്കെ അയാൾക്ക് മനസിലാകുന്നുണ്ട്. മുറി ഇംഗ്ലീഷെങ്കിലും ഒഴുക്കോടെ അയാൾ സംസാരിച്ചു. അങ്ങനെയിരിക്കെ ഞാൻ എന്റെ സ്വന്തം കഥ അയാളോടു പറഞ്ഞു തുടങ്ങി. ഞാനവിടെ വന്നതും, അതിനിടയാക്കിയ കാരണവും ജീവിതരീതിയും ജീവിച്ച കാലഘട്ടവും ഒക്കെ ഞാൻ വിവരിച്ചു. വെടിയുണ്ടയുടെയും കരിമരുന്നിന്റെയും നിഗൂഢതയും, എങ്ങനെ വെടിവയ്ക്കണമെന്നും ഞാനയാളെ പഠിപ്പിച്ചു. ഞാൻ അയാൾക്ക് ഒരു കത്തികൊടുത്തു. അവനു വളരെ സന്തോഷമായി. അയാൾക്കു ഞാനൊരു ബെൽറ്റും ഉണ്ടാക്കിക്കൊടുത്തു. ഇംഗ്ലണ്ടിൽ ഞങ്ങൾ ഉപയോഗിക്കുന്നമാതിരിയുള്ളത്; അതിൽ സൂക്ഷിക്കാൻ പറ്റുന്ന ഒരു കൈക്കോടാലിയും കൊടുത്തു. അത് ഒരു നല്ല ആയുധവും, മറ്റു പല അവസരങ്ങളിലും ഉപയോഗപ്രദവും ആയിരുന്നു.

യൂറോപ്പിനെക്കുറിച്ച് പ്രത്യേകിച്ച് ഞാൻ വന്ന ഇംഗ്ലണ്ടിനെക്കുറിച്ച് അവനോടു ഞാൻ പറഞ്ഞുകൊടുത്തു. എങ്ങനെയാണ് അവിടെ ജീവിച്ചതെന്നും, ദൈവത്തെ എങ്ങനെ ആരാധിച്ചെന്നും, ഞങ്ങളുടെ സംസ്കാര ജീവിതമെങ്ങനെയെന്നും, ലോകത്തിന്റെ വിവിധ ഭാഗങ്ങളുമായി ബന്ധപ്പെട്ട കപ്പലിൽ കച്ചവടം നടത്തിയിരുന്നതെങ്ങനെയെന്നുമൊക്കെ ഞാൻ വിവരിച്ചു. ഞങ്ങൾ യാത്ര ചെയ്തിരുന്ന കപ്പൽ തകർന്ന വിശേഷവും പറഞ്ഞുകൊടുത്തു. കപ്പൽ തകർന്നു കിടക്കുന്ന സ്ഥലവും ഞാൻ അവനു കാണിച്ചുകൊടുത്തു. പക്ഷേ, അതെല്ലാം തിരയിലും കാറ്റിലും പെട്ട് ഇപ്പോൾ നശിച്ചിരുന്നു.

ഞാൻ അയാൾക്ക് ബോട്ടിന്റെ അവശിഷ്ടങ്ങൾ കാണിച്ചുകൊടുത്തു. അതിലാണ് കപ്പലപകടത്തെത്തുടർന്ന് ഞങ്ങൾ രക്ഷപ്പെട്ടത്. എന്റെ മുഴുവൻ ആരോഗ്യം ഉപയോഗിച്ചിട്ടും അതിനെ ഒന്നു ചലിപ്പിക്കാൻ പോലും

പറ്റിയില്ല. ഇപ്പോഴിതാ തകർന്നു കിടക്കുന്നു. ഫ്രൈഡേ കുറച്ചുനേരം ബോട്ടിനെ നോക്കിനിന്നു; അയാളൊന്നും പറഞ്ഞില്ല. എന്താണ് അയാൾ ആലോചിക്കുന്നതെന്നു ഞാൻ ചോദിച്ചപ്പോൾ, "എന്റെ നാട്ടിൽ ഇത്തരം ബോട്ടു വന്നിട്ടുണ്ട്" എന്ന് അയാൾ പറഞ്ഞു.

അയാൾ പറഞ്ഞത് ആദ്യമെനിക്കു മനസിലായില്ല. ഞാൻ വീണ്ടു മാലോചിച്ചപ്പോഴാണ് അയാൾ പറഞ്ഞതെനിക്കു നന്നായി മനസിലായത്. അയാൾ താമസിച്ചിരുന്ന രാജ്യത്ത് ഇത്തരം ബോട്ട് ചെന്നിട്ടുണ്ടെന്നാണ് അയാൾ ഉദ്ദേശിച്ചത്. കാലാവസ്ഥ പ്രതികൂലമായതുകൊണ്ടും മറ്റുമാകാം അതിനെ അങ്ങോട്ടെത്തിച്ചത്. ഏതെങ്കിലും യൂറോപ്യൻ കപ്പലായിരിക്കു മെന്ന് പെട്ടെന്നെനിക്കു തോന്നി. കൊടുങ്കാറ്റടിച്ച് അവിടെയെത്തിയപ്പോൾ അതിൽനിന്നും ബോട്ട് വേർപ്പെട്ടു പോയിരിക്കാം. പക്ഷേ, അവിടെ തകർന്ന കപ്പലിൽനിന്നും ആളുകൾ രക്ഷപ്പെട്ടുകാണുമെന്ന ഒരു പ്രതീ ക്ഷയും എനിക്കുണ്ടായിരുന്നില്ല. പിന്നെങ്ങനെയവർ കരയിലെത്തും. അതുകൊണ്ട് തോണിയെക്കുറിച്ചു വിവരിക്കാൻ മാത്രമാണ് ഞാനയാ ളോടു പറഞ്ഞത്.

ഫ്രൈഡേ ആ ബോട്ടിനെക്കുറിച്ച് നല്ലൊരു വിവരണം തന്നു. തുടർന്ന് അയാൾ ആവേശത്തോടെ പറഞ്ഞു: "ഞങ്ങൾ ആ വെള്ളക്കാരെ മുങ്ങിച്ചാകുന്നതിൽനിന്നും രക്ഷിച്ചു." ഉടനെ ഞാനയാളോടു ചോദിച്ചു:

"അതിൽ വെള്ളക്കാരുണ്ടായിരുന്നോ?

"ഉണ്ടായിരുന്നു; ബോട്ടു നിറയെയുണ്ടായിരുന്നു." അയാൾ പറഞ്ഞു.

എത്രപേരുണ്ടായിരുന്നെന്ന് ഞാൻ വീണ്ടും ചോദിച്ചപ്പോൾ കൈവി രലുകൾ മടക്കി പതിനേഴുപേരെന്ന് അയാൾ പറഞ്ഞു. അവരെക്കുറിച്ചു വീണ്ടും ചോദിച്ചപ്പോൾ, അവർ അയാളുടെ നാടും ഭരിച്ച് സുഖമായി ജീവിക്കുന്നൂയെന്ന് അയാൾ പറഞ്ഞു.

ഇക്കാര്യങ്ങൾ കേട്ടപ്പോൾ എന്റെ മനസിൽ പുതിയ ചിന്തകൾ എത്തി. അന്നു ഞാൻ ദ്വീപിൽ കണ്ട കപ്പലിലെ ആളുകളായിരിക്കും. ആ കപ്പൽ പാറയിലിടിച്ചു തകർന്നപ്പോൾ എല്ലാവരും മുങ്ങിച്ചത്തെന്നാ യിരുന്നു ഞാൻ കരുതിയിരുന്നത്. എന്നാൽ അവർ തോണിയിൽ കയറി നരഭോജികളുടെ നാട്ടിൽ ചെന്നിരിക്കുകയാണ്.

ഒക്കെ അവിശ്വസനീയമായിത്തോന്നിയപ്പോൾ വീണ്ടും അവരെക്കു റിച്ച് അയാളോടു ചോദിച്ചു. അവരിപ്പോഴും അവിടെ ജീവിക്കുന്നുവെന്ന് ഫ്രൈഡേ ഉറപ്പിച്ചു പറഞ്ഞു. നാലുവർഷമായിട്ട് അവൻ അവിടെ ജീവി ക്കുകയാണ്. നരഭോജികൾ അവരെ ഉപദ്രവിക്കാറെയില്ലന്നും ഫ്രൈഡേ പറഞ്ഞു. "നരഭോജികൾ എന്തുകൊണ്ട് അവരെ കൊന്നുതിന്നുന്നില്ല?" ഞാൻ അയാളോടു ചോദിച്ചു.

"അവർ അവരെ സഹോദരങ്ങളായിട്ടാണ് കരുതുന്നത്. അതിനാൽ അവർ ആ വെള്ളക്കാരെ കൊന്നുതിന്നുന്നില്ല. എന്നാൽ യുദ്ധത്തിൽ പരാ ജയപ്പെട്ടുവരുന്ന യുദ്ധത്തടവുകാരെ മാത്രം അവർ കൊന്നു തിന്നുന്നു" ഫ്രൈഡേ പറഞ്ഞു.

കുറേനാൾ കഴിഞ്ഞു. ഞാൻ കുന്നിന്റെ മുകളിൽ നിൽക്കുകയായി

രുന്നു. തെളിഞ്ഞ കാലാവസ്ഥയുമായിരുന്നു. അപ്പോഴാണ് ദ്വീപിന്റെ കിഴക്കുഭാഗത്തായി അമേരിക്കൻ ഭൂഖണ്ഡത്തെ കണ്ടത്. ഭൂഖണ്ഡം കണ്ടപ്പോൾ ഫ്രൈഡേ ഉത്സാഹപൂർവം തുള്ളിച്ചാടുകയും നൃത്തം ചെയ്യുകയും ചെയ്തു. കുറച്ചകലെയായി നിന്നിരുന്ന എന്നെ അയാൾ വിളിച്ചു. എന്താണു കാര്യമെന്ന് ഞാൻ അന്വേഷിച്ചു. ഫ്രൈഡേ വിളിച്ചുകൂവി.

"ഓ! എത്ര ആനന്ദം! അതാ കാണുന്നു എന്റെ രാജ്യം! എന്റെ നാട്!"

പതിവില്ലാത്ത വിധത്തിൽ അയാളുടെ മുഖം തിളങ്ങി. കണ്ണുകൾ ചിമ്മി. സ്വന്തം നാട്ടിലേക്കു തിരിച്ചുപോകാനുള്ള ഒരു വെമ്പൽ അയാളുടെ മുഖത്ത് സ്ഫുരിക്കുന്നതായി എനിക്കു തോന്നി. അതെന്റെയുള്ളിൽ വലിയ ചിന്തകൾ നിറച്ചു. ആദ്യമെനിക്കു തോന്നിയത് അയാൾ ഒരു പുതിയ ഫ്രൈഡേയായെന്നാണ്.

അയാൾ സ്വന്തം ദേശത്തേക്കു മടങ്ങുകയാണെങ്കിൽ അയാൾ അയാളുടെ മതവിശ്വാസം മറക്കുമെന്നു മാത്രമല്ല, എന്നോടുള്ള എല്ലാവിധ കടപ്പാടുകളും മറക്കുമെന്ന് എനിക്കു തോന്നി. പിന്നെ അയാൾ എന്നെക്കുറിച്ചുള്ള വിവരങ്ങൾ അവർക്കു പറഞ്ഞുകൊടുക്കും. തുടർന്ന് നൂറോ ഇരുന്നൂറോ പേരുമായി മടങ്ങിവന്ന്, എന്നെക്കൊന്ന് സദ്യയുണ്ടാക്കും. യുദ്ധത്തിൽ പിടിക്കപ്പെട്ട ശത്രുക്കളെ ഉപയോഗിച്ച് സദ്യയുണ്ടാക്കുമ്പോൾ ലഭിക്കുന്ന ആനന്ദം, എന്നെക്കൊന്നു തിന്നുമ്പോഴും അയാൾക്കു കിട്ടും.

ആ പാവത്തെക്കുറിച്ച് എനിക്കുണ്ടായ തെറ്റിദ്ധാരണയിൽ ഞാൻ പിന്നീടു പശ്ചാത്തപിച്ചു. എങ്കിലും ഏതാനും ആഴ്ചകളോളം എനിക്ക് ആ സംശയം വർധിച്ചുകൊണ്ടിരുന്നു. അക്കാരണത്താൽ കുറച്ചുനാൾ അവനോടു മനസുതുറന്നു സംസാരിക്കാനും ഇടപെടാനും എനിക്കു കഴിഞ്ഞില്ല. അയാളുടെ ഓരോ വാക്കും പ്രവൃത്തിയും ഞാൻ സസൂക്ഷ്മം നിരീക്ഷിച്ചുകൊണ്ടിരുന്നു. എന്നാലയാൾ അതൊന്നുമറിഞ്ഞിരുന്നില്ല. നല്ലൊരു ക്രിസ്ത്യാനിയും ഉറ്റചങ്ങാതിയുമായിത്തന്നെ അയാൾ കഴിഞ്ഞു. അങ്ങനെ എനിക്കയാളോടു പൂർണവിശ്വാസവും കിട്ടി.

ഞാൻ അയാളെ സംശയിച്ചിരുന്ന കാലത്ത്, അവന്റെ മനസിലിരിപ്പ് അറിയാനായി ഞാനെന്തെങ്കിലുമൊക്കെ സമ്മർദം ചെലുത്തിയിട്ടുണ്ടാകുമെന്ന് നിങ്ങളെല്ലാവരും വിശ്വസിക്കുന്നുണ്ടാവും. അയാളുടെ മനസിലിരിപ്പു വേറെയാണെന്നാണ് ഞാൻ കരുതിയത്. പക്ഷേ, അയാൾ പറഞ്ഞതെല്ലാം സത്യസന്ധവും നിഷ്കളങ്കവുമായിരുന്നെന്ന് എനിക്കു മനസിലായി. പിന്നീട് ഞാൻ അയാളെ സംശയിച്ചതേയില്ല. എന്റെ അസ്വസ്ഥവും അസുഖകരവുമായ പെരുമാറ്റങ്ങളിൽ അയാൾ അയാളുടെ മനോഗുണം വെടിഞ്ഞില്ല; മറിച്ച് ഒരു അസ്വസ്ഥതയും എന്നോടു കാണിച്ചുമില്ല. അയാളൊരിക്കലും എന്നെ വഞ്ചിക്കുകയേ ഇല്ലായെന്ന് തീരുമാനത്തിലെത്താനും എനിക്കായി.

ഒരുദിവസം അതേ കുന്നിൻമുകളിൽത്തന്നെ ഞാൻ നടന്നുകയറി. കാലാവസ്ഥ മൂടിയതായിരുന്നു. അതിനാൽ ആ ഭൂഖണ്ഡം വ്യക്തമായി കാണാനായില്ല. ഞാൻ ഫ്രൈഡേയെ എന്റെയടുത്തേക്കു വിളിച്ചു. തുടർന്ന് ഞാൻ അയാളോടു ചോദിച്ചു:

“ഫ്രൈഡേ, താങ്കൾക്ക് സ്വന്തം നാട്ടിൽ ജീവിക്കണമെന്ന ആഗ്രഹ മില്ലേ?”

“അതെ” അയാൾ പറഞ്ഞു. “സ്വന്തം നാട്ടിൽ ചെന്നാൽ നല്ല സന്തോ ഷമായിരിക്കും” അയാൾ കൂട്ടിച്ചേർത്തു.

“താങ്കൾ അവിടെച്ചെന്നാൽ എന്തു ചെയ്യും? വീണ്ടും പഴയപടി നര ഭോജിയാകുമോ? മനുഷ്യമാംസം തിന്നുമോ? പണ്ടത്തെപ്പോലെ കാടനാ കുമോ?”

“ഇല്ലേയില്ല.” വിഷാദത്തോടെ തലകുലുക്കിക്കൊണ്ടാണ് അയാൾ പറഞ്ഞത്.

“എങ്കിൽ അവരോടു നല്ലവരായി ജീവിക്കാൻ പറയുമോ?” ഞാൻ ചോദിച്ചു.

“അതെ. ദൈവത്തോടു പ്രാർഥിക്കാനും, ധാന്യം കൊണ്ടുള്ള ബ്രഡു കഴിക്കാനും ആട്ടിറച്ചി തിന്നാനും പാൽ കുടിക്കാനും മനുഷ്യരെ തിന്ന രുതെന്നും ഒക്കെ ഞാനവർക്ക് പറഞ്ഞുകൊടുക്കും.”

“അതെന്തിനാണ്? അവർ നിന്നെ കൊല്ലില്ലേ” ഞാൻ ചോദിച്ചു.

അതു പറഞ്ഞപ്പോൾ അയാളുടെ മുഖം ഗൗരവഭാവമായി. തുടർന്ന് അയാൾ പറഞ്ഞു. “ഇല്ല. അവർ എന്നെകൊള്ളില്ല. ഞാൻ പറയുന്ന തൊക്കെ പഠിക്കാൻ അവർക്ക് താൽപ്പര്യമുണ്ടാകും.” പിന്നെ അയാൾ കൂട്ടിച്ചേർത്തു. “തോണിയിലുണ്ടായിരുന്ന ആ താടിക്കാരനിൽനിന്നും അവർ ധാരാളം കാര്യങ്ങൾ മനസിലാക്കിയിട്ടുണ്ട്.”

“അപ്പോൾ നീ പോകാൻ തീരുമാനിച്ചോ?” സംശയമെന്യേ ഞാൻ അയാളോടു ചോദിച്ചു.

അപ്പോളയാൾ ചിരിച്ചുകൊണ്ടു പറഞ്ഞു: “അയ്യോ! ഇത്രയും ദൂരം ഞാനെങ്ങനെ നീന്തും. എനിക്കതിനാകില്ല.”

“നിനക്കു ഞാനൊരു തോണി നിർമിച്ചുതരാം” ഞാൻ പറഞ്ഞു.

“അങ്ങ് എന്റെ കൂടെ വരികയാണെങ്കിൽ ഞാൻ പോകാം” അയാൾ പറഞ്ഞു.

“ഞാൻ വരികയോ? അവരെന്നെ കൊന്നുതിന്നില്ലേ?”

“തീർച്ചയായും ഇല്ല. താങ്കളെ കൊല്ലരുതെന്നും താങ്കളെ നന്നായി സ്നേഹിക്കാനും ഞാൻ പറയും” ഫ്രൈഡേ പറഞ്ഞു. ഞാൻ അയാളെ ശത്രുക്കളിൽനിന്നും രക്ഷപ്പെടുത്തിയ കാര്യം പറയുമ്പോൾ തീർച്ചയായും അവർ എന്നെ സ്നേഹിക്കുമെന്നാണ് ഫ്രൈഡേ ഉദ്ദേശിച്ചത്. അപകട ത്തിൽപ്പെട്ട് ചെന്നിറങ്ങിയ പതിനേഴു വെള്ളക്കാരോട് അഥവാ താടി ക്കാരോട് കരുണയോടാണവർ പെരുമാറിയതെന്നും അയാൾ എന്നോടു പറഞ്ഞു.

അന്നു മുതൽ ഒരു സാഹസികയാത്രയ്ക്കു പോകണമെന്ന ചിന്ത എനിക്കുണ്ടായെന്ന് സമ്മതിച്ചേ പറ്റൂ. സാധിക്കുമെങ്കിൽ ആ താടിക്കാ രോടൊപ്പം ചേരണം. അവർ സ്പെയിൻകാരോ പോർച്ചുഗീസുകാരോ ആയിരിക്കുമെന്ന കാര്യത്തിൽ സംശയമേയില്ല. അവരോടൊപ്പം ചേരുക യാണെങ്കിൽ, എനിക്കു രക്ഷപ്പെടാനുള്ള എന്തെങ്കിലും മാർഗം കണ്ടെ

ത്താനാകും. അതൊരു ഭൂഖണ്ഡമല്ലേ. ഒപ്പം നല്ലൊരു സംഘവും. ഇവിടെയിരുന്നുകൊണ്ട് (ഒറ്റയ്ക്ക്) സഹായമൊന്നും ലഭിക്കാതെ ശ്രമിക്കുന്നതിനേക്കാൾ ഭേദമായിട്ട് എനിക്കു തോന്നി. അങ്ങനെ ഏതാനും ദിവസങ്ങൾക്കുശേഷം, സ്വന്തം രാജ്യത്തേക്കു പോകാനായി ഒരു തോണി നൽകാമെന്ന് ഞാൻ ഫ്രൈഡേയോടു പറഞ്ഞു. അതനുസരിച്ച്, ദ്വീപിന്റെ മറുവശത്തുകിടക്കുന്ന എന്റെ തോണിക്കരികിലേക്ക് ഞാൻ അയാളെ കൊണ്ടുപോയി. ഞാൻ അതിനെ വെള്ളത്തിൽനിന്നും എടുത്ത് അയാൾക്ക് കാണിച്ചു കൊടുത്തു. എപ്പോഴും ഞാനതിനെ വെള്ളത്തിൽ മുക്കിയിടുകയായിരുന്നു പതിവ്. തുടർന്ന് ഞങ്ങൾ രണ്ടുപേരും ആ തോണിയിൽ കയറി.

തോണി തുഴയാനുള്ള പ്രാവീണ്യം ഫ്രൈഡേക്കുണ്ടെന്ന് ഞാൻ കണ്ടു. അതിവേഗത്തിൽ ഞാൻ പായിക്കുന്നതുപോലെ അയാളും തോണി പായിച്ചു. ഞാൻ അയാളോടു ചോദിച്ചു:

"ഫ്രൈഡേ കൊള്ളാം, നമുക്ക് ഇപ്പോൾ താങ്കളുടെ രാജ്യത്തു പോകാം?"

എന്റെ ചോദ്യം കേട്ടപ്പോൾ അവന്റെ മുഖം വാടി. ഇത്രയും ചെറിയ തോണിക്ക് ദീർഘദൂരം സഞ്ചരിക്കാനാവില്ലെന്ന് അയാൾ ചിന്തിച്ചതായിരിക്കും. കുറച്ചുകൂടി വലിയൊരു ബോട്ടുണ്ടെന്നും ഞാൻ അയാളോടു പറഞ്ഞു. ഞാനുണ്ടാക്കിയ ആദ്യബോട്ടു കിടക്കുന്നിടത്തേക്കു പിറ്റേന്നു ഞങ്ങൾ പോയി. പക്ഷേ, അതിനെ വെള്ളത്തിലിറക്കാൻ എനിക്കായില്ല. അതു വളരെ വലുതായിപ്പോയെന്ന് അയാൾ പറഞ്ഞു. ഞാൻ അതിനെ ശ്രദ്ധിക്കാതെയിട്ടിരിക്കുകയായിരുന്നു. ഇരുപത്തിരണ്ടോ ഇരുപത്തിമൂന്നോ വർഷങ്ങൾകൊണ്ട് അവ അവിടെക്കിടക്കുകയാണ്. സൂര്യന്റെ ചൂടിൽ അത് ഉണങ്ങിപ്പൊടിഞ്ഞിരിക്കുന്നു.

എന്തായാലും അയാളോടൊപ്പം അവിടം വിടാൻ ഞാൻ തീരുമാനിച്ചിരുന്നു. എങ്കിലും ഞാൻ അയാളോടു പറഞ്ഞു:

"എങ്കിൽ നമുക്കൊരു വഞ്ചിയുണ്ടാക്കാം. അതിൽ താങ്കൾക്ക് അങ്ങോട്ടു പോകുകയും ചെയ്യാം."

ഇതിനുത്തരമൊന്നും അയാൾ പറഞ്ഞില്ല. അയാളുടെ മുഖം വിഷാദംകൊണ്ടു നിറഞ്ഞു.

"താങ്കൾക്കെന്തുപറ്റി?" ഞാൻ ഫ്രൈഡേയോടു ചോദിച്ചു. ഇതിനൊരു മറുപടി പറയുന്നതിനുപകരം അയാൾ തിരിച്ചൊരു ചോദ്യമാണ് ചോദിച്ചത്.

"ഈ ഫ്രൈഡേയോട് അങ്ങേക്കെന്താണിത്ര ദേഷ്യം? ഞാനെന്തു ചെയ്തു.?"

ഫ്രൈഡേ എന്താണുദ്ദേശിച്ചതെന്ന് എനിക്കു മനസിലായില്ല. എനിക്ക് യാതൊരുവിധ ദേഷ്യവുമില്ലെന്ന് ഞാൻ അയാളോടു പറഞ്ഞു.

"ദേഷ്യമില്ല! ദേഷ്യമില്ല!" ഫ്രൈഡേ എന്തോ അർഥം വച്ച് ആവർത്തിച്ചാവർത്തിച്ചു പറഞ്ഞു. തുടർന്നു ചോദിച്ചു:

"പിന്നെന്തിനാണ് എന്നെ ഇവിടെനിന്നും പറഞ്ഞക്കുന്നത്?"

"ഫ്രൈഡേ, താങ്കളല്ലേ അങ്ങോട്ടു പോകണമെന്ന് പറഞ്ഞത്?" ഞാൻ ചോദിച്ചു.

"അതു ശരി തന്നെ ... പക്ഷേ ഒറ്റയ്ക്കല്ല. ഫ്രൈഡേ ഒറ്റയ്ക്കല്ല. അങ്ങും ഒറ്റയ്ക്കല്ല പോകുന്ന കാര്യം പറഞ്ഞത്" ഫ്രൈഡേ പറഞ്ഞു. ചുരുക്കത്തിൽ എന്നെക്കൂടാതെ അങ്ങോട്ടു പോകുന്നതിൽ അയാൾക്കു താൽപ്പര്യമില്ലെന്ന് എനിക്കു മനസിലായി. എങ്കിലും ഞാൻ വീണ്ടും ചോദിച്ചു.

"ഞാനെന്തിനവിടെ പോകണം? ഞാൻ അവിടെ എന്തു ചെയ്യും?"

അയാൾ പെട്ടെന്ന് എന്റെ നേരെ തിരിഞ്ഞുകൊണ്ടു പറഞ്ഞു. അവിടെ ഒരുപാടു നല്ല കാര്യങ്ങൾ അങ്ങേക്കു ചെയ്യാനാകും. ആ കാടന്മാരെ ഇണക്കിയെടുക്കാനും, പഠിപ്പിച്ചു നല്ലവരാക്കാനും അങ്ങേക്കു കഴിയും. ദൈവത്തെ അറിയാനും പ്രാർഥിക്കാനും പുതിയ ഒരു ജീവിതം നയിക്കാൻ പ്രാപ്തിയുണ്ടാക്കാനും അങ്ങേക്കു കഴിയും."

"കഷ്ടം! ഫ്രൈഡേ നീ പറയുന്നത് എന്താണെന്ന് നിനക്കുതന്നെ അറിയില്ല. ഞാൻ തികച്ചും ഒരു അറിവില്ലാത്ത മനുഷ്യനാണ്. പിന്നെയെങ്ങനെയാണ് മറ്റുള്ളവരെ പഠിപ്പിക്കാൻ സാധിക്കുക?

"അങ്ങേക്കു പറ്റും അങ്ങ് എന്നെ നന്മകൾ പഠിപ്പിക്കുന്നല്ലോ. അതുപോലെ അവരെയും പഠിപ്പിക്കാനാകും" ഫ്രൈഡേ പറഞ്ഞു.

"അല്ല ഫ്രൈഡേ, നീ ഒറ്റയ്ക്കുതന്നെ പോകണം. ഞാൻ ഇവിടെ പഴയതുപോലെ ജീവിച്ചോളാം."

ഫ്രൈഡേ വീണ്ടും വിഷമിക്കുന്നത് ഞാൻ കണ്ടു. അയാൾ ഓടിച്ചെന്ന് അയാളുടെ കൈക്കോടാലി എടുത്തുകൊണ്ട് എന്റെ കൈയിൽ തന്നു.

"ഞാനിതുകൊണ്ട് എന്തു ചെയ്യണമെന്നാ?" ഞാൻ അയാളോടു ചോദിച്ചു.

"ഇതുകൊണ്ട് ഈ ഫ്രൈഡേയെ കൊല്ലൂ" ഫ്രൈഡേ പറഞ്ഞു.

"ഞാൻ താങ്കളെയെന്തിനു കൊല്ലണം?" ഞാൻ ചോദിച്ചു.

അയാൾ പെട്ടെന്ന് അടുത്തുവന്നുകൊണ്ടു ചോദിച്ചു:

"അങ്ങ് എന്തിനാണ് ഫ്രൈഡേയെ പറഞ്ഞയയ്ക്കുന്നത്? ഇതു പിടിക്കൂ. എന്നിട്ട് ഫ്രൈഡേയെ കൊല്ലൂ. എന്നാലും ഫ്രൈഡേയെ പറഞ്ഞയയ്ക്കരുത്."

അയാൾ തികച്ചും ആത്മാർഥതയോടാണിതു പറഞ്ഞത്. അവന്റെ കണ്ണുകൾ നിറഞ്ഞു. അവന്റെ ആ വലിയസ്നേഹം ഞാൻ അപ്പോൾ കണ്ടു. ഞാൻ അയാളോടു സ്നേഹവായ്പോടെ പറഞ്ഞു:

"താങ്കളെ ഞാനൊരിക്കലും ഇവിടെ നിന്നും പറഞ്ഞയയ്ക്കില്ല; താങ്കൾ എന്നോടൊപ്പം ജീവിക്കുന്നിടത്തോളം കാലം." ഇക്കാര്യം പിന്നീടും പലതവണ ഞാൻ അയാളോടു പറഞ്ഞിട്ടുണ്ട്.

ഫ്രൈഡേക്ക് എന്നോടുള്ള സ്നേഹത്തിന്റെ കാഠിന്യം ഞാനങ്ങനെ അറിഞ്ഞു. അയാളെ എന്നിൽനിന്നും വേർപെടുത്താൻ ഒന്നിനും ആവില്ല. എങ്കിലും സ്വന്തം നാട്ടിലേക്കു പോകുന്നതിനുള്ള അതിയായ മോഹം

അയാൾക്കുണ്ടെന്നു ഞാൻ കണ്ടു; അവിടെയുള്ളവരെ ഞാൻ ഉപദേശിച്ചു. നന്നാക്കിയെടുക്കണമെന്ന മോഹവും അയാൾക്കുണ്ടായിരുന്നു. പക്ഷേ, അക്കാര്യത്തിൽ എനിക്കു താൽപ്പര്യം ഉണ്ടായിരുന്നില്ല. എങ്കിലും അങ്ങോട്ടു പോയി രക്ഷപ്പെടാനുള്ള ശക്തമായ മോഹം എനിക്കുണ്ടായി. അവിടെ പതിനേഴു താടിക്കാർ ഉണ്ട്. അങ്ങനെ ഒട്ടും സമയം പാഴാക്കാതെ ഞാൻ എന്റെ ജോലികൾ തുടങ്ങി. ഫ്രൈഡേയും ഒപ്പം കൂടി. ഒരു വലിയ മരം മുറിച്ചുവേണം യാത്രയ്ക്കു പറ്റിയ ഒരു തോണി നിർമിക്കാൻ. അതിന് ആവശ്യത്തിനു വലിപ്പം വേണം. പക്ഷേ, മരം കണ്ടെത്തേണ്ടത് കഴിയുന്നത്ര കടലിനടുത്തായിരിക്കണം. എങ്കിൽ മാത്രമേ വലിയ അധ്വാനമില്ലാതെ വെള്ളത്തിലിറക്കാൻ സാധിക്കൂ. പണ്ട് ചെയ്ത തെറ്റ് ഇനി ആവർത്തിക്കരുതല്ലോ.

അവസാനം ഫ്രൈഡേ ഒരു മരം കണ്ടെത്തി. തോണിക്കു പറ്റിയ മരം ഏതാണെന്ന് എന്നേക്കാൾ നന്നായി കണ്ടെത്താൻ അയാൾക്കറിയാമായിരുന്നുവെന്ന് എനിക്കു മനസിലായി. മരത്തിന്റെ പേരൊന്നും എനിക്കു ശരിക്കറിയില്ല. തടി കത്തിച്ച് അകം പൊള്ളയാക്കാമെന്ന് ഫ്രൈഡേ പറഞ്ഞു. ഞാനാകട്ടേ ഉപകരണങ്ങൾ ഉപയോഗിച്ച് ചെത്തി പൊള്ളയാക്കുന്നത് അയാൾക്കു കാണിച്ചുകൊടുത്തു.

പണിയായുധങ്ങൾ ഉപയോഗിക്കേണ്ടതെങ്ങനെയെന്നും; അവ പിടിക്കേണ്ടതെങ്ങനെയെന്നും ഞാനയാൾക്കു കാണിച്ചുകൊടുത്തു. വളരെ വേഗം തന്നെ പണിയായുധങ്ങൾ ഉപയോഗിക്കാൻ അയാൾ പഠിച്ചു. ഒരു മാസത്തെ കഠിനാധ്വാനംകൊണ്ട് തോണി ഞങ്ങൾ നിർമിച്ചു. കോടാലി കൊണ്ട് ചെത്തി അതിന് തോണിയുടെ യഥാർഥ ആകൃതിയുണ്ടാക്കി. ഉരുളൻ തടികൾക്കു മുകളിലൂടെ ഇഞ്ചിഞ്ചായി നിരക്കി ആ തോണിയെ വെള്ളത്തിലിറക്കാൻ തന്നെ ഞങ്ങൾക്കു രണ്ടാഴ്ച വേണ്ടിവന്നു. ഇരുപതുപേർക്കു നിഷ്പ്രയാസം സഞ്ചരിക്കാവുന്നതായിരുന്നു ആ തോണി.

തോണിയെ വെള്ളത്തിലിറക്കിയപ്പോൾ അതിന്റെ ഭീമാകാരമായ വലിപ്പം കണ്ടു ഞാൻ അതിശയിച്ചു. വളരെ സാമർഥ്യത്തോടും അതിവേഗത്തിലും ഫ്രൈഡേ ഈ തോണി പായിക്കുന്നത് ഒരുനിമിഷം ഞാൻ ചിന്തിച്ചുപോയി. ഒപ്പം ഒരു സാഹസികയാത്ര നടത്തിയാലോയെന്ന് ഞാൻ ഫ്രൈഡേയോടു ചോദിക്കുകയും ചെയ്തു.

"തീർച്ചയായും കൊടുങ്കാറ്റടിച്ചാലും ഈ തോണിയിൽ യാത്ര ചെയ്യാം" ഫ്രൈഡേ പറഞ്ഞു.

പക്ഷേ, ഫ്രൈഡേക്കറിയാൻ പാടില്ലാത്ത കുറേക്കാര്യങ്ങൾ ഇനിയും തോണിയിൽ ചെയ്യാനുണ്ടായിരുന്നു. കൊടിമരം, പാമരം, നങ്കൂരം തുടങ്ങിയവ ഉണ്ടാക്കുകയും തോണിയിൽ ഉറപ്പിക്കുകയും വേണം. ഒരു കൊടിമരം ഉണ്ടാക്കുന്നത് എളുപ്പം തന്നെ. ഒരു സീഡാർ മരത്തിന്റെ കൊമ്പു മുറിച്ചെടുത്താൽ മതിയാകും. തോണിയുണ്ടാക്കിയ സ്ഥലത്തിനടുത്തുതന്നെ ആ മരം ഉണ്ടായിരുന്നു; അതും ധാരാളമായിട്ട്. അതു ശരിയാക്കുന്നതിനുള്ള നിർദേശങ്ങൾ ഞാൻ ഫ്രൈഡേക്കു നൽകി. അയാളതു ചെയ്തു. എന്നാൽ കാറ്റുപായ ഞാൻ തന്നെ തയാറേക്കണ്ടതുണ്ട്.

പഴയ കുറെ കാറ്റുപായ എന്റെ പക്കലുള്ളത് എനിക്കറിയാമായിരുന്നു; അതു കാറ്റുപായയുടെ കഷണങ്ങളെങ്കിലും ഇരുപത്തിയാറു വർഷങ്ങ ളായി ഞാൻ വച്ചിരിക്കുകയാണ് അവയെ സൂക്ഷിച്ചു വയ്ക്കുന്നതിൽ അവകൊണ്ടു വല്ല ഉപയോഗവുമുണ്ടോയെന്ന് എനിക്കറിയില്ലായിരുന്നു. ഒരു പക്ഷേ അതൊക്കെ ദ്രവിച്ചുപോയിരിക്കാം. ഇങ്ങനെയൊരു ആവശ്യം വരുമെന്ന് ഒരിക്കലും ചിന്തിച്ചിരുന്നുമില്ലല്ലോ. എന്തായാലും എനിക്ക് അതിന്റെ രണ്ടു കഷണം കിട്ടി. അവയുപയോഗിച്ച് ഞാൻ എന്റെ പണി തുടങ്ങി. സൂചിയില്ലാതിരുന്നതിനാൽ തുന്നിച്ചേർക്കാൻ വളരെ കഷ്ടപ്പെ ടേണ്ടി വന്നു. അവസാനം മൂന്നുമൂലകളുള്ള ഒരു വിരൂപാകൃതിയിലുള്ള ഒരു കാറ്റുപായയാണ് ഉണ്ടാക്കാനായത്. ഇത്തരം തോണി ഓടിക്കാൻ എനിക്ക് നന്നായിട്ടറിയാം. പണ്ടു ഞാൻ ബാർബറിയിൽനിന്നും രക്ഷപ്പെ ട്ടത് ഇത്തരം കാറ്റുപായയുള്ള തോണിയിലായിരുന്നു.

കൊടിമരവും പാമരവും പിടിപ്പിക്കാനും വഞ്ചി കടലിലിറക്കാനും മറ്റുമായി രണ്ടുമാസത്തോളം വേണ്ടിവന്നു. എല്ലാം വളരെ ഭംഗി യായിത്തന്നെ ചെയ്തു. എല്ലാം കഴിഞ്ഞപ്പോൾ, ഫ്രൈഡേയെ നാവി കന്റെ ജോലികൾ ഞാൻ പഠിപ്പിച്ചു. നന്നായി തോണി തുഴയാൻ അയാൾക്കറിയാമെങ്കിലും, കാറ്റുപായയുടെയും മറ്റും പ്രവർത്തനങ്ങൾ അറിയില്ലായിരുന്നു. അവയൊക്കെ ഞാൻ അയാൾക്കു പറഞ്ഞു കൊടുത്തു. കാറ്റുപായും ചുക്കാനുമൊക്കെ ഉപയോഗിച്ച് തോണി ഓടി ക്കുന്നതും അതിന്റെ ദിശ മാറ്റുന്നതും ഒക്കെ ഫ്രൈഡേ അത്ഭുതത്തോടെ നോക്കി നിന്നു. എല്ലാം അയാളെ പഠിപ്പിച്ചുകഴിഞ്ഞപ്പോൾ, അയാൾ വൈദഗ്ധ്യം നിറഞ്ഞ ഒരു നാവികനായി മാറി. പക്ഷേ, വടക്കുനോക്കിയ ന്ത്രത്തിന്റെ ഉപയോഗം അയാളെ പഠിപ്പിക്കാൻ സാധിച്ചില്ല. കാരണം ആ സമയത്ത് കാർമേഘമോ മൂടൽമഞ്ഞോ നിറഞ്ഞ കാലാവസ്ഥ യൊന്നും ഉണ്ടായിരുന്നില്ല. രാത്രിയിൽ നക്ഷത്രങ്ങൾ നോക്കിയും പകൽ നേരങ്ങളിൽ കര നോക്കിയുമാണ് ദിശ കണ്ടത്. മഴയുള്ള ദിവസങ്ങളിൽ കരയിലോ കടലിലോ ഞങ്ങൾ ഇറങ്ങിയിരുന്നില്ല.

ദ്വീപിലെ അടിമത്തജീവിതം ആരംഭിച്ചിട്ട് ഇരുപത്തിയേഴുവർഷമായി. അവസാന മൂന്നുവർഷങ്ങൾ ഈ ഫ്രൈഡേ കൂടെയുണ്ടായിരുന്നതിനാൽ, ആ വർഷങ്ങൾ ഈ കണക്കിൽപ്പെടുത്തുന്നില്ല. കാരണം ആ കാലഘട്ട ത്തിൽ തികച്ചും മറ്റൊരു തരത്തിലുള്ള ജീവിതമാണല്ലോ എനിക്കുണ്ടാ യത്. അവിടെ കാൽകുത്തിയതിന്റെ ആ വാർഷികവും കാരുണ്യം ചൊരിഞ്ഞ ദൈവത്തിനു നന്ദിയർപ്പിച്ചുകൊണ്ടുതന്നെ ഞാൻ നടത്തി. യഥാർഥത്തിൽ ദൈവകൃപ പഴയതിലുമധികം എനിക്കു ലഭിച്ചുകൊണ്ടി രുന്നു.

അപ്പോഴേക്കും മഴക്കാലം വന്നു. അധിക സമയവും ഞാൻ മുറിക്ക കത്തു തന്നെയിരുന്നു. പുതിയ തോണിയെ ഏറ്റവും സുരക്ഷിതമായ സ്ഥാനത്തുതന്നെ കൊണ്ടിട്ടു. മുമ്പു പറഞ്ഞിരുന്ന ആ കടലിടുക്കിലാണ് അതിനെയിട്ടത്. കപ്പലിനെ ചുറ്റുന്ന രീതിയിൽ ഒരു തുറമുഖം നിർമി ക്കാൻ ഞാൻ ഫ്രൈഡേയോടു പറയുകയും ചെയ്തു. അങ്ങനെ ഒരു

കൊച്ചു തുറമുഖം അയാൾ കുഴിച്ചുണ്ടാക്കി. തോണി പൊന്തിക്കിടക്കുന്നതിനു മാത്രം വെള്ളവും അതിനുള്ളിൽ നിലനിർത്തി. വേലിയിറക്കമുണ്ടായപ്പോൾ അതിന്റെ അറ്റത്ത് ശക്തമായ ഒരു അണക്കെട്ടും പണിതു. ഇനി വെള്ളം ഉള്ളിൽ കടക്കില്ല; തോണി നനയുകയുമില്ല. മഴ നനയാതിരിക്കാനായി മരക്കൊമ്പുകൾ മുറിച്ചുകൊണ്ടുവന്ന് അതിനു മുകളിലായി മേഞ്ഞു. തുടർന്നു നവംബർ - ഡിസംബർ മാസം വരെ കാത്തിരുന്നു; സാഹസികയാത്രയ്ക്ക് തയാറെടുക്കാനായി.

കാലാവസ്ഥ അനുകൂലമായാലുടനെ യാത്ര തുടങ്ങണം. അതിനുള്ള ഒരുക്കങ്ങൾ എല്ലാ ദിസവും ഞാൻ നടത്തിക്കൊണ്ടിരുന്നു. യാത്രയ്ക്കാവശ്യമായ ഭക്ഷണസാധനങ്ങളാണ് ഞാൻ ആദ്യം ഒരുക്കിവച്ചത്. മറ്റു സാധനങ്ങളും ശേഖരിക്കുന്ന തിരക്കിനിടയിൽ ഫ്രൈഡേയോടു കടൽത്തീരത്ത് ആമകളുണ്ടോ എന്നു നോക്കാൻ ഞാൻ പറഞ്ഞുവിട്ടു. ആഴ്ചയിലൊരിക്കൽ ആമയെ ഞങ്ങൾ പിടിക്കാറുണ്ട്. ആമയിറച്ചിയും മുട്ടകളും വളരെ സ്വാദിഷ്ഠമാണ്.

പോയ ഉടനെതന്നെ ഫ്രൈഡേ തിരിച്ചു പാഞ്ഞെത്തി. പുറത്തെ വേലി ചാടിക്കടന്നുകൊണ്ട് അയാൾ വിളിച്ചുകൂവി.

"അയ്യോ യജമാനനേ! ഓ യജമാനനേ! അപകടം! എന്തു ദുരിതം!"

"എന്തുപറ്റി ഫ്രൈഡേ?" ഞാൻ അന്വേഷിച്ചു.

"അതാ അവിടെ വഞ്ചികൾ! ഒന്ന്... രണ്ട്... മൂന്നെണ്ണം! ഒന്ന്... രണ്ട്... മൂന്നെണ്ണം!"

അയാളുടെ സംസാരരീതിയിൽനിന്നും ആറു വഞ്ചിയാണെന്ന് ആദ്യമെനിക്കു തോന്നി. പക്ഷേ, കൂടുതൽ അന്വേഷണത്തിൽ മൂന്നെണ്ണമെന്നു തന്നെ മനസിലായി.

"അതു ശരി. ഫ്രൈഡേ, നീ പേടിക്കേണ്ട," ഞാൻ അയാളെ ആശ്വസിപ്പിക്കാൻ പറഞ്ഞു. ഒപ്പം സ്വയം സമാധാനിക്കുകയും ചെയ്തു.

പക്ഷേ, പാവം ഫ്രൈഡേ വല്ലാതെ പേടിച്ചു വിറയ്ക്കുകയായിരുന്നു. തന്നെ അന്വേഷിച്ചാണവർ വന്നതെന്ന ഒറ്റച്ചിന്തയേ അയാൾക്കുണ്ടായിരുന്നുള്ളൂ. തന്നെ അവർ പിടിച്ചുകൊന്ന് വെട്ടിമുറിച്ചു തിന്നുമെന്നും അയാൾക്കു തോന്നി. നിന്നു വിറയ്ക്കുന്ന ആ പാവത്താനോട് എനിക്കു ഒന്നും പറയാനായില്ല. കഴിയുന്ന രീതിയിൽ ഞാൻ അയാളെ സമാധാനിപ്പിക്കാൻ ശ്രമിച്ചു.

"താങ്കളെപ്പോലെ ഞാനും അപകടത്തിലാണ്; അവർ എന്നെയും കൊന്നു തിന്നും; താങ്കളെ മാത്രമല്ല. അതിനാൽ നമുക്ക് അവരോട് ഒരുമിച്ചു പോരാടണം. നിനക്കു പോരാടാനാകില്ലേ?" ഞാൻ അയാളോടു ചോദിച്ചു.

"ഞാൻ വെടിവയ്ക്കാം. കൂടുതൽ ആളുകൾ ഇങ്ങോട്ടു വരില്ലേ" ഫ്രൈഡേ പറഞ്ഞു.

"അതിനു കുഴപ്പമില്ല. നമ്മുടെ തോക്കുകൾ അവരെ ഭയപ്പെടുത്തും. താങ്കളും ഒപ്പമുണ്ടാകില്ലേ?"

"അങ്ങ് എന്നോടു മരിക്കാൻ പറഞ്ഞാലും ഞാൻ അതു ചെയ്യും."

ഫ്രൈഡേ പറഞ്ഞു.

ഞാൻ പോയി കുറച്ച് റം കൊണ്ടുവന്ന് അയാൾക്കു കൊടുത്തു. എന്റെ കൈയിൽ അത് കുറെ ബാക്കിയുണ്ടായിരുന്നു. അയാളതു കുടിച്ചു കഴിഞ്ഞപ്പോൾ, രണ്ടു തോക്കുകൾ ഞാൻ അയാളെ ഏൽപ്പിച്ചു. പക്ഷികളെ കൊല്ലാൻ ഞങ്ങൾ ഉപയോഗിച്ചിരുന്നവയായിരുന്നു അവ. ഞാനും നാലു വലിയതോക്കുകളെടുത്തു. വെടിയുണ്ടകളും നിറച്ചു. ഒപ്പം രണ്ടു കൈത്തോക്കുകളും ഞാനെടുത്തു. പതിവുപോലെ, വലിയ വാളെടുത്തു ബെൽറ്റിലും തൂക്കിയിട്ടു. ഫ്രൈഡേക്ക് അവന്റെ കൈക്കോടാലി കൊടുത്തു.

ഞാൻ സ്വയം തയാറെടുത്തു കഴിഞ്ഞപ്പോൾ ഞാൻ എന്റെ ദൂരദർശിനിയും എടുത്തു കുന്നിന്റെ പാർശ്വത്തിലേക്കു കയറി. എന്തെങ്കിലും കാണുന്നുണ്ടോയെന്നു നോക്കി. പെട്ടെന്നു ഞാൻ ദൂരദർശിനിയിലൂടെ അതു കണ്ടു; ഇരുപത്തിയൊന്നു നരഭോജികൾ മൂന്നു തടവുപുള്ളികൾ, മൂന്നു തോണികൾ, അവർ വിജയമാഘോഷിക്കാൻ പോകുന്നത് ആ മൂന്നു മനുഷ്യരിലാണ്. കാടത്തം നിറഞ്ഞ അവരുടെ സദ്യ. പതിവു കാഴ്ച തന്നെ.

മുമ്പവർ സദ്യകൂട്ടിയതും ഫ്രൈഡേ രക്ഷപ്പെട്ടതുമായ സ്ഥലത്തല്ല ഇപ്പോൾ അവരിരിക്കുന്നതെന്ന് എനിക്കു മനസിലായി. ആ കടലിടുക്കിനടുത്താണ്. കടൽ താണതും, ഇടതൂർന്നവനം കയറിക്കിടക്കുന്നതുമായ കടൽഭാഗമാണത്. ആ നീചൻമാരുടെ കരുണയില്ലാത്ത പ്രവൃത്തിയിൽ മനംപെരട്ടിക്കൊണ്ട് ഞാൻ ഫ്രൈഡേയോടു ചോദിച്ചു:

"ഞാൻ അങ്ങോട്ടിറങ്ങിച്ചെന്ന് അവരെ കൊല്ലാൻ പോകുകയാണ്. താങ്കൾ എന്നോടൊപ്പം നിൽക്കുന്നില്ലേ?"

മദ്യം കഴിച്ചു നിൽക്കുകയായിരുന്ന അയാളിൽ ലഹരി പിടിച്ചതിനാൽ ഭയമൊക്കെ മാറിയിരുന്നു. ആഹ്ളാദത്തോടെ അയാൾ പറഞ്ഞു:

"അങ്ങ് എന്നോടു മരിക്കാൻ പറഞ്ഞാലും ഞാൻ അതു ചെയ്യും."

ഞങ്ങൾ ആയുധങ്ങളും വീതിച്ചെടുത്തുകൊണ്ട് കടും കോപത്തോടെ അങ്ങോട്ടു നടന്നു. എന്റെ പുറകെ വരാൻ ഞാൻ ഫ്രൈഡേയോടു പറഞ്ഞു. ഞാൻ ആജ്ഞാപിച്ചാൽ മാത്രമേ അനങ്ങുകയോ വെടിവയ്ക്കുകയോ ചെയ്യാവൂയെന്നും അയാളോടു പറഞ്ഞു. സംസാരിക്കാനും പാടില്ല. ഈ രീതിയിൽ ഞങ്ങൾ വനത്തിലൂടെ നടന്നു. വലതു കൈയിൽ വടക്കുനോക്കിയന്ത്രവും ഉണ്ടായിരുന്നു.

ഞങ്ങൾ മുമ്പോട്ടു നടന്നുകൊണ്ടിരുന്നപ്പോൾ എന്റെ മനസിൽ പഴയ ചിന്തകൾ മടങ്ങിവന്നു തുടങ്ങി. എന്റെ തീരുമാനം എന്നിൽനിന്നും മാഞ്ഞു തുടങ്ങി. നരഭോജികളുടെ അംഗസംഖ്യയിലുള്ള ഭയമല്ല എനിക്കുണ്ടായത്. ആ നീചന്മാരും നഗ്നരുമായ അവരേക്കാൾ മേലെ തന്നെയാണ് ഒറ്റയ്ക്കാണെങ്കിലും ഞാൻ. പക്ഷേ, എന്നെ ഒരുവിധത്തിലും ദ്രോഹിക്കാത്ത, എന്റെമേൽ യാതൊരുവിധ അപരാധവും കാണിക്കാത്ത ആ മനുഷ്യരുടെ രക്തംകൊണ്ട് എന്റെ കൈകൾ പങ്കിലമാക്കുന്നതെങ്ങനെ? ഈ ചിന്ത എന്റെ മനസിനെ അലട്ടി. അങ്ങോട്ടു ചെന്ന് ആ പ്രാകൃത

മായ അവരുടെ സദ്യ നോക്കിനിൽക്കാം. പിന്നെ എല്ലാം ദൈവനിശ്ചയം പോലെ ആകട്ടെ. ആവശ്യമില്ലാതെ അവരുടെ കാര്യത്തിൽ ഇടപെടാൻ പാടില്ല. ശിക്ഷ നടപ്പാക്കേണ്ടതെല്ലാം ദൈവമല്ലേ.

ഈ ദൃഢനിശ്ചയത്തിൽ ഒട്ടും ശബ്ദമുണ്ടാക്കാതെ ഞാൻ കാട്ടിനുള്ളിലൂടെ നടന്നു. ഫ്രൈഡേ എന്റെ തൊട്ടു പിന്നിലൂടെ നടക്കുന്നുണ്ടായിരുന്നു. അവരെ മറയ്ക്കുന്ന മരങ്ങൾക്കടുത്തു ചെന്നപ്പോൾ ഞാൻ ഫ്രൈഡേയെ വിളിച്ചു. വനത്തിന്റെ ഒരു മൂലയിൽക്കണ്ട ഒരു വൻമരം ചൂണ്ടിക്കാണിച്ചുകൊണ്ട് അതിന്റെ പിന്നിൽ മറഞ്ഞുനിന്നു നോക്കാനും, വിവരങ്ങളൊക്കെ എന്നെ അറിയിക്കാനും ഞാൻ അയാളോടു പറഞ്ഞു. ഫ്രൈഡേ മരത്തിന്റെ പിന്നിൽ മറഞ്ഞിരുന്ന് എല്ലാം നിരീക്ഷിച്ചശേഷം എന്നോടു വിവരങ്ങൾ പറഞ്ഞു. അവർ തീകൂട്ടിക്കഴിഞ്ഞെന്നും, തടവുപുള്ളികളിൽ ഒരാളെ തിന്നുകയാണെന്നും അയാൾ പറഞ്ഞു. അടുത്തു കൊല്ലേണ്ടവനെ അൽപ്പം അകലെയായി മണൽപ്പുറത്തു കെട്ടിയിട്ടിരിക്കുകയാണ്. അതറിഞ്ഞപ്പോൾ എന്റെ ആത്മാവു കത്തി. അയാൾ തന്റെ നാട്ടുകാരനല്ലെന്നും ആ ബോട്ടിലെത്തിയ വെള്ളത്താടിക്കാരനാണെന്നും ഫ്രൈഡേ പറഞ്ഞു. വെള്ളത്താടിക്കാരന്റെ കാര്യം കേട്ടപ്പോൾ എന്റെ മനസിൽ ഭീതി ഇരച്ചുകയറി. ഞാൻ ആ മരത്തിനടുത്തേക്കു ചെന്ന് ദൂരദർശിനി ഉപയോഗിച്ച് അങ്ങോട്ടു നോക്കിയപ്പോൾ കൈകാലുകൾ കെട്ടി അയാളെ തീരത്തിട്ടിരിക്കുന്നത് ഞാൻ കണ്ടു. അയാളൊരു യൂറോപ്യനാണെന്ന് എനിക്കു തോന്നി, നഗ്നനല്ല.

കുറച്ചകലെ മറ്റൊരു മരമുണ്ടായിരുന്നു. അവരിരിക്കുന്നിടത്തു നിന്നും ഒരു അൻപതുവാര അകലം വരും. എന്നാൽ ഞങ്ങൾ ഇപ്പോൾ നിൽക്കുന്ന സ്ഥലത്തെക്കാൾ വളരെ അടുത്താണ്. ആരും കാണാതെ അവിടെയെത്തണം. വികാരം നിയന്ത്രിച്ചുകൊണ്ട് ഞാനവിടെയെത്തി. കുറ്റിക്കാട്ടിലൂടെ പതുങ്ങി നടന്നാണ് ആ മരത്തിന്റെ പിന്നിലെത്തിയത്. തുടർന്ന് അൽപ്പം ഉയർന്ന തറയിൽ കയറി നിന്നു. അവിടെ നിന്നപ്പോൾ എൺപതുവാരയോളം അകലെയുള്ള ആ സ്ഥലം എനിക്കു വ്യക്തമായി കാണാനായി.

25

ഫ്രൈഡേയുടെ അച്ഛനും മറ്റു മൂന്നതിഥികളും

എനിക്ക് ഒരുനിമിഷംപോലും നഷ്ടപ്പെടുത്താനുണ്ടായിരുന്നില്ല. ആ പത്തൊൻപത് ഭീകരന്മാരായ നീചന്മാരും തറയിൽ വട്ടത്തിലിരിക്കുകയാണ്. മറ്റു രണ്ടുപേർ ആ പാവം ക്രിസ്ത്യാനിയെ (വെള്ളക്കാരനെ) കൊല്ലാനും പോയിക്കഴിഞ്ഞു. അവർ ഇനി അയാളെ തുണ്ടം തുണ്ടമാക്കും അവർ നിലത്തു കുനിഞ്ഞിരുന്ന് അയാളുടെ കാലുകളിലെ കെട്ടഴിക്കാൻ തുടങ്ങിയപ്പോൾ ഞാൻ ഫ്രൈഡേയുടെ നേരെ തിരിഞ്ഞു പറഞ്ഞു.

"ഫ്രൈഡേ, ഞാൻ പറയുന്നതനുസരിച്ചു ചെയ്തോണം."

"തീർച്ചയായും."

"എങ്കിൽ ഞാൻ ചെയ്യുന്നതുപോലെ ചെയ്തോളൂ; ഒന്നിലും തെറ്റു വരരുത്."

ഒരു വലിയ തോക്കും, പക്ഷികളെ വെടിവയ്ക്കുന്ന മറ്റൊരു തോക്കും തറയിൽ ശരിയായി വച്ചു. ഫ്രൈഡേയും അങ്ങനെ തന്നെ ചെയ്തു. വേറൊരു തോക്കെടുത്ത് ഞാൻ നരഭോജികളെ ഉന്നംവച്ചു. അയോളോടും അങ്ങനെ ചെയ്യാൻ ഞാൻ ആവശ്യപ്പെട്ടു.

"തയാറായോ?"

"അതെ."

"എന്നാൽ അവരുടെ നേരെ വെടിവയ്ക്കൂ" ഞാൻ അയാളോടു പറഞ്ഞു. ഒപ്പം ഞാൻ വെടിവയ്ക്കുകയും ചെയ്തു.

ഫ്രൈഡേയും ഉന്നംപിടിച്ചു. എന്നേക്കാളും നന്നായിട്ടുതന്നെ അയാൾ അതു ചെയ്തു. അയാളുടെ വെടിയിൽ രണ്ടുപേർ ചത്തു. മൂന്നുപേർക്കു പരിക്കേറ്റു. എന്റെ വെടിയിൽ ഒരാളേ ചത്തുള്ളൂ. രണ്ടുപേർക്കു മുറിവേറ്റു. അവരാകെ പരിഭ്രമിച്ചു പോയി. പരുക്കേൽക്കാത്തവർ ചാടിയെഴുന്നേറ്റു നിന്നു. എങ്ങോട്ടാണ് ഓടേണ്ടതെന്ന് പെട്ടെന്ന് അവർക്ക്

തീരുമാനിക്കാനായില്ല; എങ്ങോട്ടാണ് നോക്കേണ്ടത് എന്നും അറിയില്ല. ഈ അപകടം എവിടെനിന്നും വന്നൂയെന്നും അറിയില്ല. ഫ്രൈഡേ എന്നെ ത്തന്നെ നോക്കിനിന്നു; എന്റെ പ്രവൃത്തി അനുകരിക്കാനായിട്ട്. ആദ്യത്തെ വെടികഴിഞ്ഞ ഉടനെ ഞാൻ തോക്കവിടെ തറയിലിട്ടു. പക്ഷികളെക്കൊ ല്ലുന്ന തോക്കെടുത്തു. ഫ്രൈഡേയും അതുപോലെതന്നെ ചെയ്തു. ഞാൻ ഉന്നം പിടിച്ചപ്പോൾ അയാളും അതു ചെയ്തു.

"ഫ്രൈഡേ, തയാറായോ?" ഞാൻ ചോദിച്ചു.

"തയാറായി."

"എങ്കിൽ ദൈവത്തെ ഓർത്തോണ്ടു വെടിവയ്ക്കൂ."

പറഞ്ഞപ്പോൾത്തന്നെ പരിഭ്രാന്തരായി നിൽക്കുന്ന ആ നീചന്മാർക്കി ടയിലേക്കു ഞാൻ വെടിവച്ചു. ഫ്രൈഡേയും അതുപോലെ ചെയ്തു. തോക്കുകളിൽ നിറച്ചിരുന്നത് ചെറിയ വെടിയുണ്ടകളായിരുന്നതിനാൽ രണ്ടു പേർ മാത്രമേ വീണുള്ളൂ. എന്നാൽ പലർക്കും മുറിവേറ്റു. അവർ നിലവിളിച്ചുകൊണ്ടു ഭ്രാന്തമായി ഓടി. ധാരധാരയായി ഒഴുകി. മുറിവേറ്റ വരിൽ മൂന്നു പേർ അർധപ്രാണരായി നിലത്തു വീണു.

ആ വെടിവച്ചുതീർത്ത തോക്ക് താഴെയിട്ടശേഷം, വെടിയുണ്ടയുള്ള ആ വലിയ തോക്കു ഞാനെടുത്തു. അതിനുശേഷം ഫ്രൈഡേയോട് എന്റെ പുറകെവരാൻ പറഞ്ഞു. അയാൾ ധൈര്യത്തോടെ അതു ചെയ്തു. ഞാൻ മരങ്ങൾക്കിടയിൽനിന്ന് ഇരച്ചു പുറത്തെത്തി. നരഭോജികൾ കാണുന്ന തരത്തിൽ നിന്നു. അവർ ഞങ്ങളെ കണ്ടെന്നു മനസിലായ പ്പോൾ ഉച്ചത്തിൽ ഒച്ച വെച്ചുകൊണ്ട് ഞാൻ അവരുടെ നേരെ പാഞ്ഞു. ഫ്രൈഡേയും അതുപോലെ തന്നെ ചെയ്തു. ഭാരമുള്ള ആയുധം കൈയിലിരുന്നതുകൊണ്ട് ഉദ്ദേശിച്ചത്ര വേഗത്തിൽപ്പായാൻ കഴിഞ്ഞില്ല. നരഭോജികൾ ഇരുന്ന സ്ഥലത്തിനും ആ കടലിടുക്കിനും ഇടയിലുള്ള സ്ഥലത്തു കെട്ടിയിട്ടിരുന്ന വെള്ളക്കാരന്റെ അടുക്കലേക്കാണ് ഞാൻ പാഞ്ഞത്. ആദ്യത്തെ വെടിയൊച്ച കേട്ടപ്പോൾത്തന്നെ, അയാളുടെ കാലിലെ കെട്ടഴിച്ച് കൊല്ലാനവിടെച്ചെന്നിരുന്ന രണ്ടുപേരും പേടിച്ചു വിറ ച്ചുകൊണ്ട് കടലിലേക്കോടിപ്പോയിരുന്നു. അവർ ചാടി വേഗേന വഞ്ചി യിൽ കയറി. മറ്റു മൂന്നുപേരും അങ്ങനെ തന്നെ ചെയ്തു.

ഞാൻ ഫ്രൈഡേയുടെ നേരെ തിരിഞ്ഞു. മുമ്പോട്ടുവന്ന് അവരെ വെടിവെച്ചിടാൻ ആജ്ഞാപിച്ചു. ഞാൻ പറഞ്ഞതു പെട്ടെന്നു മനസിലാ ക്കിയപ്പോൾ അയാൾ അവരുടെ പുറകെ പാഞ്ഞു. അവർക്കു പിന്നിൽ ഒരു നാൽപ്പതുവാര അകലം വന്നപ്പോൾ അയാൾ അവരെ വെടിവെച്ചു. എല്ലാവരും ചത്തെന്നാണ് ഞാൻ കരുതിയത്. കാരണം അവരൊന്നിച്ചു തോണിയിൽ വീഴുന്നതു ഞാൻ കണ്ടിരുന്നു. പക്ഷേ, രണ്ടുപേർ മാത്രമേ കൊല്ലപ്പെട്ടുള്ളൂ. മൂന്നാമത്തവന് പരുക്കേറ്റു. പക്ഷേ, ചത്തതുപോലെ യാണ് വഞ്ചിക്കുള്ളിൽ അയാൾ വീണത്.

അവർക്കു നേരെ നിറയൊഴിച്ചുകൊണ്ട് ഫ്രൈഡേ നിന്നപ്പോൾ, ഞാൻ കത്തിയെടുത്ത് ആ വെള്ളക്കാരന്റെ കൈകളും കാലുകളും ബന്ധിച്ചിരുന്ന കെട്ടുകൾ മുറിച്ചുമാറ്റി. ഞാൻ അയാളെ പൊക്കിയെടുത്തു.

തുടർന്ന് പോർച്ചുഗീസ് ഭാഷയിൽ ആരാണെന്നു ചോദിച്ചു. അയാൾ അയാളുടെ പേര് ലാറ്റിൻ ഭാഷയിൽ പറഞ്ഞു: "ക്രിസ്റ്റിയാനസ്." പെട്ടെന്നു നിൽക്കാനും സംസാരിക്കാനുമാകാതെ അയാൾ തളർന്നു വീണു. ഞാൻ പോക്കറ്റിൽക്കിടന്ന കുപ്പിയെടുത്ത് അയാൾക്കു കുടിക്കാൻ നൽകി. കുടിക്കാനായി ഞാൻ ആംഗ്യത്തിൽപ്പറഞ്ഞു. അയാളതു കുടിച്ചു. കഴിക്കാനായി ഒരു കഷണം റൊട്ടിയും ഞാൻ ഒപ്പം കൊടുത്തു. തുടർന്ന് ഞാൻ അയാളോടു ചോദിച്ചു:

"നിങ്ങൾ ഏതു രാജ്യക്കാരാണ്?

"എസ്പാഗ്നിയോലി" അയാൾ പറഞ്ഞു.

കുറേബോധം കിട്ടിയപ്പോൾ, ജീവൻ തിരിച്ചുകിട്ടിയതിലുള്ള നന്ദി പലവിധത്തിൽ അയാൾ പ്രകടിപ്പിച്ചു.

കഴിയുന്നത്ര സ്പാനിഷ്ഭാഷ ഉപയോഗിച്ചുകൊണ്ട് ഞാൻ പറഞ്ഞു. "സർസ നമുക്കിനി പിന്നീടു സംസാരിക്കാം. ഇപ്പോൾ നമുക്ക് യുദ്ധം ചെയ്യണം. സാധിക്കുമെങ്കിൽ നിങ്ങളും ഈ തോക്കും വാളും എടുത്തോളൂ. അയാളതു നന്ദിപൂർവം വാങ്ങി. ആയുധങ്ങൾ കൈയിൽ കിട്ടേണ്ട താമസം, ഉഗ്രകോപത്തോടെ പാഞ്ഞുചെന്ന് ആ കാപാലികരുടെ മേൽ അയാൾ ചാടി വീണു. നിമിഷങ്ങൾകൊണ്ടു രണ്ടുപേരെ വെട്ടി കഷണമാക്കി. യഥാർഥത്തിൽ ഞങ്ങളുടെ തോക്കിൽ നിന്നുതിർന്ന വെടിയൊച്ച കേട്ട് ഭയന്നുവിറച്ചു കൊണ്ട്, തറയിൽ അനങ്ങാതെകിടന്നവരായിരുന്നു. ഓടി രക്ഷപ്പെടാനുള്ള ശക്തി അവർക്കില്ലായിരുന്നു. ബോട്ടിലെ അഞ്ചുപേർക്കു നേരെ ഫ്രൈഡേ നേരത്തെ വെടിവച്ചപ്പോഴും സംഭവിച്ചതിതായിരുന്നു. മൂന്നുപേർ വെടിയിൽ പരുക്കേറ്റു വീണപ്പോൾ രണ്ടുപേർ വീണത് ഭയന്നായിരുന്നു.

ഞാൻ തോക്കു കൈയിൽ വച്ചുകൊണ്ടുനിന്നു. എപ്പോഴാണ് ഇനി വെടിവയ്ക്കേണ്ടി വരുന്നതെന്നറിയില്ല. എന്റെ കൈത്തോക്കും വാളും ആ സ്പെയിൻകാരനും കൊടുത്തിരിക്കുകയാണ്. ഞാൻ ഫ്രൈഡേയെ വിളിച്ചു. ആദ്യം വെടിയുതിർത്തപ്പോൾനിന്ന മരച്ചുവട്ടിലേക്കു വരാൻ പറഞ്ഞു. വെടിവച്ചു തീർത്തശേഷം അവിടെയിട്ടിരുന്ന തോക്കുകൾ കൊണ്ടുവരാനും പറഞ്ഞു. ഫ്രൈഡേ വേഗത്തിൽ അവ എടുത്തു കൊണ്ടു വന്നു. എന്റെ തോക്കുകളിൽ വെടിയുണ്ട നിറച്ച് ഫ്രൈഡേയെ ഏൽപ്പിച്ചശേഷം, ബാക്കിയുള്ളവയിൽ ഞാൻ നിറയ്ക്കാൻ തുടങ്ങി. ആവശ്യം വരുമ്പോൾ എന്റെ അടുത്തുവരാൻ അയാൾക്കു ഞാൻ നിർദേശവും നൽകി. ഞാൻ ഇവിടെ തോക്കു നിറച്ചുകൊണ്ടിരുന്നപ്പോൾ, ആ സ്പെയിൻകാരനും നരഭോജികളിൽ ഒരാളും തമ്മിൽ പൊരിഞ്ഞ പോരാട്ടത്തിലായിരുന്നു. ഞാനവിടെ എത്താതിരുന്നെങ്കിൽ, അയാളെ വെട്ടിനുറുക്കാൻ വച്ചിരുന്ന ആ മരവാൾകൊണ്ട് സ്പെയിൻകാരനെ ആ നരഭോജി വെട്ടിവീഴ്ത്തുമായിരുന്നു. അയാൾ ക്ഷീണിതനായിരുന്നെങ്കിലും വളരെ ധീരതയോടെ പോരാടി. നരഭോജിയുടെ തലയിൽ അയാൾ രണ്ടു വെട്ടുകൾ കൊടുത്തു. എന്നാൽ കരുത്തനായിരുന്ന നരഭോജി അയാളെ പിടിച്ചെടുത്തു തറയിലെറിഞ്ഞു. സ്പെയിൻകാരനും ഏറെക്കുറെ ബോധം

നശിച്ചിരുന്നു. അയാളുടെ കൈയിൽ നിന്നും വാളെടുത്ത് വെട്ടിക്കൊല്ലാൻ നരഭോജി ശ്രമിക്കുന്നതിനിടയിൽ, ആ സ്പെയിൻകാരൻ തന്റെ കൈവശമിരുന്ന തോക്കെടുത്ത് അതിനു നേരെ നിറയൊഴിച്ചു. വെടിയുണ്ട ശരീരത്തേറ്റയുടനെതന്നെ നരഭോജി പിടഞ്ഞുവീണു ചത്തു. ഞാൻ സ്പെയിൻകാരനെ സഹായിക്കാൻ എത്തുന്നതിനു മുമ്പ് ഇതൊക്കെ സംഭവിച്ചിരുന്നു.

സ്വതന്ത്രമായി മല്ലിട്ടുനിന്ന ഫ്രൈഡേ, പായുന്ന നീചന്മാരുടെ പുറകേ ഓടി. കൈക്കോടാലി മാത്രമേ അയാളുടെ കൈയിൽ ഉണ്ടായിരുന്നുള്ളൂ. ആദ്യത്തെ വെടിയിൽ മുറിവേറ്റു വീണ മൂന്നുപേരെയും അതുപയോഗിച്ചാണ് ഫ്രൈഡേ കൊന്നത്; മറ്റുള്ളവരേയും. തോക്കിനു വേണ്ടി സ്പെയിൻകാരൻ അടുത്തു വന്നപ്പോൾ പക്ഷിയെക്കൊല്ലുന്ന തോക്കിലൊരെണ്ണം ഞാൻ കൊടുത്തു. അതുമായി രണ്ടു നരഭോജികളുടെ പുറകെ അയാൾ പാഞ്ഞു. വെടികൊണ്ടപ്പോൾ അവർക്ക് മുറിവേറ്റതേയുള്ളൂ. പക്ഷേ ഓടാൻ പറ്റാതിരുന്ന അയാളെ പിന്തള്ളിക്കൊണ്ട്, അവർ അവരിൽ ഒരാളെ വെടിവച്ചിടുകയും ചെയ്തു. മറ്റേ മനുഷ്യൻ മുടന്തിക്കൊണ്ടാണെങ്കിലും ചാടി ഓടി കടലിലേക്കു ചെന്നു. തോണിയിൽ രക്ഷപ്പെട്ടുപോകുന്ന മൂന്നു പേരുടെ പിന്നാലെ ചെന്നു നീന്തികയറി. തോണിയിലുണ്ടായിരുന്ന മൂവരിൽ ഒരാൾ മുറിവേറ്റയാളായിരുന്നു. അവൻ മരിച്ചോ ഇല്ലയോയെന്നറിയില്ല. ആക്രമണത്തിൽ ഞങ്ങളിൽനിന്നും ആകെപ്പാടെ രക്ഷപ്പെട്ടവർ ഇവർ മാത്രമാണ്.

ആ തോണി അതിവേഗത്തിൽ പറഞ്ഞു; ഞങ്ങളുടെ വെടിയേൽക്കാതിരിക്കാൻ ഫ്രൈഡേ മൂന്നു തവണ അവർക്കുനേരെ തോക്കു ചൂണ്ടി. രണ്ടു പ്രാവശ്യം വെടിയുതിർത്തു. ഒന്നും കൊണ്ട ലക്ഷണമില്ല. ഒരു തോണിയെടുത്തുകൊണ്ട് അവരുടെ പിന്നാലെ പോകാൻ ഫ്രൈഡേ താൽപ്പര്യം കാണിച്ചതാണ്.

ആ രണ്ടുപേരുടെയും രക്ഷപ്പെടൽ എന്റെ ഉൽക്കണ്ഠ വർധിപ്പിച്ചുയെന്നത് പരമാർഥമാണ്. അവർ നാട്ടിൽച്ചെന്ന് ഈ വാർത്ത പ്രചരിപ്പിച്ചാൽ, നൂറോ ഇരുനൂറോ പേർ ഇവിടെയെത്തി ഞങ്ങളെ കൊന്നു തിന്നതു തന്നെ. അതിനാൽ അവരുടെ പിന്നാലെ ചെന്ന് ആക്രമിക്കാമെന്നു തന്നെ ഞാൻ സമ്മതിച്ചു. ഞാൻ ഓടിച്ചെന്ന് വഞ്ചിയിൽ ഒന്നിൽ കയറി. ഫ്രൈഡേയോടും വരാൻ പറഞ്ഞു. തോണിയിൽ കയറിയപ്പോൾ ഞാൻ അത്ഭുതപ്പെട്ടു. കൈകാലുകൾ ബന്ധിക്കപ്പെട്ട വേറൊരാൾ വഞ്ചിയിൽ കിടക്കുന്നു, സ്പെയിൻകാരനെ കൊല്ലാൻ ഇട്ടിരുന്നപോലെ; ഭയന്ന് ചാകാറായിക്കിടക്കുകയാണയാൾ. പക്ഷേ, നടന്ന സംഭവങ്ങളൊന്നും അയാൾ അറിഞ്ഞിട്ടില്ല. കഴുത്തു മുതൽ കാലു വരെ ചുറ്റിവരിഞ്ഞിട്ടിരുന്നതിനാൽ തോണിയുടെ പുറത്തേക്കു നോക്കാൻപോലും അയാൾക്കായിരുന്നില്ല. വളരെനേരമായി കെട്ടിവരിഞ്ഞിട്ടിരുന്നതിനാൽ ജീവനുണ്ടെന്നേയുള്ളൂ.

ഞാൻ അയാളുടെ കെട്ടുകൾ അഴിച്ചു. ശേഷം പിടിച്ചെഴുന്നേൽപ്പിക്കാൻ സഹായിച്ചു. പക്ഷേ, അയാൾക്ക് എഴുന്നേറ്റു നിൽക്കാനായില്ല;

ഒന്നും സംസാരിക്കാനുമായില്ല. കൊല്ലാൻ വേണ്ടിയാണ് കെട്ടഴിച്ചെഴുന്നേൽപ്പിച്ചതെന്ന് തോന്നിയ അയാൾ ദയനീയമായി മോങ്ങുകമാത്രം ചെയ്തു.

ഫ്രൈഡേ അയാളോടു സംസാരിച്ചു. അയാളെ രക്ഷപ്പെടുത്തിയതാണെന്ന് അറിയിക്കാൻ ഞാൻ ഫ്രൈഡേയോടു പറഞ്ഞു. കീശയിൽക്കിടന്ന റമ്മിന്റെ കുപ്പിയെടുത്ത് അയാളെ ഏൽപ്പിച്ചു. ആ പാവത്തിനു കൊടുക്കാനും ഞാൻ പറഞ്ഞു. താൻ മോചിതനായെന്ന് മനസിലാക്കിയ അയാൾ ഉത്സാഹത്തോടെ എഴുന്നേറ്റിരുന്നു. അയാൾ സംസാരിക്കുന്നതും കേട്ടുകൊണ്ട്, അയാളുടെ മുഖത്തേക്കു നോക്കിക്കൊണ്ട് ഫ്രൈഡേ ഇരുന്നു. അങ്ങനെയിരിക്കുന്ന ഫ്രൈഡേയുടെ മുഖം കണ്ടാൽ ആരും കരഞ്ഞുപോകും. ഫ്രൈഡേ അയാളെ ചുംബിച്ചു; ആലിംഗനം ചെയ്തു; കരഞ്ഞു; ചിരിച്ചു; തുള്ളിച്ചാടി; പാടി; നൃത്തം ചെയ്തു; വീണ്ടും തുള്ളിച്ചാടി; വീണ്ടും കരഞ്ഞു; തനിയെ തലയിലും മുഖത്തും അടിച്ചു; വീണ്ടും പാടി. സമനില നഷ്ടപ്പെട്ടവനെപ്പോലെ അയാൾ ഇതൊക്കെ ചെയ്തു. എന്തെങ്കിലും സംസാരിക്കാനായി ഒത്തിരി സമയം ഫ്രൈഡേക്കു വേണ്ടിവന്നിരുന്നു. എന്താണ് കാര്യമെന്ന് ഞാൻ അയാളോടു ചോദിച്ചുകൊണ്ടിരുന്നു. മാനസികാവസ്ഥ അൽപ്പം വീണ്ടുകിട്ടിയപ്പോഴാണ് അയാൾ പറഞ്ഞത് അത് അയാളുടെ അച്ഛനായിരുന്നെന്ന്.

മരണത്തിൽനിന്നും രക്ഷപ്പെട്ട അച്ഛനെക്കണ്ടപ്പോൾ ഫ്രൈഡേ കാണിച്ച പുത്രോചിതമായ കാഴ്ചകൾ എന്റെ മനസിനെ എന്തുമാത്രം ചലിപ്പിച്ചുയെന്ന് പറയാൻ എനിക്കു വാക്കുകളില്ല. ഫ്രൈഡേ അച്ഛനരികിലിരുന്നു. അച്ഛന്റെ തലയെ തന്റെ നെഞ്ചോടുചേർത്ത് അരമണിക്കൂറോളമിരുന്നു. തുടർന്ന് ഭക്ഷണവും റമ്മുമൊക്കെ അയാൾക്കു കൊടുത്തു.

നരഭോജികളുടെ പുറകെ പോകണമെന്ന തീരുമാനം മാറ്റപ്പെട്ടു. അപ്പോഴേക്കും അവർ കാണാൻ പറ്റാത്തവിധം അകലങ്ങളിലെത്തിയിരുന്നു. അവരുടെ പുറകെ പോകാതിരുന്നത് നന്നായിയെന്നു ഞങ്ങൾക്കു തോന്നി. കാരണം, രണ്ടുമണിക്കൂർ കഴിഞ്ഞപ്പോൾ ശക്തമായ കാറ്റു വീശിത്തുടങ്ങി. നരഭോജികൾ കാൽഭാഗം ദൂരംപോലും അപ്പോൾ പിന്നിട്ടിട്ടുണ്ടാവില്ല. രാത്രി മുഴുവൻ കാറ്റിന്റെ ശക്തമായ വീശിയടിക്കൽ തുടർന്നുകൊണ്ടിരുന്നു. അവരുടെ യാത്രയ്ക്കെതിരെ വടക്കു പടിഞ്ഞാറുനിന്നായിരുന്നു കാറ്റ്. അവർക്ക് രക്ഷപ്പെടാനാകുമെന്നോ, കരയിലെത്തുമെന്നോ ഉള്ള വിശ്വാസം എനിക്കില്ലായിരുന്നു.

ഫ്രൈഡേ അച്ഛനെ ശുശ്രൂഷിച്ചുകൊണ്ടിരുന്നു. അയാളെ അവിടെനിന്നും മാറ്റാൻ എന്റെ ഹൃദയമാഗ്രഹിച്ചില്ല. കുറച്ചു കഴിഞ്ഞപ്പോൾ ഞാൻ ഫ്രൈഡേയെ വിളിച്ചു ചോദിച്ചു: “താങ്കളുടെ അച്ഛന് ബ്രഡ് വല്ലതും കൊടുത്തോ?”

“അയ്യോ ഒന്നും കൊടുത്തില്ല. എല്ലാം ഈ വൃത്തിക്കെട്ട പട്ടി തിന്നുകളഞ്ഞു” ഫ്രൈഡേ പറഞ്ഞു.

അങ്ങനെ ഞാൻ എന്റെ ചെറിയ സഞ്ചിയിൽനിന്നും ഒരു കഷണം റൊട്ടി കൊടുത്തു. ഫ്രൈഡേക്കു കുടിക്കാൻ കുറച്ചു റമ്മും കൊടുത്തു.

പക്ഷേ, അവനതു കുടിക്കാതെ അച്ഛനു നൽകാനായി ഓടിച്ചെന്നു. കുറച്ചു മുന്തിരങ്ങയും അച്ഛനു നൽകാൻ ഞാൻ കൊടുത്തുവിട്ടു. ഒക്കെ തോണിയിലിരിക്കുന്ന അച്ഛനെ ഏൽപ്പിച്ചശേഷം, ഫ്രൈഡേ അതിവേഗം കാട്ടിലേക്ക് ഓടിപ്പോയി; ഭ്രാന്തനെപ്പോലെ. അയാൾ പെട്ടെന്നാണ് ഓടി മറഞ്ഞത്. ഞാൻ വിളിച്ചിട്ടും ഓരിയിട്ടിട്ടുമൊന്നും അയാൾ കേട്ടതേയില്ല. അത്രപെട്ടെന്ന് അയാൾ ദൂരത്തെത്തിയിരുന്നു. ഒരു പതിനഞ്ചു മിനിറ്റു കഴിഞ്ഞപ്പോൾ അയാൾ സാവകാശം മടങ്ങിവരുന്നത് ഞാൻ കണ്ടു. അടുത്തെത്തിയപ്പോഴാണ് അയാളുടെ കൈയിൽ എന്തോ ഒരു സാധനമിരിക്കുന്നതായി ഞാൻ കണ്ടത്.

അച്ഛനുവേണ്ടി ശുദ്ധജലം മൺകുടത്തിലെടുത്തുകൊണ്ടുവരാൻ വീട്ടിൽ പോയതാണെന്ന് എനിക്ക് മനസിലായി. കുറച്ച് റൊട്ടിയും ഒപ്പം അയാൾ കൊണ്ടുവന്നിട്ടുണ്ടായിരുന്നു. റൊട്ടി എനിക്കു തന്നശേഷം ശുദ്ധജലവുമായി അയാൾ അച്ഛനരികിൽ ചെന്നു. എനിക്കും നല്ല ദാഹമുണ്ടായിരുന്നതുകൊണ്ട് ആ വെള്ളം ഒരൽപ്പം ഞാനും കുടിച്ചു. ഞാൻ ഫ്രൈഡേയുടെ അച്ഛന് കൊടുത്തിരുന്ന റമ്മിനേക്കാൾ കൂടുതൽ ഉണർവ് ആ കുടിച്ച ശുദ്ധജലത്തിൽനിന്നും കിട്ടിയിരുന്നു; ദാഹിച്ചു ബോധം കെടുന്ന നേരത്തായിരുന്നു വെള്ളം കിട്ടിയതും.

അയാളുടെ അച്ഛൻ വെള്ളം കുടിച്ചു തീർന്നപ്പോൾ, ഇനി ബാക്കിയുണ്ടോയെന്നറിയാൻ ഞാൻ അയാളെ വിളിച്ചു. ഉണ്ടെങ്കിൽ അത് ദാഹിച്ചുവലയുന്ന ആ സ്പെയിൻകാരനുകൊടുക്കാൻ ഞാൻ പറഞ്ഞു. ഫ്രൈഡേ കൊണ്ടുവന്ന ബ്രഡിലൊരെണ്ണവും ഞാൻ സ്പെയിൻകാരനു കൊടുത്തു. വല്ലാതെ ക്ഷീണിച്ചു തളർന്ന അയാൾ ഒരു മരത്തണലിലെ പുൽത്തകിടിയിൽ കിടക്കുകയായിരുന്നു. വരിഞ്ഞു കെട്ടിയിട്ടുണ്ടായിരുന്ന കാലുകൾ നീരുപിടിച്ചു വീർത്തിരുന്നു. ഫ്രൈഡേ വെള്ളവുമായി വരുന്നതുകണ്ടപ്പോൾ അയാൾ എഴുന്നേറ്റിരുന്നു വെള്ളം വാങ്ങിക്കുടിച്ചു. അയാൾ ബ്രഡും വാങ്ങിക്കഴിച്ചു. ഞാൻ കൈനിറയെ കുറച്ചു മുന്തിരിയുമായി അങ്ങോട്ടു ചെന്നു. നന്ദി സ്ഫുരിക്കുന്ന മുഖഭാവത്തോടെ അയാൾ എന്നെ നോക്കി. വല്ലാണ്ടു തളർന്നിരുന്നപ്പോഴും വീറോടെ നരഭോജികളോടു പോരാടിയിരുന്നതിനാൽ അയാൾക്ക് എഴുന്നേറ്റു നിൽക്കാനായില്ല. കണങ്കാലിൽ നീരുകെട്ടിയതിനാൽ നല്ല വേദനയും ഉണ്ട്. ഞാൻ അയാളോട് എഴുന്നേൽക്കണ്ടെന്നു പറഞ്ഞു. ഫ്രൈഡേ റം കൊണ്ട് അയാളുടെ കണങ്കാലുകൾ തടവിക്കൊടുത്തു.

അച്ഛൻ ഇരിക്കുന്ന സ്ഥലത്തു തന്നെയുണ്ടോയെന്നും ഇരുപ്പിൽ മാറ്റമുണ്ടോയെന്നും എന്തെങ്കിലും ആവശ്യമുണ്ടോയെന്നും അറിയാനായി ഓരോ രണ്ടു മിനിറ്റു കൂടുമ്പോൾ ഫ്രൈഡേ അങ്ങോട്ടു നോക്കുമായിരുന്നു. ഒടുവിൽ പെട്ടെന്ന് അച്ഛനെ കാണാതായപ്പോൾ, ചാടിയെഴുന്നേറ്റ് ഒന്നും മിണ്ടാതെ അയാൾ അങ്ങോട്ടു പാഞ്ഞു. ആ കാലുകൾ നിലത്തു തൊട്ടിരുന്നോയെന്നു തന്നെ സംശയം. അച്ഛന്റെയരികിലെത്തിയപ്പോൾ, കാൽമുട്ടിന്റെ വേദനമൂലം നീണ്ടുനിവർന്ന് അദ്ദേഹം കിടക്കുന്നതു കണ്ടു. തുടർന്ന് അയാൾ പെട്ടെന്ന് അടുക്കൽ വന്നു. ഫ്രൈഡേ സ്പെയിൻകാ

രനെ പിടിച്ചു നടത്തി വഞ്ചിയിലെത്തിക്കുമെന്നും, തുടർന്ന് വീട്ടിൽച്ചെന്നാൽ ഞാൻ സംരക്ഷിച്ചുകൊള്ളാമെന്നും അയാളോടു പറഞ്ഞു. കരുത്തനായ ഫ്രൈഡേ അയാളെ ചുമലിലെടുത്തുകൊണ്ടുവന്ന് വഞ്ചിയിൽ കിടത്തി. മെല്ലെ തോണിയുടെ ഒരുവശത്തുക്കൂടെ കാലുകൾ അകത്തേക്കിട്ട്, അയാളെ അച്ഛന്റെ അരികിലിരുത്തി. കാറ്റ് ശക്തമായിരുന്നെങ്കിലും കടലോരത്തുകൂടി വഞ്ചി തുഴഞ്ഞ് എന്റെ വാസസ്ഥലത്തിനടുത്തുള്ള കടലിടുക്കിൽ ഞങ്ങൾ സുരക്ഷിതമായെത്തി. നടന്നെത്തുന്നതിനേക്കാൾ എളുപ്പത്തിൽ ഞങ്ങളെത്തി. അവരെ തോണിയിൽത്തന്നെ ഇരുത്തിയ ശേഷം, മറ്റേ തോണിയെടുക്കാനായി അയാൾ ഓടി. അയാൾ എന്റെ അരികിലൂടെ ഓടിയപ്പോൾ ഞാൻ ചോദിച്ചു: "എങ്ങോട്ടാണ് ഓടുന്നത്?"

"മറ്റേ തോണി കൊണ്ടുവരാൻ" അയാൾ പറഞ്ഞു.

കാറ്റുപോലെ അയാൾ പാഞ്ഞു. വേറൊരു മനുഷ്യനോ കുതിരയ്ക്കോ ഇങ്ങനെ വേഗത്തിലോടാൻ പറ്റില്ല. ഞാൻ കരയിലൂടെ നടന്ന് അവിടെയെത്തുന്നതിനുമുമ്പ്, മറ്റേത്തോണിയും അയാൾ കടലിടുക്കിൽ എത്തിച്ചു. തുടർന്ന് പുതിയ അതിഥികളെ ബോട്ടിൽ നിന്നുമിറങ്ങാൻ അയാൾ സഹായിച്ചു. പക്ഷേ, രണ്ടതിഥികൾക്കും നടക്കാൻ കഴിയില്ലായിരുന്നു. എന്തു ചെയ്യണമെന്നറിയാതെ പാവം ഫ്രൈഡേ നിന്നു.

ഒരു പരിഹാരത്തിനായി ഞാൻ പലതും ആലോചിച്ചു. അവരെ കടൽത്തീരത്തുതന്നെ ഇരുത്താൻ ഞാൻ ഫ്രൈഡേയോടു പറഞ്ഞു. അതു ചെയ്തശേഷം ഫ്രൈഡേ എന്റെയരികിൽ വന്നു. വളരെപ്പെട്ടെന്നു തന്നെ ഞാൻ അവരെ കിടത്താനായി, കൈകൊണ്ടു പറ്റുന്ന ചക്രങ്ങളുള്ള ഒരു മഞ്ചലുണ്ടാക്കി. തുടർന്ന് അതിൽ അവരെ കിടത്തി ഞങ്ങൾ കൊണ്ടുപോയി. കോട്ടമതിലിനു മുന്നിലെത്തിയപ്പോഴാണ് അടുത്ത പ്രശ്നം. എങ്ങനെയാണവരെ മുകളിലൂടെ കയറ്റുക? വേലിപൊളിക്കാനുമാവില്ല. ഞങ്ങൾ അടുത്ത ജോലി തുടങ്ങി. ഞാൻ നട്ടുവളർത്തിയ മരക്കൂട്ടത്തിനും വേലിക്കുമിടയിൽ രണ്ടുമണിക്കൂർകൊണ്ട് സുന്ദരമായ ഒരു കൂടാരമുണ്ടാക്കി. അതിനു മുകളിൽ മരക്കൊമ്പുകൾ നിരത്തി. പഴയ കാറ്റുപായയും കൊണ്ടു മൂടി. വൈക്കോലും കമ്പിളിയും മറ്റുമുപയോഗിച്ച് രണ്ട് കിടക്കകളും ഉണ്ടാക്കി. അങ്ങനെ എന്റെ ദ്വീപ് ആൾവാസമുള്ളതായി. എനിക്കു ധാരാളം പ്രജകൾ ഉള്ളതായും ഞാനൊരു രാജാവാണെന്നും എനിക്കു തോന്നി. ഈ രാജ്യം മുഴുവൻ എന്റെ സ്വത്താണെന്നാണ് എനിക്കാദ്യം തോന്നിയത്. അപ്പോഴാണ് എനിക്കിത് അവകാശപ്പെട്ടതാണെന്ന കാര്യത്തിൽ ഒരു സംശയവുമില്ല. ഇവിടത്തെ മനുഷ്യരെല്ലാവരും എന്റെ അധീനതയിൽപ്പെട്ടവരാണെന്ന് എനിക്കു രണ്ടാമതു തോന്നി. ഞാൻ പരമാധികാരിയാണ്. നിയമമുണ്ടാക്കുന്നയാളുമാണ്. അവരെല്ലാം സ്വന്തം ജീവിതത്തിന് എന്നോടു കടപ്പെട്ടിരിക്കുന്നു. വേണ്ടിവന്നാൽ എനിക്കുവേണ്ടി ജീവൻപോലും നൽകാൻ അവർ തയാറാണ്. ഇനി എടുത്തു പറയത്തക്ക ഒരു കാര്യം കൂടിയുണ്ട്. എനിക്ക് മൂന്നുതരം പ്രജകളുണ്ട്; മൂന്നുതരം മതവിശ്വാസികളിൽ ഉൾപ്പെട്ടവർ. എന്റെ അടിമ ഫ്രൈഡേ ഒരു പ്രൊട്ടസ്റ്റന്റ്കാരനാണ്. അവന്റെ അച്ഛൻ

അവിശ്വാസിയോ പ്രാകൃതമതവിശ്വാസിയോ ആണ്. ഒപ്പം അദ്ദേഹം ഒരു നരഭോജിയുമാണ്. എന്നാൽ ആ സ്പെയിൻകാരൻ പോപ്പിന്റെ വാഴ്ച വിശ്വസിക്കുന്ന ആളുമാണ്. പക്ഷേ, എല്ലാ വിഭാഗക്കാർക്കും ഞാൻ മതസ്വാതന്ത്ര്യം നൽകിയിരുന്നു.

ക്ഷീണിതരായ ആ രണ്ടു അഭയാർഥികളെയും സുരക്ഷിതമാക്കിയ ഉടനെ അവർക്കു വിശ്രമിക്കാനായി ഒരിടം ഞാൻ കൊടുത്തു. തുടർന്ന് അവർക്ക് നല്ല ഭക്ഷണം കൊടുക്കുന്നതിനെപ്പറ്റിയാണ് ആലോചിച്ചത്. ഫ്രൈഡേയെ വിളിച്ച് ഒരു ആടിനെക്കൊണ്ടുവരാൻ ഞാൻ പറഞ്ഞു. പ്രത്യേകിച്ചിട്ടിരുന്ന ആടിൻക്കൂട്ടത്തിൽനിന്നും ഒരു ഇടത്തരം പ്രായമുള്ള ആടിനെ അയാൾ കൊണ്ടുവന്നു. ഞാൻ അതിനെ വെട്ടി ചെറിയ ചെറിയ കഷണങ്ങളാക്കിയ നേരത്ത്, അയാളെ വെള്ളം തിളപ്പിക്കാൻ ഏൽപ്പിച്ചു. ഞാൻ ഒന്നാന്തരം ഇറച്ചിക്കറി പാകംചെയ്തു. സൂപ്പിൽ കുറച്ചു ബാർലിയും അരിയും കൂടി ചേർത്തു. ഇതൊക്കെ കൂടാരത്തിനു വെളിയിൽ വച്ചാണ് പാകം ചെയ്തത്. തുടർന്ന് ഭക്ഷണം പുതിയ കൂടാരത്തിനുള്ളിൽ കൊണ്ടുപോയി. അതിഥികൾക്കായി മേശയൊരുക്കി. ഞാനും അവരോടൊപ്പമിരുന്നു ഭക്ഷണം കഴിച്ചു. ഞാൻ അവരോടു സംസാരിച്ച് ആനന്ദിപ്പിക്കുകയും പ്രോത്സാഹിപ്പിക്കുകയും ചെയ്തു. ഫ്രൈഡേ അയാളുടെ അച്ഛനുവേണ്ടിയും സ്പെയിൻകാരനുവേണ്ടിയും എനിക്കു വ്യാഖ്യാതാവായി. എന്നാൽ നരഭോജികളുടെ ഭാഷ സ്പെയിൻകാരനു നല്ല വശമായിരുന്നു.

ഭക്ഷണാനന്തരം, ഒരു തോണിയെടുത്ത് യുദ്ധസ്ഥലത്തു ചെന്ന് അവിടെയിട്ടേച്ചു പോന്ന തോക്കുകളും മറ്റും എടുത്തുകൊണ്ടുവരാൻ ഞാൻ ഫ്രഡേയോടാജ്ഞാപിച്ചു. സമയമില്ലാതിരുന്നതുകൊണ്ടാണ് അന്ന് എടുക്കാതെ പോന്നത്. പിറ്റേന്നായപ്പോൾ, ആ മൃതശരീരങ്ങളും കുഴിച്ചിടാൻ അയാളോടു ഞാൻ കൽപ്പിച്ചു. മറവു ചെയ്യാതിരുന്നാൽ അവ ചീഞ്ഞു നാറും. ആ പ്രാകൃതസദ്യയുടെ ഭയാനകമായ അവശിഷ്ടങ്ങളും മറവുചെയ്യാൻ ഒപ്പം പറഞ്ഞു. അത് ധാരാളമായിരുന്നതിനാലും, എനിക്കൊറ്റയ്ക്കു ചെയ്യാനാകാത്തതിനാലും, അവ കണ്ടാൽ എന്റെ ഉള്ളുപൊള്ളുമെന്നുള്ളതിനാലുമാണ് എല്ലാ പണികളും ഫ്രൈഡേയെ ഞാൻ ഏൽപ്പിച്ചത്. എല്ലാം അയാൾ കൃത്യനിഷ്ഠയോടെ ചെയ്തു. എല്ലാം വൃത്തിയാക്കി ആ പ്രദേശം മുഴുവൻ അയാൾ മാറ്റിയെടുത്തു. അവിടെ ഞാൻ ചെന്നപ്പോൾ എനിക്ക് ആ സ്ഥലം തിരിച്ചറിയാനേ പറ്റിയില്ല. മൂലയിൽ നിന്നിരുന്ന മരം കണ്ടപ്പോഴാണ് എനിക്കു സ്ഥലം പിടികിട്ടിയത്.

തുടർന്ന് ഞാൻ എന്റെ പുതിയ രണ്ടു പ്രജകളുമായി ഒരു ലഘു സംഭാഷണത്തിലേർപ്പെട്ടു. തോണിയിൽ രക്ഷപ്പെട്ടുപോയ നരഭോജികളെക്കുറിച്ച് എന്തു പറയുന്നെന്നും, കൂടുതൽ ആളുകളുമായി അവർ തിരിച്ചെത്തുമെന്ന് നാം പ്രതീക്ഷിക്കണമോയെന്നും അച്ഛനോടു ചോദിച്ചറിയാൻ ഞാൻ ആദ്യം ഫ്രൈഡേയോടു പറഞ്ഞു. അവർ പോയസമയത്ത് രാത്രിയിൽ വീശിയടിച്ചുകൊണ്ടിരുന്ന ആ കാറ്റിൽ അവർ

ഒരിക്കലും രക്ഷപ്പെട്ടിട്ടുണ്ടാകില്ലെന്ന് അയാളുടെ അച്ഛൻ പറഞ്ഞു. അവരുടെ കപ്പൽ മുങ്ങിയിട്ടുണ്ടാവാനാണ് സാധ്യത. അവർ തെക്കൻ കടൽത്തീരത്തകപ്പെട്ടെങ്കിൽ നരഭോജികളുടെ വായിലായിക്കാണും. എന്നാൽ അവർ സുരക്ഷിതരായി വൻകരയിൽ എത്തിയിട്ടുണ്ടെങ്കിൽ പിന്നെന്താണ് സംഭവിക്കുന്നതെന്ന് തനിക്കറിയില്ലെന്ന് അദ്ദേഹം പറഞ്ഞു. പക്ഷേ അവരെ ആക്രമിച്ച രീതിയാലോചിച്ചാൽ അവർ വല്ലാതെ ഭയപ്പെട്ടിരുന്നെന്നും അദ്ദേഹം കൂട്ടിച്ചേർത്തു. ശബ്ദവും തീയും കണ്ടതിനാൽ ആളുകളുടെ കൈകൊണ്ടു മരിച്ചെന്നല്ല ഇടിയും മിന്നലുമേറ്റാണ് മരിച്ചതെന്ന് അവർ അവരുടെ ആളുകളോടു പറയാനാണ് വഴി. ആകാശത്തിൽ നിന്നും വന്നിറങ്ങിയ രണ്ട് ആത്മാക്കളാണ് (ഞാനും ഫ്രൈഡേയും) അവരെ കൊല്ലാൻ പ്രത്യക്ഷപ്പെട്ടതെന്ന് അവർ കരുതുന്നുണ്ടാകും; അല്ലാതെ ആയുധമേന്തിയ മനുഷ്യരല്ല. ആ നരഭോജികൾ അവരുടെ പ്രാകൃതഭാഷയിൽ ഇക്കാര്യങ്ങൾ ഉറക്കെ വിളിച്ചുപറയുന്നത് അദ്ദേഹം കേട്ടതാണ്. ഒരു മനുഷ്യനും തീ പറപ്പിക്കാനാവില്ലെന്നും, ഇടിവെട്ടുന്ന രീതിയിൽ സംസാരിക്കാനാവില്ലെന്നും, ദൂരത്തിലിരുന്ന് കൈയുപയോഗിക്കാതെ കൊല്ലാനാകില്ലെന്നും അവർ വിളിച്ചുപറഞ്ഞിരുന്നു. അദ്ദേഹം പറഞ്ഞത് ശരിയായിരുന്നു. പിന്നീടൊരിക്കലും ആ ദ്വീപിൽ വരാൻ നരഭോജികൾ ധൈര്യം കാണിച്ചിട്ടേയില്ല. രക്ഷപ്പെട്ട ആ നാലു നരഭോജികൾ (അവർ രക്ഷപ്പെട്ടതുപോലെ തോന്നുന്നു) നൽകിയ വിവരം അവിടത്തെ ആളുകളെ ഭയപ്പെടുത്തിയിട്ടുണ്ടാകും. ഈ വശീകരണദ്വീപിൽ ആരെത്തിയാലും ദൈവാഗ്നി അവരെ നശിപ്പിച്ചു കളയുമെന്ന് അവർ വിശ്വസിച്ചു.

എന്നാൽ ഈ വിവരങ്ങൾ ഞാനറിഞ്ഞിരുന്നില്ല. അതിനാൽ ഭയത്തോടെ കുറേക്കാലം കഴിയേണ്ടിവന്നു. ഞാനും എന്റെ കാവൽക്കാരും ജാഗരൂകരായിരുന്നു. ഏതു സമയത്തും ഞങ്ങൾ നാലുപേർക്കും ഒരു നൂറു പേരോടു പോരാടാനാകുമെന്ന് എനിക്ക് ഉറപ്പുണ്ടായിരുന്നു.

കുറച്ചുനാൾ കഴിഞ്ഞപ്പോൾ നരഭോജികളുടെ തോണികളൊന്നും പ്രത്യക്ഷപ്പെടാതായപ്പോൾ, അവർ മടങ്ങിവരുമെന്നുള്ള ഭയം മാഞ്ഞുപോയി. വൻകരയിലേക്കു യാത്ര ചെയ്യാനുള്ള പഴയ ചിന്ത വീണ്ടും എന്റെ മനസിലുദിച്ചു. ഫ്രൈഡേയുടെ അച്ഛൻ ഉറപ്പു പറഞ്ഞതുപോലെ, അവിടെച്ചെന്നു കഴിഞ്ഞാൽ നാട്ടുകാരിൽനിന്നും നല്ല ഇടപെടൽ പ്രതീക്ഷിക്കാമെന്നും ഞാൻ കരുതി.

പക്ഷേ, സ്പെയിൻകാരനുമായി കൂടുതൽ ഗൗരവമായ ചർച്ച നടത്തിയപ്പോൾ ഞാൻ എന്റെ തീരുമാനം അൽപ്പം നിർത്തിവച്ചു. കാരണം. സ്പെയിൻകാരും പോർച്ചുഗീസുകാരുമായി പതിനാറുപേർ ഇപ്പോൾ അവിടെയുണ്ട്. കപ്പൽ തകർന്ന് അവിടെയെത്തപ്പെട്ട്, അവശ്യസാധനങ്ങൾപോലും കിട്ടാതെ, ജീവൻപോലും അപകടത്തിൽപ്പെടുത്തിയാണ് അവരിപ്പോൾ കഴിയുന്നത്. അവരുടെ കപ്പൽയാത്രയെക്കുറിച്ചുള്ള വിശദവിവരങ്ങൾ ഞാൻ അയാളോടു ചോദിച്ചു. റിയോ ഡി ലാപ്ലാറ്റായിൽ നിന്നും ഹവാനയിലേക്കു ചരക്കുകളുമായി വന്ന സ്പാനിഷ് കപ്പലായി

രുന്നെന്നും, തുകൽസാധനങ്ങളും വെള്ളിയുമാണതിലുണ്ടായിരുന്നതെന്നും ഞാൻ മനസിലാക്കി. അവിടെക്കാണുന്ന യൂറോപ്യൻ സാധനങ്ങൾ വാങ്ങിച്ചുപോരുകയും വേണമായിരുന്നു. മറ്റൊരു തകർന്ന കപ്പലിൽനിന്നും രക്ഷപ്പെട്ട അഞ്ചു പോർച്ചുഗീസുകാർ കപ്പലിലുണ്ടായിരുന്നു. ആദ്യകപ്പൽ തകർന്നപ്പോൾ അഞ്ചുപേർ മുങ്ങിമരിച്ചിരുന്നു. വളരെ കഷ്ടപ്പെട്ടാണ് അവർ രക്ഷപ്പെട്ടത്. മനുഷ്യത്തീനികളുടെ നാട്ടിലെത്തിയപ്പോൾ വിശന്നു ചാകാറായിരുന്നു. എപ്പോൾ വേണമെങ്കിലും നരഭോജികൾക്കു തങ്ങൾ ഭക്ഷണമാകുമെന്ന് അവർ പ്രതീക്ഷിച്ചു കഴിഞ്ഞു.

അവരുടെ കയ്യിൽ കുറച്ചായുധങ്ങളുണ്ടെന്ന് അയാൾ എന്നോടു പറഞ്ഞു. കരിമരുന്നോ വെടിയുണ്ടകളോ ഇല്ലാത്തതിനാൽ അവകൊണ്ടൊരുപയോഗവുമില്ല. കടൽവെള്ളം കയറി ഒക്കെ കുതിർത്തു നശിപ്പിച്ചു കഴിഞ്ഞു. കുറച്ചു ബാക്കിയുണ്ടായിരുന്നത് ആഹാരത്തിനു മൃഗങ്ങളെ വേട്ടയാടാൻ വേണ്ടി ഉപയോഗിച്ചു.

രക്ഷപ്പെടാൻ എന്തെങ്കിലും പദ്ധതികൾ അവർ ആലോചിക്കുന്നുണ്ടോയെന്ന് ഞാൻ ചോദിച്ചു. അയാൾ പറഞ്ഞു: "ഒരുപാടു പദ്ധതികൾ ചെയ്തു നോക്കി. പക്ഷേ തോണിയോ, അതു നിർമിക്കാൻ സഹായിക്കുന്ന പണിയായുധങ്ങളോ ആഹാരമോ അവരുടെ കയ്യിലില്ല. അവരുടെ ചർച്ചകൾ കണ്ണീരിലും നിരാശയിലുമാണ് അവസാനിക്കുന്നത്."

രക്ഷപ്പെടാനായി ഞാനൊരു പദ്ധതി ആസൂത്രണം ചെയ്താൽ അവരതു സ്വീകരിക്കുമോയെന്ന് ഞാൻ അയാളോടു ചോദിച്ചു. അവരെല്ലാവരും ഇവിടെയെത്തണം. പക്ഷേ, സ്വതന്ത്രരാകുമ്പോൾ അവർ വിശ്വാസവഞ്ചന കാണിക്കുമോയെന്ന് ഞാൻ ഭയന്നു; അതിനാൽ ഞാൻ എന്റെ ജീവിതത്തെ അവരുടെ കൈയിൽക്കൊടുക്കണമോ? കാരണം നന്ദി മനുഷ്യപ്രകൃതിക്കുള്ളതല്ല; കടമ മറന്ന് നന്ദികേടു കാട്ടുന്നവർ! മോചനത്തിനു ഞാൻ അവർക്കൊരു ഉപകരണമാകുകയും, അതിനുശേഷം ഞാനവരുടെ തടവുപുള്ളിയായി ന്യൂസ്പെയിനിൽ പോകേണ്ടി വരുമോ? അവിടെ ഇംഗ്ലീഷുകാരെ വിചാരണചെയ്തു വധിക്കുമെന്ന കാര്യത്തിൽ സംശയമില്ല. മതത്തിന്റെ പേരിൽ കഴുമരത്തിലേറുന്നതിനേക്കാൾ ഭേദം നരഭോജികളുടെ കൈയിലകപ്പെടുന്നതാണ്. ഞാൻ വീണ്ടും കൂട്ടിച്ചേർത്തു. അതല്ലെങ്കിൽ അവരെയെല്ലാവരേയും ഇവിടെയെത്തിക്കുമ്പോൾ എല്ലാവരുംകൂടി ഒരു വലിയ തോണി നിർമിച്ച് അതുപയോഗിച്ച് തെക്ക് ബ്രസിൽസിലേക്കോ വടക്കുള്ള ദ്വീപുകളിലേക്കോ പോകുവാൻ എന്നെ നിർബന്ധിക്കും. ആയുധങ്ങളെല്ലാം അവർക്കു കൊടുത്തു കഴിയുമ്പോൾ കരുണ ചൊരിയുന്നതിനു പകരം അവർ ബലപ്രയോഗത്തിലൂടെ വിശ്വാസവഞ്ചന കാണിച്ചാലോ? വെളുക്കാൻ തേച്ചത് പാണ്ടായതുപോലെയാകില്ലേ.

അയാൾ എല്ലാം വിശദമായി പറഞ്ഞു. അവരുടെ ഇപ്പോഴത്തെ നില വളരെ ദയനീയമാണെന്നും, അവരൊരിക്കലും നന്ദികേടോ വിശ്വാസവഞ്ചനയോ കാണിക്കില്ലെന്നും, അങ്ങനെ ചിന്തിക്കുന്നതുതന്നെ അവർക്കു ഇഷ്ടമില്ലാത്തതാണെന്നും അയാൾ പറഞ്ഞു. മരണം മുന്നിൽക്കണ്ടു

കൊണ്ടു ജീവിക്കുന്ന അവർ, തങ്ങളെ മോചിപ്പിക്കുന്നവർക്കുവേണ്ടി എന്തും നൽകും. ഞാൻ അനുവദിക്കുകയാണെങ്കിൽ അയാൾ ആ വൃദ്ധനേയും കൂട്ടി അവരുടെ അടുക്കൽ ചെന്ന് കാര്യങ്ങളൊക്കെ ചർച്ച ചെയ്തു തീരുമാനിച്ചു വരാമെന്നും അയാൾ പറഞ്ഞു. മതവിശ്വാസമനുസരിച്ചുള്ള പ്രതിജ്ഞയും അവരെക്കൊണ്ടു ചെയ്യിപ്പിക്കാം. അവർ പൂർണമായും എന്റെ കീഴിലായിരിക്കുമെന്നും, അവരുടെ നേതാവും ക്യാപ്റ്റനും ഞാനായിരിക്കുമെന്നും അവരെക്കൊണ്ട് പുണ്യകൂദാശയിൽ സത്യം ചെയ്യിക്കാം. അങ്ങനെയുള്ള ക്രിസ്ത്യൻ രാജ്യത്തേക്കേ പോകുകയുള്ളൂ. എന്റെ കൽപ്പനകൾ മാത്രം അനുസരിക്കും. ഇത്തരം നിബന്ധനകൾ ഉൾപ്പെടുന്ന ഒരു കരാർ ഒപ്പിട്ടു വരാമെന്ന് അയാൾ പറഞ്ഞു.

ജീവിച്ചിരിക്കുന്നിടത്തോളംകാലം എന്റെ കൽപ്പനകളിൽനിന്നും വ്യതിചലിക്കില്ലെന്ന് അയാൾ ആണയിട്ടു പറഞ്ഞു. എനിക്കുവേണ്ടി അവസാനതുള്ളി രക്തവും ചിന്താൻ തയാറാണെന്നും അയാൾ തീർത്തു പറഞ്ഞു.

അവർ സത്യസന്ധരും മാന്യരുമാണെന്ന് അയാൾ വീണ്ടും പറഞ്ഞു. ആയുധങ്ങളോ ഭക്ഷണമോ വസ്ത്രമോ ഇല്ലാതെ, നരഭോജികളുടെ ദയാകടാക്ഷത്തിലാണ് അവർ കഴിയുന്നത്. സ്വന്തം നാട്ടിലേക്കു മടങ്ങിപ്പോകണമെന്ന ആശയും നശിച്ചാണ് ഇപ്പോൾ കഴിയുന്നത്. അവരെ രക്ഷിച്ചാൽ, എനിക്കുവേണ്ടി ജീവിക്കാനും മരിക്കാനും അവർ തയാറാകും.

ഈ ഉറപ്പിൻമേൽ അവരെ രക്ഷിക്കാനുള്ള ആ സാഹസിക കൃത്യം നടപ്പാക്കാൻ ഞാൻ തീരുമാനിച്ചു. ആവശ്യമെങ്കിൽ ഈ സ്പെയിൻകാരനെയും വൃദ്ധനെയും ചർച്ചയ്ക്കയക്കാം. പക്ഷേ, എല്ലാമൊരുക്കി പോകാനിരുന്നപ്പോൾ സ്പെയിൻകാരൻ ഒരു എതിർപ്പു പറഞ്ഞു. യഥാർഥത്തിൽ അതൊരു ശരിയായ തടസമായിരുന്നു; ഒപ്പം അതിൽ ആത്മാർഥതയും ഉണ്ടായിരുന്നു. അയാളുടെ ഉപദേശപ്രകാരം സുഹൃത്തുക്കളെ മോചിപ്പിക്കാനുള്ള യാത്ര ആറുമാസത്തേക്കു മാറ്റിവച്ചു. കാര്യമിതാ പറയുന്നു.

ഒരുമാസമായിട്ട് അയാൾ ഞങ്ങളോടൊപ്പം ഉണ്ടായിരുന്നല്ലോ. ആ കാലഘട്ടത്തിൽ ദൈവകൃപയോടെ ഭക്ഷ്യധാന്യങ്ങൾ കൃഷിചെയ്തെടുക്കുന്ന രീതി ഞാൻ അയാൾക്കു പറഞ്ഞുകൊടുത്തിരുന്നു. എന്റെ കൈവശം ഇപ്പോൾ സംഭരിച്ചുവച്ചിട്ടുള്ള ധാന്യത്തിന്റെ അളവും അയാൾക്കു കൃത്യമായിട്ടറിയാം. എനിക്കു മാത്രമെങ്കിൽ അത് ധാരാളമെന്നറിയാം. പക്ഷേ, എന്റെ കുടുംബാംഗങ്ങളായി നാലുപേർ കൂടിയായ സ്ഥിതിക്ക് അതു തികയില്ല. അയാളുടെ നാട്ടുകാരായ പതിനാലുപേർകൂടി വരുമ്പോഴോ ഒട്ടും തികയില്ല തന്നെ. കുറഞ്ഞ പക്ഷം അമേരിക്കയിലെ ഏതെങ്കിലും ഒരു ക്രിസ്ത്യൻ കോളനിയിലേക്ക് ഒരു വലിയ തോണിയുണ്ടാക്കി പോകണമെങ്കിൽ, അവരെല്ലാവരും വേണ്ടിവരും. ആയതിനാൽ അയാൾ എന്നോടു പറഞ്ഞത് അയാളും മറ്റുള്ളവരും ചേർന്ന് കഴിയുന്നത്ര വിത്തു വിതയ്ക്കാനുള്ള കൃഷിസ്ഥലമൊരുക്കാൻ അനുവദിക്കണമെന്നാണ്. തുടർന്ന് അടുത്ത കൊയ്ത്തുവരെ കാത്തിരിക്കണം കാരണം അവർ വരുമ്പോൾ ഇവിടെ ആവശ്യത്തിനു ഭക്ഷണമുണ്ടായിരിക്കണമല്ലോ.

അല്ലാത്തപക്ഷം, കരാറുകൾ പൊളിയും. ഒരു മോചനമുണ്ടായെന്ന് അവർ വിശ്വസിക്കില്ല. ഒരു പ്രശ്നത്തിൽനിന്നും മറ്റൊരു പ്രശ്നത്തിലേക്ക് എത്തിയതായിത്തീരും. ഇസ്രയേൽ മക്കൾ ദേവസഹായത്താൽ ഈജിപ്തിൽനിന്നും രക്ഷപ്പെട്ടു സന്തോഷത്തോടെ പോകുമ്പോൾ, ദൈവത്തിനെതിരെ തിരിഞ്ഞത് ഭക്ഷണം കിട്ടാതെ വന്നപ്പോഴാണെന്ന് അയാൾ എന്നെ ഓർമപ്പെടുത്തി.

അയാളുടെ ദീർഘവീക്ഷണവും ഉപദേശവും വളരെ ശരിയായിരുന്നു. അയാളുടെ കൂറിൽ ഞാൻ സംതൃപ്തനായി. നിർദേശപ്രകാരം നിർമിച്ചെടുത്ത തടിപ്പണിയായുധങ്ങളുംകൊണ്ട് ഞങ്ങൾ നാലുപേരും ചേർന്ന് മണ്ണിളക്കി. ഒരുമാസംകൊണ്ട് കൃഷിയിടം ഞങ്ങളൊരുക്കി. അപ്പോഴേക്കും കൃഷിയിറക്കാനുള്ള കാലവുമായി. ഇരുപത്തിരണ്ടു പറ ബാർലിയും പതിനാറു പറ നെല്ലും വിതച്ചു. എല്ലാ വിത്തും ഉപയോഗിച്ചു; വിളവെടുക്കാൻ വേണ്ടിവരുന്ന ആറുമാസത്തേക്കുള്ള ആഹാരത്തിനുള്ള ബാർലി ഇനി തികയുമെന്നുപോലുമറിയില്ല.

ഞങ്ങൾ ഇപ്പോൾ ആവശ്യത്തിനാളുകളുള്ളതിനാൽ നരഭോജികളെക്കുറിച്ചുള്ള യാതൊരു ഭയവുമില്ലാതെ സ്വതന്ത്രരായി ദ്വീപിൽ ജീവിച്ചു. വലിയ സംഘമായി അവർ വരാതിരുന്നാൽ മതി. പക്ഷേ, രക്ഷപ്പെടണമെന്നുള്ള ചിന്തകൾ എപ്പോഴും ഞങ്ങൾക്കുണ്ടായിരുന്നു. പക്ഷേ അതിനു വഴിവേണം. തോണി നിർമിക്കാൻ പറ്റിയ പല മരങ്ങളും ഞാൻ അടയാളപ്പെടുത്തി നിർത്തി. ഫ്രൈഡേയോടും അയാളുടെ അച്ഛനോടും അവ മുറിച്ചിടാൻ പറഞ്ഞു. ആ ജോലികൾക്കു മേൽനോട്ടം വഹിക്കാനായി ഞാൻ സ്പെയിൻകാരനോടും പറഞ്ഞു. ഞാനെത്രമാത്രം കഷ്ടപ്പെട്ടാണ് വൻമരം മുറിച്ച് ഒറ്റപ്പലകയുണ്ടാക്കിയതെന്ന് അവർക്കു കാണിച്ചു കൊടുത്തു. അതുപോലെ തന്നെ അവരും അപ്പോൾ പണിയെടുത്തു. രണ്ടടി വീതിയും മുപ്പത്തിയഞ്ചടി നീളവും രണ്ടു മുതൽ നാലുവരെ ഇഞ്ചു കനവുമുള്ള ഒരുഡസൻ വലിയ മരപ്പലകകൾ അവർ ഓക്കുതടിയിൽനിന്നും ചെത്തിയെടുത്തു. എന്തുമാത്രം അധ്വാനം വേണ്ടി വന്നിരുന്നെന്ന് നിങ്ങൾക്ക് ഊഹിക്കാമല്ലോ.

അതോടൊപ്പം ഇണക്കി വളർത്തിയിരുന്ന ആടുകളുടെ എണ്ണം കൂട്ടാനും ഞങ്ങൾ പരമാവധി ശ്രമിച്ചു. അതിനായി ഫ്രൈഡേയെയും സ്പെയിൻകാരനെയും കാട്ടിൽ ഞാൻ പറഞ്ഞയച്ചു; ആട്ടിൻകുട്ടികളെ പിടിച്ചുകൊണ്ടുവരാനായിട്ട് പിറ്റേന്നു ഞാനും ഫ്രൈഡേയും കൂടി പോയി. അങ്ങനെ മാറിമാറി കാട്ടിൽ ചെന്നതിന്റെ ഫലമായി ഇരുപതു ആട്ടിൻകുട്ടികളെ താവളത്തിൽ എത്തിക്കാനായി. പിന്നീട് തള്ളയാടുകളെ കൊല്ലേണ്ടിവരുമ്പോൾ അതിന്റെ കുഞ്ഞുങ്ങളേയും ഞങ്ങൾ വളർത്തി. അതിനേക്കാളും ഉപരി മുന്തിരിക്കാലമായപ്പോൾ, ധാരാളം കുലകൾ അടർത്തിയെടുത്ത് വെയിലത്തുണങ്ങാനായി തൂക്കിയിട്ടു. അറുപതോ എൺപതോ ബാരൽ ഉണക്കമുന്തിരി ശേഖരിക്കാൻ ഞങ്ങൾക്കായി. ഞങ്ങളുടെ മുഖ്യാഹാരം പിന്നീട് അതായിരുന്നു. അതു വളരെ പോഷകപ്രദമായ ആഹാരം തന്നെയായിരുന്നെന്ന് ഞാൻ നിങ്ങൾക്കുറപ്പു തരുന്നു.

കൊയ്ത്തുകാലമായി. നന്നായിട്ട് വിളവുണ്ടായിരുന്നു. ഇത്രയും കാലം കിട്ടിയ വിളവുകളിൽ വച്ച് ഏറ്റവും മികച്ചതെന്നു പറയാനാകില്ലെങ്കിലും ഞങ്ങളുടെ ആവശ്യത്തിനു കിട്ടിയിരുന്നു. ഇരുപത്തിരണ്ടു പറ വിത്തു വിതച്ച് ഇരുന്നൂറ്റിയിരുപത് പറ ബാർലി കൊയ്തെടുക്കാൻ ഞങ്ങൾക്കു കഴിഞ്ഞു. നെല്ലും അതേ അനുപാതത്തിൽത്തന്നെ കിട്ടി. പതിനാറു സ്പെയിൻകാരെത്തിയാലും അടുത്ത കൊയ്ത്തുവരേക്കുള്ള വകയ്ക്കു തികയും. ലോകത്തിന്റെ ഏതുകോണിൽ എത്തുന്നതുവരേക്കുമുള്ള യാത്രാസമയത്ത് ആവശ്യമായ ആഹാരത്തിനുള്ള ധാന്യവും ഇതു മതിയാകും.

കൊയ്ത്തു കഴിഞ്ഞു വിളവെടുത്തു വൃത്തിയായി കൂട്ടിയപ്പോഴാണ്, അവ സംഭരിച്ചു വയ്ക്കാനുള്ള കുട്ടകളുടെ ആവശ്യം വന്നത്. പിന്നെ ആ ജോലിയിൽ ഞങ്ങൾ മുഴുകി. ആ സ്പെയിൻകാരന് ആ ജോലിയിൽ നല്ല കൈവഴക്കവും നൈപുണ്യവുമുണ്ടായിരുന്നു. ചില നേരങ്ങളിൽ ഞാൻ ചെയ്യുന്ന പണിയിൽ അയാൾ കുറ്റംപോലും കണ്ടെത്തിയിരുന്നു. എന്നാൽ ഒരു കുഴപ്പവും ഞാൻ അതിൽ കണ്ടെത്തിയിരുന്നില്ല.

വരാനിരിക്കുന്ന അതിഥികൾക്കുള്ള ഭക്ഷ്യപ്രദാനം പൂർണമാണെന്നു കണ്ടപ്പോൾ, വൻകരയിലേക്കു പോകാനുള്ള അനുമതി ഞാൻ സ്പെയിൻകാരനു നൽകി. അയാൾ വിട്ടുപോന്ന ആ സുഹൃത്തുക്കളെ പരമാവധി സഹായിക്കണം. ഞാൻ വളരെ കർശനമായ ഒരു കരാറെഴുതി അയാളെ ഏൽപ്പിച്ചു. അവരുടെ മോചനത്തിനായി ദ്വീപിൽനിന്നും ഞങ്ങളെ അയച്ച ദയയുള്ള ആ വ്യക്തിയോടു യുദ്ധത്തിനൊരുങ്ങുകയോ എതിർക്കുകയോ ദ്രോഹിക്കുകയോ ചെയ്യില്ലെന്ന് നിങ്ങളുടെയും ഈ വൃദ്ധന്റെയും സമക്ഷം സത്യപ്രതിജ്ഞ ചെയ്യാത്തവരെ ഇങ്ങോട്ടു കൂട്ടിക്കൊണ്ടു വരരുതെന്നായിരുന്നു ആ കർശനമായ കരാറ്. എന്നെ സംരക്ഷിക്കാൻ എപ്പോഴും എന്റെ കൂടെയുണ്ടാകണം. അപ്രകാരം സ്വന്തം കൈപ്പടയിൽ എഴുതി ഒപ്പിടുകയും വേണം. മഷിയും പേനയുമില്ലാത്ത നാട്ടിൽ ഇതെങ്ങനെ നടക്കുമെന്ന സന്ദേഹം അപ്പോൾ ഞാൻ ഓർത്തതേയില്ല.

ഈ നിർദേശത്തിന്റെ അടിസ്ഥാനത്തിൽ ആ സ്പെയിൻകാരനും ഫ്രൈഡേയും അച്ഛനായ ആ വൃദ്ധനും നരഭോജികളുടെ തടവുപുള്ളിയായി വന്നിട്ടുണ്ടായിരുന്ന തോണികളിലൊന്നിൽ വൻകരയിലേക്കു പുറപ്പെടാനായി കയറി.

അവർ ഓരോരുത്തർക്കും ഓരോ തോക്കും എട്ടു റൗണ്ടിനുള്ള കരിമരുന്നും വെടിമരുന്നും നൽകി. വളരെ ആവശ്യമെന്നു തോന്നുന്നസമയത്തു മാത്രമേ അവ ഉപയോഗിക്കാവൂയെന്നറിയിക്കുകയും ചെയ്തു.

ഇരുപത്തേഴുവർഷവും പിന്നെ കുറച്ചു ദിവസങ്ങൾക്കു ശേഷവും എന്റെ മോചനത്തിനായി ചെയ്ത ആദ്യത്തെ പരിപാടിയായിരുന്നു ഇത്. അവർക്ക് ആഹാരത്തിനായി ധാരാളം ബ്രഡും ഉണക്കമുന്തിരിയും കൊടുത്തു. മാത്രമല്ല, അവിടെയുള്ള ആളുകൾക്കും എട്ടു ദിവസത്തേക്ക് അതു തികയുമായിരുന്നു. എല്ലാ മംഗളങ്ങളും നേർന്നുകൊണ്ട് ഞാൻ

തോണി പറഞ്ഞയച്ചു. തിരിച്ചെത്തുമ്പോൾ കടലിൽവെച്ചു തന്നെ തോണി തിരിച്ചറിയാനായി ഒരു അടയാളം കാണിക്കാമെന്നും സമ്മതിച്ചുകൊണ്ടാണ് അവർ പോയത്.

കാറ്റ് അനുകൂലമായിരുന്നു. ഒക്ടോബർ മാസത്തിലെ പൂർണ ചന്ദ്രനുള്ള ദിവസവും.

ഞാൻ ദ്വീപിൽ വന്ന ദിവസങ്ങൾ ഒന്നുകൂടി പരിശോധിച്ചു. ഞാൻ ഇവിടെ എത്തിയ വർഷത്തെക്കുറിച്ചുള്ള കണക്കുകൾ ശരി തന്നെന്നു എനിക്കു മനസിലായി.

ഞാൻ കാത്തിരുന്നു; പോയവരുടെ തിരിച്ചുവരവും കാത്ത്; എട്ടു ദിവസമായിരിക്കുകയാണ്. വിചിത്രവും ആകസ്മികവുമായ ഒരു സംഭവം അന്നു നടന്നു. ഇത്തരത്തിലൊരു സംഭവം ചരിത്രത്തിലുണ്ടായിക്കാണില്ല. സുപ്രഭാതത്തിൽ സുഖനിദ്രയിലായിരുന്ന എന്റെ അടുക്കലേക്കു ഓടിയെത്തിയ ഫ്രൈഡേ എന്നെ വിളിച്ചു കൂവി:

"യജമാൻ! യജമാൻ! അവർ വന്നു."

ഞാൻ ചാടിയെഴുന്നേറ്റു. അപകടചിന്തകളൊന്നും തോന്നാതെ ഉടുപ്പണിഞ്ഞുടനെ പുറത്തിറങ്ങി. ഞാൻ വളർത്തിയിരുന്ന മരങ്ങൾ ഇപ്പോൾ കാടുപോലെയായിട്ടുണ്ട്. അതിനിടയിലൂടെയാണ് ഞാൻ പുറത്തുവന്നത്. അപകടചിന്തയൊന്നുമില്ലാതെയെന്ന് ഞാൻ ഉദ്ദേശിച്ചത് ആയുധമെടുക്കാതെ എന്നയർഥത്തിലാണ്. സാധാരണ ഞാൻ എപ്പോഴും ആയുധവുമെടുത്തേ പുറത്തിറങ്ങാറുണ്ടായിരുന്നുള്ളൂ. കടലിലേക്കു നോക്കിയപ്പോൾ ഞാൻ അത്ഭുതപ്പെട്ടുപോയി. ഒന്നര ലീഗ് അകലെയായിട്ട് ഒരു തോണി വരുന്നത് ഞാൻ കണ്ടു. കാറ്റ് അവർക്കനുകൂലമായാണ് വീശുന്നത്. അവർ വരുന്നത് വൻകരയുടെ ഭാഗത്തുനിന്നല്ലെന്നും ദ്വീപിന്റെ തെക്കു ഭാഗത്തു നിന്നാണെന്നും ഞാൻ മനസിലാക്കി. ഞാൻ ഫ്രൈഡേയെ അടുത്തുവിളിച്ചു. നാം കാത്തിരിക്കുന്ന ആളുകളല്ല; അവർ സുഹൃത്തുകളോ ശത്രുക്കളോ ആണെന്ന് ഞങ്ങൾക്ക് പറയാൻ കഴിഞ്ഞില്ല.

ഞാൻ വീട്ടിനുള്ളിൽ പോയി ദൂരദർശിനികൊണ്ടുവന്ന് അവൻ ആരാണെന്ന് വീണ്ടും നോക്കി. വീടിന്റെ ഏണി എടുത്തു മാറ്റിയശേഷം കുന്നിന്റെ മുകളിൽ കയറി. എന്തെങ്കിലും അനിശ്ചിതത്വമുള്ളപ്പോൾ ആ സ്ഥലത്തു ചെന്ന് പരിശോധിക്കുകയാണ് പതിവ്.

കുന്നിൻമുകളിലെത്തേണ്ട താമസം ദൂരദർശിനിയില്ലാതെ തന്നെ കടലിൽ നങ്കൂരമിട്ടു കിടക്കുന്ന ഒരു കപ്പലിനെ ഞാൻ കണ്ടു. തെക്കുകിഴക്കു ഭാഗത്തായി രണ്ടരലീഗ് അകലെയാണതു കിടക്കുന്നത്. അതൊരു ഇംഗ്ലീഷ് കപ്പലാണെന്ന് എനിക്കു തോന്നി. തോണിയും അവരുടേതു പോലെ തന്നെ, ഒരു നീണ്ട തോണി.

എനിക്കുണ്ടായ ആശയക്കുഴപ്പം പ്രകടിപ്പിക്കാൻ എനിക്കു പറ്റുന്നില്ല. സ്വന്തം നാട്ടിൽനിന്നും വരുന്ന ഒരു കപ്പൽ കണ്ടതിൽ അതിയായ സന്തോഷമുണ്ട്. അതിനുള്ളിൽ ഇംഗ്ലീഷുകാരായ സുഹൃത്തുക്കളാകണം. എങ്കിലും എന്റെ മനസിന്റെയുള്ളിൽ എന്തോ നിഗൂഢമായ സംശയം നിന്നു. അവർ എവിടെ നിന്നാണ് വരുന്നത്? ഞാൻ ജാഗരൂകനായി. ഒന്നാ

മതായി, എനിക്കുണ്ടായ സംശയം, ഒരു ഇംഗ്ലീഷ് കപ്പലിന് ലോകത്തിന്റെ ഈ ഭാഗത്ത് എന്താണു കാര്യം? കാരണം ആർക്കും ഇതുവഴി വ്യാപാര മില്ല. അപകടത്തിൽപ്പെട്ടു വന്നുയെന്നു പറയാൻ ഇവിടെ കൊടുങ്കാ റ്റൊന്നും ഇല്ല തന്നെ. അവർ യഥാർഥത്തിൽ ഇംഗ്ലീഷുകാർ തന്നെയെ ങ്കിൽ നല്ല പദ്ധതിയോടെയല്ല എത്തിയിരിക്കുന്നത്. പഴയതുപോലെ കള്ളന്മാരുടെയും കൊലയാളികളുടെയും കൈയിലകപ്പെടാതെ തന്നെ സൂക്ഷിക്കണം.

ഓരോന്നും ചിന്തിച്ചുകൊണ്ടിരുന്നതിനിടയ്ക്ക് ഞാൻ നിന്ന സ്ഥല ത്തുനിന്നും അരമൈലകലെയായി വഞ്ചി കരയ്ക്കടുത്തു. എനിക്കു സന്തോഷമായി. അല്ലാത്തപക്ഷം, അവർ എന്റെ പടിവാതിൽക്കലിറങ്ങു കയും, എന്നെ കോട്ടയിൽനിന്ന് അടിച്ചിറക്കിയശേഷം ഇവിടെയുള്ള തെല്ലാം കൊള്ളയടിക്കുകയും ചെയ്തേനെ.

അവർ തീരത്തിറങ്ങിയപ്പോൾ, മിക്കവരും ഇംഗ്ലീഷുകാരുതന്നെയാ ണെന്ന് എനിക്കുറപ്പായി. അതിൽ ഒന്നോ രണ്ടോ പേർ ഡച്ചുകാരാണോ യെന്ന സംശയമുണ്ട്; പക്ഷേ അങ്ങനെ തീർത്തു പറയാനും വയ്യ. എന്താ യാലും പതിനൊന്നു പേരുണ്ട്: അതിൽ മൂന്നു പേർ നിരായുധരാണ്; അവർ പിടിക്കപ്പെട്ടവരാണെന്നു തോന്നുന്നു. ആദ്യം നാലോ അഞ്ചോ പേർ കരയിൽ ചാടിയിറങ്ങി. പിന്നെ ആ മൂന്നുപേരെയും പിടിച്ചിറക്കി. ആ മൂന്നുപേരിൽ ഒരാളുടെ മുഖം വല്ലാണ്ട് ദു:ഖവും നിരാശയും കാണി ച്ചിരുന്നു. മറ്റു രണ്ടുപേർ ഇടയ്ക്കിടെ കൈകൾ ഉയർത്തുന്നുണ്ട്. അവർ ആദ്യത്തെ ആളിനെപ്പോലെ അത്രകണ്ട് പരിഭ്രാന്തരായിരുന്നില്ല.

ഞാൻ തികച്ചും കുഴഞ്ഞുപോയി. ആ കാണുന്നതിന്റെ അർഥ മൊന്നും മനസിലായില്ല. ഫ്രൈഡേ പറ്റുന്ന രീതിയിൽ ഇംഗ്ലീഷിൽ പറഞ്ഞു:

"യജമാനൻ! അങ്ങു കാണുന്നില്ലേ നരഭോജികളെപ്പോലെ ഇംഗ്ലീ ഷുകാരും തടവുപുള്ളികളെ കൊന്നുതിന്നാനെത്തിയിരിക്കുന്നത്?"

"ഫ്രൈഡേ.... അവർ അവരെ കൊന്നു തിന്നുമെന്ന് താങ്കൾക്കു തോന്നുന്നുണ്ടോ?" ഞാൻ ചോദിച്ചു.

"അതെ. അവരെ തിന്നും." ഫ്രൈഡേ പറഞ്ഞു.

"ഇല്ല തിന്നില്ല. പക്ഷേ, അവർ അവരെ കൊല്ലുമെന്നുള്ളത് ഉറ പ്പാണ്."

ഈ സമയത്തും എന്താണ് സംഭവമെന്ന് എനിക്ക് ഊഹിക്കാൻ സാധിച്ചില്ല. പക്ഷേ, ഏതു സമയത്തും ആ മൂന്നു ബന്ദികളും കൊല്ലപ്പെ ട്ടേക്കുമെന്ന ചിന്തയിൽ ഞാൻ വിറച്ചു നിന്നു. പെട്ടെന്ന് വില്ലന്മാരിൽ ഒരാൾ വാളെടുത്ത് ഒരു പാവം ബന്ദിയെ വെട്ടിവീഴ്ത്താൻ ഒരുങ്ങി. അവ നിപ്പോൾ പിടഞ്ഞുവീഴുമെന്നു തോന്നി. അതു കണ്ടപ്പോൾ എന്റെ സിര കളിലെ രക്തം തണുത്തുറഞ്ഞതുപോലെ തോന്നി.

ആ സ്പെയിൻകാരനും ഫ്രൈഡേയുടെ അച്ഛനും ഉണ്ടായിരുന്നെ ങ്കിൽ ഈ മൂന്നു പേരെയും രക്ഷിക്കാമായിരുന്നു. കാരണം അവരുടെ കൈയിൽ തോക്കുണ്ടായിരുന്നില്ല.

ആ മൂന്നു പേരെയും ഭീഷണിപ്പെടുത്തിയശേഷം, ദ്വീപു ചുറ്റിക്കാണാനെന്നോണം, ആ നീചന്മാരായ നാവികർ ചുറ്റി നടന്നു. ഈ സമയത്ത് തങ്ങൾക്കിഷ്ടമുള്ളയിടങ്ങളിലേക്ക് അവർക്ക് ഓടി രക്ഷപ്പെടാനുള്ള സ്വാതന്ത്ര്യമുണ്ടായിരുന്നു. പക്ഷേ, അവരതു ചെയ്തില്ല. പക്ഷേ അവർ ദുഃഖിതരും നിരാശരുമായി നിലത്തിരിക്കുന്നതു ഞാൻ ശ്രദ്ധിച്ചു.

ഇതു കണ്ടപ്പോൾ ഞാൻ ആദ്യം ഈ ദ്വീപിൽ എത്തപ്പെട്ടപ്പോഴുള്ള ദിവസമാണ് എന്റെ മനസിൽ ഓടിയെത്തിയത്. അന്ന് ഞാൻ എല്ലാം നഷ്ടപ്പെട്ടവനായിരുന്നു; ഭയാനകമായ ചിന്തകളായിരുന്നു അന്നു മനസു നിറയെ. വന്യജീവികൾ പിടിച്ചുതിന്നുമെന്ന് ഭയന്ന് രാത്രിയിൽ ഒരു മരത്തിൽ കയറിയിരുന്നുറങ്ങിയ കാര്യവും ഞാൻ അപ്പോൾ ഓർത്തു.

അന്ന് ദൈവകൃപയാണെന്നെ സഹായിച്ചത്. കൊടുങ്കാറ്റിൽപ്പെട്ട് ആ കപ്പൽ കരയ്ക്കടിഞ്ഞില്ലായിരുന്നെങ്കിൽ, അതിൽ ഭക്ഷണസാധനങ്ങൾ ഇല്ലാതിരുന്നെങ്കിൽ ഈ തടവുപുള്ളികളെപ്പോലെ മരിക്കുന്നതുവരെ ഒരിടത്തു ദുഃഖിച്ചിരുന്നേനെ. പക്ഷേ, ഈ ലോകത്തെ സൃഷ്ടിച്ചവൻ ഒരിക്കലും തന്റെ ഒരു സൃഷ്ടിയെയും അങ്ങേയറ്റത്തെ അഗതിയാക്കില്ലെന്ന് എനിക്കുറപ്പുണ്ട്. അതുകൊണ്ടാണല്ലോ, ഏതൊരു ദുരന്താവസ്ഥയിലും ദൈവത്തോടു നന്ദിപറയാനുള്ള എന്തെങ്കിലും കാര്യം അവശേഷിക്കുന്നത്.

26

കപ്പൽലഹളക്കാരിൽ നിന്നു രക്ഷപ്പെടുന്നത്

ആ ഇംഗ്ലീഷുകാർ തീരത്തു വന്നപ്പോൾ വേലിയേറ്റത്തിന്റെ ഉന്നതിയിലായിരുന്നു. അവർ കൊണ്ടുവന്ന തടവുപുള്ളികളുമായി കൂടിയാലോചന നടത്തുകയും, ദ്വീപു ചുറ്റിക്കറങ്ങുകയും ചെയ്തുകൊണ്ട് അവർ വേലിയിറക്കം വരെ നീക്കി. വെള്ളം താണപ്പോൾ, അവരുടെ തോണി അവിടെ തറയിലുറച്ചിരുന്നു.

രണ്ടുപേരെ അവർ തോണിയിലാക്കിയിരുന്നു. ബ്രാണ്ടി കൂടുതൽ കഴിച്ച് ലഹരിമൂത്ത് അവർ തോണിയിൽക്കിടന്നുറങ്ങി. അതിലൊരാൾ മറ്റേയാളെക്കാൾ നേരത്തെയുണർന്നപ്പോൾ, തോണി മണലിൽ ഉറച്ചിരിക്കുന്നതുകണ്ട് തിരിച്ചുവിളിച്ചു വരുത്തി. വളരെ വേഗം അവർ തോണിക്കരികിലെത്തി അവർ സർവശക്തിയുമെടുത്ത് തോണി തള്ളി വെള്ളത്തിലിറക്കാൻ നോക്കി. നനഞ്ഞ മണലിൽ പുതഞ്ഞുകിടക്കുന്നതുകൊണ്ട് തോണി അനങ്ങിയതേയില്ല.

ആ സാഹചര്യത്തിൽ അവർ യഥാർഥ നാവികരുടെ പ്രകൃതം തന്നെ കാണിച്ചു. യാതൊരു ദീർഘവീക്ഷണവുമില്ലാത്തവരാണവർ. അവർ തോണിയെയുപേക്ഷിച്ചശേഷം നാടുകാണാനായി വീണ്ടും നടന്നു. പെട്ടെന്ന് അതിലൊരുവൻ മറ്റൊരുവനോട് ഇങ്ങനെ വിളിച്ചു പറയുന്നതു കേട്ടു:

"എന്തുപറ്റി. അതവിടെക്കിടക്കട്ടെ അടുത്ത വേലിയേറ്റ സമയത്ത് അതു തനിയെ പൊന്തിക്കോളും."

ഈ സംഭാഷണഭാഷ കേട്ടപ്പോൾ അവർ ഏതു നാട്ടിലുള്ളവരാണെന്നുള്ള എന്റെ സംശയം മാറി. ഇംഗ്ലീഷുകാർ തന്നെ!

ഇനി ചുരുങ്ങിയത് പത്തുമണിക്കൂറെങ്കിലും വേണം വേലിയേറ്റം ഉണ്ടാകാൻ; അപ്പോഴേക്കും രാത്രിയാകും. അതുവരെ അവരുടെ ഓരോ ചലനങ്ങളും നിരീക്ഷിക്കാൻ തന്നെ ഞാൻ തീരുമാനിച്ചു.

അതേസമയം, അവരോടു വേണ്ടിവന്നാൽ പോരാടാനുള്ള ഒരുക്കങ്ങളും ഞാൻ പൂർത്തിയാക്കി. ആദ്യസമയത്ത് എനിക്ക് എതിരിടേണ്ടി വന്നവരേക്കാൾ വ്യത്യസ്തരാണ് ഇവരെന്ന് എനിക്കറിയാമായിരുന്നു. അതിനാൽ കൂടുതൽ ജാഗരൂകരാവണം. ഫ്രൈഡേയിപ്പോൾ തോക്കുപയോഗിക്കുന്നതിൽ പ്രാവീണ്യം നേടിയിട്ടുണ്ട്. അയാളോടു തോക്കുനിറച്ച് തയാറായിരിക്കാൻ ഞാൻ കൽപ്പിച്ചു. പക്ഷികളെ വെടിവയ്ക്കാനുപയോഗിക്കുന്ന രണ്ടു തോക്കുകൾ ഞാൻ എടുത്തു. ഫ്രൈഡേക്കു മൂന്നു വലിയ തോക്കുകൾ നൽകി. തടിയൻ ആട്ടിൻതോൽ വസ്ത്രവും വലിയ തൊപ്പിയും അരയിൽ ഉറയില്ലാത്ത വാളും ബെൽറ്റിൽ രണ്ടു കൈത്തോക്കുകളും ഇരുതോളിലും ഓരോ തോക്കും ഒക്കെയായി നിൽക്കുന്ന എന്നെ ക്കണ്ടാൽ ഒരു ഭീകരരൂപമായിത്തോന്നും.

ഇരുട്ടുന്നതുവരെ ആക്രമിക്കേണ്ടെന്നായിരുന്നു എന്റെ തീരുമാനം. ഉച്ചയ്ക്ക് രണ്ടുമണി നേരത്ത്, പൊള്ളുന്ന സമയത്ത് ദ്വീപ് ചുറ്റിക്കറങ്ങാനിറങ്ങിയ അവർ സന്ധ്യക്ക് ഞാൻ പ്രതീക്ഷിച്ചതുപോലെ തന്നെ ഉറങ്ങാൻ കിടന്നു. ആ പാവം മൂന്ന് അഭിശക്തർ ഉൽക്കണ്ഠയിൽ ഉറക്കവും നഷ്ടപ്പെട്ട് വലിയൊരു മരത്തിന്റെ ചുവട്ടിൽ ഇരിക്കുന്നു. ഞാനും അവരും തമ്മിലുള്ള അകലം ഒരു കാൽമൈലേ വരൂ. മറ്റുള്ളവരുടെ കാഴ്ചയ്ക്കപ്പുറത്താണ് അവർ ഇരിക്കുന്നത്.

അപ്പോഴാണ് അവരുടെ മുന്നിൽ ചെല്ലാൻ ഞാൻ തീരുമാനിച്ചത്. അവരുടെ അവസ്ഥയെക്കുറിച്ച് കുറേയെങ്കിലും അറിയണം. ഞാൻ അവരുടെ നേരെ നടന്നു. ഞാൻ നേരത്തെ പറഞ്ഞ വേഷം ഓർമയുണ്ടല്ലോ. അൽപ്പം പുറകിലായി ഫ്രൈഡേയും ഉണ്ടായിരുന്നു. അയാളുടെ വേഷം അതുപോലെ വിചിത്രമായിരുന്നില്ല.

അവരുടെ കണ്ണിൽപ്പെടാതെ ഞാൻ അവരുടെ അടുത്തെത്തി. അവരിൽ ആരെങ്കിലും എന്നെക്കാണുന്നതിനുമുമ്പ് ഞാൻ അവരോട് ഉറക്കെ സ്പാനിഷ് ഭാഷയിൽ ചോദിച്ചു:

“മാന്യന്മാരേ, നിങ്ങളാരാണ്?”

ശബ്ദംകേട്ട് അവർ ഞെട്ടിപ്പോയി. എന്റെ ഭീകരരൂപം കൂടി കണ്ടപ്പോൾ അവരുടെ ഞെട്ടൽ പത്തിരട്ടിയായി. അവർ മറുപടിയൊന്നും പറഞ്ഞതേയില്ല. എന്നെക്കണ്ട് അവർ പേടിച്ചോടാൻ തുടങ്ങുന്നൂയെന്ന് തോന്നിയപ്പോൾ ഞാനവരോട് ഇംഗ്ലീഷിൽ പറഞ്ഞു:

“മാന്യരേ, എന്നെക്കണ്ട് അത്ഭുതപ്പെടേണ്ട. അപ്രതീക്ഷിതമായി നിങ്ങൾക്കൊരു സുഹൃത്തിനെക്കിട്ടിയെന്നു മാത്രം കരുതുക.”

“എങ്കിൽ അയാളെ സ്വർഗത്തിൽനിന്നും നേരിട്ടയച്ചതായിരിക്കും.” അവരിലൊരാൾ ഗൗരവത്തോടെ പറഞ്ഞു. തുടർന്ന് തൊപ്പിയൂരിക്കൊണ്ട് ഭവ്യതയോടെ പറഞ്ഞു: “എന്താണെന്നോ, ആർക്കും സഹായിക്കാൻ പറ്റാത്ത നിലയിലാണ് ഞങ്ങളിപ്പോൾ.”

“എല്ലാ സഹായങ്ങളും സ്വർഗത്തിൽനിന്നു തന്നെ, സർ,” ഞാൻ മറുപടി പറഞ്ഞു. “എന്നാൽ ഈ അപരിചിതൻ ഏതുതരം സഹായമാണ് നൽകേണ്ടതെന്നു പറയൂ. നിങ്ങൾ വല്ലാത്തൊരു അപകടത്തിൽ

അകപ്പെട്ടിരിക്കുന്നതായി തോന്നുന്നു. നിങ്ങൾ കരയ്ക്കിറങ്ങിയപ്പോൾ കൂടെയുണ്ടായിരുന്ന ആ ക്രൂരന്മാരിലൊരാൾ വാളുയർത്തി ഭീഷണിപ്പെടുത്തുന്നതും ഞാൻ കണ്ടു."

ആ പാവം മനുഷ്യൻ കണ്ണീരൊഴുക്കിക്കൊണ്ടു നിന്നു വിറച്ചു. അയാൾ അത്ഭുതത്തോടെ എന്നെ നോക്കി. തുടർന്ന് അത്ഭുതം മാറ്റിക്കൊണ്ട് അയാൾ ചോദിച്ചു:

"ഞാൻ ദൈവത്തോടാണോ മനുഷ്യനോടാണോ സംസാരിക്കുന്നത്? ഇത് ഒരു മനുഷ്യനോ അതോ ഒരു മാലാഖയോ?"

"അതിനെക്കുറിച്ചോർത്ത് സാർ ഭയപ്പെടേണ്ട." ഞാൻ പറഞ്ഞു. ഞാൻ തുടർന്നു പറഞ്ഞു: "നിങ്ങളെ രക്ഷിക്കാനായി ദൈവമയച്ച ഒരു മാലാഖയെങ്കിൽ, ആയുധമൊന്നുമില്ലാതെ നല്ല വേഷത്തിൽ ഞാൻ വരുമായിരുന്നു. ദയവായി പേടിക്കേണ്ട. ഞാൻ ഒരു മനുഷ്യൻ തന്നെയാണ്; ഒരു ഇംഗ്ലീഷുകാരൻ. നിങ്ങളെ സഹായിക്കാനാണ് ഇവിടെ വന്നത്. നോക്കൂ എനിക്കൊരു സേവകനുണ്ട്. ഒരാൾ മാത്രം. ഞങ്ങൾക്ക് തോക്കുകളും വെടിമരുന്നുമുണ്ട്. ഇനി നിങ്ങൾ തുറന്നു പറയൂ. ഞങ്ങൾ നിങ്ങളെ സഹായിക്കണമോ? നിങ്ങളുടെ പ്രശ്നമെന്താണ്?"

"ഞങ്ങളുടെ പ്രശ്നം... പറയാനായിട്ട് അധികമുണ്ട്..." അയാൾ പറഞ്ഞു: "ഞങ്ങളുടെ കൊലയാളികൾ സമീപത്തുതന്നെയുണ്ട്. അതുകൊണ്ട് ചുരുക്കിപ്പറയാം സാർ. ആ കപ്പലിലെ കപ്പിത്താനാണ് ഞാൻ. എന്റെ കൂടെയുണ്ടായിരുന്നവർ എനിക്കെതിരെ ലഹളയുണ്ടാക്കി. എന്നെ കൊന്നില്ലെന്നേയുള്ളൂ. ഒടുവിൽ ഈ രണ്ടുപേരോടൊപ്പം ആൾപ്പാർപ്പില്ലാത്ത ഈ ദ്വീപിൽ ഉപേക്ഷിച്ചു പോയി. ഇവരിൽ ഒരാൾ നാവികനും മറ്റേയാൾ യാത്രക്കാരനുമാണ്. ആൾപ്പാർപ്പില്ലാത്ത ഈ ദ്വീപിൽ പട്ടിണികിടന്ന് ചാകാനാണ് അവർ ഞങ്ങളെ ഉപേക്ഷിച്ചിട്ടത്."

"നിങ്ങളുടെ ആ മൃഗീയരായ ശത്രുക്കളെവിടെ?" ഞാൻ ചോദിച്ചു.

"അവർ അതാ കിടക്കുന്നു സർ." അയാൾ ഘോരവൃക്ഷക്കൂട്ടത്തിലേക്കു വിരൽചൂണ്ടി. "..അയ്യോ എന്റെ ഹൃദയം പിടയ്ക്കുന്നു സർ. അവർ നമ്മളെ കാണുകയോ, സംസാരിക്കുന്നതു കേൾക്കുകയോ ചെയ്താൽ, ഞങ്ങളെ അപ്പോൾത്തന്നെ കൊന്നുകളയും തീർച്ച."

"അവരുടെ കൈയിൽ തോക്കുകൾ വല്ലതും..?" ഞാൻ ചോദിച്ചു.

"രണ്ടെണ്ണമുണ്ട്; ഒന്നു ബോട്ടിൽ വച്ചിരിക്കുകയാണ്." അയാൾ പറഞ്ഞു.

"എങ്കിൽ ശരി. ബാക്കികാര്യങ്ങൾ ഞാൻ ചെയ്തോളാം. അവർ ഉറങ്ങുകയാണെന്നു തോന്നുന്നു. അവരെയൊക്കെ ഇപ്പോൾ കൊല്ലാൻ എളുപ്പമാണ്. അതോ തടവുകാരായി പിടിക്കണമോ?"

"അതിൽ രണ്ടുപേർ ശരിക്കും വില്ലൻമാരാണ്. ഒരു ദയയും അർഹിക്കാത്തവർ. അവരെ സൂക്ഷിച്ചാൽ, ബാക്കിയെല്ലാം ജോലിക്കു ചേരും."

"അവർ ആരൊക്കെയാണ്?" ഞാൻ ചോദിച്ചു.

"ഇത്രയും അകലത്തിൽ നിന്നുകൊണ്ട് അവരെ വിവരിക്കാൻ ബുദ്ധിമുട്ടാണ്" അയാൾ പറഞ്ഞു.

പക്ഷേ, ഞാൻ പറയുന്നതനുസരിച്ച് എല്ലാം ചെയ്തുകൊള്ളാമെന്ന് അവൻ സമ്മതിച്ചു.

"എങ്കിൽ നമുക്ക് അവർ കാണാതെയും, നമ്മുടെ സംസാരം അവർ കേൾക്കാതെയും മാറിനിൽക്കാം. അവർ ഉണരുന്നതിനു മുമ്പ് കാര്യങ്ങൾ ആലോചിച്ചെടുക്കുകയും വേണം" ഞാൻ പറഞ്ഞു.

അങ്ങനെ അവർ താൽപ്പര്യപൂർവം എന്നോടൊപ്പം നടന്നു; വനം തങ്ങളിൽനിന്നും അവരെ മറയ്ക്കുന്നതു വരെ.

"നോക്കൂ സർ. ഞാൻ നിങ്ങളെ മോചിപ്പിച്ചാൽ ഞാൻ പറയുന്ന രണ്ടു കാര്യങ്ങൾ ചെയ്യുമോ?" ഞാൻ ചോദിച്ചു.

എന്റെ വ്യവസ്ഥയിലുണ്ടാകുന്ന രണ്ടു കാര്യങ്ങൾ അയാൾ മുൻകൂട്ടി കണ്ടെന്നു തോന്നുന്നു. അയാൾ പറഞ്ഞു: "എന്നെയും എന്റെ കപ്പലിനെയും വീണ്ടെടുത്താൽ ഞാൻ എല്ലാ കാര്യങ്ങളിലും അങ്ങയെ അനുസരിക്കാം. കപ്പൽ വീണ്ടെടുത്തില്ലെങ്കിൽ അങ്ങ് എന്നെ അയയ്ക്കുന്ന ലോകത്തിന്റെ ഏതുഭാഗത്തും വന്നു ജീവിക്കുകയും അങ്ങേക്കു വേണ്ടി മരിക്കുകപോലും ചെയ്യാം." മറ്റുള്ള രണ്ടുപേരും ഒപ്പം ഇതു സമ്മതിച്ചു.

"കൊള്ളാം." ഞാൻ പറഞ്ഞു. വീണ്ടും ഞാൻ പറഞ്ഞു: "പക്ഷേ എനിക്ക് രണ്ടു വ്യവസ്ഥകളാണുള്ളത്. ഒന്ന്, നിങ്ങൾ ഈ ദ്വീപിൽ താമസിക്കുന്നിടത്തോളംകാലം ഒരു അധികാരവും കാണിക്കരുത്. രണ്ട്, ഞാൻ നിങ്ങൾക്ക് ആയുധം തരും. ആവശ്യം കഴിഞ്ഞാൽ ഉടനെ അതു മടക്കിത്തരണം. എന്നോടും ഇവിടെയുള്ളവരോടും ഒരു വിദ്വേഷവും കാണിക്കരുത്. അതേസമയം എന്റെ ആജ്ഞകൾ അനുസരിക്കുകയും വേണം."

ഞാൻ വീണ്ടും തുടർന്നു: "കപ്പൽ മോചിപ്പിച്ചു കഴിഞ്ഞാൽ നിങ്ങൾ എന്നെയും ആളുകളെയും സൗജന്യമായി ഇംഗ്ലണ്ടിലെത്തിക്കണം. ഇതാണ് രണ്ടാമത്തെ വ്യവസ്ഥ."

ഒരു മനുഷ്യനു പറ്റുന്ന എല്ലാവിധ ഉറപ്പും ഈ വ്യവസ്ഥകളിൽ അയാൾ തന്നു. ഇതൊക്കെ നീതിയുക്തമായ വ്യവസ്ഥകൾ തന്നെന്ന് അയാൾക്കു തോന്നി. ജീവിച്ചിരിക്കുന്നിടത്തോളംകാലം തന്റെ ജീവിതത്തിന് അയാൾ എനിക്കു കടപ്പെട്ടിരിക്കുന്നുയെന്നും പറഞ്ഞു. അതിനാൽ ജീവിച്ചിരിക്കുന്നിടത്തോളംകാലം അയാൾ എന്നോടു നന്ദിയുള്ളവനായിരിക്കുമെന്നും പറഞ്ഞു.

"എന്നാൽ ശരി. ഇതാ മൂന്നു തോക്കുകൾ നിങ്ങൾക്കു തരുന്നു. പിന്നെ കരിമരുന്നും വെടിമരുന്നും. ഇനി എന്തു ചെയ്യാനാണു പോകുന്നതെന്നു പറയൂ."

അയാൾ എല്ലാവിധ നന്ദിസൂചകങ്ങളും കാണിച്ചു. ഞാൻ പറയുന്നതുപോലെ ചെയ്തുകൊള്ളാമെന്നും പറഞ്ഞു. ഇനിയെന്തെങ്കിലും സാഹസത്തിനു മുതിരുന്നത് ഔചിത്യമല്ലെന്ന് ഞാൻ അയാളോടു പറഞ്ഞു. അവർ ഇപ്പോൾ ഉറങ്ങിക്കിടക്കുന്നതിനാൽ ഇപ്പോൾത്തന്നെച്ചെന്ന് വെടിവച്ചുകൊല്ലുന്നതാണ് എളുപ്പമാർഗം. ആദ്യറൗണ്ടിൽ ആരെങ്കിലും മരിക്കാതിരുന്നാൽ, അയാൾ അടിയറവു പറയുകയാണെങ്കിൽ, നമുക്കവരെ രക്ഷിക്കാം. ഇനിയെല്ലാം ദൈവത്തിനു വിട്ടുകൊടുക്കാം.

അപ്പോൾ അയാൾ വിനയത്തോടെ പറഞ്ഞു: "പറ്റുമെങ്കിൽ ആരെയും കൊല്ലരുതെന്നാണ് എന്റെ ആഗ്രഹം. പക്ഷേ, കരുണവറ്റിയ ആ വില്ലന്മാരെ വെറുതെ വിടരുത്. കപ്പലിൽ ഉണ്ടായ ലഹളയ്ക്കു കാരണം അവരാണ്. അവർ രക്ഷപ്പെട്ടാൽ നമ്മുടെ തീരുമാനം വെറുതേയാകും. അവർ കപ്പലിൽ ചെന്നാൽ, കപ്പലിൽനിന്നും മുഴുവൻ ആളുകളെയും ഇങ്ങോട്ടു കൂട്ടികൊണ്ടു വന്ന് നമ്മെ നശിപ്പിക്കും."

"അങ്ങനെയെങ്കിൽ അങ്ങനെയാകട്ടെ; നമ്മുടെ ജീവൻ രക്ഷിക്കാൻ ഒരേയൊരു മാർഗം അതെങ്കിൽ അങ്ങനെ ചെയ്താൽ മതി." ഞാൻ പറഞ്ഞു.

എന്നിട്ടും രക്തച്ചൊരിച്ചിലുണ്ടാക്കുന്നതിൽ അയാൾക്കു താൽപ്പര്യമില്ലെന്ന് എനിക്കു തോന്നി. എങ്കിൽ അവർ അവരുടെ വഴിക്കു പോകട്ടെയെന്നു ഞാൻ പറഞ്ഞു.

ഞങ്ങളുടെ ഈ ചർച്ചയ്ക്കിടയിൽ അവരിൽ ആരോ ഉണർന്നതായുള്ള ശബ്ദം ഞങ്ങൾ കേട്ടു. പെട്ടെന്ന് അവരിൽ രണ്ടുപേർ എഴുന്നേറ്റു നിൽക്കുന്നതും ഞങ്ങൾ കണ്ടു.

"അവരിലാരെങ്കിലുമാണോ ആ കപ്പലിൽ ലഹളയുണ്ടാക്കിയവരിൽ മുഖ്യർ" ഞാൻ ചോദിച്ചു.

"അല്ല" അയാൾ പറഞ്ഞു.

"എങ്കിൽ അവരെ രക്ഷപ്പെടാനനുവദിച്ചോളൂ. സ്വരക്ഷയ്ക്കായി ദൈവം അവരെ ഉണർത്തിയതായിരിക്കും. ഇനിയുള്ള രണ്ടുപേർ രക്ഷപ്പെട്ടാൽ അതു നിങ്ങളുടെ കുഴപ്പമായിരിക്കും" ഞാൻ പറഞ്ഞു.

ഇതുകേട്ടപ്പോൾ, പുതുജീവൻ കിട്ടിയതുപോലെ അയാൾ തോക്കെടുത്തു. അതു കൈയിലും വച്ച്, കൈത്തോക്ക് ബെൽറ്റിലും തിരുകി. അയാളുടെ രണ്ടു ചങ്ങാതികളും ഓരോ തോക്കുമായി നിന്നു. അവർ രണ്ടുപേരും അൽപ്പം മുന്നോട്ടു ചെന്ന് ചില ശബ്ദങ്ങൾ പുറപ്പെടുവിച്ചു. അതുകേട്ട് ഉണർന്നിരുന്ന നാവികരിലൊരാൾ തിരിഞ്ഞുനോക്കി. അവർ വരുന്നതു കണ്ടപ്പോൾ അയാൾ ഉറക്കെ വിളിച്ച് മറ്റുള്ളവരെ അറിയിച്ചു. പക്ഷേ, അയാൾ താമസിച്ചു പോയിരുന്നു. അയാൾ ബഹളം വയ്ക്കേണ്ട താമസം അവർ വെടിവച്ചു. ക്യാപ്റ്റൻ ബുദ്ധിപൂർവം വെടിവയ്ക്കാതെ വെടിയുണ്ട സൂക്ഷിച്ചു. അവർക്കു നല്ല ഉന്നമായിരുന്നു. ഒരാൾ തൽക്ഷണം മരിച്ചു. ഒരാൾക്ക് മുറിവേറ്റതേയുള്ളൂ; മരിച്ചില്ല. അയാൾ വല്ലവിധേന എഴുന്നേറ്റുനിന്ന് സഹായത്തിനായി മറ്റേയാളുകളെ വിളിച്ചുകൂവി. അപ്പോഴേക്കും ക്യാപ്റ്റൻ അയാളുടെ മുമ്പിലേക്കു ചാടി വീണു.

"സഹായത്തിനു വേണ്ടിയുള്ള നിലവിളി അൽപ്പം താമസിച്ചുപോയി. ഇപ്പോൾ നീ ചെയ്ത വില്ലൻപ്രവർത്തിക്കു മാപ്പു ലഭിക്കാൻ വേണ്ടി ദൈവത്തെ വിളിക്കുന്നതാണു നല്ലത്." ഇതു പറഞ്ഞുകൊണ്ട് നാവികൻ തോക്കിന്റെ പാത്തികൊണ്ട് അയാളെ അടിച്ചു വീഴ്ത്തി. പിന്നെ അവൻ സംസാരിച്ചതേയില്ല.

ഇനിയവരിൽ മൂന്നുപേർ കൂടിയുണ്ട്. അവരിൽ ഒരുവന് ചെറിയ മുറിവേറ്റിട്ടുണ്ട്. ഈ സമയത്താണ് ഞാൻ അവിടെയെത്തിയത്. അപ

കടം കണ്ട അവർ എതിരിടുന്നത് നിഷ്ഫലമെന്നു മനസിലായപ്പോൾ കരുണക്കു വേണ്ടി യാചിച്ചു. ഞങ്ങളുടെ വ്യവസ്ഥകൾ പാലിക്കാമെന്ന് ഉറപ്പു നൽകുമെങ്കിൽ ഉപദ്രവിക്കില്ലെന്ന് അയാൾ പറഞ്ഞു. അവർ ചെയ്ത വിശ്വാസവഞ്ചന തെറ്റാണെന്ന് ഏറ്റുപറയുകയും, കപ്പൽ തിരിച്ചെടുക്കുന്നതിന് സഹായിക്കുമെന്നും, അതിനുശേഷം കപ്പലിനെ ജമൈക്കയിലേക്കു തന്നെ തിരിച്ചുവിടുമെന്നും ഉറപ്പുതരാൻ അയാൾ അവരോടു പറഞ്ഞു. അവർ ആത്മാർഥതയോടെ അതു സത്യം ചെയ്തപ്പോൾ അയാൾ അവരെ കൊല്ലാതെ വിട്ടു. എനിക്കതിൽ എതിർപ്പൊന്നും ഉണ്ടായിരുന്നില്ല. എന്നാൽ ദ്വീപിലുണ്ടായിരിക്കുന്നിടത്തോളംകാലം അവരുടെ കൈകാലുകൾ കെട്ടിയിടണമെന്നു ഞാൻ പറഞ്ഞു.

ഇതേസമയം ഞാൻ ഫ്രൈഡേയെ ക്യാപ്റ്റന്റെ സുഹൃത്തിനോടൊപ്പം തോണിയിലേക്കു വിട്ടു; അതിനെ പിടിച്ചെടുക്കാനും അതിലെ പങ്കായവും കാറ്റുപായയും ഒക്കെ അഴിച്ചെടുക്കാനും ആണ് അങ്ങോട്ടു വിട്ടത്. അവർ അപ്പോൾത്തന്നെ അതു ചെയ്തു.

സുഹൃത്തുക്കളെ വിട്ട് ദ്വീപു ചുറ്റാനിറങ്ങിയിരുന്ന ആ മൂന്നുപേരും വെടിയൊച്ച കേട്ടപ്പോഴാണ് മടങ്ങിവന്നത്. മുമ്പു തങ്ങളുടെ തടവുകാരനായിരുന്ന ക്യാപ്റ്റൻ ഇപ്പോൾ അധികാരിയായി നിൽക്കുന്നതുകണ്ടപ്പോൾ, അവർ സ്വയം അടിയറവ് പറഞ്ഞു. അങ്ങനെ ഞങ്ങളുടെ വിജയവും പൂർത്തിയായി.

ക്യാപ്റ്റനും ഞാനും പരസ്പരം അവരവരുടെ സാഹചര്യങ്ങളെക്കുറിച്ചു സംസാരിച്ചു. ഞാനാണ് ആദ്യം തുടങ്ങിയത്. എന്റെ മുഴുവൻ ചരിത്രവും ഞാൻ പറഞ്ഞു. അയാൾ അതിശയത്തോടെ എല്ലാം കേട്ടിരുന്നു. പ്രത്യേകിച്ച് ഞാൻ ആയുധങ്ങളും ആഹാരങ്ങളും നേടിയ വിശേഷങ്ങൾ അറിഞ്ഞപ്പോൾ, എന്റെ കഥ അത്ഭുതങ്ങളുടെ ഒരു മുഴുവൻ ശേഖരമായിരുന്നു. അത് അയാളുടെ ഹൃദയത്തെ സ്പർശിച്ചു. അയാളുടെ ജീവനെ രക്ഷിക്കാനായി എന്നെ ഇവിടെ എത്തിച്ച വിധിയെക്കുറിച്ച് അയാൾ ആലോചിച്ചു; അയാളുടെ മുഖത്ത് കണ്ണീർച്ചാലായി. പിന്നീടൊന്നും അയാൾ മിണ്ടിയില്ല.

ഈ സംഭാഷണത്തിനുശേഷം അയാളെയും അയാളുടെ രണ്ടു കൂട്ടുകാരെയും ഞാൻ വീട്ടിൽക്കൊണ്ടുപോയി; അവർക്കു ഭക്ഷണം നൽകിയശേഷം, ഞാൻ ദീർഘമായ കാലയളവിൽ ദ്വീപിൽ താമസിച്ച കാലത്തുണ്ടാക്കിയ സൂത്രപ്പണികൾ മുഴുവനും അവർക്കു കാണിച്ചുകൊടുത്തു.

അവർ എല്ലാം കണ്ടു; തികച്ചും അവ അവരെ അതിശയിപ്പിച്ചു. എന്റെ കോട്ടയാണ് ക്യാപ്റ്റനെ കൂടുതൽ അത്ഭുതപ്പെടുത്തിയത്. മരങ്ങൾ നട്ടുവളർത്തി എത്ര ഭംഗിയായാണ് എന്റെ വാസസ്ഥലം ഒരുക്കിയിരിക്കുന്നത്. ഇരുപതു വർഷങ്ങൾക്കു മുമ്പു നട്ട മരങ്ങൾ. ഇംഗ്ലണ്ടിൽ വളരുന്നതിനേക്കാൾ വേഗത്തിൽ മരങ്ങൾ ഇവിടെ വളർന്നിരിക്കുന്നു. ഒരു ചെറിയ കാടെന്നു തന്നെ പറയാം. ഉള്ളിലേക്ക് പ്രവേശിക്കുവാൻ സാധിക്കാത്ത വിധത്തിൽ അതു നിബിഡമായിരിക്കുന്നു. അവർ ഒക്കെ നോക്കി.

"ഇതാണ് എന്റെ കോട്ടയും വസതിയും" ഞാൻ പറഞ്ഞു. ഞാൻ

വീണ്ടും പറഞ്ഞു: "ഇതു കൂടാതെ എനിക്കൊരു കരവീടുമുണ്ട്. വല്ലപ്പോഴും ഞാൻ അവിടെപ്പോയി താമസിക്കാറുണ്ട്. മറ്റൊരവസരത്തിൽ നമുക്കങ്ങോട്ടു പോകാം. ഇപ്പോൾ നമുക്ക് കപ്പലെങ്ങനെ വീണ്ടെടുക്കാം എന്നതിനെക്കുറിച്ചാണ് ചിന്തിക്കേണ്ടത്."

ക്യാപ്റ്റൻ അതു സമ്മതിച്ചു. പക്ഷേ, എന്താണ് അക്കാര്യത്തിനു വേണ്ടി ചെയ്യേണ്ടതെന്ന് അയാൾക്കറിയില്ലായിരുന്നു. കാരണം ആ നശിച്ച ഗൂഢാലോചനയിൽ പങ്കുള്ള ഇരുപത്തിയാറുപേർ ആ കപ്പലിലുണ്ട്. നിയമമനുസരിച്ച് മരണശിക്ഷ കിട്ടേണ്ടവരാണവർ. ഇപ്പോൾ നിരാശയിൽപ്പെട്ടിരിക്കാം. പരാജയപ്പെട്ടാൽ ഇംഗ്ലണ്ടിലോ അല്ലെങ്കിൽ ഏതെങ്കിലും ഇംഗ്ലീഷ് കോളനിയിലോ എത്തുമ്പോൾ തൂക്കിലേറ്റപ്പെടുമെന്ന് അവർക്കറിയാം. അതുകൊണ്ട് ചെറിയ എണ്ണമായ നമുക്ക് അവരോടു പൊരുതി ജയിക്കാനാവില്ല.

അയാൾ പറഞ്ഞത് ഞാൻ ആഴത്തിൽ ചിന്തിച്ചു. യുക്തിപൂർവമായ നിഗമനമാണതെന്ന് എനിക്കു ബോധ്യമായി. അതിനാൽ എത്രയുംവേഗം ഒരു തീരുമാനത്തിലെത്തണം. കപ്പലിലുള്ളവരെ അത്ഭുതകരമായി കെണിയിൽപ്പെടുത്തണം. അവർ കരയ്ക്കു കയറുകയോ ഞങ്ങളെ കൊല്ലാനുമുള്ള അവസരം ഉണ്ടാക്കുകയോ അരുത്. പെട്ടെന്ന് എന്റെ മനസിൽ ഒരു ചിന്ത വന്നു. മുമ്പ് ദ്വീപിലേക്കു പോന്ന സുഹൃത്തുക്കൾ കപ്പലിലേക്കു മടങ്ങിച്ചെല്ലാത്തതിലുള്ള ഉൽക്കണ്ഠയിൽ കുറച്ചു നാവികർ മറ്റൊരു തോണിയിൽ അവരെ അന്വേഷിച്ച് ഇവിടെയെത്തും. ഒരു പക്ഷേ അവർ ആയുധധാരികളായിട്ടാകും വരുന്നത്. ശക്തരായ അവരോടു പോരാടാൻ ഞങ്ങൾക്കു പ്രയാസമായിരിക്കും.

അക്കാരണത്താൽ, അവിടെക്കിടക്കുന്ന അവരുടെ തോണി മാറ്റിയിടുകയാണ് ആദ്യം ചെയ്യേണ്ടത്. എന്നിട്ടതിൽ ദ്വാരം ഉണ്ടാക്കിയാൽ അവർക്കതു തിരിച്ചുകൊണ്ടുപോകാനും പറ്റില്ല. ഞങ്ങൾ ഉടനെ തന്നെ തോണിയിൽ എത്തി. അതിനുള്ളിൽ ഉണ്ടായിരുന്ന തോക്കുകളും മറ്റു സാധനങ്ങളും എടുത്തു. ഒരു കുപ്പി ബ്രാണ്ടി, റം, കുറച്ചു ബിസ്കറ്റുകൾ, അഞ്ചോ ആറോ പൗണ്ട് പഞ്ചസാര, കരിമരുന്ന് ഒക്കെയുണ്ടായിരുന്നു. എല്ലാം ഞങ്ങൾക്ക് ആവശ്യമുള്ളവ തന്നെ; പ്രത്യേകിച്ച് ബ്രാണ്ടിയും പഞ്ചസാരയും. കുറേക്കാലമായിട്ട് അവ ഞങ്ങളുടെ കൈയിലുണ്ടായിരുന്നില്ല.

സാധനങ്ങളൊക്കെ ഞങ്ങൾ തീരത്തേക്കെടുത്തു കൊണ്ടു വന്നു. തുടർന്ന് തോണിയുടെ അടിഭാഗത്ത് ഒരു വലിയ സുഷിരവും ഇട്ടു. ഇനി ഞങ്ങളെ പരാജയപ്പെടുത്താനായി എത്ര ശക്തരായവരെത്തിയാലും അവർ ഈ തോണി തുഴഞ്ഞുകൊണ്ടുപോകരുത്.

ഇനിയും കൂടുതൽ കാര്യങ്ങൾ ചിന്തയിലുണ്ടായിരുന്നു. കപ്പൽ തിരിച്ചു പിടിക്കണം. അവർ ബോട്ടും ഉപേക്ഷിച്ചുകൊണ്ട് അവിടം വിട്ടെങ്കിൽ, ഈ തോണിയെ വലിയ ജോലികളൊന്നുമില്ലാതെ നന്നാക്കിയെടുത്ത് ലീവാർഡു ദ്വീപുകളിൽ പോകാം. സ്പെയിൻകാരായ സുഹൃത്തുക്കൾ അവിടെയുണ്ടാകും. ഇപ്പോഴും അവർ എന്റെ മനസിലുണ്ടായിരുന്നു.

ഇങ്ങനെ വിവിധ തീരുമാനങ്ങളെടുക്കുന്നതിനിടയിൽ ഞങ്ങൾ വളരെ കഷ്ടപ്പെട്ട് തോണി കരയ്ക്കു വലിച്ചുകയറ്റിയിട്ടു. വേലിയേറ്റം ഉണ്ടായാലും കടൽജലമെത്താത്തത്ര അകലത്തിലാണ് തോണിയിട്ടത്. പിന്നെ തോണിക്കടിയിൽ ഒരു സുഷിരവും ഉണ്ടാക്കി. എളുപ്പത്തിൽ അടയ്ക്കാൻ പറ്റാത്തത്ര വിധത്തിലുള്ള ഒരു വലിയ സുഷിരം. ഇനി എന്തു ചെയ്യണമെന്നാലോചിച്ചുകൊണ്ട് ഞങ്ങൾ തറയിലിരിക്കുകയായിരുന്നു. അപ്പോഴാണ് കപ്പലിൽനിന്നും ഒരു വെടിയൊച്ച കേട്ടത്. പിന്നെ കപ്പലിൽ ഒരു കൊടി ഉയർത്തിക്കാട്ടുന്നതും കണ്ടു. കപ്പലിലെത്താനായി തോണിക്കാർക്കു കൊടുത്ത സൂചനയായിരുന്നു അത്. പക്ഷേ തോണി ഇളകിയില്ല. കപ്പലിൽ പലതവണ വെടി പൊട്ടിച്ചു. മറ്റു പല സൂചനകളും ഒപ്പം കൊടുത്തു.

അവസാനം, വെടിയും മറ്റു സൂചനകളും ഉപയോഗപ്രദമല്ലെന്നും തോണി ഇളകാത്തതും അവർ കണ്ടു. പെട്ടെന്നാണ് അവർ മറ്റൊരു തോണിയിൽ കയറി വെള്ളത്തിലേക്കിറങ്ങുന്നത് ദൂരദർശിനിയിലൂടെ ഞാൻ കണ്ടത്. തീരത്തേക്കവർ നുഴഞ്ഞു വരികയാണ്. കുറഞ്ഞത് പത്തു പേരെങ്കിലും അതിലുണ്ടെന്ന് അവർ അടുത്തെത്തിയപ്പോൾ എനിക്കു മനസിലായി. അവരുടെ കൈയിൽ തോക്കുകളും ഉണ്ടായിരുന്നു.

കപ്പൽ തീരത്തുനിന്നും രണ്ടുവാര അകലത്തിലാണ് കിടന്നത്. തോണിയിൽ വരുന്നവരുടെ മുഖം വ്യക്തമായി കണ്ടുതുടങ്ങി. വേലിയേറ്റം അവരുടെ തോണിയെ മറ്റേ തോണിയുടെ അൽപ്പം കിഴക്കു ഭാഗത്തേക്കു ദിശമാറ്റിയിരിക്കുകയാണ്. അവർ തീരത്തുകൂടി തുഴഞ്ഞുകൊണ്ട് മറ്റേ തോണിക്കരികിലേക്കു വരികയാണ്.

ഞങ്ങൾക്കിപ്പോൾ തോണിയിലുള്ള ഓരോരുത്തരുടെയും മുഖം വളരെ വ്യക്തമായി കാണാൻ പറ്റി. അവരാരൊക്കെയെന്നും അവരുടെ പ്രകൃതമെന്തെന്നും ക്യാപ്റ്റനു മനസിലായി. അവരിൽ മൂന്നു പേർ സത്യസന്ധരാണെന്നും, ബാക്കിയുള്ളവർ അവരെ ഗൂഢാലോചനയ്ക്കകത്തു ഭീഷണിയും ശക്തിയുമുപയോഗിച്ച് വലിച്ചിട്ടതാണെന്നും അയാൾ പറഞ്ഞു.

അവരിൽ പ്രധാനിയെന്നു തോന്നുന്ന നാവികനും ബാക്കിയുള്ളവരും ഏതൊരു നാവികനെപ്പോലെയും കലാപകാരികളാണ്. ഒപ്പം നമ്മേക്കാൾ ശക്തരുമാണ് അവർ, ക്യാപ്റ്റൻ പറഞ്ഞു.

ഞാൻ ക്യാപ്റ്റനെ നോക്കിച്ചിരിച്ചു. തുടർന്നു പറഞ്ഞു: "നമ്മുടെ ഭാഗത്തുള്ളവർക്ക് ഭയത്തിന്റെ അവസ്ഥ കഴിഞ്ഞു. നാം കരുതിയിരുന്നതു പോലുള്ള അവസ്ഥയൊന്നുമില്ല; വളരെ ഭേദമാണ്. മരിച്ചുപോയാലും ഇല്ലെങ്കിലും മോചനം തന്നെയാകണം നമ്മുടെ ലക്ഷ്യം. എന്റെ ജീവിതാവസ്ഥയെക്കുറിച്ച് ഒന്ന് ആലോചിച്ചു നോക്കൂ. മോചനത്തിനായി ഒരു സാഹസികത നടത്തിയാലെന്താണ്? നിങ്ങളുടെ ജീവനെ രക്ഷിക്കാനായിട്ടാണ് എന്റെ ജീവൻ ഈ ദ്വീപിൽ സംരക്ഷിക്കപ്പെട്ടതെന്ന് നിങ്ങൾ അൽപ്പം മുമ്പു പറഞ്ഞ വിശ്വാസം എവിടെപ്പോയി സർ? പക്ഷേ, ഒരു കാര്യം ശുഭകരം തന്നെന്ന് എനിക്കു തോന്നുന്നു."

"അതെന്താണ് സർ?" അയാൾ ചോദിച്ചു.

ഞാൻ പറഞ്ഞു: "താങ്കളല്ലേ പറഞ്ഞത് അവരിൽ മൂന്നു നാലുപേർ സത്യസന്ധരാണെന്ന്. അവരെ നമുക്കു വെറുതേ വിടാം. ദൈവത്തിന്റെ കൃപകൊണ്ടു തന്നെയാണ് ആ കപ്പലിലെ ക്രൂരന്മാരെ മാത്രമായി ഇപ്പോൾ നിങ്ങളുടെ കൈയിലെത്തിച്ചിരിക്കുന്നത്. തീരത്തെത്തുന്ന ഓരോരുത്തരും നമ്മുടേതാണ്. അവർ നമ്മോടു കാണിക്കുന്ന പ്രകൃതമനുസരിച്ചായിരിക്കും അവർ ജീവിക്കുകയോ മരിക്കുകയോ ചെയ്യുന്നത്."

ഞാനിത് ഉച്ചത്തിലും ആഹ്ളാദത്തിലും പറഞ്ഞപ്പോൾ, അത് നാവികനിൽ വളരെയധികം ഉത്സാഹമുണ്ടാക്കുന്നതായി ഞാൻ കണ്ടു. അങ്ങനെ ഞങ്ങൾ ഊർജസ്വലതയോടെ കാര്യങ്ങൾ തീരുമാനിച്ചു. കപ്പലിൽ നിന്നും ബോട്ടിറക്കിയെടുത്ത് അവർ വരുന്നതു കണ്ടപ്പോൾ തന്നെ ഞങ്ങളുടെ തടവുപുള്ളികളെ മാറ്റിപ്പാർപ്പിച്ചിരുന്നു.

സാധാരണക്കാരനല്ലെന്നു ക്യാപ്റ്റനു തോന്നിയ അവരിൽ രണ്ടു പേരെ ഫ്രൈഡേയോടും, മോചിക്കപ്പെട്ട ആ മൂന്നു പേരിൽ ഒരാളോടുമൊപ്പം ഞാൻ എന്റെ ഗുഹയിലേക്കയച്ചു. അവിടെയാകുമ്പോൾ അവർ ബഹുദൂരത്തിലാകും. അവരുടെ ശബ്ദം കേൾക്കുമെന്നോ അവരെ കണ്ടുപിടിക്കുമെന്നോ ഉള്ള ഭയവും വേണ്ട. അവർ സ്വയം രക്ഷപ്പെട്ടാൽത്തന്നെ അവർക്കു വനത്തിലൂടെ പുറത്തിറങ്ങാനും ആവില്ല. അവരെ ബന്ധിച്ചിട്ടു; പക്ഷേ ആവശ്യത്തിനു ഭക്ഷണം നൽകി. ശാന്തരായി അവിടെക്കഴിഞ്ഞാൽ, ഒന്നോ രണ്ടോ ദിവസങ്ങൾക്കകം സ്വതന്ത്രരാക്കാമെന്ന വാക്കും നൽകി. എന്നാൽ രക്ഷപ്പെടാനുള്ള ശ്രമമെന്തെങ്കിലും നടത്തിയാൽ, നിർദയമായി കൊന്നു കളയുമെന്നും പറഞ്ഞു. ക്ഷമയോടെ പറഞ്ഞകാര്യങ്ങളൊക്കെ ചെയ്തുകൊള്ളാമെന്ന് അവർ വിശ്വസ്തതയോടെ അവർക്കു വാക്കു കൊടുത്തു. ഭക്ഷണവും മെഴുകുതിരിയും കൊടുത്തേച്ചു പോയതിലുള്ള നന്ദിയും അവർ പ്രകടിപ്പിച്ചു. പക്ഷേ, ഫ്രൈഡേ ഒരു കാവൽക്കാരനെപ്പോലെ പ്രവേശനവാതിലിനു മുമ്പിൽ നിന്നിരുന്ന കാര്യം അവർ അറിഞ്ഞിരുന്നില്ല.

മറ്റു തടവുകാരെക്കൊണ്ടു നല്ല ഉപയോഗമുണ്ടായി. ക്യാപ്റ്റന് ഒട്ടും വിശ്വാസമില്ലാതിരുന്ന രണ്ടുപേരെ മാറ്റി നിർത്തി. ക്യാപ്റ്റന്റെ ശുപാർശയിൻമേൽ രണ്ടുപേരെ എന്റെ കൂടെ ചേർത്തു. ഞങ്ങളോടൊപ്പം ജീവിക്കാനും മരിക്കാനും തയാറാണെന്നു പറഞ്ഞതിനു ശേഷമാണതു ചെയ്തത്. ഇപ്പോൾ അവരും മറ്റു മൂന്നുപേരുമടക്കം ഞങ്ങൾ ഏഴുപേരായി. എല്ലാപേരും ആയുധസജ്ജരായി. അവിടെ തോണിയിൽ എത്തുന്ന പത്തുപേരെ കൈകാര്യം ചെയ്യാൻ ഞങ്ങൾ ധാരാളം മതിയെന്ന് എനിക്കുറപ്പുണ്ടായിരുന്നു. സത്യസന്ധരായ മൂന്നു നാലുപേർ അവരിലുണ്ടെന്ന് ക്യാപ്റ്റൻ പറഞ്ഞിരുന്നതും എനിക്കോർമയുണ്ടായിരുന്നു.

അവരുടെ മറ്റേതോണി കിടന്നിരുന്നിടത്ത് എത്തിയ ഉടനെ അവർ തോണിയെ തീരത്തേക്കടുപ്പിച്ചു. എല്ലാവരും തീരത്തിറങ്ങി. പൂർണാരോഗ്യത്തോടെ അവർ തോണി വലിച്ചു കരയ്ക്കു കയറ്റി. എനിക്കതിഷ്ടപ്പെട്ടു. തോണി കരയ്ക്കുകയറ്റാതെ വെള്ളത്തിൽത്തന്നെ നങ്കൂരമിട്ടിരി

ക്കുമോയെന്ന് ഞാൻ ഭയന്നിരുന്നു. തോണി നോക്കാനായിട്ട് ആരെയെങ്കിലും ഏൽപ്പിക്കുമോയെന്നും ഞാൻ ഭയന്നിരുന്നു. അങ്ങനെയായിരുന്നെങ്കിൽ ഞങ്ങൾക്ക് തോണി പിടിച്ചെടുക്കാൻ കഴിയില്ലായിരുന്നു.

തോണിയിൽ കയറിയപാടെ അവരാദ്യം ചെയ്തത്, പഴയ തോണിയിലേക്കു ഓടിയതാണ്. തോണിയിൽ ഉണ്ടായിരുന്നതെല്ലാം കാണാതിരുന്നതും, അടിയിൽ കണ്ട സുഷിരവും അവർക്കുണ്ടാക്കിയ അത്ഭുതം അവരുടെ മുഖങ്ങളിൽ പ്രതിഫലിച്ചു.

കുറച്ചാലോചിച്ചശേഷം അവർ രണ്ടോ മൂന്നോ കൂക്കുവിളി നടത്തി. തങ്ങളുടെ സുഹൃത്തുക്കൾ ഒച്ചകേട്ടു വരാൻ വേണ്ടിയാണ് അവർ സർവശക്തിയും എടുത്ത് അലറിയത്. എന്നാൽ ഒരു ഫലവുമുണ്ടായില്ല. തുടർന്ന് അവർ വൃത്താകാരത്തിൽ കൂടിനിന്ന് ചെറിയ തോക്കുകൾ കൊണ്ടു വെടി പൊട്ടിച്ചു. യഥാർഥത്തിൽ ഞങ്ങൾ ആ ശബ്ദം കേട്ടു. ഒപ്പം ആ ശബ്ദം കാട്ടിൽ ചുറ്റും പ്രതിധ്വനിച്ചു. പക്ഷേ, ഗുഹയിലുണ്ടായിരുന്നവർ ആ ശബ്ദമൊന്നും കേട്ടിട്ടുണ്ടാവില്ല. ഞങ്ങൾ ശബ്ദം കേട്ടിട്ടും ഉത്തരമൊന്നും പറഞ്ഞില്ല.

ഇതിലവർ അത്ഭുതപ്പെട്ടുപോയെന്ന് പിന്നീടവർ തന്നെ പറഞ്ഞിട്ടുള്ളതാണ്. സുഹൃത്തുക്കളെല്ലാം മരിച്ചുപോയിട്ടുണ്ടാകുമെന്നും തിരികെ കപ്പലിൽ ചെന്ന് അക്കാര്യം അറിയിക്കാമെന്നും അവർ തീരുമാനിച്ചു. അതനുസരിച്ച് പെട്ടെന്നവർ ബോട്ടിനെ വെള്ളത്തിലിറക്കി, എല്ലാവരും അതിൽക്കയറി.

ക്യാപ്റ്റൻ അങ്ങേയറ്റം അതിശയിച്ചു; ഒപ്പം വല്ലാത്ത ആശയക്കുഴപ്പവും അനുഭവപ്പെട്ടു. അവർ തിരിച്ചു കപ്പലിൽ ചെന്നാൽ, അവർ കപ്പലുമായി പോകും. അങ്ങനെ കപ്പൽ നഷ്ടപ്പെടും. പക്ഷേ, കപ്പൽ പിടിച്ചെടുക്കണമെന്നതായിരുന്നു അയാളുടെ ആശ.

പെട്ടെന്നാണ് ഞങ്ങളതു കണ്ടത്. തോണിയിൽ കയറിയവരെല്ലാം തിരിച്ചിറങ്ങി കരയിലേക്കു വരുന്നു. എന്തോ തീരുമാനിച്ചുറച്ച മട്ടുണ്ട്, അവരുടെ മുഖഭാവം കണ്ടാൽ. മൂന്നുപേരെ തോണിയിലിരുത്തിയിട്ടാണ് അവർ വരുന്നത്. മറ്റുള്ളവർ തങ്ങളുടെ സുഹൃത്തുക്കളെ അന്വേഷിക്കാനായി ദ്വീപിലേക്കു കയറി.

ഇതു ഞങ്ങളെ നിരാശയിലാഴ്ത്തി. എന്തു ചെയ്യണമെന്നറിയാതെ ഞങ്ങൾ നിന്നുപോയി. ഏഴുപേരെ പിടിച്ചതുകൊണ്ട് എന്തു പ്രയോജനം? തോണി രക്ഷപ്പെടാൻ അനുവദിച്ചാൽ അവർ തുഴഞ്ഞ് കപ്പലിലേക്കു ചെല്ലും. പിന്നെ എല്ലാവരും അവിടെ നിന്നും നീങ്ങും. കപ്പൽ പിടിച്ചെടുക്കണമെന്നുള്ള ഞങ്ങളുടെ ആഗ്രഹം അവതാളത്തിലുമാകും.

എല്ലാം കാത്തിരുന്നു കാണാം. അതേ ഇനി മാർഗമുള്ളൂ. ആ ഏഴുപേർ തീരത്തു കയറി വന്നപ്പോൾ, തോണിയിലുണ്ടായിരുന്ന മൂന്നുപേർ തോണിയെ തീരത്തുനിന്നും കുറെ ദൂരത്തേക്ക് നങ്കൂരമിട്ടു കാത്തുകിടന്നു. അതിനാൽ തോണിക്കടുത്തേക്കു ചെല്ലാനും ഞങ്ങൾക്കു പറ്റാതായി.

കരയ്ക്കിറങ്ങിയവർ ഒരുമിച്ചു നടന്നു. എന്റെ താവളത്തിനു പിന്നി

ലുള്ള കുന്നിന്റെ ഉച്ചിയിൽ അവർ ചെന്നു. ഞങ്ങൾക്കവരെ വ്യക്തമായി കാണാം. എന്നാൽ അവർക്ക് ഞങ്ങളെ കാണാൻ കഴിയില്ലായിരുന്നു. അവർ ഞങ്ങൾക്കടുത്തെത്തിയിരുന്നെങ്കിൽ വളരെ സന്തോഷമായിരുന്നേനെ; ഞങ്ങൾക്കവരെ വെടിവയ്ക്കാമായിരുന്നു. എന്നാൽ അവർ വളരെ ദൂരത്താണു നിന്നിരുന്നതെങ്കിൽ ഞങ്ങൾക്കു പുറത്തുവരാനും സാധിച്ചേനെ.

അവർ കുന്നിന്റെ നെറുകയിലെത്തിയപ്പോൾ, അവർക്ക് വടക്കു കിഴക്കൻ ഭാഗത്തേക്കു വ്യാപിച്ചു കിടക്കുന്ന താഴ്വരയും വനവും കാണാനായി. അവർ കൂകിവിളിക്കുകയും അലറുകയും ചെയ്തു; തളരുന്നതുവരെ അവരതു തുടർന്നു. വളരെ ദൂരത്തേക്കൊന്നും പോകാതെ അവർ ഒന്നിച്ച് ഒരു മരച്ചുവട്ടിലിരുന്നു; എന്തൊക്കെയോ തീരുമാനിക്കാനായിട്ട്. പഴയ ആളുകൾ ചെയ്തതുപോലെ ഇവരും കിടന്നുറങ്ങാൻ തീരുമാനിച്ചിരുന്നെങ്കിൽ! എന്നാൽ അവരിൽ ഭയാശങ്കകൾ ഉണ്ടായിരുന്നതിനാൽ അവർ ഉറങ്ങാൻ തന്റേടം കാണിച്ചില്ല. പക്ഷേ, എന്താണവരുടെ ഭയമെന്നു ചോദിച്ചാൽ അവർക്കറിയില്ല തന്നെ.

എല്ലാവരുമായി കൂടിയാലോചന നടത്തിയശേഷം ക്യാപ്റ്റൻ ഒരു നിർദേശം വച്ചു. ഒരുപക്ഷേ സുഹൃത്തുക്കൾ കേൾക്കാൻ വേണ്ടി അവർ ഒരുതവണ കൂടി വെടി വച്ചേയ്ക്കാം. അങ്ങനെ അവരുടെ കൈയിലെ വെടിയുണ്ട തീർന്ന ഉടനെ നമുക്ക് അവരുടെമേൽ ചാടി വീഴണം. അപ്പോൾ അവൾ അടിയറവു പറയും. രക്തച്ചൊരിച്ചിലുമുണ്ടാകില്ല. ആ നിർദേശം എനിക്കിഷ്ടമായി, പക്ഷേ, അവർ വെടിവച്ചശേഷം അടുത്ത വെടിയുണ്ട നിറയ്ക്കുന്നതിനു മുമ്പാകണം. അപ്പോഴേക്കും അവർ ആ കടലിടുക്കിനരികിലെത്തിയിരുന്നു. അതു നിറഞ്ഞൊഴുകുകയാണ്. തങ്ങൾക്ക് കടലിടുക്കു കടക്കാനാവില്ലെന്നു കണ്ടപ്പോൾ അവർ തോണിയെ അങ്ങോട്ടു വരുത്തി. ഞാൻ പ്രതീക്ഷിച്ചതുപോലെ തന്നെ അവർ തോണി തുഴഞ്ഞു മറുകരയ്ക്കെത്തി. രണ്ടുപേരെ തോണിക്കു കാവൽക്കാരായി നിർത്തിയിട്ട് അതിലുണ്ടായിരുന്ന ഒരാളെക്കൂടെ കൂട്ടിക്കൊണ്ട് അവർ നടന്നു.

ഞാൻ പ്രതീക്ഷിച്ച സന്ദർഭവും ഇതുതന്നെയായിരുന്നു. ഫ്രൈഡേയെയും ക്യാപ്റ്റന്റെ സുഹൃത്തിനെയും ഒഴിവാക്കിക്കൊണ്ട് മറ്റുള്ളവരെയും വിളിച്ചുകൊണ്ട് കടലിടുക്കു മുറിച്ചു കടന്നുകൊണ്ട് ആരും കാണാതെ ചെന്ന് തോണിയുടെയുള്ളിൽ ഉണ്ടായിരുന്ന രണ്ടുപേരുടെയും മുന്നിൽ ചാടിവീണു. ഒരാൾ തീരത്ത് കിടക്കുകയായിരുന്നു. മറ്റേയാൾ ബോട്ടിൽത്തന്നെ ഉണ്ടായിരുന്നു. തീരത്തു കിടക്കുന്നവന് ഉറക്കം വരുന്നില്ലെന്നു തോന്നുന്നു. അയാൾ ഉണരുന്നതായിത്തോന്നിയപ്പോൾ മുമ്പിലുണ്ടായിരുന്ന ക്യാപ്റ്റൻ അയാളുടെ അടുത്തേക്ക് ഓടിച്ചെന്ന് അയാളെ അടിച്ചു വീഴ്ത്തി. തുടർന്ന് ബോട്ടിലുണ്ടായിരുന്നവരോടു കീഴടങ്ങാനും പറഞ്ഞു.

ഒറ്റയാനായ അയാളെ അടിയറവു പറയിക്കാൻ വലിയ വാചകമൊന്നും പറയേണ്ടി വന്നില്ല. അഞ്ചുപേർ മുന്നിൽ നിൽക്കുന്നതും തന്റെ

സുഹൃത്തിനെ അടിച്ചിട്ടിരിക്കുന്നതും കണ്ടപ്പോൾ അയാൾ കീഴടങ്ങുക തന്നെ ചെയ്തു. കൂടാതെ, കലാപത്തിനു താൽപ്പര്യമില്ലാതിരുന്ന ഒരാളു കൂടിയായിരുന്നു. അക്കാരണത്താൽ അയാൾ കീഴടങ്ങിയെന്നു മാത്രമല്ല, അതിനുശേഷം ഞങ്ങളുടെ വശത്തേക്ക് ആത്മാർഥമായി ചേരുകയും ചെയ്തു.

ഈ സമയത്ത് ഫ്രൈഡേയും ക്യാപ്റ്റന്റെ സുഹൃത്തും അവരുടെ ജോലി നന്നായിട്ടു ചെയ്തു. അവർ പരസ്പരം കൂകിവിളിച്ചുകൊണ്ട് ഒരു കുന്നിൽനിന്നും മറ്റൊരു കുന്നിലേക്കും ഒരുവനത്തിൽ നിന്നും മറ്റൊന്നിലേക്കും അവരെ ആകർഷിച്ചുകൊണ്ടു വന്നു. അവർ കൂകൽ ശബ്ദം കേൾക്കുന്നത് അന്വേഷിച്ച് അങ്ങേയറ്റം തളരുകയും, തിരിച്ചു ബോട്ടിലെത്താൻ പറ്റാത്ത വിധത്തിൽ ഉള്ളിൽ അകപ്പെടുകയും ചെയ്യുന്നതുവരെ ഫ്രൈഡേയും കപ്പിത്താന്റെ സുഹൃത്തും ആ സൂത്രപ്പണി ചെയ്തുകൊണ്ടിരുന്നു. അപ്പോൾ രാത്രിയുമായി. ഈ സമയത്ത് അവരും നന്നായി തളർന്നിരുന്നു. നാവികരെ അവിടെ വിട്ടിട്ട് അവർ ഞങ്ങളുടെ അടുക്കൽ വന്നു.

ഇനിയിപ്പോൾ ഞങ്ങൾക്കൊന്നും ചെയ്യാനില്ല. പക്ഷേ, രാത്രിയിൽ അവരെ നിരീക്ഷിച്ചുകൊണ്ടിരിക്കണം. അവർ കാടുവിട്ട് വന്നുപെടുമ്പോൾ അവരുടെമേൽ ചാടി വീഴണം, പിന്നെ വേണ്ടതുപോലെ കാര്യങ്ങൾ ചെയ്യണം.

ഫ്രൈഡേ എന്റെ അടുത്തു മടങ്ങിവന്നിട്ട് മണിക്കൂറുകൾ ഏറെയായി. അപ്പോഴാണ് നാവികർ വനത്തിൽനിന്നും തോണിക്കടുത്തേക്കു മടങ്ങിവന്നത്. മുമ്പേ നടന്നവൻ പുറകേ വരുന്നവരോടു വേഗത്തിൽ നടന്ന് കൂടെ വരാൻ പറയുന്നത് ഞങ്ങൾ കേട്ടു. അവർ മറുപടി പറയുന്നതും ആവലാതി പറയുന്നതും ഒപ്പം കേൾക്കാമായിരുന്നു. “എത്രമാത്രമാണ് ഞങ്ങൾ മുടന്തുന്നതെന്ന് കാണുന്നില്ലേ? എന്തു മാത്രമാണ് ഞങ്ങൾ ക്ഷീണിച്ചിരിക്കുന്നത്. അതുകൊണ്ട് വേഗത്തിൽ നടക്കാനേ വയ്യ.” ഈ സംഭാഷണം ഞങ്ങളെ വളരെയധികം സന്തോഷിപ്പിച്ചു.

അവസാനം അവർ തോണിക്കരികിലെത്തി. കടലിടുക്കിനരികിൽ തോണി തറയിലുറച്ചു കിടക്കുന്നതു കണ്ടപ്പോൾ അവർ ആശയക്കുഴപ്പത്തിലായി. വേലിയിറക്കമായിരുന്നു അപ്പോൾ. അവിടെയുണ്ടായിരുന്ന രണ്ടു സുഹൃത്തുക്കളേയും കാണാനില്ല. അവർ പരസ്പരം ഇടറിയ സ്വരത്തിൽ എന്തൊക്കെയോ പറയുന്നു: തങ്ങൾ അകപ്പെട്ടിരിക്കുന്നത് ഏതോ ഒരു മാന്ത്രിക ദ്വീപിലാണെന്നും, ഒന്നുകിൽ അവിടെ താമസക്കാരുണ്ടെന്നും, അവർ തങ്ങളെ കൊല്ലുമെന്നും, അല്ലെങ്കിൽ അവിടെ പിശാചുക്കളോ ആത്മാക്കളോ ഉണ്ടെന്നും അവർ തങ്ങളെ എല്ലാപേരേയും കൊണ്ടുപോയിത്തിന്നുമെന്നും.

അവർ ആ രണ്ടുപേരുടെയും പേർ പറഞ്ഞു വിളിച്ചുനോക്കി. പലതവണ വിളിച്ചുകൂകിയിട്ടും മറുപടിയൊന്നും ഉണ്ടായില്ല. തുടർന്ന് നിരാശയിൽ അവർ ഓടി നടക്കുന്നത് അരണ്ടവെളിച്ചത്തിൽ ഞങ്ങൾ കണ്ടു. ഇടയ്ക്കിടയ്ക്ക് തോണിയിൽ ചെന്ന് അൽപ്പനേരമിരിക്കും, മറ്റു ചിലപ്പോൾ

കരയിലേക്കു വന്ന് പഴയമാതിരി ഓടി നടന്നു.

ഇരുട്ടിൽ അവരുടെമേൽ ചാടി വീണു. ഉടനെതന്നെ ആക്രമിക്കണമെന്നായിരുന്നു എന്റെ കൂടെയുണ്ടായിരുന്നവരുടെ ആഗ്രഹം. പക്ഷേ എന്തെങ്കിലും ബുദ്ധിയിൽ അവരെ പിടിക്കണമെന്നായിരുന്നു എന്റെ താൽപ്പര്യം; കഴിയുന്നതും കൊല്ലുന്നതു കുറയ്ക്കണം. പ്രത്യേകിച്ചും നമ്മുടെ കൂട്ടത്തിലുള്ളവരാരും കൊല്ലപ്പെടാൻ പാടില്ല; കാരണം എതിരാളികൾ ആയുധധാരികളാണല്ലോ. അവർ ഒരുമിച്ചാകാൻ ഞങ്ങൾ കാത്തിരുന്നു. തുടർന്ന് എതിരിടാനായി ഞങ്ങൾ അവരുടെ അടുത്തേക്കു നീങ്ങി. ഞാൻ ഫ്രൈഡേയോടും ക്യാപ്റ്റനോടും കൈകളും പാദങ്ങളുമൂന്നി തറയിലൂടെയിഴഞ്ഞ്, അവരുടെ കണ്ണിൽപ്പെടാതെ മുന്നോട്ടു പോകാൻ പറഞ്ഞു. കഴിയുന്നത്ര അടുത്തു ചെന്നിട്ടേ വെടിവയ്ക്കാവൂ യെന്നും പറഞ്ഞു.

പെട്ടെന്നാണ് കലാപത്തിന് നേതൃത്വം കൊടുത്തിരുന്ന അവരുടെ നേതാവ് രണ്ടു നാവികരോടൊപ്പം നടന്നു വരുന്നതു കണ്ടത്. നേതാവും വളരെ നിരാശനായിരുന്നു. ക്യാപ്റ്റൻ അക്ഷമനായി. കലാപമുണ്ടാക്കിയ പ്രധാന തെമ്മാടി അടുത്തെത്തുന്നതുവരെ കാത്തിരിക്കാനുള്ള ക്ഷമ അയാൾക്കുണ്ടാരുന്നില്ല. നേതാവാണ് എന്നുറപ്പാക്കിയ ഉടനെ (നേരത്തെ അയാളുടെ ശബ്ദം കേട്ടിട്ടുണ്ടായിരുന്നു) ഫ്രൈഡേയും കപ്പിത്താനും എഴുന്നേറ്റു നിന്ന് അവർക്കു നേരെ വെടിവച്ചു.

നേതാവ് തൽക്ഷണം കൊല്ലപ്പെട്ടു. മറ്റേയാളിന്റെ ശരീരത്തു മുറിവേറ്റയുടനെ അയാളുടെ അടുത്തുതന്നെ നിലംപൊത്തി; ഒന്നു രണ്ടു മണിക്കൂറുകൾക്കു ശേഷമാണ് അയാൾ മരിച്ചത്. മൂന്നാമൻ ജീവനും കൊണ്ടോടിയിരുന്നു.

വെടിയൊച്ച കേട്ടാണ് ഞാനും എന്റെ മുഴുവൻ പടയും - ഇപ്പോൾ എട്ടുപേരുണ്ട് - പെട്ടെന്ന് മുന്നോട്ടു ചെന്നത്. സൈന്യാധിപനായ ഞാനും ലെഫ്റ്റനന്റ് ജനറലായ ഫ്രൈഡേയും ക്യാപ്റ്റനും അയാളുടെ രണ്ടു സുഹൃത്തുക്കളും പിന്നെ മൂന്നു വിശ്വസ്തരായ തടവുപുള്ളികളും ചേർന്നതാണ് ഞങ്ങളുടെ പട. ഈ തടവുപുള്ളികൾക്കും ഞങ്ങൾ ആയുധം നൽകിയിട്ടുണ്ടായിരുന്നു.

നല്ല ഇരുട്ടായിരുന്നു അവരുടെ മുന്നിൽ ചെന്നപ്പോൾ - ശത്രു സൈന്യത്തിന്റെ അംഗസംഖ്യ കാണാൻ പറ്റിയില്ല. ഞങ്ങളോടൊപ്പമുണ്ടായിരുന്ന നാവികനോടു പേർ വിളിച്ചു പറഞ്ഞ് അവരെ കീഴടക്കാനായി ഞാൻ ആവശ്യപ്പെട്ടു. അയാൾ കഴിയുന്നത്ര ഉച്ചത്തിൽ ഒരാളുടെ പേരുവിളിച്ചു.

"ടോം സ്മിത്ത്, ടോം സ്മിത്ത്."

ഉടനെ ടോം സ്മിത്ത് തിരിച്ചു ചോദിച്ചു. "ആരാണത്? റോബിൻസനാണോ?" ടോം അയാളുടെ ശബ്ദം തിരിച്ചറിഞ്ഞതുപോലെ.

"അതെ അതെ. ടോംസ്മിത്തേ, ദൈവത്തെയോർത്ത് നീ ആയുധം വച്ചു കീഴടങ്ങുക. അല്ലാത്തപക്ഷം ഈ നിമിഷം നിങ്ങളെല്ലാവരും ചത്തു വീഴും." റോബിൻസൺ പറഞ്ഞു.

"ആർക്കാണ് ഞാൻ കീഴടങ്ങേണ്ടത്? അവരൊക്കെ എവിടെ?" ടോം സ്മിത്ത് ചോദിച്ചു.

"അവരെല്ലാം ഇവിടെയുണ്ട്. ഇതാ നമ്മുടെ ക്യാപ്റ്റൻ. അദ്ദേഹത്തോടൊപ്പം അൻപതുപേരുണ്ട്. രണ്ടു മണിക്കൂറായിട്ട് അവർ നിങ്ങളുടെ പുറകേയുണ്ട്. കലാപകാരികളുടെ നേതാവ് കൊല്ലപ്പെട്ടു വിൽഫ്രെഡേക്ക് മുറിവേറ്റിരിക്കുകയാണ്. ഞാനിപ്പോൾ തടവുകാരനാണ് നീ കീഴടങ്ങിയില്ലെങ്കിൽ നിന്നെ ഇവർ കൊല്ലും."

"ഞങ്ങൾ കീഴടങ്ങിയാൽ അവർ നമുക്ക് സുരക്ഷിതത്വം നൽകുമോ?" ടോം സ്മിത്ത് ചോദിച്ചു.

"നീ കീഴടങ്ങാമെന്നു വാക്കുതന്നാൽ, ഞാൻ പോയി ചോദിക്കാം." റോബിൻസൺ മറുപടി പറഞ്ഞു. അയാൾ ക്യാപ്റ്റനോട് അക്കാര്യം ചോദിച്ചു. അപ്പോൾ ക്യാപ്റ്റൻ തന്നെ മുന്നോട്ടു വന്ന് ടോം സ്മിത്തിനെ ഉറക്കെ വിളിച്ചു.

"സ്മിത്തേ, നിനക്ക് എന്റെ ശബ്ദം പരിചയമുണ്ടല്ലേ. നീ ആയുധമുപേക്ഷിച്ച് അടിയറവു പറഞ്ഞാൽ, വിൽ ആറ്റ്കിൻസിനെ ഒഴിച്ച് ബാക്കിയുള്ളവരുടെയെല്ലാം ജീവൻ രക്ഷിക്കാം.

27

റോബിൻസൺ ദ്വീപു വിടുന്നു

ഇതുകേട്ടപ്പോൾ ആറ്റ്കിൻസ് നിലവിളിച്ചുകൊണ്ടു പറഞ്ഞു: "ദൈവത്തെയോർത്ത് ക്യാപ്റ്റൻ എന്നെ രക്ഷിക്കൂ. ഞാനെന്താണ് ചെയ്തത്? അവരെല്ലാവരും എന്നെപ്പോലെ ചീത്തയാണല്ലോ."

അയാളതു പറഞ്ഞത് ശരിയല്ലായിരുന്നു. കലാപമുയർന്ന സമയത്ത് ആദ്യം വന്ന് ക്യാപ്റ്റന്റെ കൈകൾ ബന്ധിച്ചതും മൃഗീയമായി പെരുമാറിയതും അസഭ്യമായ വാക്കുകൾ ഉപയോഗിച്ചതും ഈ വിൽ ആറ്റ്കിൻസായിരുന്നു. ആയുധം വച്ചു കീഴടങ്ങാനും, ഗവർണറുടെ ദയയ്ക്കുവേണ്ടി യാചിക്കാനും നാവികൻ അയാളോടു പറഞ്ഞു. എന്നെ എല്ലാപേരും ഗവർണർ എന്നാണ് വിളിച്ചിരുന്നത്.

ചുരുക്കിപ്പറഞ്ഞാൽ, എല്ലാവരും ആയുധം വച്ച് അടിയറവു പറഞ്ഞുകൊണ്ട് ജീവൻ രക്ഷിക്കാൻവേണ്ടി യാചിച്ചു. അവരുമായി സംസാരിക്കാൻ ഞാൻ ആ നാവികനെ വിട്ടു. ഒപ്പം മറ്റു രണ്ടുപേരെയും അയച്ചു. അവരെ ബന്ധനസ്ഥരാക്കി. അങ്ങനെ അമ്പതുപേരടങ്ങിയ സംഘം (യഥാർഥത്തിൽ ഞങ്ങൾ എട്ടുപേരിലെ മൂന്നു പേർ മാത്രം) അവരെ പിടിച്ചുകൊണ്ടുവന്നു. രാജ്യത്തിലെ ഗവർണർ എന്ന നിലയിൽ ഞാൻ മുന്നിൽ പ്രത്യക്ഷപ്പെടാതെ നിന്നു.

തോണിയുടെ അറ്റകുറ്റപ്പണികൾ ചെയ്യുന്നതായിരുന്നു ഞങ്ങളുടെ അടുത്ത പണി. എന്നിട്ടു വേണം കപ്പലിനെ പിടിച്ചെടുക്കാൻ. ക്യാപ്റ്റനെ സംബന്ധിച്ചിടത്തോളം നാവികരുമായി ചർച്ച ചെയ്യാൻ സമയമുണ്ട്. അയാൾ അവരോടു സൗമ്യമായ രീതിയിൽ സംസാരിച്ചു; തന്നോടു ചെയ്ത കാര്യങ്ങളെക്കുറിച്ച് വിമർശിച്ചുകൊണ്ട്. അവർ ചെയ്തത് ഒരു വിധത്തിലും മാപ്പർഹിക്കാത്തതാണെന്നും, അത് നാശത്തിൽ മാത്രമേ അവരെ കൊണ്ടെത്തിക്കുകയുള്ളൂയെന്നും ഒരുപക്ഷേ അത് കഴുമരത്തിലായിരിക്കുമെന്നും നാവികൻ പറഞ്ഞു.

അവർ പശ്ചാത്തപിക്കുന്നതായി തോന്നി. തങ്ങളുടെ ജീവൻ രക്ഷിക്കണമെന്ന് അവർ യാചിച്ചു. അവരാരും തന്റെ തടവുപുള്ളികളല്ലെന്നും ദ്വീപിലെ ഗവർണറുടെ തടവുകാരാണെന്നും ക്യാപ്റ്റൻ മറുപടി പറഞ്ഞു. ഇതു ആൾവാസമില്ലാത്ത ഊഷരഭൂവാണ് എന്നു കരുതിയല്ലേ അവർ തന്നെ ഇവിടെക്കൊണ്ടു വിട്ടതെന്ന് അയാൾ വീണ്ടും ചോദിച്ചു. വീണ്ടും ക്യാപ്റ്റൻ പറഞ്ഞു: "എന്നാൽ നിങ്ങൾക്കു തെറ്റി ദൈവത്തിന്റെ പദ്ധതി മറ്റൊന്നായിരുന്നു. ഈ ദ്വീപിൽ ജനവാസമുണ്ട്. ഒരു ഇംഗ്ലീഷുകാരനാണ് ഇവിടത്തെ ഗവർണർ. വേണ്ടിവന്നാൽ നിങ്ങളെയെല്ലാവരേയും അദ്ദേഹം തൂക്കിക്കൊല്ലും. എന്നാൽ അദ്ദേഹം നിങ്ങളെയെല്ലാം രക്ഷിച്ച സ്ഥിതിക്ക് ഇംഗ്ലണ്ടിൽ നിങ്ങളെയെല്ലാവരേയും അയച്ച് നിയമനടപടികളെടുക്കാനാണ് സാധ്യത. പക്ഷേ, ആറ്റ്കിൻസിനെ വെറുതെ വിടില്ല. വധശിക്ഷയ്ക്കുള്ള നടപടികൾ എടുത്തു കഴിഞ്ഞു. പ്രഭാതമാകുമ്പോൾ അയാളെ തൂക്കിലേറ്റും."

ഇപ്പറഞ്ഞതൊക്കെ ഭാവനയിലെ കാര്യങ്ങളാണെങ്കിലും, ഉദ്ദേശിച്ച ഫലം ചെയ്തു. ആറ്റ്ക്കിൻസ് അയാളുടെ കാൽക്കൽ വീണു. തന്റെ ജീവൻ രക്ഷിക്കാൻ ഗവർണറോടു പറയണമെന്നു യാചിച്ചു. മറ്റുള്ളവരാകട്ടെ ദൈവത്തെയോർത്ത് തങ്ങളെ ഇംഗ്ലണ്ടിലേക്കയക്കരുതേയെന്നും യാചിച്ചു.

ദ്വീപിൽനിന്നും രക്ഷപ്പെടാനുള്ള സമയമെടുത്തെന്ന് എനിക്കു തോന്നി. ഇനി കപ്പൽ പിടിച്ചെടുക്കാനായി ഇവരെ നിഷ്പ്രയാസം ഉപയോഗിക്കാമെന്ന് എനിക്കു തോന്നി. ഞാൻ അവരുടെ സമീപത്തു നിന്നും ഇരുട്ടിലേക്കു നീങ്ങി. അവരുടെ ഗവർണർ ഏതു രൂപത്തിലുള്ളവനാണെന്ന് അവർ കാണരുതല്ലോ. ഞാൻ ക്യാപ്റ്റനെ എന്റെ അരികിലേക്കു വിളിച്ചു. കുറച്ചകലത്തിൽ നിന്നാണ് വിളിച്ചത്. ആ സമയത്ത് ക്യാപ്റ്റൻ അവരുമായി സംസാരിച്ചുകൊണ്ടിരിക്കുകയായിരുന്നു. ഞാൻ ഒരാളിനെ നാവികന്റെ അടുക്കലേക്കയച്ചു. അയാൾ ചെന്ന് ഇങ്ങനെ പറഞ്ഞു:

"ക്യാപ്റ്റൻ, കമാൻഡർ അങ്ങയെ വിളിക്കുന്നു."

പെട്ടെന്ന് ക്യാപ്റ്റൻ മറുപടി പറഞ്ഞു: "ഞാനിതാ വരുന്നൂയെന്ന് തിരുമനസിനോട് ഉണർത്തിയാലും ഈ മറുപടി അവരെ കൂടുതൽ പറ്റിക്കാനായി. കമാൻഡർ അൻപതുപേർക്കൊപ്പം അവിടെയുണ്ടെന്ന് അവർ വിശ്വസിച്ചു.

ക്യാപ്റ്റൻ എന്റെ അടുക്കൽ വന്നപ്പോൾ കപ്പൽ പിടിച്ചെടുക്കുന്ന പദ്ധതിയെക്കുറിച്ച് ഞാൻ പറഞ്ഞു. എന്റെ പദ്ധതി അയാൾക്ക് നന്നായി ഇഷ്ടപ്പെട്ടു. പിറ്റേന്നു പ്രഭാതത്തിൽത്തന്നെ അതു പ്രായോഗികമാക്കാൻ അയാൾ തീരുമാനിച്ചു.

ആ പദ്ധതി കലാപരമായും വിജയകരമായും നടത്തണമെങ്കിൽ തടവുപുള്ളികളെ വിഭജിക്കണമെന്ന് ഞാൻ ക്യാപ്റ്റനോടു പറഞ്ഞു. ആറ്റ്കിൻസിനേയും മറ്റുള്ളവരിൽ ഏറ്റവും നീചൻമാരായ രണ്ടുപേരേയും ഗുഹയിൽക്കൊണ്ടുപോയിടാൻ ഞാൻ ക്യാപ്റ്റനോടു പറഞ്ഞു. ഈ ജോലി ഫ്രൈഡേയും ക്യാപ്റ്റന്റെ കൂടെ തീരത്തു വന്നിരുന്ന രണ്ടു

സുഹൃത്തുക്കളും കൂടിയാണ് ചെയ്യേണ്ടത്.

അവർ അവരെ ഗുഹയിൽ കൊണ്ടുപോയാക്കി; ഒരു തടവറയിൽ ഇടുന്നതുപോലെ. അല്ലെങ്കിൽത്തന്നെ അവിടം ഇരുണ്ടതും ശോകമൂകവുമായ സ്ഥലം തന്നെയല്ലേ.

മറ്റുള്ളവരെ വള്ളിക്കുടിലേയക്കാൻ ഞാൻ കൽപ്പിച്ചു. ആ സ്ഥലത്തേക്കുറിച്ച് ഞാനവർക്കു പൂർണമായി നല്ലൊരു വിവരണം നൽകിയിരുന്നു. അവർക്ക് ഒരിക്കലും ചാടി രക്ഷപ്പെടാൻ പറ്റില്ല. നല്ല ദൃഢമായ വേലി ഉള്ളതിനാൽ അവർ അതിനകത്തു കിടന്നാളും.

ഇതിനിടയിൽ അവർ വിശ്വസ്തരാണോയെന്നും, കപ്പൽ പിടിച്ചെടുക്കാൻ അവർ സന്നദ്ധരാണോ എന്നുമൊക്കെ ഞാൻ ക്യാപ്റ്റനോടു ചോദിച്ചു. അവരുടെ സത്യസന്ധത അവരോടു ചോദിച്ചറിഞ്ഞശേഷം, അക്കാര്യം ക്യാപ്റ്റൻ എന്നോടു വന്നുപറഞ്ഞു. അവർ സത്യസന്ധതരായിരിക്കുമെന്ന് നാവികനു നല്ല വിശ്വാസവുമായിരുന്നു.

ഞാൻ നാവികനോടു പറഞ്ഞു: "നാം സുരക്ഷിതരായിരിക്കാം..." തുടർന്നു ഞാൻ പറഞ്ഞു: "അവരിൽനിന്നും അഞ്ചുപേരെ പോയി തെരഞ്ഞെടുത്തു വരണം. തന്റെ സഹായിയായി തെരഞ്ഞെടുത്തിരിക്കുന്നുയെന്നു വേണം അവരോടു പറയേണ്ടത്. പിന്നെ അവിടെയുള്ള രണ്ടുപേരെയും ഗുഹയിൽ തടവിലിട്ടിരിക്കുന്ന മൂന്നുപേരെയും ശത്രുക്കൾ ജാമ്യമായി പിടിച്ചുവെച്ച ആളുകളായിക്കരുതി എന്റെ തടവറയിൽ അഥവാ ഗുഹയിൽ കൊണ്ടിടണം. സഹായിയായിട്ടു കൊണ്ടുപോകുന്നവരുടെ വിശ്വാസ്യത ഉറപ്പുവരുത്താനാണ് ഇതു ചെയ്യുന്നത്. കപ്പൽ പിടിച്ചെടുക്കാൻ അവരെ കൊണ്ടുപോകുമ്പോൾ അവർ എന്തെങ്കിലും അവിശ്വസ്തത കാണിച്ചാൽ, ഈ തടവറയിലുള്ളവരെ ചങ്ങലയ്ക്കിട്ടു കടൽത്തീരത്തേക്കു കൊണ്ടുപോയി തൂക്കിലേറ്റുമെന്നും പറയണം."

ഇതൊരു കടുത്ത നടപടി തന്നെ. പക്ഷേ, ഗവർണർ എടുത്ത തീരുമാനമാണെന്ന് നാവികൾ അവരെ വിശ്വസിപ്പിച്ചു. വേറെ മാർഗങ്ങൾ ഇതല്ലാതെ മറ്റൊന്നില്ല. സ്വീകരിച്ചേ പറ്റൂ.

ഞങ്ങളുടെ പടയോടു യുദ്ധനീക്കം നടത്താനുള്ള കൽപ്പന ഉണ്ടായി. ആദ്യം ക്യാപ്റ്റനും അയാളുടെ കൂട്ടുകാരനും ഒരു യാത്രക്കാരനും. രണ്ടാമത് ആദ്യസംഘത്തിലെ രണ്ടു തടവുകാർ. ക്യാപ്റ്റനോടുള്ള പ്രകൃതംകണ്ട് ഞാനവരെ സ്വതന്ത്രരാക്കുകയും ആവശ്യമായ ആയുധം നൽകുകയും ചെയ്തിരുന്നു. മൂന്നാമതായി, ഇതുവരെ ഞാൻ വള്ളിക്കുടിലിൽ പാർപ്പിച്ചിരുന്നവർ. ആ രണ്ടുപേരെയും ക്യാപ്റ്റന്റെ ആവശ്യപ്രകാരം മോചിപ്പിച്ചിരുന്നു. അവസാനം ഒടുവിലായി മോചിപ്പിക്കപ്പെട്ട അഞ്ചുപേരും. അങ്ങനെ മൊത്തത്തിൽ പന്ത്രണ്ടു പേർ. ആ ഇവരെക്കൂടാതെ അഞ്ചുപേരെ ജാമ്യത്തടവുകാരായി ഗുഹയിൽ അടച്ചിട്ടിരിക്കുകയുമാണ്.

ഇത്രയും ആളുകളുമായി കപ്പലിൽക്കയറി ഒരു സാഹസികത നടത്താൻ തയാറാണോയെന്ന് ഞാൻ ക്യാപ്റ്റനോടു ചോദിച്ചു. കാരണം ഏഴുപേരെ ദ്വീപിലാക്കിക്കൊണ്ട് ഞങ്ങളും അവിടെ നിന്നും പോകുന്നത്

ഉചിതമല്ലെന്നു തോന്നിയിരുന്നു. അവർക്കു ഭക്ഷണസാധനങ്ങൾ നൽകി മാറ്റി നിർത്തുകയെന്നതു തന്നെ നല്ലൊരു ജോലിയാണ്.

ഗുഹയിൽ കിടക്കുന്ന അഞ്ചുപേരെ പട്ടിണിക്കിടാനാണ് ഞാൻ തീരുമാനിച്ചത്. എന്നാൽ ദിവസവും രണ്ടുനേരം അവർക്ക് ആഹാരം നൽകാൻ ഫ്രൈഡേ അങ്ങോട്ടു ചെന്നിരുന്നു. മറ്റു രണ്ടു തടവു പുള്ളികളെ ആഹാരസാധനങ്ങൾ അങ്ങോട്ടു ചുമന്നെത്തിക്കാനായും ഞാൻ നിയമിച്ചു.

ജാമ്യത്തടവുകാരുടെ മുമ്പിൽ ഞാൻ ക്യാപ്റ്റനോടൊപ്പം ചെന്നപ്പോൾ, അവരുടെ കാര്യങ്ങൾ നടത്താനായി ഗവർണർ അയച്ചവനാണ് ഞാനെന്നു നാവികൻ അവരോടു പറഞ്ഞു. അവരെ വീണ്ടും പറ്റിച്ചു. എന്റെ നിർദേശപ്രകാരം മാത്രമേ അവിടെനിന്നും അവർ നീങ്ങാൻ പാടുള്ളൂയെന്നാണ് ഗവർണറുടെ കൽപ്പനയെന്നും ഞാൻ പറഞ്ഞു. കൽപ്പനയനുസരിച്ചില്ലെങ്കിൽ കോട്ടയ്ക്കകത്തു കൊണ്ടു പോയിടും. പിന്നെ ഇരുമ്പുകമ്പികൾക്കകത്തു കിടക്കേണ്ടി വരും. അങ്ങനെ സംസാരിച്ചതിനാൽ ഞാനാണ് ഗവർണറെന്ന് അവർ ഒരിക്കലും മനസിലാക്കിയില്ല. അങ്ങനെ വേറൊരാളെന്ന തരത്തിൽ ഗവർണർ, കോട്ട, കാവൽസൈന്യം എന്നിവയെക്കുറിച്ചെല്ലാം ഞാൻ പറഞ്ഞുകൊണ്ടിരുന്നു.

ക്യാപ്റ്റന് കടലിൽപ്പോകാൻ യാതൊരു പ്രയാസവുമുണ്ടായിരുന്നില്ല. അതിനായി രണ്ടു തോണികളെ സജ്ജീകരിക്കണമായിരുന്നു. കൂടെയുണ്ടായിരുന്ന ആ യാത്രക്കാരനെ ഒരു കപ്പലിന്റെ ക്യാപ്റ്റനാക്കി. അയാളുടെ കപ്പലിൽ മറ്റു നാലുപേരെയും കയറ്റി. ക്യാപ്റ്റനും, അയാളുടെ സുഹൃത്തും വേറെ അഞ്ചു പേരും മറ്റേ തോണിയിൽ കയറി. അവർക്ക് എന്തൊക്കെ ചെയ്യണമെന്നുള്ള കാര്യങ്ങൾ നന്നായിട്ട് അറിയാമായിരുന്നു. അർദ്ധരാത്രിയോടെ അവർ കപ്പലിനരികിലെത്തി. തോണിയിൽ നിന്നും വിളിച്ചാൽ കേൾക്കുമെന്നുള്ള അകലത്തിലെത്തിയപ്പോൾ, കപ്പലിലുള്ളവരെ അവർ അഭിവാദ്യം ചെയ്തു. തോണികളും ആളുകളും എത്തിയിട്ടുണ്ടെന്നു വിളിച്ചു പറയാൻ ക്യാപ്റ്റൻ നിർദേശിച്ചു. എന്നാൽ അതിനു മുമ്പു തന്നെ കപ്പലിലുള്ളവർ അവൻ വരുന്നതു കണ്ടിരുന്നു. കപ്പലിനരികിൽ എത്തുന്നതുവരെ അവർ സംസാരിച്ചുകൊണ്ടിരുന്നു. ആദ്യം ക്യാപ്റ്റനും സുഹൃത്തും ആയുധങ്ങളുമായി കപ്പലിൽ കയറി. പെട്ടെന്ന് അവർ തോക്കിന്റെ പാത്തികൊണ്ട് കപ്പലിലുണ്ടായരുന്ന മറ്റൊരു സുഹൃത്തിനെയും ഒരു മരപ്പണിക്കാരനെയും അടിച്ചു വീഴ്ത്തി. കൂടെയുണ്ടായിരുന്നവരും അതു തന്നെ ചെയ്തു. കപ്പലിലുണ്ടായിരുന്നവരെയെല്ലാം അവർ ബന്ധിച്ചു. മറ്റേ ബോട്ടും ആളുകളും കപ്പലിന്റെ മുൻഭാഗത്തിലൂടെ അകത്തു കയറുകയും അവിടെയുള്ളവരെ ബന്ധിക്കുകയും ചെയ്തു. പാചകപ്പുരയിൽ ചെന്നപ്പോൾ അവിടെ മൂന്നു പേരുണ്ടായിരുന്നു അവരെയും ഇവർ ബന്ധിച്ചു.

ഇത്രയുമായപ്പോൾ കപ്പലിനകത്ത് എല്ലാവരും സുരക്ഷിതരായി. തുടർന്ന് ക്യാപ്റ്റൻ തന്റെ സുഹൃത്തിനോടും മറ്റു മൂന്നു പേരും ചേർന്ന് ലഹളക്കാരനായി നാവികന്റെ വൃത്താകാരമായ മുറി പൊളിക്കാൻ

ആജ്ഞാപിച്ചു. അപകടസൂചനയറിഞ്ഞ അയാൾ എഴുന്നേറ്റു; കൂട്ടുകാരോടൊപ്പം വെടിയുതിർത്തു. വാതിൽ പൊളിച്ചു ചെന്ന ക്യാപ്റ്റന്റെ കൈയിലാണ് ഒരു വെടിയേറ്റത്. കൂടെയുണ്ടായിരുന്ന രണ്ടു പേർക്കും മുറിവേറ്റു. പക്ഷേ, ആരും കൊല്ലപ്പെട്ടിരുന്നില്ല.

ക്യാപ്റ്റൻ സഹായത്തിനുവേണ്ടി നിലവിളിച്ചു. എങ്കിലും വൃത്താകാരമുറിയിലേക്ക് ഇരച്ചുകയറുക തന്നെ ചെയ്തു. കൈയിലിരുന്ന ചെറിയ തോക്കുകൊണ്ട് ആ നാവികന്റെ തലയിലേക്കു വെടിവെച്ചു. വെടിയുണ്ട അയാളുടെ വായിലൂടെക്കയറി ചെവിക്കു പിന്നിലൂടെ പുറത്തേക്കു പോയി. അയാൾക്കൊന്നു നിലവിളിക്കാൻ പോലുമാകാതെ താഴെ വീണു. അതോടെ കപ്പലിലുണ്ടായിരുന്ന എല്ലാവരും അടിയറവു പറഞ്ഞു. കൂടുതൽ ആളുകളുടെ ജീവൻ അപഹരിക്കാതെ തന്നെ കപ്പൽ പിടിച്ചെടുക്കാൻ ഞങ്ങൾക്കായി.

കപ്പൽ പിടിച്ചെടുത്ത ഉടനെ ഏഴു വെടിയുതിർക്കാൻ ക്യാപ്റ്റൻ പറഞ്ഞു. ഇതായിരുന്നു വിജയത്തിന്റെ അടയാളമായി അയാൾ എനിക്കു തന്നിരുന്നത്. എനിക്കപ്പോഴുണ്ടായ സന്തോഷം എത്രമാത്രമായിരുന്നെന്ന് ഞാൻ പറയാതെതന്നെ നിങ്ങൾക്കു മനസിലാകുമല്ലോ. ഈ വിജയാരവം കേൾക്കാൻ പുലർച്ചെ രണ്ടുമണി വരെ ഞാൻ തീരത്തു തന്നെ ഇരിക്കുകയായിരുന്നു.

ആ വിജയാരവവും കേട്ടുകൊണ്ട് ഞാൻ കിടന്നു. ഞാൻ വല്ലാതെ തളർന്നിരുന്നതിനാൽ, അറിയാതെ ഗാഢനിദ്രയിലാണ്ടുപോയി. ഒരു വെടിശബ്ദമെന്തോ കേട്ടാണ് ഞാൻ പെട്ടെന്നു ഞെട്ടിയുണർന്നത്. എന്നെ ആരോ 'ഗവർണർ ഗവർണർ' എന്നു വിളിക്കുന്നതുപോലെ തോന്നി. പെട്ടെന്നത് ക്യാപ്റ്റന്റെ ശബ്ദമാണെന്ന് ഞാൻ തിരിച്ചറിഞ്ഞു. കുന്നിന്റെ മുകളിൽ അയാൾ നിൽക്കുന്നു. ഞാൻ അങ്ങോട്ട് ഓടി ചെന്നപ്പോൾ കപ്പൽ ചൂണ്ടിക്കാണിച്ചുകൊണ്ട് അയാൾ എന്നെ ആലിംഗനം ചെയ്തു. എന്നിട്ടയാൾ തുടർന്നു.

"എന്റെ പ്രിയപ്പെട്ട സുഹൃത്തേ. എന്റെ രക്ഷകാ. അതാ അങ്ങയുടെ കപ്പൽ. അതിനി അങ്ങയുടേതാണ്. അതുപോലെ ഞങ്ങളും സർവസ്വവും അങ്ങയുടേതാണ്."

ഞാൻ കപ്പലിനെ നോക്കി. കരയിൽനിന്നും അരമൈൽ ദൂരത്തേക്കതു വന്നിരിക്കുകയാണ്. കപ്പലിന്റെ യജമാനന്മാരായപ്പോൾ അവർ നങ്കൂരമെടുത്തുകൊണ്ടുവന്ന് കടലിടുക്കിനരികിൽ ഇട്ടിരുന്നു. കാലാവസ്ഥ നല്ലതായിരുന്നു. തുടർന്ന് അവർ തോണിയിൽ കയറി, നേരത്തെ കരയിലിറങ്ങാൻ ഞാൻ ചങ്ങാടമടുപ്പിച്ചിരുന്ന സ്ഥലത്തെത്തി. അങ്ങനെ അവർ എന്റെ വാതിൽപ്പടിക്കൽ ഇറങ്ങിയിരിക്കുകയാണ്.

ഞാൻ അത്ഭുതത്തിലാണ്ടുപോയി. എന്റെ മോചനം എന്റെ കൈയിൽ എത്തിയിരിക്കുന്നു. ഒക്കെ എളുപ്പത്തിൽ കഴിഞ്ഞു. ആഗ്രഹിക്കുന്നിടത്തേക്കു കൊണ്ടുപോകാൻ വേണ്ടി അതാ കൂറ്റൻ കപ്പൽ കിടക്കുന്നു. ആദ്യമെനിക്കു ക്യാപ്റ്റനോട് പറയാൻ ഒരു വാക്കുപോലും ആവുന്നില്ല. അയാൾ എന്നെ കൈകളിൽ വാരിയെടുത്തു. താഴെ വീണുപോകാ

തിരിക്കാൻ ഞാൻ അയാളെ പിടിച്ചിരുന്നു.

അത്ഭുതത്തിൽ ഞാൻ സ്തബ്ധനായി വീണപ്പോൾ, അതു മനസിലാക്കിയ ക്യാപ്റ്റൻ പോക്കറ്റിൽനിന്നും കുപ്പിയെടുത്ത് അൽപ്പം കോർഡിയൽ വെള്ളം തന്നു. അല്ലെങ്കിലും എനിക്കു തരാൻ വേണ്ടി അയാൾ കൊണ്ടുവന്നതുതന്നെയായിരുന്നു. അതിലൽപ്പം അടിച്ചശേഷം ഞാൻ നിലത്തിരുന്നു. എനിക്ക് ഉന്മേഷം കിട്ടിയെങ്കിലും കുറച്ചു നേരത്തേക്ക് എനിക്കു സംസാരിക്കാനുള്ള ശേഷിയുണ്ടായിരുന്നില്ല.

തത്സമയം ആ പാവം ക്യാപ്റ്റനും എനിക്കു പറ്റിയതുപോലെ കുറേ നേരത്തേക്ക് അത്ഭുതസ്തബ്ധനായിപ്പോയി. ഒരായിരം മൃദുലവാക്കുകൾകൊണ്ട് അയാളെന്നെ ബോധത്തിലേക്കു മടക്കിക്കൊണ്ടുവന്നു. എങ്കിലും എന്റെ മനസ്സ് ആനന്ദപ്രളയത്തിൽ ആണ്ടുനിന്നു; ഒപ്പം വല്ലാത്ത ചിന്താക്കുഴപ്പവും. അവസാനം അത് കണ്ണീരായ് തകർന്നുടഞ്ഞു. വീണ്ടും കുറച്ചു സമയം കഴിഞ്ഞപ്പോഴാണ് സംസാരശേഷിതന്നെ എനിക്കു തിരിച്ചു കിട്ടിയത്.

തുടർന്ന് ഞാനെന്റെ രക്ഷകനെ ആലിംഗനം ചെയ്തു. ഞങ്ങൾ ഒന്നിച്ചാനന്ദിച്ചു. എന്നെ രക്ഷിക്കാനായി സ്വർഗത്തിൽനിന്നും അയച്ച ആളാണ് അയാളെന്നു ഞാൻ പറഞ്ഞു. നടന്നതെല്ലാം അത്ഭുതങ്ങളുടെ ഒരു പരമ്പരതന്നെയായിരുന്നു. ഇതൊക്കെ ദൈവകരത്തിന്റെ നിഗൂഢതകളുടെ തെളിവുകളാണ്. ആ അനന്തശക്തിയുടെ ദൃഷ്ടികൾ ചെന്നെത്താത്ത മൂലകൾ ഈ ഭൂമിയിലില്ല; എപ്പോൾ വേണമെങ്കിലും ദുരിതത്തിൽപ്പെട്ടവർക്കായി ആ ശക്തി സഹായവുമെത്തിക്കും.

ഞങ്ങൾ കുറച്ചുനേരം സംസാരിച്ചിരുന്നു. അപ്പോഴാണ് എനിക്കു കഴിക്കാൻ ഭക്ഷണം കൊണ്ടുവന്നിട്ടുള്ള കാര്യം ക്യാപ്റ്റൻ പറഞ്ഞത്. ഒക്കെ കപ്പലിൽനിന്നും കിട്ടിയ കുറച്ചു സാധനങ്ങളായിരുന്നു. ആ നീചന്മാരായ ലഹളക്കാരാണല്ലോ ഇതുവരെ അതിലുണ്ടായിരുന്നത്. ആ സമയത്ത്, ഗവർണർക്കുള്ള സാധനങ്ങൾ വേഗത്തിൽ തീരത്തു കൊണ്ടുവരാനായി - തോണിയിലിരിക്കുന്നവരോടു ക്യാപ്റ്റൻ ഉച്ചത്തിൽ വിളിച്ചു പറഞ്ഞു. യഥാർഥത്തിൽ അതൊരു സമ്മാനമായിരുന്നു. എനിക്ക് ആദ്യം അവർ കൊണ്ടുവന്നത് ഒരു പെട്ടി ഒന്നാന്തരം കോർഡിയൽ വെള്ളവും വലിയ ആറു കുപ്പി മദേരാ വീഞ്ഞുമാണ്. കൂടാതെ നല്ല രണ്ടു കഷണം പുകയില, മാട്ടിറച്ചിക്കഷണങ്ങൾ പന്ത്രണ്ടെണ്ണം, ആറു പന്നിയിറച്ചിക്കഷണങ്ങൾ, ഒരു സഞ്ചി നിറയെ ഫലവർഗം, നല്ലൊരളവ് ബിസ്കറ്റ് തുടങ്ങിയവയും ഉണ്ടായിരുന്നു. ഇതു കൂടാതെ ഒരു പെട്ടി പഞ്ചസാര, ഒരു പെട്ടി പൂവ്, ഒരു സഞ്ചി നിറയെ നാരങ്ങ, രണ്ടുകുപ്പി നാരങ്ങാജ്യൂസ്, പിന്നെ ഒത്തിരി മറ്റു സാധനങ്ങളും ഉണ്ടായിരുന്നു. പക്ഷേ, അയാൾ കൊണ്ടുവന്ന ആറു പുതിയ ഉടുപ്പുകളും ആറു സുന്ദരമായ ടൈകളും രണ്ടു ജോഡി ഗ്ലൗസും ഒരു ജോഡി ഷൂസും ഒരു തൊപ്പിയും ഒരു ജോഡി സോക്സും കുറച്ചു പഴകിയിട്ടുണ്ടെങ്കിലും നല്ല ഒരു സൂട്ടും ഒക്കെ ആദ്യം കിട്ടിയ സാധനങ്ങളേക്കാൾ ഒരായിരം ഇരട്ടി എനിക്ക് ഉപകാരപ്രദമായി. ചുരുക്കത്തിൽ ഇവയെല്ലാംകൊണ്ട് ക്യാപ്റ്റൻ എന്നെ അടിമുടി ഒരുക്കി.

വളരെ കരുണയോടെയുള്ളതും എനിക്കിഷ്ടപ്പെട്ടതുമായ സമ്മാന മായിരുന്നു അത്. എന്റെ സാഹചര്യത്തിലുള്ള ആർക്കും അത് ഊഹി ക്കാവുന്നതേയുള്ളൂ. പക്ഷേ, അവയൊക്കെ ആദ്യമായണിഞ്ഞപ്പോൾ എനിക്ക് അസ്വസ്ഥതയും, ഒരിനം വിലക്ഷതയുമാണ് അനുഭവപ്പെട്ടത്.

ഈ ചടങ്ങിനുശേഷം, നാവികൻ സമ്മാനമായെത്തിച്ച സാധനങ്ങ ളെല്ലാം വീട്ടിലെത്തിച്ചു. തുടർന്ന് തടവുപുള്ളിയായിട്ടിരിക്കുന്നവരെ എന്തു ചെയ്യണമെന്നതിനെപ്പറ്റിയുള്ള ചർച്ച ഞങ്ങൾ നടത്തി. അവരെക്കൂടെ കപ്പലിൽ കൊണ്ടുപോകണമോ; പ്രത്യേകിച്ചും അവസാനം വരെ എതിരി ട്ടുനിന്ന നീചന്മാരായ രണ്ടുപേരെ? അതായിരുന്നു ആദ്യ ചർച്ച. കൊണ്ടു പോകുകയാണെങ്കിൽ ഇരുമ്പഴിക്കകത്തിട്ടു കൊണ്ടുപോകണം. ആദ്യം കാണുന്ന ഇംഗ്ലീഷ് കോളനിയിൽ അവരെയിറക്കി നീതി നടപ്പാക്കണം. പക്ഷേ, അക്കാര്യത്തിൽ ക്യാപ്റ്റന് ഉൽക്കണ്ഠയുള്ളതായി ഞാൻ കണ്ടു.

അതിനാൽ ഞാൻ അയാളോടു പറഞ്ഞു. "നിങ്ങൾക്ക് ആഗ്രഹമെ ങ്കിൽ, അവരെ ഇവിടെ ദ്വീപിൽത്തന്നെ ഉപേക്ഷിക്കണമെന്ന് അവരെ ക്കൊണ്ടുതന്നെ പറയിപ്പിക്കണം."

"അങ്ങനെയെങ്കിൽ എനിക്കു വലിയ സന്തോഷമായിരിക്കും" ക്യാപ് റ്റൻ മറുപടി പറഞ്ഞു.

"എങ്കിൽ ശരി ഞാനവരെ ആളയച്ചു; താങ്കൾക്കു വേണ്ടി അവരോടു ഞാൻ സംസാരിക്കുകയും ചെയ്യാം." ഞാൻ പറഞ്ഞു.

ഗുഹയിൽ ബന്ധനസ്ഥരായിക്കിടന്ന അഞ്ചുപേരെ ഞാൻ ആളയച്ചു വരുത്തി. എന്റെ കൽപ്പനപ്രകാരം അവർ വള്ളിക്കുടിലിൽ തന്നെ ഉണ്ടാ യിരുന്നു. കുറച്ചുനേരം കഴിഞ്ഞ് പുതിയ വേഷത്തിൽ ഞാൻ അവരുടെ മുമ്പിലെത്തിപ്പോൾ എല്ലാവരും എന്നെ 'ഗവർണർ' എന്നു വിളിച്ചു. ഞാൻ ക്യാപ്റ്റനോടൊപ്പം നിന്നു. ആ തടവുപുള്ളികളെ മുമ്പിൽ ഹാജരാക്കാൻ ഞാൻ ആവശ്യപ്പെട്ടു. ക്യാപ്റ്റനോടു കാണിച്ച എല്ലാവിധ നീചകൃത്യ ങ്ങളും ഞാനറിഞ്ഞെന്നും, കപ്പലവർ തട്ടിയെടുത്തതും, കൂടുതൽ കൊള്ളയ്ക്കു തയാറെടുത്തതും, എന്നാൽ എല്ലാറ്റിനും അവസാനം ദൈവം കൃപാകടാക്ഷം ചൊരിഞ്ഞതും ഞാൻ അവരെ ഓർമപ്പെടുത്തി. ഇപ്പോൾ അവരവർ കുഴിച്ചകുഴിയിൽ അവരവർ വീണതുപോലെയായി.

എന്റെ നിർദേശപ്രകാരമാണ് കപ്പൽ പിടിച്ചെടുത്തു കടലിലിട്ടിരി ക്കുന്നതെന്നു ഞാൻ അവരോടു പറഞ്ഞു. ആ നാവികന് അയാൾ ചെയ്ത നീചപ്രവർത്തിക്കു തക്കതായ ഫലം കിട്ടുകയും ചെയ്തു. അയാൾ ചത്തു വീണിരിക്കുകയാണ്.

തുടർന്നു ഞാൻ അവരോടു ചോദിച്ചു: "ഇനി നിങ്ങൾക്കെന്താണ് പറയേണ്ടതെന്നു പറയൂ. ഇപ്പോൾ കടൽക്കൊള്ളക്കാരുടെ സ്ഥാനമാണ് നിങ്ങൾക്കുള്ളത്. നിങ്ങളെ കൊലപ്പെടുത്തുകയാണ് ഞാൻ വേണ്ടത്. എനിക്കതിനുള്ള അധികാരവുമുണ്ട്."

എല്ലാവർക്കുംവേണ്ടി അതിലൊരാൾ മറുപടി പറഞ്ഞു: "ഞങ്ങൾക്ക് ഒരു കാര്യമേ പറയാനുള്ളൂ. ഞങ്ങളെ പിടിച്ചുകൊണ്ട് വന്നപ്പോൾ ഞങ്ങ ളുടെ ജീവൻ രക്ഷിക്കാമെന്ന് ക്യാപ്റ്റൻ വാക്കു തന്നിരുന്നു. ഞങ്ങളോടു

ദയയുണ്ടാകണം”

അപ്പോൾ ഞാൻ അവരോടു പറഞ്ഞു: “നിങ്ങൾക്കെന്തു ദയയാണ് തരേണ്ടതെന്ന് എനിക്കറിയില്ല. എല്ലാപേരെയും കൂട്ടി ഈ ദ്വീപുവിടാൻ ഞാൻ തീരുമാനിച്ചിരിക്കുകയാണ്. ഞാൻ ക്യാപ്റ്റനോടൊപ്പം ഇംഗ്ലണ്ടിൽ പോകുകയാണ്. പക്ഷേ, അദ്ദേഹത്തിന് നിങ്ങളെ കൊണ്ടുപോകാൻ പറ്റില്ല. കപ്പൽ തട്ടിയെടുക്കാനായി ലഹള നടത്തിയ കുറ്റവാളികളെന്ന പേരിൽ ഇരുമ്പഴിക്കുള്ളിലിട്ടു മാത്രമേ നിങ്ങളെ കൊണ്ടുപോകാനാവൂ. നിങ്ങൾക്കു ലഭിക്കേണ്ട ശിക്ഷ തൂക്കുമരണമാണെന്നും നിങ്ങൾ അറിയണം. അതിനാൽ ഈ ദ്വീപിൽ നിങ്ങൾ കിടക്കുന്നതാണു നല്ലത്. അങ്ങനെയെങ്കിൽ ഞാൻ നിങ്ങളെ തൂക്കിലേറ്റില്ല. ഞാൻ നിങ്ങളെയിവിടെ സ്വതന്ത്രരായി വിടാം.”

എന്റെ അഭിപ്രായം അവർക്കിഷ്ടപ്പെട്ടു. ഇംഗ്ലണ്ടിലേക്കു പോയി തൂക്കിലേറ്റപ്പെടുന്നതിനേക്കാൾ ഭേദം ഈ ദ്വീപിലെ സാഹസിക ജീവിതം തന്നെയാണെന്ന് അവർക്കു തോന്നി. അങ്ങനെ ആ കാര്യത്തിൽ തീരുമാനമായി.

എന്നാൽ അവരെ അവിടെയുപേക്ഷിച്ചുപോകുന്നതിനോടു ക്യാപ്റ്റന് എന്തോ ബുദ്ധിമുട്ടുള്ളതുപോലെ തോന്നി. അക്കാരണത്താൽ എനിക്ക് ക്യാപ്റ്റനോടൽപ്പം ദേഷ്യം തോന്നി. ഞാൻ അയാളോടു പറഞ്ഞു: “നോക്കൂ. അവർ എന്റെ തടവുപുള്ളികളാണ്. താങ്കളുടേതല്ല. ഞാനവർക്ക് ധാരാളം സഹായം കൊടുത്തിട്ടുണ്ട്. എനിക്കെന്റെ വാക്കു തെറ്റിക്കാൻ പറ്റില്ല. എന്റെ തീരുമാനത്തോടു താങ്കൾക്ക് യോജിക്കാനാകുന്നില്ലെങ്കിൽ, ഞാൻ അവരെ സ്വതന്ത്രരാക്കും. പിന്നെ താങ്കൾ തന്നെ അവരെ പിടിച്ചോളൂ.”

എന്റെ അഭിപ്രായം സ്വീകാര്യമാകപ്പെട്ടു. ഞാൻ അവരെ സ്വതന്ത്രരാക്കിയശേഷം വനത്തിനുള്ളിലേക്ക് വന്ന സ്ഥലത്തേക്കു തന്നെ പൊയ്ക്കോളാൻ പറഞ്ഞു. ആവശ്യത്തിനു ആയുധങ്ങൾ നൽകാമെന്നും അവിടെയെങ്ങനെ ജീവിക്കണമെന്നതിനെപ്പറ്റിയുള്ള നിർദേശങ്ങൾ കൊടുക്കാമെന്നും ഒപ്പം ഞാൻ പറഞ്ഞു.

തുടർന്ന് കപ്പലിലേക്കു പോകാനുള്ള നടപടികൾ ഞാൻ തുടർന്നു. അതിനായി അന്നു രാത്രിയിൽ ഇവിടെ കഴിയുമെന്നും ഞാൻ ക്യാപ്റ്റനോടു പറഞ്ഞു. അതിനിടയ്ക്ക് അയാൾക്കു കപ്പലിലേക്കു പോകാം. കപ്പലിലെ ഒരുക്കങ്ങൾ മുഴുവൻ പൂർത്തിയാക്കിയശേഷം പ്രഭാതത്തിൽ എന്നെ കൊണ്ടുപോകാനായി തോണിയും അയയ്ക്കണം. വെടിവച്ചു കൊല്ലപ്പെട്ട ലഹളക്കാരനായ നാവികന്റെ മൃതദേഹം കപ്പലിൽ കെട്ടിത്തൂക്കിയിടാനും ഞാൻ ക്യാപ്റ്റനോടു കൽപ്പിച്ചു. ആളുകൾ അതു കാണണമല്ലോ.

ക്യാപ്റ്റൻ പോയപ്പോൾ ഞാൻ കുറ്റവാളികളെ ആളയച്ച് എന്റെ മുറിയിലേക്കു വരുത്തി. കാര്യങ്ങളൊക്കെ ഗൗരവമായി അവരുമായി സംസാരിച്ചു. ഞാൻ പറഞ്ഞു: “നിങ്ങൾ ശരിയായതീരുമാനമാണെടുത്തിരിക്കുന്നതെന്ന് എനിക്കു തോന്നുന്നു. ക്യാപ്റ്റൻ നിങ്ങളെ കൊണ്ടുപോയി

രുന്നെങ്കിൽ തീർച്ചയായും തൂക്കിലേറ്റിയേനെ."

തുടർന്ന് കപ്പലിൽ തൂക്കിയിട്ടിരിക്കുന്ന ലഹളക്കാരനായ നാവികന്റെ മൃതശരീരം ഞാനവർക്കു ചൂണ്ടിക്കാണിച്ചു കൊടുത്തു. അവരുടെ ഗതിയും ഇതുതന്നെയാകുമായിരുന്നെന്നും ഞാൻ പറഞ്ഞു.

അവർ അവിടെ ദ്വീപിൽക്കഴിഞ്ഞോളാമെന്നു പറഞ്ഞപ്പോൾ, ഞാൻ എന്റെ ജീവിത കഥ അവരോടു പറഞ്ഞു. അവർക്കെങ്ങനെയവിടെ സുഖമായി ജീവിക്കാമെന്നും ഞാനവർക്കു പറഞ്ഞുകൊടുത്തു. അങ്ങനെ എന്റെ അവിടത്തെ പൂർണചരിത്രവും അവരോടു പറഞ്ഞു; അവിടെ ചെന്നതുമുതലുള്ളത്. എന്റെ കോട്ടമതിലുണ്ടാക്കിയതും; ഞാൻ കൃഷിയിറക്കിയതും മുന്തിരി ഉണക്കി സൂക്ഷിച്ചതും ഒക്കെ വിവരിച്ചുകൊടുത്തു. ചുരുക്കത്തിൽ ഈ വിവരങ്ങളൊക്കെ, അവർക്കവിടെ സുഖമായി ജീവിക്കുന്നതിന് ഉതകുന്നതായിരുന്നു. ഈ ദ്വീപിലേക്കു വരുമെന്നു പ്രതീക്ഷിക്കുന്ന പതിനാറു സ്പെയിൻകാരെക്കുറിച്ചും ഞാൻ അവരോടു പറഞ്ഞു. അവർക്കു കൊടുക്കാനായി ഞാൻ ഒരു കത്തും അവരെ ഏൽപ്പിച്ചു. അവർ ഇവിടെ വന്നാൽ അവരോട് ഒരു ദ്രോഹവും ചെയ്യില്ലെന്നു വാക്കു തരാനും പറഞ്ഞു.

തുടർന്ന് എന്റെ അഞ്ചു തോക്കുകളും പക്ഷികളെക്കൊല്ലുന്ന മൂന്നു കൈത്തോക്കുകളും മൂന്നു വാളുകളും ഞാൻ അവർക്കു നൽകി. ബാക്കിയുണ്ടായിരുന്ന ഒന്നരബാരൽ കരിമരുന്നും നൽകി. ആദ്യത്തെ ഒന്നു രണ്ടു വർഷത്തിനുശേഷം ഞാൻ വളരെ കുറച്ചുമാത്രം ഉപയോഗിച്ചതിനാലാണ് ഇത്രയും ബാക്കി ഉണ്ടായിരുന്നത്. ഞാൻ അടുക്കള പരിപാലിച്ചിരുന്നതെങ്ങനെയെന്നും അവർക്കു വിവരിച്ചു കൊടുത്തു. പാൽകറക്കുന്നതും പാൽക്കട്ടിയുണ്ടാക്കുന്നതും ഒക്കെ തുടർന്നു പറഞ്ഞുകൊടുത്തു.

എന്റെ ജീവിതകഥയിൽ ഇനി അവരോടു പറയാനൊന്നുമില്ലായിരുന്നു. ക്യാപ്റ്റന്റെ പക്കൽനിന്നും രണ്ടുബാരൽ കരിമരുന്നും കുറെ തോട്ട വിത്തുകളും സന്തോഷപൂർവം വാങ്ങിക്കൊടുക്കാമെന്നും അവരോടു ഞാൻ പറഞ്ഞു. അതുപോലെ എനിക്കു കഴിക്കാനായി കൊണ്ടുവന്നിരുന്ന ഒരു സഞ്ചിനിറയെ പയറും ഞാനവർക്കു കൊടുത്തു. അതു വിതച്ചാൽ നല്ല വിളവിറക്കാൻ സാധിക്കുമെന്ന് ഞാൻ അവരോടു പറഞ്ഞു.

ഇത്തരത്തിൽ കാര്യങ്ങളൊക്കെ ചെയ്തശേഷം പിറ്റേന്നു തന്നെ ഞാൻ കപ്പലിലേക്കു പോയി. പുറപ്പെടാനുള്ള തയാറെടുപ്പുകളും ഉടനെ തന്നെ നടത്തി. പിറ്റേന്ന് അതിരാവിലെയായപ്പോൾ, ദ്വീപിൽ ഞങ്ങൾ വിട്ടിട്ടുപോകാനൊരുങ്ങിയ അഞ്ചുപേരിൽ രണ്ടുപേർ കപ്പലിലേക്കു നീന്തി വരുന്നതു കണ്ടു. മറ്റു മൂന്നുപേരെക്കുറിച്ചുള്ള വൻ പരാതിയുമായിട്ടാണ് അവർ എത്തിയത്. അവർ എന്റെ കാലുപിടിച്ചു. "ദൈവത്തെയോർത്ത് അങ്ങ് ഞങ്ങളെ രക്ഷിക്കണം. അല്ലെങ്കിൽ ആ മൂന്നു പേർ ഞങ്ങളെ കൊല്ലും." തങ്ങളെക്കൂടി കപ്പലിൽ കയറ്റിക്കൊണ്ടു പോകണമെന്ന് അവർ ക്യാപ്റ്റനോടു യാചിച്ചു. തങ്ങളെ ഉടനെ തൂക്കിലേറ്റിയാലും വിരോധമില്ലെന്നും അവർ പറഞ്ഞു.

ഇക്കാര്യങ്ങളിൽ ഒറ്റയ്ക്ക് ഒരു തീരുമാനമെടുക്കാനുള്ള അധികാരം

തനിക്കില്ലാത്തതുപോലെ ക്യാപ്റ്റൻ നിന്നു. പക്ഷേ, അവരുടെ ശക്ത മായ യാചനയ്ക്കും പ്രതിജ്ഞയ്ക്കും ശേഷം അവർ സത്യസന്ധരും ശാന്തരുമാണെന്നറിഞ്ഞപ്പോൾ ഞങ്ങൾ അവരെ കപ്പലിൽക്കയറാനനു വദിച്ചു.

കുറച്ചു നേരം കഴിഞ്ഞപ്പോൾ അവിടെ വേലിയേറ്റമുണ്ടായി. ഞാൻ ദ്വീപുവാസികൾക്കു നൽകാമെന്നു വാക്കുകൊടുത്തിരുന്ന സാധനങ്ങൾ മുഴുവനും തോണിയിൽ കരയ്ക്കെത്തിക്കാൻ ഞാൻ കൽപ്പിച്ചു. തുടർന്ന് എന്റെ അഭിപ്രായത്തോടുകൂടി അവരുടെ പെട്ടികളും തുണികളും അതോ ടൊപ്പം അവർക്കു കൊടുത്തു. നന്ദിയോടെ അവർ അവ സ്വീകരിച്ചു. എന്നെങ്കിലും ഇതുവഴി വരുന്ന അവസരമൊത്താൽ തോണിയയച്ച് അവരെ കൂട്ടിക്കൊണ്ടു പോകാമെന്നും ഞാൻ പറഞ്ഞു. എനിക്കൊരി ക്കലും അവരെ മറക്കാനാവില്ല.

ദ്വീപിനു യാത്ര പറയാനൊരുങ്ങിയ ഞാൻ, ആട്ടിൻതോൽകൊണ്ടു നിർമിച്ച ആ തൊപ്പിയും എന്റെ കുടയും പിന്നെ ആ തത്തയെയും കപ്പ ലിൽ കയറ്റി; ഓർമയ്ക്കായി അവയിരിക്കട്ടെ! മുൻപ് ഞാൻ പറഞ്ഞിട്ടു ണ്ടായിരുന്ന എല്ലാ പണവും എടുത്തു. ഉപയോഗിക്കാതെ ഒരിടത്തിട്ടിരു ന്നതുകൊണ്ട് അതു ക്ലാവുപിടിച്ചു തുടങ്ങിയിരുന്നു. അവയൊക്കെ ഇനി ഉരച്ചു വൃത്തിയാക്കിയാലേ ആർക്കെങ്കിലുമൊക്കെ കൊടുക്കാനാകൂ. തകർന്ന സ്പാനിഷ് കപ്പലിൽനിന്നും കിട്ടിയിരുന്ന പണവും ഞാനെടു ത്തിരുന്നു.

ഞാൻ ദ്വീപിൽനിന്നും യാത്രയായി. അന്ന് 1686-ാമാണ്ട് ഡിസംബർ മാസം പത്തൊൻപതാം തീയതിയായിരുന്നു. കപ്പലിലെ കലണ്ടർ പ്രകാരം ഇരുപത്തിയെട്ടുവർഷവും രണ്ടു മാസവും പത്തൊൻപതു ദിവ സവും കഴിഞ്ഞിരിക്കുന്നു, ഞാൻ ദ്വീപിൽ വന്നിട്ട്. പണ്ട് സല്ലിയിൽനിന്നും രക്ഷപ്പെട്ടതും ഇതേമാസം ഇതേ ദിവസം തന്നെയായിരുന്നു.

ആ കപ്പലിലെ ഒരു നീണ്ട സമുദ്രസഞ്ചാരത്തിനുശേഷം 1687 ജൂൺ പതിനൊന്നാംതീയതി, മുപ്പത്തിയഞ്ചു വർഷത്തെ ഇടവേളയ്ക്കു ശേഷം ഞാൻ ഇംഗ്ലണ്ടിൽ തിരിച്ച് എത്തിച്ചേർന്നു.

* * * * * *

ഇംഗ്ലണ്ടിൽ എത്തിയപ്പോൾ തികച്ചും ഞാനവിടെയൊരു അപരിചി തനെപ്പോലെയായിരുന്നു. എനിക്കു പരിചയമില്ലാത്ത ഒരു നാടായി അത് എനിക്കു തോന്നി. ഞാൻ പണം സൂക്ഷിക്കാൻ ഏൽപ്പിച്ചിരുന്ന ഉപകാ രിയും വിശ്വസ്തപരിചാരികയുമായ ആ സ്ത്രീ ജീവിച്ചിരിപ്പുണ്ടായിരുന്നു; ലോകത്തിന്റെ ദുരിതങ്ങൾ ധാരാളം അവർ ഇതിനകം അനുഭവിച്ചിട്ടു ണ്ടായിരുന്നു. രണ്ടാം വിവാഹത്തിനുശേഷവും അവർ വിധവയായിരിക്കു കയാണ്. നിവൃത്തികെട്ട ജീവിതമായിരുന്നു അവരുടേത്. എനിക്ക് കട പ്പെട്ടിരിക്കുന്ന പണത്തെക്കുറിച്ചു പ്രയാസപ്പെടേണ്ടെന്നും, അതിന്റെ പേരിൽ ഞാനൊരിക്കലും ബുദ്ധിമുട്ടിക്കില്ലെന്നും ഞാൻ പറഞ്ഞു. മുമ്പ് അവർ എന്നോടു കാണിച്ച സ്നേഹവും വിശ്വാസവും നോക്കി കയ്യിലു ണ്ടായിരുന്ന കുറച്ചു പണവും ഞാൻ അവർക്കു നൽകി. യഥാർഥത്തിൽ

എന്റെ ആ സഹായം വളരെ ചെറുതായിരുന്നു. എന്നോടവർ കാണിച്ചിട്ടുള്ള കരുണ എനിക്കൊരിക്കലും മറക്കാൻ പറ്റുന്നതായിരുന്നില്ല.

തുടർന്ന് ഞാൻ യോർക്കു ഷെയറിലേക്കാണു പോയത്. എന്റെ അച്ഛനും അമ്മയും ജീവിച്ചിരിപ്പില്ലായിരുന്നു; കുടുംബം മുഴുവൻ ഇല്ലാണ്ടായെന്നു പറയാം. രണ്ടു സഹോദരിമാരും സഹോദരന്മാരിൽ ഒരാളുടെ രണ്ടു മക്കളുമുണ്ടായിരുന്നു. ഞാൻ നേരത്തെ മരിച്ചുപോയെന്നു കരുതി എനിക്കൊന്നും ഇവിടെ കരുതിയിരുന്നില്ല. ഇപ്പോൾ കൈവശമുള്ള ആ പണമല്ലാതെ മറ്റൊന്നും സ്വത്തായി എനിക്കിപ്പോഴില്ലെന്നർഥം. അതു തീർന്നാൽ പിന്നൊന്നുമില്ല.

എന്നാൽ ഞാൻ പ്രതീക്ഷിക്കാത്ത ഒരു ഭാഗ്യം എന്നെ തേടിയെത്തി. ഞാൻ മോചിപ്പിച്ചുകൊണ്ടുവന്ന കപ്പലിന്റെ ഉടമയും മറ്റു വ്യാപാരികളും എന്നെ ക്ഷണിച്ചു. കപ്പലിനെയും അതിലെ സാധനങ്ങളെയും ആളുകളെയും രക്ഷിക്കാനായി ഞാൻ ചെയ്ത സാഹസികമായ മാർഗങ്ങൾ പറഞ്ഞപ്പോൾ അവർ ഇരുന്നൂറു പവൻ എനിക്കു തന്നു. നല്ലൊരു സമ്മാനമായിരുന്നു ആ തുക.

ഞാൻ ജീവിത സാഹചര്യങ്ങളെക്കുറിച്ച് പലവഴി ചിന്തിച്ചു. ജീവിതം മുന്നോട്ടു നീക്കാനുള്ള തത്രപ്പാടിൽ ലിസ്ബണിലേക്കു പോകാൻ തീരുമാനിച്ചു. ബ്രസിൽസിലെ എന്റെ കൃഷിയിടത്തെക്കുറിച്ചും, ഞാൻ മരിച്ചിട്ടുണ്ടാകുമെന്നു കരുതുന്ന എന്റെ കൂട്ടു ജോലിക്കാരനെക്കുറിച്ചും അറിയാൻ ആഗ്രഹിച്ചു. അങ്ങനെ ലിസ്ബണിൽ പോകാൻ തന്നെ ഞാൻ തീരുമാനിച്ചു.

പിറ്റേവർഷം ഏപ്രിലിലാണ് ഞാൻ അവിടെയെത്തിയത്. ഞാനിങ്ങനെ അലഞ്ഞുതിരിയുമ്പോൾ എപ്പോഴും ഫ്രൈഡേ സത്യസന്ധതയോടെ എന്നോടൊപ്പം ഉണ്ടായിരുന്നു. എല്ലാ അവസരങ്ങളിലും അയാൾ തന്റെ വിശ്വസ്തത നിലനിർത്തി.

എന്നെ ആഫ്രിക്കൻ തീരത്തുനിന്നും രക്ഷിച്ച ആ പഴയ സുഹൃത്തായ ആ കപ്പലിലെ ക്യാപ്റ്റനെക്കുറിച്ച് ഞാൻ ലിസ്ബണിൽ വന്ന് അന്വേഷിച്ചു. അദ്ദേഹത്തെ കണ്ടെത്താനും പറ്റി. ഇപ്പോൾ അദ്ദേഹം വളരെയധികം വൃദ്ധനായിരിക്കുന്നു. കപ്പലിന്റെ ജോലി മകനെ ഏൽപ്പിച്ച ശേഷം വിശ്രമിക്കുകയാണ്. അവൻ അത്ര ചെറുപ്പമല്ല; ഇപ്പോഴും ബ്രസിൽസിൽ തന്നെയാണ് അവരുടെ കച്ചവടം. ആ വൃദ്ധൻ യഥാർഥത്തിൽ എന്നെ തിരിച്ചറിഞ്ഞില്ല. എനിക്കും അങ്ങനെ തന്നെയായിരുന്നു. പക്ഷേ, പെട്ടെന്നാണ് അദ്ദേഹം എന്റെ ഓർമയിലേക്കോടി വന്നത്. എന്നെ സ്വയം പരിചയപ്പെടുത്തിക്കൊടുത്തപ്പോൾ അദ്ദേഹവും എന്നെ ഓർമിച്ചു.

കുറച്ചുനേരം പഴയ പരിചയത്തിന്റെ വികാരബഹിർസ്ഫുരണങ്ങളായിരുന്നു ഞങ്ങളിൽ. തുടർന്ന് ഞാൻ എന്റെ കൃഷിയിടത്തെപ്പറ്റിയും എന്റെ കൂട്ടുജോലിക്കാരനെപ്പറ്റിയും അദ്ദേഹത്തോടന്വേഷിച്ചു. കഴിഞ്ഞ ഒൻപതുവർഷമായി താൻ അങ്ങോട്ടു ചെന്നിട്ടേയില്ലെന്നും, അന്ന് കൂട്ടുജോലിക്കാരൻ അവിടെയുണ്ടായിരുന്നെന്നും അദ്ദേഹം പറഞ്ഞു. പക്ഷേ, ഞാൻ എന്റെ കൃഷിയിടങ്ങളെ സംരക്ഷിക്കാനേൽപ്പിച്ചിരുന്ന

രണ്ടു രക്ഷാധികാരികളും മരിച്ചുപോയെന്നും അദ്ദേഹം പറഞ്ഞു. ഞാൻ ജീവിച്ചിരിപ്പില്ലെന്നു കരുതി എന്റെ കൃഷിസ്ഥലത്തെ വിളവിന്റെ കണക്ക് അധികാരികൾക്ക് അവർ നൽകിയിട്ടുണ്ട്. ഞാൻ ഒരിക്കലും അവകാശ വാദവുമായി തിരിച്ചുചെന്നില്ലെങ്കിൽ അതു സർക്കാർ തന്നെ ഏറ്റെടുക്കും. മൂന്നിലൊന്ന് രാജാവിനു പോകും. ബാക്കിഭാഗം സെന്റ്. ആഗസ്റ്റിൻ സന്യാസിസഭയ്ക്കും പോകും; അവർ ഈ തുക ദരിദ്രർക്കും ആളുകളെ ക്രിസ്ത്യാനികളാക്കി മാറ്റാനും ഉപയോഗിക്കും. ഞാനോ മറ്റേതെങ്കിലും അവകാശക്കാരോ ചെന്നാൽ അങ്ങനെയൊന്നുമുണ്ടാകില്ലെന്നു തോന്നുന്നു. ലാഭവും വാർഷിക ഉൽപ്പന്നവും ദാനധർമത്തിനായി പോകേണ്ടതിനാൽ അതു തിരിച്ചുകിട്ടുകയില്ല. ഇത്രയുംകാലം സർക്കാരിന്റെ വരുമാന ഉദ്യോഗസ്ഥരും സന്യാസിസഭയുടെ ഉദ്യോഗസ്ഥരും ഇക്കാര്യത്തിൽ ശ്രദ്ധയുള്ളവരായിരുന്നെന്നും, എന്റെ കൂട്ടുജോലിക്കാരൻ ഉൽപ്പാദനത്തിന്റെ വിശ്വസ്തമായ കണക്കുകൾ കൃത്യമായും അവർക്കു നൽകിയിരുന്നെന്നും അദ്ദേഹം എന്നോടു പറഞ്ഞു.

സുഹൃത്ത് കൃഷിവഴിയുണ്ടാക്കിയെടുത്ത ലാഭം എത്രമാത്രമാണെന്നും മറ്റുമുള്ള കാര്യങ്ങൾ ഞാൻ അദ്ദേഹത്തോടു തിരക്കി. പക്ഷേ കൃത്യമായ കണക്കൊന്നും അദ്ദേഹത്തിനു പറയാനായില്ല. പക്ഷേ, കൂട്ടുജോലിക്കാരൻ അവിശ്വസനീയമായ വിധത്തിൽ സമ്പന്നനായത് അദ്ദേഹം എന്നോടു പറഞ്ഞു. ഞാൻ ഫ്രൈഡേയോടൊപ്പം എനിക്കു കിട്ടേണ്ട സ്വത്തിനും ധനത്തിനും വേണ്ടിയുള്ള നടപടികൾ നടത്തി. ആ കപ്പിത്താൻ തന്നെ വേണ്ട സഹായങ്ങളെല്ലാം അതിനുവേണ്ടി ചെയ്തു തന്നു. ഞാൻ മരിച്ചിട്ടില്ലെന്നു തെളിയിക്കുന്നതാണ് അതിലൊരു മാർഗം. സങ്കീർണമായിരുന്ന പ്രശ്നങ്ങളെല്ലാം നിസ്സാരമായിക്കൊണ്ട് വളരെ താമസം വരാതെ തന്നെ എനിക്കു കിട്ടേണ്ടതൊക്കെ രക്ഷാധികാരികളിൽനിന്നും കിട്ടി.

അങ്ങനെ വളരെപ്പെട്ടെന്നാണ് ഞാൻ ധനികനായി മാറിയത്. അയ്യായിരം പവനിൽ കൂടുതൽ പണവും, പിന്നെ ബ്രസിൽസിൽ ഒരു എസ്റ്റേറ്റും കിട്ടി. വർഷം ആയിരം പൗണ്ടിലധികം അവിടെനിന്നും കിട്ടും. ഇതൊക്കെ എങ്ങനെ സംഭവിച്ചതാണെന്നറിയാനും എങ്ങനെ ആസ്വദിക്കണമെന്നറിയാനും കഴിയാത്ത നിലയിലാണ് ഞാൻ പെട്ടെന്ന് അകപ്പെട്ടു പോയത്.

എന്റെ യഥാർഥ ഉപകാരിയെ ആദ്യം തന്നെ സഹായിക്കണമെന്ന് എനിക്കു തോന്നി - ആ വൃദ്ധനായ ക്യാപ്റ്റനെത്തന്നെ. എന്നെ ആപത്തിൽ ആദ്യം സഹായിച്ചത് അയാളായിരുന്നു. ആരംഭത്തിൽത്തന്നെ ദയാലുവായും, അവസാനം വിശ്വസ്തനുമായി അയാൾ എനിക്കു നിലകൊണ്ടിരുന്നു. ദൈവം കഴിഞ്ഞാൽ പിന്നെ എന്റെ എല്ലാ സൗഭാഗ്യങ്ങൾക്കും കാരണം അയാളാണെന്നു ഞാൻ പറഞ്ഞു. ഞാനയാളെ അകമഴിഞ്ഞു സഹായിച്ചു.

പഴയ സുഹൃത്തായ വിധവയെ ഞാൻ ഓർത്തു. എന്നോട് അവർ സത്യസന്ധതയും നീതിയുള്ളവരുമായിരുന്നു. ഒരുപാടു വർഷത്തെ പ്രായമുണ്ട്; ദരിദ്രയുമാണ്. കടത്തിലാണ് ജീവിക്കുന്നതെന്നും തോന്നുന്നു.

അങ്ങനെ എനിക്കു കാര്യങ്ങൾ ചെയ്തു തീർക്കാനുള്ളതുകൊണ്ട് ഇംഗ്ല ണ്ടിലേക്കു പോകാതെ നിവൃത്തിയുണ്ടായിരുന്നില്ല.

ഇംഗ്ലണ്ടിൽ പോകുന്നതിനുമുമ്പ് ബ്രസിൽസിൽ ഏൽപ്പിക്കേണ്ട കണക്കുകളൊക്കെ ഞാൻ അധികാരികൾക്കു നൽകി. അവിടത്തെ എല്ലാ വിധ കണക്കുകളും തീർത്തു. എന്നെ സഹായിച്ച സഭാമേലധികാരി കൾക്കും മറ്റും പ്രത്യേക ധനസഹായവും നൽകി. അതിനൊക്കെയാ യിട്ട് 87 പവനാണ് ഞാൻ ചെലവാക്കിയത്. അതിൽ 500 പവൻ സഭയ്ക്കും 372 പവൻ അനാഥർക്കുമായിട്ടായിരുന്നു.

പക്ഷേ, ലണ്ടൻ യാത്രയ്ക്കുള്ള ഒരുക്കങ്ങളായപ്പോൾ, ഞാൻ യഥാർ ഥത്തിൽ കടൽയാത്ര ഭയന്നു. പക്ഷേ, ചില സാഹസികരായ യുവാക്കളെ എനിക്കു സഹയാത്രികരായി ലഭിച്ചു. കൊടുംവനങ്ങളിലൂടെയും മറ്റും യാത്ര ചെയ്യേണ്ടിയിരുന്നതുകൊണ്ട് ആവശ്യത്തിനുള്ള ആയുധങ്ങൾ ഞങ്ങൾ കരുതിയിരുന്നു. യാത്ര ചെയ്ത് ഞങ്ങൾ മാഡ്രിഡിലെത്തി. ഞങ്ങൾക്ക് അപരിചിതമായ സ്പെയിനിലെ പ്രദേശമായിരുന്നതിനാൽ, അവിടെയൊക്കെ ചുറ്റിത്തിരിയാൻ ഞങ്ങൾ തീരുമാനിച്ചു. പക്ഷേ, ഒക്ടോ ബർ മധ്യത്തിലെ ചൂടുപിടിച്ച കാലാവസ്ഥ ഞങ്ങളെ തളർത്തി. ഞങ്ങൾ വീണ്ടും യാത്രതുടർന്നു; നവാരിയിൽ എത്തി. തുടർന്ന് പല പല കൊച്ചു കൊച്ചു പട്ടണങ്ങളും മലകളും പിന്നിട്ട ഞങ്ങൾക്ക് പാംപിലൂന വഴി യാത്ര ചെയ്യേണ്ടി വന്നു.

പിരണീസ് പർവതനിരകൾ പാംപിലൂനയെ ഭയാനകമാക്കിയിരുന്നു. പർവതനിരകൾ മഞ്ഞു പുതച്ചു കിടക്കുന്നു. മാമരം കോച്ചുന്ന തണുപ്പ്. ഫ്രൈഡേ വല്ലാണ്ടു ഭയന്നു പോയി. അത്തരത്തിലുള്ള കാഴ്ചയും അനു ഭവവും അയാൾക്കുണ്ടായിട്ടേയില്ല. തണുപ്പിൽ അയാളുടെ കൈകാലു കൾ കോച്ചിപ്പിടിച്ചു.

കാലാവസ്ഥ പ്രതികൂലമായതുകൊണ്ട് ഇരുപതുദിവസം വരെ ആ പാംപിലൂനയിൽ ഞങ്ങൾക്കു കഴിയേണ്ടിവന്നു. പിന്നീടു ലഭിച്ച ഒരു ഫ്രഞ്ചു വഴികാട്ടിയുടെ സഹായത്തോടെ ഞങ്ങൾ പുതിയ യാത്ര തുടർന്നു. മഞ്ഞുവീഴ്ച കുറവുള്ള ഒരു മലമടക്കു മുറിച്ചു നടന്നായിരുന്നു ഞങ്ങളുടെ യാത്ര. ആവേശത്തോടെ ഞങ്ങളെ നയിച്ച ആ വഴികാട്ടി ഇടയ്ക്കു വച്ച് ഒപ്പമുള്ള യാത്ര മതിയാക്കി. കാലിനും വിരലിനും പറ്റിയി രുന്ന ചില ക്ഷതങ്ങൾ അയാൾക്കുണ്ടാക്കിയ വേദനയായിരുന്നു അതിനു കാരണം.

പിന്നെ ഞങ്ങൾ സഹായിയില്ലാതെ യാത്ര തുടർന്നു. പെട്ടെന്നു മുമ്പിൽ പ്രത്യക്ഷപ്പെട്ട പടുകൂറ്റൻ കരടി ഞങ്ങളെ വല്ലാതെ ഭയപ്പെടു ത്തി. ഫ്രൈഡേ അലറിവിളിച്ചു. പക്ഷേ, സാഹസികമായ യത്നത്തിലൂടെ ആ ഭീകര കരടിയെ ഫ്രൈഡേ വെടിവെച്ചു നിലംപറ്റിച്ചു. വീണ്ടും ധാരാളം ഭീകരസംഭവങ്ങൾ ഞങ്ങൾ അനുഭവിച്ചു. കുറ്റാക്കൂരിരുട്ടിൽ നിബിഡ വനത്തിലൂടെയുള്ള യാത്രയല്ലേ; ചെന്നായ്ക്കളും പിന്നെ പല പിശാചുകോലങ്ങളും ഞങ്ങളുടെ മുന്നിൽ പ്രത്യക്ഷപ്പെട്ടു. തോലൗസി ലൂടെ പാരീസിലും തുടർന്ന് കാലെയ്സിലും എത്തിയശേഷം സുരക്ഷി

തമായി ഇംഗ്ലണ്ടിൽ ഡോവർ തുറമുഖത്തിറങ്ങി. ഒരു ജനുവരിമാസം പതിനാലാം തീയതിയായിരുന്നു അത്. നല്ല ശൈത്യകാലം കൂടിയായിരുന്നു അന്ന്.

ഞാൻ നേരെ ആ നല്ല വിധവയുടെ അടുത്തു ചെന്നു; എന്നെ ആപത്തിൽ സഹായിച്ച വിശ്വസ്തയായ സ്ത്രീ. എന്റെ സമ്പത്തെല്ലാം ഞാൻ അവർക്കു നൽകി. തുടർന്നു ലിസ്ബണിലേക്കും അതുവഴി ബ്രസിൽസിലേക്കും യാത്ര പോകാൻ ഞാൻ ഒരുങ്ങിയപ്പോൾ അവർ അതു തടഞ്ഞു. ഏഴു വർഷക്കാലത്തേക്ക് എന്നെ എങ്ങോട്ടും പോകാൻ അവർ അനുവദിച്ചില്ല. ആ സമയത്ത് ഞാൻ എന്റെ സഹോദരന്മാരിൽ ഒരാളുടെ രണ്ടു മക്കളെ കൊണ്ടുവന്നു നിർത്തി വളർത്തി. മൂത്തവൻ വളർന്നു സ്വന്തം കാലിൽ നിൽക്കാറായി. ഞാനവനെ മിടുക്കനായി വളർത്തി; അവന്റെ വസ്തുവകകളോടൊപ്പം എനിക്കു പറ്റുന്നതും ഞാൻ കൊടുത്തു; മരണാനന്തരമായിട്ട്. മറ്റേയാളിനെ കപ്പലിനെ ഒരു ക്യാപ്റ്റനെ ഞാൻ ഏൽപ്പിച്ചു. അഞ്ചുവർഷംകൊണ്ട് അവൻ സാമർഥ്യമുള്ള ഒരു യുവാവായപ്പോൾ, ഞാൻ നല്ലൊരു കപ്പലിൽ ചേർത്തു; പിന്നെ കടൽയാത്രയ്ക്കും വിട്ടു. എന്റെ പിൽക്കാല വീരസാഹസികയാത്രകൾക്ക് പ്രേരിപ്പിച്ചത് ഈ യുവാവായിരുന്നു.

ഇതിനിടയിൽ ഞാൻ ഇവിടെത്തന്നെ സ്ഥിരതാമസമാക്കി. ഞാൻ വിവാഹം കഴിച്ചു. മൂന്നു മക്കളും എനിക്കുണ്ടായി. രണ്ട് ആൺകുട്ടികളും ഒരു പെൺകുട്ടിയും. എന്നാൽ എന്റെ ഭാര്യ മരിച്ച ഇടയ്ക്കാണ് സഹോദരപുത്രൻ സ്പെയിൻയാത്ര കഴിഞ്ഞ് സമ്പന്നനായി തിരിച്ചെത്തിയത്. അങ്ങനെ വിദേശയാത്ര നടത്താനുള്ള മോഹം വീണ്ടും എന്റെയുള്ളിലുണ്ടായി. ഒരു സ്വതന്ത്രവ്യാപാരി എന്ന നിലയിൽ അങ്ങനെ 1694 ൽ ഞാൻ ഈസ്റ്റ് ഇൻഡീസിലേക്കു പോയി.

ഈ യാത്രയിൽ ഞാൻ ആ പഴയ എന്റെ ദ്വീപിലെ പുതിയ അധിനിവേശപ്രദേശം സന്ദർശിച്ചു. എന്റെ പിൻഗാമികളായ സ്പെയിൻകാരെ ഞാൻ കണ്ടു. അവർ അവരുടെ ജീവിതകഥകളും എനിക്കു പറഞ്ഞുതന്നു. ഞാൻ അവിടെ വിട്ടുപോന്ന നീചന്മാരുടെ വിവരങ്ങളും അറിഞ്ഞു. പാവം സ്പെയിൻകാരെ അവർ ആദ്യം അപമാനിച്ചതും, പിന്നീടവർ എങ്ങനെ അനുരഞ്ജനപ്പെട്ടതും, എതിർത്തതും, ഒന്നായതും, വേർപിരിഞ്ഞതും, അവസാനം സ്പെയിൻകാർ അവർക്കു നേരെ ആക്രമണം നടത്തിയതും, എങ്ങനെ അവർ അവരെ സത്യസന്ധരാക്കിയെന്നുമൊക്കെ അവർ എനിക്കു പറഞ്ഞുതന്നു.

വൈവിധ്യമാർന്ന ചരിത്രമാണവിടെ നടന്നത്. ദ്വീപിലെത്തിയ കരീബിയക്കാരുമായി പലതവണ അവർക്കു യുദ്ധം ചെയ്യേണ്ടി വന്നു. പിന്നെ അവർ ദ്വീപിൽ വരുത്തിയ മാറ്റങ്ങൾ, വൻകരയിലേക്ക് അവരിൽ അഞ്ചു പേർ നടത്തിയ ഉദ്യമം, അവിടെനിന്നും പതിനൊന്നു പുരുഷന്മാരെയും അഞ്ചു സ്ത്രീകളെയും തടവുപുള്ളികളായി പിടിച്ചുകൊണ്ടു വന്നത്, ഒക്കെ അവരുടെ ചരിത്രഭാഗമായി. ഞാൻ ദ്വീപിൽ എത്തിയപ്പോൾത്തന്നെ ഇരുപതോളം കുട്ടികളെ ഞാൻ കണ്ടിരുന്നത് അവിടെ സ്ത്രീകൾ എത്തി

യതിന്റെ ഫലമാണ്.

ഇരുപതു ദിവസം ഞാൻ ദ്വീപിൽ നിന്നു. അവർക്ക് ആവശ്യമായ സാധനങ്ങൾ നൽകി. പ്രത്യേകിച്ച് ആയുധങ്ങളും കരിമരുന്നും വെടിയുണ്ടകളും തുണികളും പണിയുപകരണങ്ങളും; മാത്രമല്ല ഇംഗ്ലണ്ടിൽ നിന്നും ഞാൻ കൂടെ കൊണ്ടുവന്നിരുന്ന ഒരു ആശാരിയെയും ഒരു മരപ്പണിക്കാരനെയുംകൂടി ദ്വീപുവാസികൾക്കു നൽകി.

ഇതിനു പുറമേ, ദ്വീപിനെ പലതായി അവർക്കു വിഭജിച്ചു നൽകി. പക്ഷേ, ആ ഭൂമി മുഴുവൻ എന്റേതാണെന്നും ഞാൻ അവരോടു പറഞ്ഞു. എല്ലാം യഥാവിധി നടപ്പാക്കിയശേഷം, അവരോട് ആ ദ്വീപു ഉപേക്ഷിച്ചു പോകരുതെന്ന് അറിയിച്ചശേഷം, ഞാൻ ദ്വീപു വിട്ടു.

അവിടെനിന്നും ബ്രസിൽസിലേക്കാണ് ഞാൻ പോയത്. ദ്വീപിലേക്കു കൂടുതൽ സാധനങ്ങളെയും ആളുകളെയും ഞാൻ അയച്ചു കൊടുത്തു. അതിൽ ഏഴു സ്ത്രീകളും ഉണ്ടായിരുന്നു. ജോലിക്കാരായും ഭാര്യമാരായുമൊക്കെ അവിടെ കൂടുതൽ സ്ത്രീകളെ വേണ്ടതുണ്ടായിരുന്നു. ഇംഗ്ലണ്ടിൽ ചെന്നശേഷം കുറെ സ്ത്രീകളെ ഇംഗ്ലീഷുകാർക്കായി അയച്ചു കൊടുക്കാമെന്നും ഞാൻ അവർക്കു വാക്കുകൊടുത്തിരുന്നു. അതും ഞാൻ പാലിച്ചു. ഒപ്പം അവശ്യസാധനങ്ങളും കൃഷി ചെയ്യാനായി വിത്തും ഒക്കെ അയച്ചുകൊടുത്തു. അവർ നന്നായി കൃഷി ചെയ്തു. അവരവർക്കുള്ള ഇടങ്ങളിൽ നല്ല ഫലം ഉണ്ടാക്കി. ഇതു കൂടാതെ ബ്രസിൽസിൽനിന്നും അഞ്ചു പശുക്കളും - മൂന്നെണ്ണത്തിന് കിടാക്കളും ഉണ്ടായിരുന്നു - കുറച്ചു ആടുകളെയും കുറച്ചു മറ്റു മൃഗങ്ങളെയും അയച്ചു കൊടുത്തിരുന്നു. വീണ്ടുമൊരിക്കൽ ഞാൻ ആ ദ്വീപു സന്ദർശിച്ചപ്പോൾ ആ മൃഗങ്ങൾ വളരെയധികം എണ്ണമുള്ളതായിരുന്നു.

ഇങ്ങനെയൊക്കെയായിരുന്നപ്പോൾ, ഒരുദിവസം മുന്നൂറു കരീബിയക്കാർ ദ്വീപിൽ വന്ന് അവരെ ആക്രമിച്ചു. എല്ലാ കൃഷിയിടങ്ങളും അവർ നശിപ്പിച്ചു. രണ്ടു പ്രാവശ്യമാണ് അവരോടു പോരാടേണ്ടി വന്നത്. ആദ്യ പോരാട്ടത്തിൽ ദ്വീപുവാസികൾ പരാജയപ്പെട്ടു; മൂന്നു പേർ കൊല്ലപ്പെട്ടു. എന്നാൽ അവസാനം ഒരു കൊടുങ്കാറ്റിൽപ്പെട്ട് ആ ശത്രുക്കളുടെ തോണികൾ മുഴുവൻ തകർന്നു നശിച്ചു. അങ്ങനെ അവരെ പരാജയപ്പെടുത്താനായി. വീണ്ടും കൃഷിയിടങ്ങൾ അവർ പുതുക്കി നല്ല രീതിയിൽ ഫലം കൊയ്തുകൊണ്ട് ഇപ്പോഴും ആ ദ്വീപിൽത്തന്നെ ജീവിക്കുന്നു.

www.ingramcontent.com/pod-product-compliance
Lightning Source LLC
LaVergne TN
LVHW060617051026
849519LV00002B/649

* 9 7 8 9 3 8 3 4 3 2 1 4 1 *

9 789383 432141